മിഴാവ്

mizhavu
novel
•
rajan thiruvoth
•
first edition
january 2016
•
typesetting & published
chintha publishers, thiruvananthapuram
•
printed
akshara offset, thiruvananthapuram
•
cover
ambeesh
•
price
rupees one hundred and ninety five only

വിതരണം

ദേശാഭിമാനി ബുക്ക് ഹൗസ്
H O തിരുവനന്തപുരം-695 035
phone: 0471-2303026, 6063026
www.chinthapublishers.com
chinthapublishers@gmail.com

ബ്രാഞ്ചുകൾ

ഹെഡ്ഡാഫീസ് ബ്രാഞ്ച് കുന്നുകുഴി • സ്റ്റാച്യു തിരുവനന്തപുരം • കെ എസ് ആർ ടി സി ബസ് സ്റ്റേഷൻ ആലപ്പുഴ • കെ എസ് ആർ ടി സി ബസ് സ്റ്റേഷൻ എറണാകുളം • മച്ചിങ്ങൽ ലെയ്ൻ തൃശൂർ • ഐ ജി റോഡ് കോഴിക്കോട് • മാവൂർ റോഡ് കോഴിക്കോട് • എൻ ജി ഒ യൂണിയൻ ബിൽഡിങ് കണ്ണൂർ • സെൻട്രൽ ബസ് ടെർമിനൽ കോംപ്ലക്സ് താവക്കര കണ്ണൂർ

CO - 2307 / 3806
ISBN - 978-93-85045-417

മിഴാവ്

(നോവൽ)

രാജൻ തിരുവോത്ത്

ചിന്ത പബ്ലിഷേഴ്സ്
തിരുവനന്തപുരം-695 035
വില : ₹ 195

രാജൻ തിരുവോത്ത്

കോഴിക്കോട് ജില്ലയിലെ പേരാമ്പ്രയിൽ ജനനം. അച്ഛൻ തിരുവോത്ത് ഗോവിന്ദൻ വൈദ്യർ. അമ്മ പടിഞ്ഞാറെ പുത്തലത്ത് നാരായണി (മാഹി), പേരാമ്പ്ര ജി യു പി സ്കൂൾ, പേരാമ്പ്ര ഹൈസ്കൂൾ എന്നിവിടങ്ങളിൽ പ്രാഥമിക വിദ്യാഭ്യാസം. ഗുരുവായൂരപ്പൻ കോളേജിൽനിന്ന് ബി എസ് സി ബിരുദം. തുടർന്ന് സാഹിത്യത്തിൽ ബിരുദാനന്തരബിരുദവും. ആനുകാലിക പ്രസിദ്ധീകരണങ്ങളിൽ എഴുതാറുണ്ട്. വളരെ കുറച്ചുകാലം പത്രത്തിൽ ജോലിചെയ്തു. കേരള സാഹിത്യ അക്കാദമിയുടെ ഗവേഷണ ഫെലോഷിപ്പ് ലഭിച്ചിട്ടുണ്ട്. നാടകരചനയ്ക്ക് പലതവണ സമ്മാനങ്ങൾ നേടി. ഇപ്പോൾ കേരള സിവിൽ സർവ്വീസ് അക്കാദമിയിൽ ഫാക്കൽറ്റിയാണ്.

വിവിധ മേഖലകളിലായി മുപ്പതോളം ഗ്രന്ഥങ്ങൾ രചിച്ചു. നിരവധി പ്രശസ്ത കൃതികൾക്ക് പരിഭാഷ നിർവ്വഹിച്ചു. മികച്ച നാടകകൃത്തിനുള്ള സംസ്ഥാനതല അവാർഡ് 3 തവണ ലഭിച്ചിട്ടുണ്ട്. പി എൻ മേനോൻ സംവിധാനം ചെയ്ത 'ഉത്തരീയം' ടെലിഫിലിമിന്റെ രചനയും സംവിധാനവും നിർവ്വഹിച്ചു.

ഭാര്യ	:	ജയലക്ഷ്മി
മക്കൾ	:	ശ്രീഹർഷൻ, ശ്രീസൂര്യ
മരുമക്കൾ	:	സ്മിഷ, ബിജിൻ കൃഷ്ണ IAS
വിലാസം	:	പേരാമ്പ്ര പി.ഒ
		കോഴിക്കോട് (ജില്ല) 673525
Mob	:	94464747850

ദാരിദ്ര്യമെന്തെന്നറിഞ്ഞവർക്കേ
പാരിൽ പരക്ലേശ വിവേകമുള്ളൂ

കുഞ്ചൻ നമ്പ്യാർ

പ്രസാധകക്കുറിപ്പ്

മിഴാവ് കുഞ്ചൻ നമ്പ്യാരുടെ ജീവിതതാളത്തെ നിർണ്ണയിച്ച സംഗീതോപകരണമാണ്. കുടമാളൂർ കൊട്ടാരത്തിൽ മിഴാവ് പെയ്തിറങ്ങിയപ്പോൾ എല്ലാവരും, രാജാവും ആസ്ഥാന കലാകാരന്മാരും രാജ്ഞിയും എല്ലാം സ്തബ്ധരായിപ്പോയി.

മിഴാവിൽ പിഴച്ചപ്പോഴാണ് ചാക്യാരുമായി ഇടഞ്ഞത്; തുള്ളൽ പ്രസ്ഥാനത്തിന് തുടക്കം കുറിച്ചത്. സംസ്കൃത പദങ്ങളാൽ പാണ്ഡിത്യ പ്രകടനം മുഖമുദ്രയാക്കിയ കൂത്തിൽനിന്നും സാധാരണക്കാരന്റെ പച്ചമലയാളത്തിലേക്ക് തുള്ളിയിറങ്ങിയ കുഞ്ചൻ പുരാണേതിഹാസങ്ങൾ പൊളിച്ചെഴുതി. അതെല്ലാം സാധാരണക്കാരുടെ കഥയാക്കി. അതിനിടയിൽ അധികാരികൾക്കും ജാതിക്കോമരങ്ങൾക്കും സാമൂഹ്യ അനീതിക്കുമെതിരെ അമ്പുകൾ തൊടുത്തു. കലക്കത്തെ കുഞ്ചൻ നമ്പ്യാർ എന്ന കലാകാരനിലും മനുഷ്യനിലുമുണ്ടായ ഇടർച്ചകളും വേദനകളും തിരസ്കാരങ്ങളും പില്ക്കാലത്ത് വളർച്ചയുടെ ഊർജ്ജമാവുകയായിരുന്നു. കുഞ്ചൻ നമ്പ്യാരുടെ പ്രണയവും ജീവിതവും സഞ്ചാരവും ഇഴചേർന്ന ജീവിതത്തിന്റെ പൊള്ളുന്ന ആഖ്യാനമാണീ നോവൽ. കുഞ്ചൻ നമ്പ്യാരുടെ ജീവിതത്തിനു ചുറ്റും പണിതെടുത്ത ഈ നോവൽ മലയാളത്തിൽ ഇത്തരത്തിലാദ്യത്തെ കൃതിയാണ്. മലയാള വായനക്കാർ ഇരു കൈകളും നീട്ടി സ്വീകരിക്കുമെന്ന് ഞങ്ങൾക്കുറപ്പുണ്ട്.

ചിന്ത പബ്ലിഷേഴ്സ്

ആമുഖം

എഴുതപ്പെട്ട കവിതകൾ അല്ലാതെ, എഴുതിയ കവിയുടെ മനസ്സിനെക്കുറിച്ചോ ജീവിതത്തെക്കുറിച്ചോ അദ്ദേഹം കുടിച്ചു തീർത്ത കണ്ണുനീരിനെക്കുറിച്ചോ തിന്നുതീർത്ത വിശപ്പിനെക്കുറിച്ചോ നടന്നുതീർത്ത വഴിവരമ്പുകളെക്കുറിച്ചോ അധികമാരും ചിന്തിക്കാതെപോയ കവിയാണ് കുഞ്ചൻ നമ്പ്യാർ. അരക്കവിയെന്നും ഹാസ്യകവിയെന്നും സാമൂഹ്യവിമർശകനെന്നും തരംപോലെ പേര് ചാർത്തപ്പെട്ട ഡൈഷണിക ധിക്കാരിയായ കലക്കത്ത് കുഞ്ചൻ നമ്പ്യാരുടെ ജീവിതം എന്തായിരുന്നു എന്നറിയാനുള്ള ഒരെളിയ ശ്രമത്തിന്റെ ഭാഗമായി പോയകാലത്തിന്റെ ഇടവഴികളിലൂടെയുള്ള അലച്ചിലിന്റെ ഫലശ്രുതിയെന്നോണമാണ് ഈ നോവൽ പിറവിയെടുക്കുന്നത്.

ശൃംഗാരം, കരുണം എന്നീ രസങ്ങൾക്കുമാത്രമേ കൃതികളിൽ അംഗിരസമാകാൻ അർഹതയുള്ളൂ എന്ന പൂർവ്വധാരണയെ തകിടം മറിക്കുകയാണ് നമ്പ്യാരുടെ ഹാസ്യരസം ചെയ്തത്. ബീഭത്സത്തിന് പോലും അംഗിയാവാൻ അർഹതയുണ്ടെന്ന് നമ്പ്യാർ തന്റെ ചിട്ടപ്പെടുത്തിയ ചിട്ടയില്ലായ്മയിലൂടെ തോന്നിപ്പിക്കുകയും ചെയ്തു. എന്നിട്ടും അരക്കവിയെന്ന് ആക്ഷേപിക്കപ്പെട്ട കുഞ്ചൻ നമ്പ്യാർ ദേവലോകത്തെയും അപ്സരസ്സുകളെയും *രാമായണ, ഭാരത* കഥാപാത്രങ്ങളെയും കവിതയുടെ ട്രെപ്പീസിലിരുത്തി കേരളീയ ഗ്രാമത്തിലേക്ക് ഇറക്കിക്കൊണ്ടുവന്നു. അപ്പോഴും ഉള്ളിലൊരു നെരിപ്പോടുമായി നമ്പ്യാർ അലയുകയായിരുന്നു.

ജാതിവ്യവസ്ഥ പ്രകാരം മേലാളനും കീഴാളനുമെന്ന ധാരണയ്ക്ക് പ്രാമുഖ്യം ലഭിക്കുകയും അധഃകൃതനെ തീണ്ടാപ്പാടകലത്തേക്ക് മാറ്റി നിർത്തുകയും തിരസ്കരിക്കുകയും ചെയ്തകാലത്ത് ഏറ്റവും താഴ്ന്ന കുലത്തിൽപ്പെട്ട ഓട്ടന്റെയും പറയന്റെയും ശീതങ്കന്റെയും പേരിൽത്തന്നെ

ഒരു കലാരൂപം സൃഷ്ടിക്കുകയും അതിലൂടെ ആഢ്യവർഗ്ഗത്തിന്റെ മ്ലേച്ഛത്തരങ്ങളെ അപലപിക്കുകയും കാപട്യത്തിന്റെ മുഖംമൂടി കവിതകൊണ്ട് മാന്തിക്കീറുകയും ചെയ്യുകയായിരുന്നു കുഞ്ചൻനമ്പ്യാർ.

പാണിവാദനത്തിൽ കൃതഹസ്തനായ നമ്പ്യാരെ ഏത് ആഢ്യ കലാരൂപത്തിൽ നിന്നാണോ കുടിയിറക്കിയത് അതിന്റെ മുഖമെഴുത്തിന്റെയും മെയ്യാഭരണത്തിന്റെയും കിരീടത്തിന്റെയും കാർട്ടൂൺ രൂപങ്ങളാണ് നമ്പ്യാർ അദ്ദേഹത്തിന്റെ പുതിയ കലാരൂപമായ തുള്ളലിന് ഉപയോഗിച്ചത്. കൂത്ത് 'ആടുക' എന്ന് പറയുമ്പോൾ നമ്പ്യാരുടെ കലയ്ക്ക് അദ്ദേഹം 'തുള്ളൽ' എന്ന പേരാണ് കൊടുത്തത്. കൂത്തിന്റെ ആഢ്യത്തരത്തെയും ഉന്നതഭാവത്തെയും പരിഹസിക്കലാണത്. 'കാരിക്കേച്ചർ' എന്ന വാക്കിന് സാഹിത്യത്തിലെ ഹാസ്യവർണ്ണന എന്നുകൂടി അർത്ഥമുള്ള സ്ഥിതിക്ക് മലയാളത്തിലെ ആദ്യത്തെ കാർട്ടൂണിസ്റ്റ് കൂടിയാണ് കുഞ്ചൻനമ്പ്യാർ എന്നു പറയാം. വരകൾക്ക് പകരം വാക്കുകൾ ഉപയോഗിച്ചു എന്നുമാത്രം. കാരണം അദ്ദേഹത്തിന് അഭിമുഖീകരിക്കേണ്ടിയിരുന്നത് ഭടജനങ്ങളെ (അനഭ്യസ്തരായ ഗ്രാമീണ ജനതയെ) ആയിരുന്നു.

ഉള്ളിൽ ഒരുപാട് ഒതുക്കിവെക്കുകയും ചുരുങ്ങിയ വായ്‌വട്ടം കൊണ്ട് ഉചിതമായ താളവിസ്മയം തീർക്കുകയും ചെയ്യുന്ന മിഴാവ്, ക്ഷേത്രമുറ്റത്തരങ്ങേറുന്ന കൂത്തിനും കൂടിയാട്ടത്തിനും പിന്നണിയൊരുക്കുന്ന, വായ്‌വട്ടം ചുരുങ്ങി കീഴ്ഭാഗം വീർത്തിരിക്കുന്ന ഒരു ചെപ്പ് കുടം മാത്രമല്ല, അതിൽ താളമുതിർക്കാൻ വിധിക്കപ്പെട്ട നമ്പ്യാരുടെ ഹൃദയം തന്നെയാണ്. നാലു ഭാഗത്തും വാരിയെല്ലുകൾപോലെ വീതി കുറഞ്ഞ മരവടികൾ കൊണ്ട് തീർത്ത കൂടിനകത്ത് പാണിവാദന്റെ കരസ്പർശത്തിനായി കാത്തിരിക്കുന്ന മിഴാവ് കുഞ്ചൻ നമ്പ്യാരുടെ സ്മൃതികളുണർത്തുന്നു. കുഞ്ചന്റെ മനസ്സും മിഴാവിന്റെ രൂപവും എവിടെയൊക്കെയോ സമരസപ്പെടുന്നു. മിഴാവ് ഒരു ബ്രഹ്മചര്യയായിട്ടാണ് പരിഗണിക്കപ്പെടുന്നത്. അതുകൊണ്ടു തന്നെ അത് പവിത്രവുമാണ്. കുഞ്ചൻ നമ്പ്യാരുടെ പവിത്രമായ കലാഹൃദയത്തിലേക്കും വ്യക്തിജീവിതത്തിലേക്കും കടക്കാനുള്ള ഒരു ശ്രമഫലം കൂടിയാണ് *മിഴാവ്* എന്ന നോവൽ.

ക്ഷേത്രപരിസരത്തും രാജസന്നിധിയിലും മാത്രം അരങ്ങുണർത്തിയിരുന്നതും പവിത്രകലയായി അംഗീകരിക്കപ്പെട്ടിരുന്നതുമായ കൂത്തിന് പിന്നണിത്താളം ചേർക്കാൻ ചെന്നിടത്താണ് മിഴാവിൽ താളത്തിന്റെ പെരുമഴ പെയ്യിക്കുന്ന കുഞ്ചൻ അധിക്ഷേപത്തിന്റെ കലിയേറ്റ് മനം മുറിഞ്ഞ് മടങ്ങിയത്. സ്വജീവിതത്തിന്റെ താളക്രമം തെറ്റിയതും അന്നുതന്നെ. ദേവവാദ്യത്തിൽ നിന്ന് ചുവടുമാറ്റി അസുരവാദ്യത്തിൽ ചുവടുറപ്പിച്ചതും ഓട്ടനും ശീതങ്കനും പറയനും തുള്ളിയതും കവിതകൊണ്ട് സ്വന്തം കലിയകറ്റി ആഢ്യത്തരത്തിന്റെ മുഖമെഴുത്തിനെ കലിതുള്ളിച്ചതും അന്നുതൊട്ട് തന്നെ. മിഴാവ് ഹൃദയത്തിലൊതുക്കിവെച്ച് കുഞ്ചൻ കവിതകൊണ്ട് ഭടജനഹൃദയം കവർന്നു. അവിടെയാണ് 'മിഴാവ്' എന്ന ബ്രഹ്മചര്യ കുഞ്ചൻ നമ്പ്യാരുടെ സ്മൃതിപാത്രമാകുന്നതും ഈ നോവൽ

'മിഴാവ്' എന്ന ശീർഷകം വഹിക്കുന്നതും.

ഏതാണ്ട് അഞ്ചുവർഷത്തെ അന്വേഷണങ്ങൾക്കും പഠനങ്ങൾക്കും ശേഷമാണ് ഈ നോവൽ എഴുതിയത്. നമ്പ്യാരുടെ കൂടെ അമ്പലപ്പുഴയിലും കിള്ളിക്കുറിശ്ശിയിലും കുടമാളൂരും തിരുവനന്തപുരത്തും അലഞ്ഞു നടന്നു. തോളിൽ കൈയിട്ട് കുശലം പറഞ്ഞും ചിരിച്ചും ജാപ്പാണപ്പുകയില കൂട്ടി വെറ്റിലമുറുക്കിയും മടിശ്ശീലയിലെ മഞ്ചാടിക്കുരുക്കളെണ്ണിയും, അന്തിക്കള്ള് കുടിച്ചും മാത്തൂർ പണിക്കരുടെയും നാരായണ ഭട്ടതിരിയുടെയും ഉണ്ണിരവിക്കുറുപ്പിന്റെയും സംസാരംകേട്ടും കളരിയിൽ ചുവട് വെച്ചും... അങ്ങനെ അഞ്ചുവർഷം...

പേപ്പട്ടി വിഷബാധയേറ്റ് മരിക്കുന്ന കുഞ്ചൻ നമ്പ്യാർക്ക് 'പേനാ'യയുടെ വിഷമാണോ? അല്ല പുതിയ ഭാഷയിൽ പറഞ്ഞാൽ 'പേനാ' (അറംപറ്റൽ) വിഷമാണോ ഉണ്ടായത്. തിട്ടപ്പെടുത്താൻ കഴിഞ്ഞില്ല.

നോവൽ രചനയിൽ ചരിത്രവസ്തുക്കളിൽനിന്ന് ഏറെയൊന്നും വ്യതിചലിക്കാതിരിക്കാൻ ശ്രമിച്ചിട്ടുണ്ട്. എന്നാലും ഒരു ആഖ്യായികയ്ക്ക് ചിലപ്പോൾ വേണ്ടിവരുന്ന ചില കാര്യങ്ങൾ ചേർത്തിട്ടുണ്ട്.

എന്റെ ഈ നോവൽ പ്രസിദ്ധീകരിക്കാൻ സഹായിച്ച ചിന്ത പബ്ലിഷേഴ്സിനോടും ചീഫ് എഡിറ്റർ പ്രിയപ്പെട്ട സി പി അബൂബക്കർ സാറിനോടും, ചില നിർദ്ദേശങ്ങൾ തന്ന് സഹായിച്ച കോലിയോട്ട് മാധവൻ, ആർ കെ രവിവർമ്മ, ചന്ദ്രൻ പള്ളിക്കര എന്നിവരോടും എനിക്കുള്ള സ്നേഹം കുറച്ചൊന്നുമല്ല.

രാജൻ തിരുവോത്ത്

ഒന്ന്

ഉറക്കെ നിലവിളിച്ചുകൊണ്ട് കുഞ്ചു ഞെട്ടിയുണർന്നു. പ്രാണഭയത്താൽ നിലവിളിക്കുന്ന ഏതോ ചെറുമൃഗത്തിന്റേതുപോലുള്ള ഒരു ശബ്ദമായിരുന്നു അത്. രാഘവൻ നമ്പ്യാർ പിടഞ്ഞെഴുന്നേറ്റ് വിളക്ക് കത്തിക്കാൻ ശ്രമിച്ചു. എത്ര ശ്രമിച്ചിട്ടും വിളക്ക് കത്തിയില്ല. അന്ത്യയാമത്തിലെ ശക്തമായ കാറ്റ്!... ഒറ്റപ്പാളിമാത്രമുള്ള ജനലിലൂടെ തിക്കിത്തിരക്കി കയറി വന്ന കാറ്റിനെ പഴിച്ചുകൊണ്ട് രാഘവൻനമ്പ്യാർ കുഞ്ചുവിനെ മാറോട് ചേർത്തുപിടിച്ചു.

കുഞ്ചു അപ്പോഴും കരച്ചിൽ നിർത്തിയിരുന്നില്ല. ഇടയ്ക്കിടെ ഏങ്ങുകയും കൈകാലിട്ടടിക്കുകയും ചെയ്തുകൊണ്ടിരുന്നു.

"കുഞ്ചു! എന്തേ ഉണ്ടായത്? നിന്നെ എന്തെങ്കിലും കടിച്ചോ? പേൻമുള്ളോ പഴുതാരയോ എന്തെങ്കിലും കുത്തിയോ?"

മറുപടിയൊന്നും പറയാതെ കുഞ്ഞമ്മാവനെ ഇറുകെ പുണർന്ന് കുഞ്ചു കരഞ്ഞുകൊണ്ടേയിരുന്നു....... ആകെ വിയർത്തിരിക്കുന്നു.

പിൻനിലാവിന്റെ നേരിയ വെട്ടത്തിൽ കുഞ്ചുവിന്റെ തുറിച്ച കണ്ണുകൾ! കണ്ണിൽ ഭീതിയുടെ പന്തങ്ങൾ!

അത് രാഘവൻ നമ്പ്യാരെയും പേടിപ്പെടുത്തി. "നീ ഭയന്നോ കുഞ്ചോ?" അവന്റെ നെഞ്ചത്തും തലയിലും തടവിക്കൊണ്ട് നമ്പ്യാര് ചോദിച്ചു.

അതെയെന്ന ഭാവത്തിൽ തലയാട്ടിക്കൊണ്ട് കുഞ്ചു വീണ്ടും കുഞ്ഞമ്മാവന്റെ തോളിൽ മുഖമമർത്തി തേങ്ങിക്കൊണ്ടിരുന്നു.

"സാരല്യ കുഞ്ചോ കുട്ടിക്കാലത്ത് ഇങ്ങനെയൊക്കെയുണ്ടാകും.... ദുസ്വപ്നം കാണേം പേടിക്കേം ഒക്കെച്ചെയ്യും..... വെറുതേ മനസ്സിലോരോന്ന് കെട്ടിവെച്ച് കെടന്നാൽ അങ്ങനെയാ..... പേടിക്കേണ്ട എന്നെ കെട്ടിപ്പിടിച്ച് കെടന്നോളൂ.... മൂത്രൊഴിക്കാന്ണ്ടെന്ന്ച്ചാല് പോയി ഒഴിച്ച് വന്നോളൂ ഞാൻ കൂടെ വരാം."

"ഇല്യ." കുഞ്ചു പറഞ്ഞു.

കുഞ്ചുവിനെ മാറോട് ചേർത്ത് നമ്പ്യാർ കിടക്കാൻ ശ്രമിച്ചു.

"എനിക്ക് വയറ് കാളുന്നു. വെള്ളം കുടിക്കണം" കുഞ്ചു പറഞ്ഞു. ക്ഷീണിച്ചതും വിറയാർന്നതുമായ ഒരു ശബ്ദത്തിലാണ് അവനത് പറഞ്ഞത്.

കുറച്ചുനേരത്തേക്ക് ഒന്നും പറയാതെ കുഞ്ഞമ്മാമൻ കുഞ്ചുവിന്റെ പുറം തടവിക്കൊണ്ട് കിടന്നു. കുഞ്ഞമ്മാമന്റെ നെഞ്ചിലാണ് തീയാളിയത്...... എങ്ങനെയീ തീയണയ്ക്കും..... എന്റെ നെഞ്ചിലെയും അവന്റെ വയറ്റിലെയും! അയാൾ ആലോചിച്ച് കിടന്നു. കുഞ്ചുവിന്റെ നെറുകയിൽ മുഖമമർത്തി.....

ചുടുകാറ്റേറ്റതുപോലെ അവൻ തല കുടഞ്ഞു. ആധിയുടെ കനലുകൾ അവന്റെ തലയിൽ വീണിരിക്കാം.

"നേരം പുലരാൻ ഇനിയും കിടക്കുന്നു നാഴികകൾ. എവിട്യാപ്പം വെള്ളത്തിന് പോവ്വ.... സാധാരണ ഒരു ചെറിയ മൊന്തേല് വെള്ളം സൂക്ഷിക്കാറുണ്ടായിരുന്നു പായ്ത്തലക്കല്. ഇന്ന് അതും ചെയ്തില്ല... അതങ്ങനയാ വേണ്ടേരം ഒന്നും തോന്നില്യ.... ഒരുതരം ശാപം!... കാലദോഷം!" ആരോടെന്നില്ലാതെ കുഞ്ഞമ്മാമൻ പറഞ്ഞു.

"എനിക്ക് വെള്ളം കുടിക്കണം." വിറയ്ക്കുന്ന ശബ്ദത്തിൽ കുഞ്ചു വീണ്ടും പറഞ്ഞു.

"വെള്ളം കിട്ട്വോന്നോക്കട്ടെ" കുഞ്ഞമ്മാമൻ എഴുന്നേറ്റു. "കിണറ്റിൻകരയിലേക്കാണെങ്കില് എങ്ങനെയാ?... തപ്പിത്തടഞ്ഞ് നടക്വന്നെ." സ്വയം പിറുപിറുത്തുകൊണ്ട് തപ്പിത്തടഞ്ഞ് നടന്നു. വാതിൽ തുറന്നപ്പോൾ വാതിലുറപ്പിച്ച മരക്കുറ്റികൾ ഞരങ്ങി... പിൻനിലാവ് മാഞ്ഞിട്ടില്ല. വരാന്തയിൽ വെളിച്ചത്തിന്റെ പഴന്തുണിത്തുണ്ടുകൾ വീണ് കിടക്കുന്നു. ഓലക്കീറുകൾക്കുള്ളിലൂടെ വഴുതി വീണതാകാം... പുറത്തുകടന്ന് വാതിൽ ചാരിയിട്ടു. കൽത്തൂണിന്റെ ചുവട്ടിൽ വെച്ച ഓട്ടുമൊന്തയെടുത്ത് കിണറ്റിൻകരയിലേക്ക് നടക്കുമ്പോൾ മനസ്സിന്റെ കയങ്ങളിലെവിടെയോ ഒരു ചരൽകല്ല് വീണു... ചാരിയിട്ട വാതിലിലേക്ക് തിരിഞ്ഞു നോക്കി. അടഞ്ഞിട്ടുണ്ട്, രണ്ടു പാളികളും... സ്വയം ബോദ്ധ്യപ്പെടുത്തി നടന്നു. രണ്ടടി നടന്നപ്പോൾ കുഞ്ഞമ്മാമൻ ഓർത്തു. വാതില് ചാരിയിട്ട്വേയുള്ളു... കുഞ്ചു വല്ല അബദ്ധോം കാണിക്ക്വോ?... ഇല്ല പേടിച്ച് കരഞ്ഞാൽ പിന്നെ ഇറങ്ങിനടക്കില്ല... കരഞ്ഞില്ലെങ്കിലേയുള്ളു ഇറങ്ങിനടത്തം... സ്വപ്നാടനം അവനെ വല്ലാതെ തളർത്തുന്നുണ്ട്. എത്ര എത്ര കഷായോം മറ്റും കുടിച്ചതാണ്.... എന്നിട്ടും ഒരു ഭേദോല്ല.

അവന്റെ അച്ഛനും ഉണ്ടായിരുന്നത്രെ സ്വപ്നാടന ദീനം... അങ്ങനെ ഒരുദിവസം ആൾമറയില്ലാത്ത കിണറ്റിൽ വീണൂന്നാ... സംസാരം.

കിണറ്റിൻകരയിൽ ചുരുട്ടി വെച്ച പാളയും കയറുമെടുത്ത് ആഴങ്ങളിലേക്ക് എത്തിനോക്കി...ഇല്ല...ആഴം കാണുന്നില്ല. കുത്തുപാള ചെന്ന് വെള്ളത്തിൽ തൊട്ടതായി തോന്നുന്നില്ല. കയറിനാണെങ്കിൽ നീളം

ബാക്കിയില്ല. മരക്കപ്പിയിൽ നിന്ന് കുരുക്കഴിച്ചെടുത്ത് കയറിന്റെ അറ്റം പിടിച്ചെടുത്ത് കിണറ്റിലേക്ക് നീട്ടി.

പാള വെള്ളത്തിൽ തൊട്ടിരിക്കുന്നു... നിറയുന്നില്ല. കയറിന്റെ അറ്റം പിടിച്ചൊന്ന് കുടഞ്ഞപ്പോൾ പാള ഇടത്തോട്ടും വലത്തോട്ടും ചാഞ്ചാടി... ഒന്ന് വലിച്ചപ്പോൾ ഇത്തിരി ഭാരം!

കുഞ്ചുവിന് കുടിക്കാൻ മാത്രമുള്ള വെള്ളമുണ്ടാകും.

മൊന്തയിൽ വെള്ളമെടുത്ത് തിരക്കിട്ട് കുഞ്ചു കിടക്കുന്ന മുറിയിൽ എത്തി.

ഒരു നിമിഷം അന്ധാളിച്ചുപോയി. കതക് തുറന്നുകിടക്കുന്നു. അകത്ത് കടന്ന് മുറിയാകെ പരതി...

കുഞ്ഞമ്മാമന് പരിഭ്രമമായി... ഈ പാതിരായ്ക്ക് എങ്ങോട്ടാവും അവൻ നടന്നിട്ടുണ്ടാവുക?

അവന്റെ അച്ഛൻ വീണതുപോലെ ഏതെങ്കിലും പൊട്ടക്കിണറ്റിലോ കുളത്തിലോ?... ഇല്ല അങ്ങനെയൊന്നും ഉണ്ടാവില്ല. അല്ലെങ്കിൽ ഇവിടെ അടുത്തൊന്നും ആൾമറയില്ലാത്ത കിണറില്ലല്ലോ... അയാൾ സ്വയം ആശ്വസിപ്പിച്ചുകൊണ്ട് പുറത്തിറങ്ങി. മുറ്റത്തിറങ്ങി നിന്നപ്പോൾ ഒരു നിമിഷം ശങ്കിച്ചു. അവന്റെ അമ്മയോടൊന്ന് പറഞ്ഞാലോ? വേണ്ട.... എന്തിനാപ്പം വെറുതേ പേടിപ്പിക്കുന്നത്.... കെടന്ന് ഉറങ്ങിക്കോട്ടെ..... ഏഴരവെളുപ്പിന് തുടങ്ങുന്ന അദ്ധ്വാനം. പാതിരായ്ക്കല്ലേ തീരാറുള്ളൂ.... ഉറങ്ങിക്കോട്ടെ....

കുത്തമ്മാമൻ തൊടിയിലാകെ തെരയാൻ തുടങ്ങി... പുലർച്ചയുടെ തണുപ്പിൽ കൈയും കാലും മരവിച്ചിരുന്നു.... ചില്ലകൾ വകഞ്ഞും മുള്ളുകൾ തട്ടിമാറ്റിയും അയാൾ നാലുഭാഗത്തും തെരഞ്ഞു.

നമ്പ്യാൻപറമ്പിന്റെ വേലിക്കടുത്തെത്തിയപ്പോൾ അയാൾക്ക് പേടി വർദ്ധിച്ചു... ഇല്ല അത്രയൊന്നും ദൂരത്തേക്കവൻ പോകില്ല... അഥവാ പോയാലോ, സ്വപ്നാടനത്തിന് അതിരുകളില്ല... ഉൾഭീതിയോടെ അയാൾ ഓർത്തു.

അപ്പുറം അമ്പലക്കുളമുണ്ട്. ഇപ്പോൾ വെള്ളം കുറവാണെങ്കിലും നാലുമൂലയിലും മദ്ധ്യത്തിലുമായി ഒമ്പതോളം കിണറുകളുണ്ട്.. എന്റീശ്വരാ! അതോർത്തപ്പോൾ ഭീതികൊണ്ടയാൾ വിറച്ചു... വായ്ക്കകത്ത് ഉമിനീരു വറ്റി.. പുലർച്ചയുടെ മഞ്ഞുവീഴ്ചയിൽ കുഞ്ഞമ്മാമന് ശ്വാസം മുട്ടി.

വേലിക്കതകിന്റെ കെട്ടഴിച്ച് മാറ്റി.... ഉള്ളംകയ്യിൽ തുളച്ചു കയറിയ മുള്ളുകളെ അയാൾ വകവെച്ചില്ല.

കതക്‌വലിച്ച് മാറ്റി അയാൾ നമ്പ്യാൻപറമ്പിലേക്ക് കടന്നു. ഉച്ചത്തിൽ വിളിച്ചു നോക്കി. "കുഞ്ചോ!... കുഞ്ചോ!... എന്റെ പൊന്നു മോനേ കുഞ്ചോ!"

എത്രയുറക്കെ വിളിച്ചാലും വീട്ടിൽ കിടന്നുറങ്ങുന്ന അവന്റെ അമ്മ കേൾക്കില്ല എന്ന ആശ്വാസത്തിലാണയാൾ വീണ്ടും വീണ്ടും വിളിച്ചത്.

നാലുഭാഗത്തേക്കും ഓടി നടന്നു. ഉരുളൻ കല്ലുകളിൽ തട്ടിവീഴുമ്പോഴെല്ലാം അയാൾക്ക് മുറിയുന്നുണ്ടായിരുന്നെങ്കിലും പരിഭ്രമത്തോടെ

കുളത്തിനടുത്തേക്കോടി... ഓട്ടത്തിനിടയിൽ വേരറ്റ് വീണ ഏതോ മര ത്തടിയിൽ തടഞ്ഞ് കമഴ്ന്ന് വീണു.

നിറയെ മുള്ളുകളുള്ള കുറ്റിച്ചെടിക്കിടയിൽ അയാൾ കൈകുത്തി യെഴുന്നേറ്റു. കാൽമുട്ടിൽ തറച്ച കാരമുള്ള് പറിച്ചെടുക്കുന്നതിനിടയിൽ അയാൾ സൂക്ഷിച്ചു നോക്കി. ബോധമറ്റ് കിടക്കുന്ന കുഞ്ചുവിന്റെ ശരീരം! അതിൽ തടഞ്ഞ് വീഴുകയായിരുന്നു... അത് മരത്തടിയല്ല... മനുഷ്യത്ത ടിയായിരുന്നു.

കുളക്കടവിലെ നെടുവരിയൻ ആൽമരത്തിന്റെ പൊട്ടിപ്പൊളിഞ്ഞ തറയ്ക്ക് കീഴെ, കുറ്റിച്ചെടികൾക്കിടയിൽക്കിടന്ന് നരങ്ങുന്ന കുഞ്ചു!... അയാൾ കുഞ്ചുവിനെ വാരിയെടുത്ത് മടിയിൽ കിടത്തി. മേലാകെ മുള്ളു കുത്തി മുറിഞ്ഞ് ചോരയൊലിക്കുന്നു. ഉടുമുണ്ടിന്റെ തുമ്പുകൊണ്ടയാൾ കുഞ്ചുവിന്റെ മുഖം തുടച്ചു... കുഞ്ചുവിനെ കുലുക്കി വിളിച്ചു... കുഞ്ചു സാവധാനം കണ്ണുതുറന്നു. അവൻ അപ്പോഴും പറഞ്ഞു: "കുഞ്ഞമ്മാമാ വെള്ളം."

കുഞ്ഞമ്മാമൻ കുഞ്ചുവിനെ ആൽത്തറയിലേക്ക് ചെരിച്ച് കിടത്തിയ ശേഷം വീതികൂടിയ വെളിഞ്ചേമ്പിലകൾ പറിച്ചെടുത്ത് മുള്ളു കോർത്ത് കുമ്പിളാക്കി. കുളത്തിലിറങ്ങി തെളിജലം കോരിയെടുത്തു.കുഞ്ചുവിന്റെ മുഖത്ത് വെള്ളം തളിച്ചശേഷം പറഞ്ഞു: "കുഞ്ചോ... ദാ, വെള്ളം.. കുടിക്ക്..." അവൻ ആർത്തിയോടെ വെള്ളം കുടിച്ച് തീർത്തു.

അവന്റെ മുഖത്തും പുറത്തും തടവിക്കൊണ്ട് അയാൾ ചോദിച്ചു: "എന്താ കുഞ്ചോ ഇങ്ങനെയൊക്കെ?"

കുഞ്ചു പറഞ്ഞു: "എനിക്കൊന്നുമറിയില്ല കുഞ്ഞമ്മാമാ... കുഞ്ഞ മ്മാമനെക്കാൾ വലിയ ഒരു കറുത്ത നായ എന്നെ കടിച്ച് വലിച്ച് ഇവിടെ കൊണ്ടുവന്ന് കിടത്തി. അതെന്റെ മുഖത്തും കഴുത്തിലും താടിയിലും നക്കിയപ്പോൾ എനിക്ക് ഇക്കിളിയായി... പിന്നെ ഞാനുറങ്ങിപ്പോയി...എനി ക്കൊന്നുമറിയില്ല."

കുഞ്ഞമ്മാമൻ കുഞ്ചുവിനെയും തോളിലിട്ട് വീട്ടിലേക്ക് നടന്നു. നമ്പ്യാൻപറമ്പിന്റെ വേലിക്കപ്പുറം കടന്ന് തിരിഞ്ഞ് നിന്ന് ഒറ്റക്കൈ കൊണ്ട് വാതിലടച്ച് കുരുക്കിക്കെട്ടി. കല്ലൊതുക്കിറങ്ങുമ്പോൾ കുറുകെ ഓടിയ ഒരു ചാവാളിപ്പട്ടി ഓർക്കാപ്പുറത്ത് ആളെക്കണ്ട പരിഭ്രാന്തിയിൽ കുരച്ചു ചാടി. പട്ടി കുരച്ചപ്പോൾ കുഞ്ചുവിന് പേടിയായി.. അവൻ കുഞ്ഞ മ്മാമന്റെ കഴുത്തിനിരുപുറങ്ങളിലുമായി കയ്യിട്ട് ഇറുകെപ്പുണർന്നുകൊണ്ട് നരങ്ങാൻ തുടങ്ങി.

"പേടിക്കണ്ട കുഞ്ചോ, അത് ഓട്ടന്മാരുടെ ചാളയിലെ പട്ടിയാ" കുഞ്ഞമ്മാമൻ പറഞ്ഞു.

"അല്ല അത് എന്നെ ഓടിച്ചോണ്ട് വന്ന പട്ടിയാ."

കുഞ്ഞമ്മാമന്റെ കഴുത്തിൽ മുഖമമർത്തി വിതുമ്പിക്കൊണ്ട് കുഞ്ചു പറഞ്ഞു. കുഞ്ചുവിനേയും തോളിലിട്ട് കുഞ്ഞമ്മാമൻ മുറ്റത്തേക്ക് കട ക്കുമ്പോൾ കുഞ്ചുവിന്റെ അമ്മ ഉമ്മറമുറ്റമടിക്കാൻ ചൂലുമായി പിന്നാ

മ്പുറത്ത് നിന്ന് നടന്നു വരുന്നുണ്ടായിരുന്നു. “എന്തേ എന്റെ കുട്ടിക്ക് പറ്റീത്,എന്താ ഏട്ടാ ഉണ്ടായത്?” എന്നൊക്കെ ചോദിച്ചുകൊണ്ട് ഓടിവന്ന് കുഞ്ചുവിനെ ദേവൂട്ടി നങ്ങ്യാരമ്മ എടുക്കുമെന്നാണ് രാഘവൻനമ്പ്യാർ വിചാരിച്ചിരുന്നത്. എന്നാൽ കണ്ടഭാവം നടിക്കാതെ അവൾ മുറ്റമടിക്കാൻ തുടങ്ങി.

കുഞ്ചുവിനെ തിണ്ണയിൽ കിടത്തുന്നതിനിടയിൽ മുറ്റത്തേക്ക് തിരിഞ്ഞുനോക്കിക്കൊണ്ട് രാഘവൻനമ്പ്യാർ പറഞ്ഞു:

“ദേവൂട്ടി, കുഞ്ചൂനിത്തിരി കഞ്ഞിവെച്ച് കൊടുത്തേക്ക്... നല്ല ക്ഷീണൊണ്ട്..”

മുറ്റത്ത് നിന്ന് ചൂലുയർത്താതെ ദേവൂട്ടി പറഞ്ഞു: “ഏട്ടൻ തന്നെയങ്ങ് വെച്ച് കൊടുത്തേക്ക്.”

നമ്പ്യാർക്ക് ദേഷ്യല്ല സങ്കടമാണ് തോന്നിയത്. തിണ്ണയിൽ കിടന്ന മുറുക്കാൻ ചെല്ലമെടുത്ത് വെറ്റിലയിൽ ചുണ്ണാമ്പ് തേക്കുന്നതിനിടയിൽ നമ്പ്യാര് പറഞ്ഞു: “എന്തേ ദേവൂട്ടി ഇങ്ങനെ, നിന്റെ മോനല്ലേ ഈ കിട ക്കുന്നത്?”

ഈർക്കിൽ ചൂലിന്റെ പിടിയറ്റം കൈവെള്ളയിൽ കുത്തി ഇഴമുറു ക്കുന്നതിനിടയിൽ ദേവൂട്ടി പറഞ്ഞു: “പെറ്റത് ഞാൻ തന്നെയാ, അല്ലാ ന്നിപ്പം ആരാ പറഞ്ഞത്.എനിക്കിപ്പം കഞ്ഞിയുണ്ടാക്കാനൊന്നും നേര മില്ലെന്നേ പറഞ്ഞുള്ളു.ഇല്ലത്ത് പണിക്കു പോകണം... അതിനിടയ്ക്കാ ഇക്കണ്ട പണികളെല്ലാം.... ഓടിയോടി തളർന്നു. കാലില് ഉറുമ്പ് കേറാൻ നേരൊല്ല.... മടുത്തു..... ഒടുങ്ങിപ്പോയെങ്കി നന്നായിരുന്നു.ഉടുമുണ്ടിന്റെ കീഴറ്റം തെറുത്ത് അരയിൽ കുത്തിയ ശേഷം വീണ്ടും മുറ്റമടിക്കാൻ തുടങ്ങി. കുനിഞ്ഞ നില്പിൽ ഇടയ്ക്കിടെ നമ്പ്യാരെ നോക്കിക്കൊണ്ട് ദേവൂട്ടി പിറുപിറുത്തു കൊണ്ടിരുന്നു... “ഏട്ടനല്ലെ അവനേംകൊണ്ട് നട ക്കാറ്... പുലരാൻ നേരത്ത് അമ്മാവനും മരുമകനുംകൂടി എവിടുന്നാ ണാവോ വരവ്...... കൂത്തിനോ കഥകളിക്കോ എന്തിനായിരുന്നു പോയത്?”

ചുണ്ണാമ്പ് തേച്ച് ചുരുട്ടിപ്പിടിച്ച വെറ്റില വായ്ക്കകത്തേക്ക് ഇടുന്ന തിനു പകരം ചുരുട്ടി മുറ്റത്തേക്കെറിഞ്ഞ നമ്പ്യാർ പാതിചവച്ച അടയ്ക്കാ ത്തുണ്ട് മുറ്റത്തേക്ക് നീട്ടിത്തുപ്പി. ദേഷ്യം മൂത്ത രാഘവൻ നമ്പ്യാർ എന്താണ് ചെയ്യേണ്ടതെന്നറിയാതെ കുറച്ചുനേരം കൈവിരലുകൾ ഞൊടിച്ചുകൊണ്ടിരുന്നു.

വെറ്റിലച്ചെല്ലം മുറ്റത്തേക്ക് വലിച്ചെറിഞ്ഞ് അകത്തേക്ക് നടക്കുന്നതി നിടയിൽ തിരിഞ്ഞ് നിന്ന് നമ്പ്യാർ ഉറക്കെ പറഞ്ഞു: “ദേവൂട്ടി, കുഞ്ചൂനെ ഞാൻ കൊണ്ട് നടക്കുന്നത് എനിക്കൊന്നും നേടാനല്ല..... നിനക്ക് ഇഷ്ട ല്ലാച്ചാൽ വേണ്ട..”

തിരിച്ച് പടിയിറങ്ങി മുറ്റത്തേക്ക് ചെന്ന് നമ്പ്യാർ പറഞ്ഞു: “നിന്റെ മോനെ ആരും കാണാതെ ഒളിച്ചു കടത്തി കൂത്ത് കാണിക്കാൻ കൊണ്ടോയതായിരുന്നില്ല.പാവം കുട്ടി ഉറക്കത്ത് എണിറ്റ് നടകായിരു ന്നു. അമ്പലക്കുളത്തിൽ വീണ് ചാവാഞ്ഞത് ഭാഗ്യംന്ന് വിചാരിച്ചോളൂ.”

നമ്പ്യാർക്ക് തൊണ്ടയിടറി... കണ്ണ് നനഞ്ഞു. "ദൈവദോഷം പറയുന്നതി ന്നുണ്ട് ഒരതിരൊക്കെ...... ദേവൂട്ടി, പറഞ്ഞില്ലാന്ന് വേണ്ട.... അവന്റെ ഉള്ളി ലെവിടെയോ ഒരു തരി തീയുണ്ട്, എനിക്കറിയാം.... അതെനിക്കേ അറി യൂ.അത് കെടാണ്ട് നോക്യാ നിനക്കാ നല്ലത്." ഉടുമുണ്ട് മടിക്കുത്തി കോണകവാൽ വലിച്ചു മുറുക്കി അകത്തേക്ക് തന്നെ കയറിപ്പോയി.

ദേവൂട്ടി മുറ്റമടിച്ചുകൂട്ടി ഉണക്കപ്പാളയിൽ വാരിയെടുത്ത് ദൂരെക്കള ഞ്ഞു.കിണറ്റിൻകരയിലേക്ക് നടക്കുന്നതിനിടയിൽ ആരോടെന്നില്ലാതെ പറഞ്ഞുകൊണ്ടിരുന്നു.

"ഉറക്കത്തിലെഴുന്നേറ്റ് നടക്വാത്രെ... അതൊരു ദണ്ണൊന്നല്ല.... പാ രമ്പര്യാ... അച്ഛന്റെ സ്വഭാവം അവനും കിട്ടി.

ഭീരുത്വോം ഒറക്കത്ത് എഴുന്നേറ്റ് നടക്കലും.... ഒന്നും പറയണ്ട ഒക്കെ എന്റെ യോഗാ....

എല്ലാരുംകൂടി എന്നെ നടതള്ളിയതായിരുന്നില്ലേ.... പണ്ഡിതനാ യിരുന്നത്രെ.... പണ്ഡിതൻ!

വിശക്കുന്ന വയറിന്ന് പത്ത് സംസ്കൃതശ്ലോകം മതീന്നാ എല്ലാരും നിരീച്ചത്.

വേണ്ടാ, എന്നെക്കൊണ്ടൊന്നും പറയിപ്പിക്കണ്ട. ആദ്യമൊക്കെ ഞാൻ സഹിച്ച ദുരിതം! എന്റീശ്വരാ!

പുറത്തിട്ട് വാതിലടച്ചാലോന്ന് തോന്നിയിട്ടുണ്ട് പലപ്പോഴും.... സ ഹിച്ചു... കുറച്ചു കാലം. എല്ലാംകൂടി കൂട്ടിയാൽ അഞ്ചോപത്തോ മാസാ കൂടെക്കെടന്നത്. പേടീം... എണിറ്റ് നടക്കലും....... വേണ്ടതൊന്നും ശരി ക്കറിഞ്ഞിട്ടില്ല ഞാൻ. ഒരു മയോം ഇല്ലാതെ..... നാശം....

എങ്ങനെയൊക്കെയോ അങ്ങ് മുളച്ച് പോയി ഈ നശ്ശൂലം. അടിവയറ് കനത്തുപോയി. പിന്നെന്താ ചെയ്യ്യാ.... പേറി നടക്വന്നെ.

നശിപ്പിക്കാനുള്ള വഴിയൊന്നും അന്നെനിക്കറിയില്ലായിരുന്നു.

മുണ്ടിന്റെ കോന്തല വലിച്ചുകുത്തി വെള്ളം കോരുമ്പോൾ ഉൾക്കി ണറിന്റെ ആഴങ്ങളിലേക്കവൾ ശാപവചനങ്ങൾ തുപ്പിക്കൊണ്ടിരുന്നു.

രണ്ട്

ഒതുക്ക് കല്ലുകൾ കയറി വരുമ്പോൾ ഷാരടിയുടെ നടപ്പിന് എന്തോ പന്തികേടുള്ളതുപോലെ തോന്നി. ഇടതുവശം ഇടുപ്പിന് കൈത്താങ്ങ് കൊടുത്തുകൊണ്ടാണ് കയറിവന്നത്.

വെറ്റിലച്ചെല്ലവും മുമ്പിൽവെച്ച് കുഞ്ചുവിന് എന്തോ ചൊല്ലിക്കൊടു ക്കുകയായിരുന്നു, രാഘവൻ നമ്പ്യാർ. തൂണിന്റെ മറവിൽ നിലത്ത് അമർന്നിരിക്കുകയായിരുന്ന കുഞ്ചുവിനെ കാണാതെ ഷാരടി ചോദിച്ചു:

"എന്താ നമ്പ്യാരെ ഇങ്ങനെ പിച്ചുംപേയും പറഞ്ഞോണ്ടിരിക്കു ന്നത്... മിണ്ടാനും പറയാനും ആരും ഇല്യാന്ന്ണ്ടോ?"

നമ്പ്യാർ പറഞ്ഞു: "ഇവന് നാലക്ഷരം പറഞ്ഞുകൊടുക്കാന്ന് വിചാരിച്ചു."

വരാന്തയിലേക്ക് കയറി തിണ്ണയിൽ ഇരിക്കുമ്പോഴാണ് ഷാരടി കുഞ്ചുവിനെ കാണുന്നത്.... ഷാരടി ഒന്നു ചിരിച്ചെങ്കിലും കുഞ്ചു ഒന്നു നോക്കുക മാത്രമേ ചെയ്തുള്ളു.

"ഇയാളിത്തിരി ഗൗരവത്തിലാണല്ലോ" കുഞ്ചുവിനെ നോക്കി ഷാരടി പറഞ്ഞു.

"അവൻ പഠിക്കാനിരുന്നാൽ അങ്ങനെയാ.... നല്ല ശ്രദ്ധണ്ട്, സിദ്ധരൂപം കഴിഞ്ഞിരിക്കുന്നു.... മറ്റൊന്നും നോക്കാതെ കാവ്യം അങ്ങട്ട് തൊടങ്ങ്യാലോന്നാലോചിക്യാ ഞാൻ.... തഞ്ചം കിട്ടുമ്പോൾ കൂത്തിന് കൊട്ടാനും പഠിപ്പിക്കണം. കാലംചെല്ലുമ്പോൾ എങ്ങനെയെങ്കിലും ജീവിച്ചോട്ടേന്ന് കരുത്യാ..."

ഷാരടിയുടെ മുമ്പിലേക്ക് ചെല്ലം നീക്കിവെച്ചു കൊണ്ട് നമ്പ്യാർ പറഞ്ഞു: "പുകയില കുറവാന്ന് തോന്നുന്നു,"

"ഷാരടിക്ക് ഒരിക്കല് മുറക്കാനൊക്കെ കാണും. നല്ല ശൂരുള്ള പൊകയിലയാ.... ഒരുനുള്ള് മതി. കണ്ടില്ലേ ഞാൻ തന്നെ വിയർത്തിരിക്ക്ണു."

ഷാരടി ചെല്ലം തുറന്നുകൊണ്ട് പറഞ്ഞു: "ഒന്നു ചവയ്ക്കാൻ തന്നെയാ വന്നത്. ഇന്നലെ അങ്ങാടീല് പോകാൻ തരായില്ല.നല്ല ഊരവേദന... നീരിറക്കാണോ.. അല്ല വാതരോഗത്തിന്റെ തുടക്കാണോ? ഒന്നും അറിയില്ല... പ്രായായില്ലേ നമ്പ്യാരെ."

വെറ്റിലയെടുത്ത് ഞരമ്പ് നുള്ളിക്കളഞ്ഞുകൊണ്ട് കുഞ്ചുവിനെ നോക്കി ഷാരടി പറഞ്ഞു:

"ഞങ്ങള് പറേണതൊന്നും ഇയാള് ശ്രദ്ധിക്കണ്ട. പഠിച്ചോളു."

കുഞ്ചു പറഞ്ഞു: "കഴിഞ്ഞു..... നാല് ശ്ലോകം മനപ്പാഠം! ചൊല്ലണോ കുഞ്ഞമ്മാമാ?"

"ഉം... എന്നാ ചൊല്ലാ...." കുഞ്ചു ശ്ലോകം ചൊല്ലിത്തുടങ്ങി. ഒന്നാം ശ്ലോകത്തിന്റെ പദം മുറിച്ച് അർത്ഥം പറഞ്ഞു. ഷാരടി കുഞ്ചുവിന്റെ മുഖത്തുനിന്നും കണ്ണെടുക്കാതെ നോക്കിയിരുന്നു. പുകയിലച്ചാറ് തൊണ്ടയ്ക്കകത്ത് കയറി അയാൾ തുമ്മുകയും ചീറ്റുകയും ചെയ്തു.

ശ്വാസം തിരിച്ചു കിട്ടിയപ്പോൾ ഷാരടി പറഞ്ഞു: "കുട്ട്യോളയാൽ ഇങ്ങനെ വേണം, മുറിയ്ക്കേണ്ടടത്ത് മുറിക്ക്യ, ചേർക്കേണ്ടടത്ത് ചേർക്വ. ഭേഷ്... ഇവൻ തോന്ന്യാക്ഷരം കൊണ്ട് ലോകം ഭരിക്കും നമ്പ്യാരെ..." ഷാരടി കുഞ്ചുവിനോട് പറഞ്ഞു "ഇങ്ങട്ട് വര്വാ... നെറുകയിൽ ഒന്നുകൈ വെക്കണം എന്നൊരു തോന്നൽ."

നമ്പ്യാർ പറഞ്ഞു: "കുഞ്ചോ.....ചെല്വാ...അനുഗ്രഹം വാങ്ങിക്കോളാ... ഷാരടി മഹാനാ...തർക്കോം വ്യാകരണോം ശാസ്ത്രോം മീമാംസേം ഹൃദിസ്ഥാ... ഭാഗ്യണ്ടായില്ലാന്ന് മാത്രം.... ഒന്നേ ജനിച്ചുള്ളു ഷാരടിക്ക്. നല്ലതായിരുന്നു മോൻ... ബുദ്ധിള്ളോൻ... പക്ഷേ ഭാര്യ വീട്ടുകാര് കൊണ്ടോയി നശിപ്പിച്ചു. കിട്ടീല്ല ഷാരടിക്ക് മനസ്സമന്ന് കോരിക്കൊടു

ക്കാൻ."

കുഞ്ചുവിന്റെ കണ്ണു നിറഞ്ഞു.ഷാരടി ഏങ്ങിക്കരഞ്ഞു. ഷാരടി പറഞ്ഞു: "ഞാനൊരു നിർഭാഗ്യവാനാ നമ്പ്യാരേ.. നിർഭാഗ്യവാൻ! കൊതിച്ചതൊന്നും കിട്ടീല്ല എനിക്ക്."

കുഞ്ചു ഷാരടിക്ക് മുമ്പിൽ നമസ്കരിച്ചു.

കൈരണ്ടും ചേർത്ത് ശിരസ്സിൽവെച്ച് ഷാരടി അനുഗ്രഹിച്ചു.

"നീ യോഗ്യനാകും തലമുറകൾ നിന്നെ കൊണ്ടാടും"

കുഞ്ചു പറഞ്ഞു: "കുഞ്ഞമ്മാമാ എനിക്കൊരു സംശയൊണ്ട്.."

വെറ്റില മുറുക്കാൻ വായിൽ വെച്ച് കൊണ്ട് നമ്പ്യാരു ചോദിച്ചു: "എന്തേ തന്റെ സംശയം?"

കുഞ്ചു ചോദിച്ചു: "കാളിദാസന്റെ കൃതിക്ക് 'ഋതുസംഹാരം' എന്നാണോ 'ഋതുസംഘാതം' എന്നാണോ പേര് വേണ്ടത്?"

നമ്പ്യാരു പറഞ്ഞു: "എന്റെ ഗുരുനാഥനോട് ഞാനും ചോദിച്ചിരുന്നു ഇതേ ചോദ്യം.. വിഡ്ഢീ! ന്നൊരു വിളിയായിരുന്നു. ഹരിക്കുക എന്ന വാക്കിന് വഹിക്കുക, 'ഭാഗിക്കുക' എന്നൊക്കെയാണ് അർത്ഥമെന്ന് പറഞ്ഞപ്പോൾ ഞാനടങ്ങി. ചിലപ്പോൾ കാവ്യം എഴുതിക്കഴിഞ്ഞപ്പോൾ കവികുലഗുരു കാളിദാസനും ഉണ്ടായിക്കാണും ഇതേ സംശയം. കുട്ടി പോയി കുളിച്ചോളൂ ബാക്കി നാളെയാവാം.. മിഴാവ് സാധകം ചെയ്യാൻ മറക്കണ്ട."

കുഞ്ചു താളിയോലകൾ മടക്കി ചരട് കോർത്ത് എഴുന്നേറ്റ് അകത്ത് പോകാൻ തുടങ്ങുമ്പോൾ നമ്പ്യാര് പറഞ്ഞു:

"കുഞ്ചോ; കാവ്യം പഠിക്കുമ്പോൾ ഇരുത്തിപ്പഠിക്കണം. പിന്നേയ്... ടോ... ഉത്തരം കണ്ടു പിടിക്കാൻ ആർക്കും കഴിയും. നല്ല ചോദ്യം ചോദിക്കലാണെടോ ബുദ്ധിമാന്റെ കഴിവ്."

കുഞ്ചു ചിരിച്ചുകൊണ്ട് അകത്തേക്ക് പോയി.

"തന്റെ മരുമകൻ കേമനാണെടോ.. ബുദ്ധിയുള്ള കുട്ടിയാ..ഒമ്പതാം വയസ്സിൽത്തന്നെ ഇങ്ങനെയാണെങ്കിൽ പതിനേഴിൽ എങ്ങനെ ആയിരിയ്ക്കൂന്നാ എന്റെ സംശയം."

ഷാരടിയുടെ വാക്കിൽ അല്പം അസൂയ ഉണ്ടായിരുന്നില്ലേ എന്നാണ് നമ്പ്യാർക്ക് തോന്നിയത്.

"വേരറ്റവനല്ലേ ഷാരടി.. ഇലയും പൂവും കിടന്നോട്ടെ... എന്നെങ്കിലും കായ്ക്കാണെങ്കില് ആയ്ക്കോട്ടെ" നമ്പ്യാരു പറഞ്ഞു തുടങ്ങി. "ഷാരടിക്കറിയോ അവന്റെ അച്ഛനെ അവൻ കണ്ടിട്ടില്ല... ദേവൂട്ടിക്ക് നാല് മാസം വയറ്റിലുള്ളപ്പോൾ അയാളങ്ങ് പോയി."

അടക്ക കുത്തിച്ചതച്ച് വായിലിട്ടുകൊണ്ട് ഷാരടി പറഞ്ഞു. "എനിക്കറിയാം. കല്ലമ്പലത്തിൽ നിന്നു വന്ന ശാന്തിക്കാരനായിരുന്നില്ലേ... അന്നേ എനിക്ക് സംശയമുണ്ടായിരുന്നു. അയാളുടെ ആ പന്തിയില്ലാത്ത നോട്ടവും, കളിയും..."

"ഒരീസം മുട്ടുശാന്തിക്ക് തെക്കേതിലെ നമ്പൂതിരിക്കുട്ടിയെ ശട്ടം കെട്ടി പോയതാ... പിന്നെ വന്നില്ല. ആരും തെരഞ്ഞ് പോയതൂല്ല! വേണ്ടാ,

വേണ്ടാന്ന് ദേവൂട്ടി എത്രയോ തവണ പറഞ്ഞതാ... പിന്നെ കുടുംബത്തിന്റെ നിർബ്ബന്ധം.. ഏട്ടനായിരുന്നു വാശി. കഴിഞ്ഞ് പോകും എന്നായിരുന്നു എല്ലാരും നിരീച്ചത്... പക്ഷേ...?"

"ഏട്ടൻ ഒരു ഭാരം ഒഴിവാക്കുകയായിരുന്നു. അയാള് പോയീന്നറിഞ്ഞപ്പോൾ ഏട്ടൻ ഒന്നന്വേഷിക്കപോലും ചെയ്തില്ല."

സമ്മന്തോംന്ന് പറഞ്ഞാൽ അതോക്യാന്നാ ഏട്ടൻ പറഞ്ഞത്. വട്ടി നിറഞ്ഞെങ്കിൽ പെറ്റൊഴിയലാ നല്ലതെന്നും പറഞ്ഞു. നിർബ്ബന്ധാന്ന് വെച്ചാൽ മലയൻ ചാത്തന്റെ കെട്ട്യോളെ പറഞ്ഞയക്കാന്ന് പറഞ്ഞു. ക്ഷുദ്രപ്പണിയാ... പിന്നെ എരുക്കിൻ തണ്ടും മുതിരച്ചാറും... വേണ്ടാന്ന് ഞാനാ ശഠിച്ചത്. ചിലപ്പോൾ രക്തം വന്നു ചത്തു പോകും. എന്തായാലും പറയാനൊരു ഉടമസ്ഥനുണ്ടല്ലോ... വിളിച്ച് പറയാൻ തറവാടിന്റെ പേരും.. കല്ലമ്പലം! ഷാരടീ..... ചത്തുപോയാൽ പോയില്ലേ? എന്ത് നരകായാലും കണ്ടോണ്ടിരിക്യാലോ.... അതാ ഞാൻ വിചാരിച്ചത്."

നമ്പ്യാർ കരച്ചിലിന്റെ വക്കത്തായിരുന്നു. അയാൾ ഉടുമുണ്ടിന്റെ അറ്റം കൊണ്ട് കണ്ണുതുടച്ചു.

"തന്റെ വാശി നന്നായി എന്തായാലും ഇങ്ങനെയൊരു മരുമകനെ കിട്ടിയല്ലോ? അനുഗ്രഹം! ദൈവാനുഗ്രഹം! എല്ലാറ്റിനും മീതെ ദൈവത്തിന്റെ അദൃശ്യമായ ഒരു കൈവെപ്പുണ്ടെടോ നമ്പ്യാരേ!"

രാഘവൻ നമ്പ്യാർ ദീർഘശ്വാസം ചെയ്തുകൊണ്ട് ചാരുപടിയിലേക്ക് ചാരിക്കിടന്നു. കൈകൾ രണ്ടും തലയ്ക്ക് പിറകിൽ പിണച്ച്കെട്ടിക്കിടന്ന് അയാൾ എന്തൊക്കെയോ പിറുപിറുത്തു. "ദേവൂട്ടി രാപ്പകൽ ഇല്ലത്തെ ഊട്ടുപുരയിൽ എച്ചില് കോരുന്നു. എങ്ങാനും തരം കിട്ടിയാൽ ഞാൻ കൂത്തിന് കൊട്ടുന്നു. അത് തന്നെ കഞ്ഞിക്ക് വക. വിവരോം ബുദ്ധ്യോക്കെ ആർക്കാപ്പം വേണ്ടത്? നാടുവാഴിനേം നമ്പൂരാമ്മാരേം ചിരിപ്പിക്കാൻ ഇത്തിരി കോമാളിത്തം കളിയ്ക്ക്യേം പറയേം ചെയ്താൽ പണം കിട്ടും... യ്ക്ക് വയ്യ അതിനൊന്നും.നാവിൽ തേച്ചു പോയില്ലേ ഷാരടീ... സാരസ്വതം. എനിക്കിപ്പം എന്റെ കുട്ടീടെ ജീവനാ വലുത്." നമ്പ്യാർക്ക് തൊണ്ടയിടറുന്നുണ്ടായിരുന്നു.

"അല്ലെങ്കിലും നമ്പൂരാര് നമ്പ്യാൻ വീട്ടില് സമ്മന്തംകൂട്യാല് ഒടുക്കം ഇങ്ങനെതന്നെയാ... ഇതെത്രകണ്ടതാ., നാട്ടുനടപ്പാന്നാ എല്ലാരും പറയ്യ്യ. മക്കൾക്ക് തന്തമാരുടെ കൂടെ കഴിയാൻ പറ്റാത്ത ഒരേർപ്പാടാ അത്. ഇത്തരക്കാർക്ക് ചോറ് ഭാര്യവീട്ടിലും കൂറ് മരുമക്കളോടുമാണ്."

ഷാരടി ഒരു നിമിഷം എന്തോ ആലോചിച്ചിട്ട് തുടർന്ന് പറഞ്ഞു: "ഖേദിച്ചിട്ടെന്താകാര്യം. എന്റെ വീട്ടിലും ഉണ്ടല്ലോ ഇതുപോലെ രണ്ടെണ്ണം... എന്റെകാര്യാ കഷ്ടം.. അവറ്റകൾ രണ്ടും പെങ്കുട്ട്യോളാ... കൂട്ടിലിട്ട് പോറ്റണം. എനിക്കാണെങ്കിൽ ഒരുഗതീം ഇല്ലാനും. വരുമാനായിട്ട് പത്തുപറ നെൽപ്പാടോം കൊല്ലത്തിൽ പതിനാറുറുപ്പിക പാട്ടോം... അതുകൊണ്ടോക്കെ എന്താകാനാ.. പിന്നെ പ്ലാവിലൊക്കെ ചക്കകായ്ക്കും. അതു കൊല്ലംമുഴുവനും കിട്ടൂല്ലാലോ."

"ഓരോരുത്തർക്കും ഓരോരുത്തര പാട്. എന്റെ കാര്യം ഷാരടിക്ക് അറിയോ? കൂത്തിന് കൊട്ടീട്ട് വേണം എന്തെങ്കിലും തരാകാൻ. അതു തന്നെ ചിലരൊക്കെ ഒരു ചിരിയിലും ഒരു മുഴം കസവ്വേഷ്ടീലും അങ്ങൊതുക്കും. കൊയ്യാനുല്ല, കിളയ്ക്കാനുല്ല. ഉള്ളതൊക്കെ ഏട്ടൻ വിറ്റു. ആരോടും ഒന്നും ചോദിക്കാതെ. എന്നിട്ട് മൂപ്പര് പോയി ഭാര്യവീട്ടിൽ സുഖമായിട്ട് താമസോം ആക്കി. അവിടെ ഇച്ചിരി കേമത്തിലാ... ചോദിക്കാനും പറയാനും അവിടെ ആരൂല്ല.. ഏട്ടന്റെ ഭാര്യ തറവാട്ടിലെ ഒറ്റപെൺതരിയാ, ഒട്ടും കളയാണ്ട് എല്ലോം ഏട്ടൻ കൈവശാക്കി."

"കൊല്ലത്തിലൊരീസം അമ്മേടെ ചാത്തത്തിന് ഒന്ന് ഇവിടെവരെ വന്നു പോകും.. അല്ലെങ്കിൽ ഇതുവഴിയെങ്ങാൻ പോകേണ്ടി വന്നാൽ ഒന്ന് കയറും... എല്ലാരെയും വലിയവലിയ കാര്യങ്ങൾ പറഞ്ഞ് പഠിപ്പിക്കേം ഉപദേശിക്കേം ചെയ്ത് അങ്ങട് പോകും. ഒരു കവിൾ സംഭാരം വരെ കുടിക്കാൻ നില്ക്കില്ല. വൃത്തിയില്ലാത്രെ." വെറ്റില മുറുക്കാൻ തുപ്പിക്കളഞ്ഞശേഷം അകത്തേക്ക് നോക്കി രാഘവൻ നമ്പ്യാർ ഉറക്കെ വിളിച്ച് പറഞ്ഞു: "കുഞ്ചോ കുഞ്ഞമ്മാമന് കുറച്ച് വെള്ളം കൊണ്ടോന്ന് താ... വായ കഴുകാനാ..." അമർഷം തീരാതെ അയാൾ വീണ്ടുംവീണ്ടും തുപ്പിക്കൊണ്ടിരുന്നു.

ഒരു മൊന്തയിൽ വെള്ളവുമായി കുഞ്ചു വന്നു. വെള്ളം വാങ്ങി വായ കഴുകിയശേഷം കുഞ്ചുവിനെ ചേർത്ത് നിർത്തി നമ്പ്യാരു ചോദിച്ചു; "താൻ എന്തെങ്കിലും കഴിച്ചോ?"കുഞ്ചു പറഞ്ഞു: "കഴിച്ചു. കുറച്ച് കഞ്ഞീം പുഴുക്കും ഉണ്ടായിരുന്നു."

നമ്പ്യാർ പറഞ്ഞു: ''നന്നായി, എന്നാൽ കുറച്ച് കളിക്ക്യോ താല്പര്യം ഉണ്ടെങ്കിൽ മിഴാവെടുത്ത് കൊട്ടുകയോ എന്തെങ്കിലുമൊക്കെ ചെയ്യ്."

കുഞ്ചു അകത്തേക്കുപോയി

ഷാരടി ചോദിച്ചു: "ഇവന്റെ കയ്യെങ്ങനെ?... മിഴാവിൽ കനക്ക്വോ?" നമ്പ്യാർ പറഞ്ഞു: "എന്താത്ര സംശയം... ഷാരടീ...അവൻ നന്നാകും. ചിലകാര്യത്തിൽ ഒരിത്തിരി പ്രാന്തുണ്ട്. അതങ്ങട് മാറ്റിവെച്ചാൽ കേമനാകും. അവന്റെ പുരികോം വലിയ ചെവിയും കയ്യിന്റെ നീളോംക്കെ കണ്ടില്ലേ... അകത്തെന്തോ ഉണ്ട്.. തിരിച്ചറിയാൻ വൈകുന്ന് മാത്രം.എന്റെ ഭാര്യയ്ക്ക് അവനെ വലിയ ഇഷ്ടായിരുന്നു. ദേവൂട്ടിക്ക് ഉള്ളതിനേക്കാൾ... പറഞ്ഞിട്ടെന്താചെയ്യാ ഒരുമാസം തെകച്ച് എനിക്കവളെ കിട്ടീലാലോ... തെക്ക് ഭാഗത്തെ പ്ലാവിൻചോട്ടിലാ കിടന്നത്.... മൂക്കിൽ നിന്ന് ചോരയൊലിക്കുന്നുണ്ടായിരുന്നു. കഴുത്തിൽ നാഗം ചുറ്റിയപാട് കരിവാളിച്ച് കിടന്നു. അഞ്ച് ഫണമുള്ള നാഗമാണെന്നാ എല്ലാരും പറഞ്ഞത്. കാണാനുണ്ടായിരുന്നു അഞ്ച് ഫണങ്ങൾ.. മെലിഞ്ഞതും തുടുത്തതുമായ അഞ്ചെണ്ണം.ചുണ്ടിലും കവിളിലും നാഗദന്തമമർന്ന് ചോരപൊടിഞ്ഞിരുന്നു. ഞാനൊന്നേ നോക്കിയുള്ളൂ."

നമ്പ്യാർ ഒരപസ്മാരരോഗിയെപ്പോലെ വിറയ്ക്കാനും വിതുമ്പാനും

തുടങ്ങി. ഒടുവിൽ നിലവിട്ട് നിലവിളിച്ചുകൊണ്ട് കൈരണ്ടും ചേർത്ത് മുഖംപൊത്തി.

ഷാരടി ഒന്നും പറയാൻ കഴിയാതെ പാക്ക്പലകയിലേക്ക് നോക്കിയിരുന്നു. ഇണ ചേരുന്നതിനിടയിൽ പിടിത്തംവിട്ട് താഴെവീണ ഗൗളികളിലൊന്ന് നമ്പ്യാരുടെ പാദത്തിൽ വീണപ്പോൾ ഷാരടിയതിനെ തട്ടിയെറിഞ്ഞു.

വരാന്തയിൽ നിശ്ശബ്ദത തളം കെട്ടി.

നിശ്ശബ്ദതയെ പിളർന്നുകൊണ്ട് ഷാരടി പറഞ്ഞു: "പൊകില ഒരുനുള്ള് ബാക്കിയുണ്ട്, ഒന്നൂടെ മുറുക്കാം."

വിതുമ്പലടക്കിക്കൊണ്ട് നമ്പ്യാർ തലയാട്ടുകമാത്രം ചെയ്തു

വെറ്റിലയും അടക്കയും ചേർത്ത് തിണ്ണപുറത്തിട്ട് കുത്തിചതയ്ക്കുന്നതിനിടയിൽ ഷാരടി പറഞ്ഞു:

"ഞാനും വന്നുകണ്ടിരുന്നു ആ കിടപ്പ്.... ആകെ നീലിച്ചിരുന്നു ശരീരം. കഴുത്തിലും ചുണ്ടിലും കരിവാളിച്ച പാട് നാഗത്തിന്റെതാണെന്ന് എനിക്കങ്ങട് വിശ്വസിക്കാൻ കഴിഞ്ഞില്ല". ഒന്നു നിർത്തിയിട്ട് അയാൾ പറഞ്ഞു: "അന്നും ഇന്നും... അല്ലെങ്കിൽ ഏതായിപ്പം ചെറുതുംവലുതുമായ അഞ്ച് ഫണങ്ങളുള്ള ഒരു നാഗം..."

"ഇല്ലത്തെ നാഗപ്രതിഷ്ഠ അത്ര മോശോന്നല്ല. ഇല്ലത്തെ നാഗം കോപിച്ചതാത്രെ.... ഒറ്റമുണ്ടുടുത്ത് കുളിക്കാൻ പോകുമ്പോൾ കടന്ന് വെച്ച്പോയീന്നാ പറേണത്." നമ്പ്യാരുടെ വാക്കുകൾകേട്ട ഷാരടി ഒതുക്കിച്ചിരിച്ചു. ചവച്ച് വായിലൊതുക്കിയ മുറുക്കാൻ ചീളുകൾ പുറത്തേക്ക് തെറിച്ചു. ഇടയ്ക്കിടെ അയാൾ മേൽമുണ്ട് കൊണ്ട് കവിളും ചുണ്ടും തുടച്ചു. നമ്പ്യാർ ചോദിച്ചു: "എന്താ ഷാരടി ഞാൻ എന്റെ ഹൃദയം പറിച്ചുവെക്കുമ്പോൾ ചെമ്പരത്തിപ്പൂക്കണ്ട ലാഘവത്തോടെയിരുന്ന് ചിരിക്കുന്നത്?"

"മാഘോം നൈഷധോം കാവ്യോം പഠിച്ചതുകൊണ്ടൊന്നും വിഡ്ഢിത്തം ഇല്ലാണ്ടാവില്യാന്നോർത്ത് ചിരിച്ചതാ."

മുറ്റത്തേക്ക് നീട്ടിത്തുപ്പിയശേഷം മേൽമുണ്ട് നേരെയാക്കി ഇറങ്ങിനടക്കുമ്പോഴും ഷാരടി ചിരിക്കുന്നുണ്ടായിരുന്നു.

ഇറയത്തേക്കിറങ്ങി നിന്ന ഷാരടി ഊരക്ക് കൈകൊടുത്ത് ഞെളിപിരിക്കൊണ്ടശേഷം തിരിഞ്ഞ് നിന്ന് നമ്പ്യാരോടു പറഞ്ഞു: "നമ്പ്യാരെ.... താനൊരു പാവാണെടോ... ശുദ്ധപാവത്താൻ! കിടക്കേടത്തില്ലത്തെ ചെറിയമ്പൂരാരുടെ കൈവിരലുകൾക്കെപ്പഴാ ഫണംവെച്ചത്?"

മൂന്ന്

നേരം പുലർച്ചെത്തന്നെ നമ്പ്യാർ കുഞ്ചുവിനെ വിളിച്ചുണർത്തി. കുളിച്ചൊരുങ്ങി വാദ്യോപകരണങ്ങളുമെടുത്ത് കുഞ്ചുവിന്റെ കൈപിടിച്ച് മുറ്റത്തേക്കിറങ്ങി. "നിന്റെ അമ്മയോട് പറഞ്ഞേക്ക് പോവ്വാന്ന്" നമ്പ്യാർ

കുഞ്ചുവിനോട് പറഞ്ഞു. അവൻ വരാന്തയിലേക്ക് നോക്കുക മാത്രം ചെയ്തു. ഉമ്മറപ്പടിയിൽ ദേവൂട്ടി നില്ക്കുന്നുണ്ടായിരുന്നു. "എങ്ങോട്ടാ ഇത്രനേരത്തെ?" ദേവൂട്ടി ഉറക്കെ വിളിച്ച് ചോദിച്ചു. നടത്തത്തിന്നിടെ വരാന്തയിലേക്ക് തിരിഞ്ഞുനോക്കിക്കൊണ്ട് നമ്പ്യാരു പറഞ്ഞു. "ഇന്ന് കുടമാളൂരാണ് കളി.... നേരത്തേചെല്ലണം... നടന്നെത്താൻ ഏറെയുണ്ടല്ലോ...." അവർ വേലിക്കെട്ടുംകടന്ന് അമ്പലപ്പറമ്പിന്റെ ഇടതുവശംചേർന്ന് ഇടവഴിയിലേക്കിറങ്ങി.

വെയിലിന്ന് ചൂടേറിത്തുടങ്ങിയപ്പോൾ മേൽമുണ്ടിന്റെ തലപ്പെടുത്ത് കുഞ്ചുവിന്റെ തലയിലേക്കിട്ട് ചേർത്ത് പിടിച്ചുകൊണ്ട് നടന്നു. "ദാഹിക്കുമ്പോൾ പറയണം എവിടെനിന്നെങ്കിലും സംഭാരം കഴിക്കാം." നമ്പ്യാരു പറഞ്ഞു.

കുഞ്ചുവിന്റെ മുഖം തീരെ പ്രസന്നമായിരുന്നില്ല. "എന്തേ കുഞ്ചു നിന്റെ മുഖത്തിനൊരു തെളിവില്ലായ്മ."

"വിശക്കുന്നുണ്ടോ?" കുഞ്ചുവിന്റെ കീഴ്ത്താടിയിൽ പിടിച്ചുയർത്തിക്കൊണ്ട് നമ്പ്യാർ ചോദിച്ചു.

"എനിക്കിപ്പം വിശപ്പുല്ല ദാഹോംല്ല" കുഞ്ചു പറഞ്ഞു. "പിന്നെന്തേ ഒരു വല്ലായ്മ? സാധാരണ കളിക്ക് പുറപ്പെട്ടാൽ ഇങ്ങയൊന്ന്വാല്ലല്ലോ?" ചിരിച്ചുകൊണ്ടാണ് നമ്പ്യാരത് ചോദിച്ചത്.

വഴിവക്കിലെ ആൽത്തറയിൽ കുഞ്ചുവിനെ ഇരുത്തി തോളിൽ നിന്ന് വാദ്യങ്ങൾ ഇറക്കിവെച്ച് നമ്പ്യാർ പറഞ്ഞു: "കുറച്ച് നേരം ഇവിടെ ഇരിക്കാം... ഒന്നു തണുക്കട്ടെ.. ആൽമരച്ചുവട്ടിലല്ലെ ശുദ്ധവായു കിട്ടും. ശ്രീബുദ്ധൻ എന്ന് കേട്ടിട്ടില്ലെ ഉണ്ണീ...? ഓ! ഞാൻ പറഞ്ഞുതരാൻ മറന്നു. കപിലവസ്തുവിലെ ശുദ്ധോദന മഹാരാജാവിന്റെ മകൻ! ചെറുപ്പത്തിലെ അല്പം ആലോചന കൂടുതലായിരുന്നു.... യുവാവായി... കല്യാണോം കഴിച്ചു. എന്നിട്ടും ഒരിടത്തും മനസ്സുറച്ചില്ലാത്രെ... ഒരു ദിവസം എല്ലാം ഉപേക്ഷിച്ച് ഇറങ്ങിപ്പോയി... തനിക്ക് ചുറ്റുമുള്ള ലോകത്തിന്റെ അകവും പുറവും കണ്ടു... ഉടലും ഉള്ളവും വിറച്ചു... വേദനിച്ചു... ഒടുവിൽ ഇതുപോലൊരു ആലിന്റെ ചുവട്ടിലിരുന്ന് ധ്യാനിച്ചു. ഒരായിരം ഹൃദയങ്ങളിൽ നിന്നുയർന്ന പ്രണവസ്വരങ്ങൾ... ഉൾക്കാഴ്ച്ചയുടെ മഹാസ്രോതസ്... പിന്നെ ബോധോദയം ഉണ്ടായത്രെ! ആൽമരത്തിന്റെ നിമന്ത്രണംകേട്ട് പുതുവെളിച്ചം തേടിപ്പോയവർ വേറെയുമുണ്ട്." നമ്പ്യാർ പറഞ്ഞതെല്ലാം കേട്ടു കൊണ്ടിരുന്ന കുഞ്ചു പറഞ്ഞു: "കുഞ്ഞമ്മാമ എനിക്ക് വെള്ളം കുടിക്കണം." കൈരണ്ടുംപിണച്ച് തലക്ക് താങ്ങായി വെച്ച് കിടന്നുകൊണ്ട് കുഞ്ചു വീണ്ടും പറഞ്ഞു: "സംഭാരം ആയിരുന്നെങ്കിൻ നന്നായിരുന്നു."

നമ്പ്യാർ എഴുന്നേറ്റ്, മേൽമുണ്ട് തലയിലേക്ക് വലിച്ചിട്ട്, നടവഴിമുറിച്ച് മറുഭാഗംചേർന്ന് പത്തടി നടന്ന് മുന്നിൽക്കണ്ട വീട്ടിൽ കയറിച്ചെന്നു... വാതിൽ തുറന്ന് കിടപ്പുണ്ട്... ഉമ്മറത്തൊന്നും ആരെയും കാണാതായപ്പോൾ നമ്പ്യാർ ഉറക്കെ വിളിച്ചു ചോദിച്ചു: "ഇവിടെ ആരുമില്ലേ?" മറുപടിയൊന്നും കിട്ടാതായപ്പോൾ നമ്പ്യാർ തിരിഞ്ഞ് നടക്കാൻ തുടങ്ങി.

"ആരാ? എന്തുവേണം?" വിറയ്ക്കുന്ന ഒരു സ്ത്രീ ശബ്ദം പിറകിൽ കേട്ട് നമ്പ്യാർ തിരിഞ്ഞുനോക്കി. ഏതാണ്ട് എൺപതോടടുത്ത ഒരു മുസ്ലിം സ്ത്രീ!

കാതിൽ അലിക്കത്തും കഴുത്തിൽ നിറയെ ആഭരണങ്ങളും കാച്ചിമുണ്ടും ധരിച്ച അവർ വരാന്തയിൽ കിടന്ന കട്ടിലിന്റെ പടിയിൽ കയ്യൂന്നിനിന്നുകൊണ്ട് വീണ്ടും ചോദിച്ചു: "ആരാ?.. എന്താ വേണ്ടത്?"

നമ്പ്യാർ തിരിച്ച് ചെന്ന് ഒതുക്കുകല്ലിൽ ചവിട്ടിനിന്നുകൊണ്ട് പതുക്കെ പറഞ്ഞു: "കുറച്ച് സംഭാരം...."

"ഉറക്കെ പറയണം എനിക്ക് ചെവികുറച്ച് പതുക്കെയാ" സ്ത്രീ പറഞ്ഞു.

നമ്പ്യാർ ഉറക്കെപ്പറഞ്ഞു: "കുറച്ച് സംഭാരം വേണ്ടിയിരുന്നു. കൂടെ യുള്ള ഒരുകുട്ടിക്ക് ദാഹം കലശലായി."

അവർ തപ്പിത്തടഞ്ഞ് അകത്തേക്ക്പോയി. ഒരു മൺപാത്രത്തിൽ സംഭാരവുമായി തിരിച്ചെത്തി.

സംഭാരം നിറച്ച മൺകുടം നമ്പ്യാരുടെ കൈയിലേക്ക് കൊടുക്കു മ്പോൾ പാത്രം തുളുമ്പി... നമ്പ്യാരുടെ കൈയിലും വസ്ത്രത്തിലും സംഭാ രമൊഴുകി... നമ്പ്യാർ കൈ കുടഞ്ഞു ബാക്കി ഉടുമുണ്ടിൽ തുടച്ചു. "ക്ഷമി ക്കണം കൈയ്ക്ക് വിറയലാ പ്രായമായില്ലെ..." വൃദ്ധ പറഞ്ഞു:

"ഓ! അതൊന്നും സാരല്യ... സംഭാരം കിട്ട്യേതുതന്നെ മഹാഭാഗ്യം." ഒരിക്കൽക്കൂടി നന്ദിവാക്കു പറഞ്ഞു നമ്പ്യാർ തിരിച്ച് നടക്കുമ്പോൾ വൃദ്ധ പറഞ്ഞു:

"വിശപ്പും ദാഹവും എല്ലാ ജിവികൾക്കും ഒരുപോലെയാ. കുട്ടിക്ക് ദാഹിക്കുന്നൂന്ന് പറഞ്ഞപ്പോൾ മനസ്സിടറിപ്പോയി... ഇല്ലാന്ന് പറയാൻ തോന്നീല്ല. ഇവിടെ പശുക്കറവില്ല. നായമ്മാരെ വീട്ടീന്ന് എരന്ന് വാങ്ങി വെച്ചതായിരുന്നു."എന്തു പറയണമെന്നറിയാതെ നമ്പ്യാർ ഒരു നിമിഷം നിന്നു. പിന്നെ വേഗം നടന്നു.

കുഞ്ചു പാതിമയക്കത്തിലായിരുന്നു. ആലിലകൾ കഥ പറഞ്ഞവനെ മയക്കത്തിന്റെ മടിയിലേക്ക് ചെരിച്ച് കിടത്തിയിരുന്നു.

കുഞ്ചുവിനെ വിളിച്ചുണർത്തി സംഭാരം കഴിപ്പിച്ചു. ബാക്കി വന്നത് നമ്പ്യാരും വായിലേക്കൊഴിച്ചു... ഒഴിഞ്ഞ മൺപാത്രം വേരിന്റെ മൂട്ടിലേക്ക് കമഴ്ത്തി വെച്ചു.

"കുറച്ചുകൂടി കഴിഞ്ഞിട്ട് നടക്കാം.. അല്ലെ കുഞ്ചോ?" നമ്പ്യാരു ചോദിച്ചു.. "അവൻ ഒന്നും പറയാതെ തടിമരത്തിലേക്ക് ചാരിയിരുന്നു.. തറയിൽ വീണുകിടന്ന കരിയിലകൾ വകഞ്ഞ് മാറ്റിയ ശേഷം മേൽമുണ്ട് മടക്കി വിരിച്ച് നമ്പ്യാരും കിടന്നു... ഇടംകൈമടക്കി നെറ്റിയിൽ ചേർത്ത് മലർന്ന് കിടന്നപ്പോൾ പെട്ടെന്ന് ഉറക്കം വന്നു... സ്ഥലകാലം മറന്നുള്ള കൂർക്കംവലി...

നഗ്നമായ നെഞ്ചിലേക്ക് ചൂടുള്ള എന്തോ വീണപ്പോൾ നമ്പ്യാർ ഞെട്ടിയുണർന്നു. വികൃതമായ ഒരു ശബ്ദത്തോടെ അയാൾ നിവർന്നി

രുന്നപ്പോൾ കുഞ്ചു ഉറക്കെ ചിരിക്കുന്നുണ്ടായിരുന്നു.. നമ്പ്യാർ ഇടം കയ്യാൽ സ്വന്തം നെഞ്ചിൽ തൊട്ടുനോക്കി. കൊഴുത്ത എന്തോ ദ്രാവകം! വൃത്തികെട്ട നാറ്റം.!.. കുഞ്ചു ചിരിച്ചു കൊണ്ട് പറഞ്ഞു "കുഞ്ഞമ്മാമ, കാക്ക പറ്റിച്ചു."

നമ്പ്യാർ കാക്കയെ പ്രാകികൊണ്ട് ഇലകൾ പെറുക്കിയെടുത്ത് നെഞ്ച് തുടച്ചു.

"വെയിലല്പം കുറഞ്ഞിട്ടുണ്ട്......വാ... നടക്കാം."

വാദ്യോപകരണങ്ങൾ തോളിൽത്തൂക്കി നമ്പ്യാരും കുഞ്ചുവും നടത്തം തുടങ്ങി.

"നല്ല വിശപ്പുണ്ട്.. ശർക്കരപ്പാവ് ചേർത്ത് നനച്ച അവിലുണ്ട് മാറാപ്പിൽ... കുറച്ചൂടെ ചെന്നിട്ട് ഒരിടത്തിരുന്ന് കഴിക്കാം." നടക്കുന്നതിനിടയിൻ നമ്പ്യാരു പറഞ്ഞു.

"കുഞ്ചൂന് വിശക്കുമ്പോൾ പറഞ്ഞോളൂ സൗകര്യൊന്നും നോക്കണ്ടാട്ടോ... ഏതെങ്കിലും മരത്തിന്റെ തണലിലേയ്ക്കങ്ങട്ട് മാറിയിരിക്കാം.." അയാൾ കൂട്ടിച്ചേർത്തു.

കുഞ്ചു അതേ എന്ന അർത്ഥത്തിൽ തലയാട്ടി.

"നെന്റെ സ്വപ്നാടനം കഴിഞ്ഞേപ്പിന്നെ അതിന്റെ ക്ഷീണം തീരെ അങ്ങട് വിട്ട്മാറീട്ടില്യ... ഇല്ലേ കുഞ്ചോ?'' നമ്പ്യാരു ചോദിച്ചു. "അതോണ്ടല്ല.. എന്തൊക്കെയോ ഒരു വിഷമം... എന്താ പറയണ്ടേന്ന് എനിക്ക്യന്നെ നിശ്ചല്യ" കുഞ്ചു പറഞ്ഞു.

"ഭക്ഷണം എന്തേലും കഴിച്ചിട്ട് വേണേങ്കിൽ ഒന്ന് വെറ്റില മുറുക്കിക്കോളൂ... പൊകയില ഒന്ന് തൊട്ടാമതി... എന്നാൽ ഒരു ഉഷാറ് വരും." നമ്പ്യാരത് പറഞ്ഞപ്പോൾ കുഞ്ചുവിന്റെ മുഖത്തൊരു കള്ളച്ചിരി പരന്നു.

"ചിരിക്കൊന്നും വേണ്ട. ആരും കാണാതെ താൻ വെറ്റില മുറുക്കാറുണ്ടെന്ന് എനിക്കറിയാം. വയസ്സ് പന്ത്രണ്ടേ ആയുള്ളു.."

"....എന്റെ മോനെ ഏട്ടൻ ദുശ്ശീലം പഠിപ്പിക്ക്യാന്നാ തന്റെ അമ്മ പറഞ്ഞത്...എന്നാലും വേണ്ടില്ല. കുറേശ്ശേ ആയ്ക്കോളു. ആട്ടക്കാരന് കുറച്ച് വെറ്റില മുറുക്കും ആകാം." ഒരു ലോകോക്തി പറയുന്നതു പോലെയാണ് നമ്പ്യാരത് പറഞ്ഞത്.

പിന്നെ കുറെ നേരത്തേക്ക് ഒന്നും പറയാതെ രണ്ടുപേരും നടന്നു. ഇടയ്ക്കൊക്കെ പിറകിലായിപ്പോകുന്ന കുഞ്ചുവിനോട് വേഗം നടക്കാൻ ആംഗ്യം കാണിച്ചുകൊണ്ട് രാഘവൻ നമ്പ്യാർ ആഞ്ഞ് വലിഞ്ഞ് നടത്തം തുടർന്നു..

വീതികൂടിയ പൊതുവഴിയിലേക്ക് കയറിയപ്പോൾ മുന്നിൽക്കണ്ട മൈൽക്കുറ്റിയിൽ നോക്കി ഒരാശ്വാസമെന്നോണം നമ്പ്യാർ പറഞ്ഞു: "ഇനി കിടങ്ങൂർക്ക് മൂന്ന് നാഴിക! അത്രയേയുള്ളു."

മൈൽക്കുറ്റിയിൽ കൈകുത്തിയിരിക്കാൻ ശ്രമിക്കുകയായിരുന്നു കുഞ്ചൻ. പെട്ടെന്ന് നമ്പ്യാർ പറഞ്ഞു: "ഛേ, എന്താപ്പം കുഞ്ചൻ ചെയ്യാൻ പോണത്? മൈൽക്കുറ്റീല് കൈവെയ്ക്കേ.. കണ്ടീല്ലേ നായ കാഷ്ഠിച്ചി

രിക്കുന്നത്. വരൂ കൈകഴുകാം..." കുഞ്ചന്റെ വലതു കൈപിടിച്ച് പച്ചില കൾ പറിച്ച് തുടച്ചശേഷം വയലിറുമ്പിലേക്കിറങ്ങി കൈകഴുകിച്ചു... നായ എന്നുകേട്ടപ്പോൾ തന്നെ കുഞ്ചുന്റെ മുഖത്ത് നിഴലിച്ച പേടി നമ്പ്യാർ ശ്രദ്ധിക്കുന്നുണ്ടായിരുന്നു....

"തന്റെ മുഖം വാടി..... നായാന്ന് കേൾക്കുമ്പോഴേക്ക് തന്നെ താൻ പേടിച്ചു ഇല്ലേ കുഞ്ചോ... എന്താപ്പം ഇങ്ങനെ.. പേടിക്കണ്ടാട്ടൊ ഒന്നു ചിരിച്ചേ." കുഞ്ചു ചിരിക്കാൻ ശ്രമിച്ചെങ്കിലും സാധിച്ചില്ല.

താറാവ് കൂട്ടങ്ങളെ വളർത്തുന്നവർ കെട്ടിയിട്ട ഓലപ്പുര!... ഒഴിഞ്ഞു കിടക്കുന്ന വരാന്ത! നമ്പ്യാർ വരാന്തയിലേക്ക് കയറിയിരുന്നു. "നന്നായി വിശക്കുന്നുണ്ട് അവില് നനച്ചത് കഴിക്കാം". നമ്പ്യാർ ഭാണ്ഡം കെട്ടഴിച്ച് മുളിയിലയിൽ പൊതിഞ്ഞ അവലെടുത്ത് മുമ്പിൽ വെച്ചു. "കഴിച്ചോളൂ."

നമ്പ്യാരും കുഞ്ചുവും കഴിച്ചു തുടങ്ങി. ഏമ്പക്കത്തോടെ നമ്പ്യാരു ചോദിച്ചു: "ആ കാണുന്നത് എന്താന്നറിയോ കുഞ്ചൂന്?" "ഏതോ അമ്പ ലാണെന്ന് തോന്നുന്നു." തിരിഞ്ഞുനോക്കിക്കൊണ്ട് കുഞ്ചു പറഞ്ഞു: "അതൊരു ശാസ്താക്ഷേത്രാണ്.. പണ്ടൊരിക്കൽ ബുദ്ധമതക്കാരുടേതാ യിരുന്നു. ഹിന്ദുക്ഷേത്രങ്ങളാക്കി മാറ്റിയ ബുദ്ധമതക്ഷേത്രങ്ങളാണ് കേര ളത്തിലെ മിക്ക ശാസ്താക്ഷേത്രങ്ങളും. അതൊരു വലിയ ചരിത്രാണ് കുഞ്ചോ...."

"നീയൊക്കെ പഠിക്കണമത്. വലുതാവുമ്പോൾ തരംകിട്ടിയാൽ പോയി കാണുകയും ചെയ്യണം. ഇപ്പംതന്നെ വേണേൽ നമുക്കൊന്ന് കയറി ക്കാണാമായിരുന്നു. പക്ഷേ, നേരൊല്ല. കളിസ്ഥലത്തെത്താൻ വൈകും."

നമ്പ്യാർ കൈതുടച്ച് അവില് പൊതിഞ്ഞ മുളിയില ചുരുട്ടി നിലം തുടച്ച് എഴുന്നേറ്റുകൊണ്ട് പറഞ്ഞു: "നടക്കാം... നടത്തത്തിനിടെ കുറച്ച് ചരിത്രമൊക്കെ പറഞ്ഞുതരാം."

"മിഴാവ് ഞാൻ എടുത്തോളാം" കുഞ്ചു പറഞ്ഞു.

"വേണ്ട ഭാരൊക്കെ ഞാൻ ചുമന്നോളാം നീ നടന്നാൽ മതി... ഭക്ഷണം കഴിച്ചപ്പോൾ നീ ആളാകെ അങ്ങ് മാറി....ഇല്ലേ?" നമ്പ്യാര് കുഞ്ചൂന്റെ പുറത്ത് തട്ടിക്കൊണ്ട് ചോദിച്ചു:

നടത്തത്തിനിടയിൽ നമ്പ്യാർ പറഞ്ഞു തുടങ്ങി:

"ചരിത്രം പറയാൻ തുടങ്ങിയാൽ ബഹുരസാണ്. നാടിന്റെ ചരിത്രം, അത് എന്റെയും നിന്റെയും കർമ്മബന്ധങ്ങളുടെ ചരിത്രം കൂടിയാണ്. കാലം കുറെകഴിയുമ്പോൾ നിന്നെക്കുറിച്ച് പറയുന്നത് കേട്ടാൽ നിനക്കുതന്നെ ചിരിവരും.....നീ സ്വപ്നം പോലും കാണാത്തത് നിന്റെ മേൽ ചാർത്തപ്പെടും... അങ്ങനെയല്ലെങ്കിൽ പിന്നെ ഇവിടെ രാജാവുണ്ടോ ദൈവമുണ്ടോ? ചമ്പകശേരി രാജാവിന്റെ പിൻതലമുറക്കാർ അഷ്ടിക്ക് വകയില്ലാത്ത പരമ ദരിദ്രന്മാരായിരുന്നു എന്നാണ് കഥ... എന്നു പറ ഞ്ഞാൽ ചരിത്രം! എന്തായാലും ചരിത്രത്തിൽ കുറച്ചൊക്കെ കളവ് കടന്നു കൂടും... ആറ്റിക്കുറുക്കി അരിച്ചെടുത്താൽ ഉള്ളിലെവിടെയോ സത്യത്തിന്റെ പരലുകൾ കാണാം... അതേ എടുക്കാവൂ... അതേ കാണാവൂ....ഞാൻ

പറയാം കേട്ടോളൂ" മനസ്സിന്റെ മച്ചകങ്ങളിൽ കെട്ടിവെച്ച ചരിത്രഗ്രന്ഥം കെട്ടഴിഞ്ഞു. ചിതൽ കുത്തേല്ക്കാത്ത താളിയോലകളിൽ അക്ഷരങ്ങൾ തെളിഞ്ഞു. കഴിഞ്ഞ തലമുറയിലെ ജനസഹസ്രം നടന്നു പോയ വഴികളിലൂടെ അമ്മാവന്റെ മനസ്സ് നടന്നു. കൈപിടിച്ച് പിന്നാലെ മരുമകനും. "ഉം നടന്നോളു... ചരിത്രാതീതകാലത്ത് കുട്ടനാട് മുഴുവൻ കടലിനടിയിലായിരുന്നത്രെ.! ഒരു കാലത്ത് തിരുവല്ല, ചങ്ങനാശ്ശേരി, കോട്ടയം മുതലായ താലൂക്കുകളുടെ പടിഞ്ഞാറെ അതിർത്തിയോളം അറബിക്കടല് കയറിക്കിടന്നിരുന്നു എന്നാണ് പറയുന്നത്. കടല് പിന്മാറിയപ്പോഴാണ് ഇന്നത്തെ ചേർത്തലയും അമ്പലപ്പുഴയും ഉണ്ടായത്... ഒരു ഭൂകമ്പത്തിന്റെ ഫലമായിട്ട് വേമ്പനാട് കായൽ രൂപംകൊണ്ടത്രെ! കുട്ടനാടൻ പാടശേഖരങ്ങളിലുള്ള മരക്കുറ്റികൾ കണ്ടാൽ അവിടം മരങ്ങൾ തിങ്ങിനിറഞ്ഞിരുന്ന ഒരു പ്രദേശമായിരുന്നൂന്ന് വിശ്വസിച്ച് പോവ്വേം ചെയ്യും."

നമ്പ്യാർ കുഞ്ചുവിന്റെ മുഖത്ത് നോക്കി. കുഞ്ചു വെറുതെയൊന്ന് ചിരിക്കുക മാത്രം ചെയ്തു. "നിനക്ക് ചരിത്രം മടുക്കുന്നുണ്ടോ കുഞ്ചോ?" കുഞ്ചു പറഞ്ഞു: "കുഞ്ഞമ്മാമൻ പറഞ്ഞോളൂ.... എനിക്ക് മടുക്കുന്നില്ല, നടത്തത്തിന്റെ ക്ഷീണം അറിയുന്നുല്ല."

"അപ്പോൾ കേൾക്കണോന്നുണ്ട്... എന്നാൽ കേട്ടോളൂ..." നമ്പ്യാരു പറഞ്ഞു: "ചേരന്മാരുടെ ആദ്യത്തെ അധിനിവേശകേന്ദ്രമായിരുന്നു കുട്ടനാട്. കുട്ടനാട് ഭരിച്ചിരുന്നതുകൊണ്ടാണ് ചേരരാജാക്കന്മാർ ഓരോരുത്തരും കുട്ടുവൻ എന്നറിയപ്പെട്ടത്. ചോള, പാണ്ഡ്യ രാജാക്കന്മാരും മൂവരശന്മാരെത്തുടർന്ന് വന്ന ആയ്‌രാജാക്കന്മാരും ബുദ്ധമത വിശ്വാസികളായിരുന്നു. ഭരണിക്കാവ്, മാവേലിക്കര, കരുമാടി എന്നിവിടങ്ങളിൽ നിന്ന് കണ്ടെടുത്ത ബുദ്ധപ്രതിമകൾ അതിന് തെളിവാണ്."

"ആയ് രാജാവായിരുന്ന വിക്രമാദിത്യവരഗുണന്റെ 'പാലിയം ശാസനം' അതുല മഹാകവിയുടെ 'മൂഷിക വംശകാവ്യം' എന്നിവയിലൊക്കെ പറഞ്ഞിട്ടുണ്ട്. ഇക്കാര്യൊക്കെ... കുഞ്ചോ നീ വായിക്കണം, അതൊക്കെ പഠിക്കണം. അല്ലാണ്ടെ കുഞ്ഞമ്മാവൻ പറയണത് കേട്ട് തലയാട്ടിയാൽ മാത്രം പോര...."

കുഞ്ചു പറഞ്ഞു: "എല്ലാം വായിക്കണോന്ന്ണ്ട്."

"എന്നിട്ടെന്തേ?" നമ്പ്യാർ ചോദിച്ചു.

"മനസ്സിനൊരു സുഖല്യ..." കുഞ്ചു പറഞ്ഞു.

"എന്താപ്പം തന്റെ മനസ്സിന്? ആധി കേറാൻ മാത്രൊക്കെ വയസ്സായോ തനിയ്ക്ക്?"

"എനിക്ക് കുറച്ചിരിക്കണം... കാല് കഴയ്ക്കുന്നു." പാതവക്കിലെ മരച്ചുവട്ടിൽ പതിഞ്ഞ് പടർന്ന കറുകപ്പുല്ലിൽ കുഞ്ചു ഇരുന്നു.

"ഇനി കുറച്ചേ നടക്കാനുള്ളൂ... ഏറിവന്നാൽ അരക്കാതം. ഇരുന്നാൽ വേദനകൂടും നടന്നോളു... കേൾക്കുന്നില്ലേ ചെണ്ടകൊട്ട്." നമ്പ്യാര് കുഞ്ചുവിന്റെ കൈപിടിച്ച് എഴുന്നേല്പിച്ചു. "ചരിത്രം പറഞ്ഞ്നടന്നാൽ ദൂരം അറിയില്ല... ഉം... നടക്കെടോ."

രണ്ടുപേരും നടന്നു തുടങ്ങി. നമ്പ്യാർ പറഞ്ഞു: "കേട്ടോളൂ... തനിക്കിതൊക്കെ ഉപകരിക്കും സംശല്യ..."

"കുഞ്ഞമ്മാമൻ പറഞ്ഞോളൂ" കുഞ്ചു പറഞ്ഞു.

നമ്പ്യാർ തുടർന്നു: "മദ്ധ്യകേരളത്തിൽ ഏറ്റവുംകൂടുതൽ ശാസ്താക്ഷേത്രങ്ങളുള്ളത് അമ്പലപ്പുഴയിലും പരിസരങ്ങളിലുമാണ്. ബുദ്ധമതക്ഷേത്രങ്ങളോടും വിഹാരങ്ങളോടും അനുബന്ധിച്ച് നടത്തിവന്ന പല ആചാരങ്ങളും അനുഷ്ഠാനങ്ങളും ശാസ്താക്ഷേത്രങ്ങളിൽ ഇന്നുമുണ്ട്.. അറിയോ നിനക്ക്? ഞാൻ പണ്ടൊരിക്കൽ പറഞ്ഞതോർമ്മയുണ്ടോ കരുമാടിക്കുട്ടനെക്കുറിച്ച്?"

കുഞ്ചു അലസമായി തലയാട്ടി

നമ്പ്യാർ പറഞ്ഞു: "അത് പ്രസിദ്ധമായൊരു ബുദ്ധമതവിഗ്രഹമാണ്. അതിനടുത്താണ് കാമപുരം ക്ഷേത്രം."

പിന്നെ കുറേനേരത്തേക്ക് ഒന്നും പറയാതെ നമ്പ്യാർ ആഞ്ഞ് വലിഞ്ഞ് നടക്കാൻ തുടങ്ങി. കുഞ്ചുവിന് നടന്നെത്താൻ കഴിയാതെവന്നപ്പോൾ സാവധാനം ഓടിത്തുടങ്ങി.

കുഞ്ചു ഓടുന്നത് കണ്ടപ്പോൾ നമ്പ്യാർക്ക് സങ്കടം വന്നു. ഒരുനിമിഷം തിരിഞ്ഞുനിന്നിട്ട് നമ്പ്യാർ പറഞ്ഞു:

"ഓടണ്ട പതുക്കെ നടന്നാൽമതി.. കാൽമുട്ടിന്റെ വേദന കുറച്ച് മാറാൻ വേണ്ടിയാ ഞാനൊന്ന് കാല് നീട്ടിവലിച്ച് നടന്നത്."

കുഞ്ചുവിന് മേലാകെ വിയർത്തിരുന്നു. "എത്താറായോ നമ്മള്" അവൻ ചോദിച്ചു. കിതപ്പ് മാറിയപ്പോൾ നമ്പ്യാർ പറഞ്ഞു: "ഏറിവന്നാൽ കാൽകാതം.. ചരിത്രം പറഞ്ഞ് തുടങ്ങിയപ്പോൾ ഞാനാലോചിക്കുകയായിരുന്നു. ഒരുപക്ഷെ എന്റേയും നിന്റേയും പിതാമഹരിൽ ആരെങ്കിലുമൊക്കെ ബുദ്ധമതവിശ്വാസികൾ ആയിരുന്നിരിക്കും.. നിഷേധാർത്ഥത്തിൽ തലയാട്ടിക്കൊണ്ട് നമ്പ്യാർ പറഞ്ഞു:

"വേണ്ട വേണ്ട. അങ്ങനെയൊന്നും ആലോചിക്കണ്ട."

ഇടതുവശത്തെ ഇടവഴിയിൽനിന്ന് പൊതുനിരത്തിലേക്ക് ഇറങ്ങിവന്ന ഒരു നമ്പൂതിരി! അറുപതിന്റെയടുത്ത് പ്രായം തോന്നിക്കും ചന്ദനക്കുറിയും ചെവിരണ്ടിലും തുളസീദലങ്ങളും... മാറത്തെ വിയർപ്പിൽ ഒട്ടിക്കിടന്ന പൂണൂല് ഞാഞ്ഞൂല് പോലെ വിയർപ്പിൽ പുളഞ്ഞു.

സമാന്തരമായി ഓരംചേർന്ന് നടക്കുന്നതിനിടയിൽ നമ്പൂതിരി കുഞ്ചുവിനെത്തന്നെ നോക്കിക്കൊണ്ടിരുന്നു. ഇടയ്ക്കൊന്ന് ചിരിച്ചു. ഒരു നിറപുഞ്ചിരി! കുറേ നേരം ഒന്നിച്ച് നടന്നശേഷം നമ്പൂതിരി ചോദിച്ചു: "എങ്ങടാ?"

കുഞ്ചു പറഞ്ഞു: "അമ്പലത്തിലേക്കാ.." "കൂടെയുള്ളത് അച്ഛനാണോ?"

"അല്ല..." "കുഞ്ഞമ്മാമനാണ്."

"അമ്പലത്തിലിന്ന് കൂത്തുണ്ട്... അതിനാവും ഇല്ലേ?" നമ്പൂതിരിയുടെ ചോദ്യത്തിന് ഉത്തരം പറഞ്ഞത് നമ്പ്യാരാണ്. "അതെ. കൂത്തുണ്ട്...

ഞങ്ങള് കുറച്ച് വേഗം നടക്കട്ടെ." നമ്പൂതിരി തലയാട്ടി.

വേഗം നടക്കാൻ കുഞ്ചുവിനോട് ആംഗ്യം കാണിച്ചുകൊണ്ട് നമ്പ്യാർ വേഗം നടക്കാൻ തുടങ്ങി... നമ്പൂതിരി പിറകിൽ നിന്ന് വിളിച്ച് ചോദിച്ചു: "ആരുടെ വകയാ പ്രബന്ധം?"

തിരിഞ്ഞ് നോക്കാതെ നമ്പ്യാര് പറഞ്ഞു: "നാരായണ ചാക്യാര്."

കുഞ്ചുവിന്റെ കൈപിടിച്ച് മുമ്പിൽ നടന്ന നമ്പ്യാർ എന്തൊക്കെയോ പിറുപിറുക്കുന്നുണ്ടായിരുന്നു.

കുഞ്ചു ഇടയ്ക്കിടെ പിറകിലേക്ക് നോക്കി നമ്പൂതിരിയോട് ചിരിച്ചു കൊണ്ടിരുന്നു.

കുഞ്ചു നമ്പ്യാരോട് ചോദിച്ചു: "കുഞ്ഞമ്മാമാ! ആരാ അയാള്?" നമ്പ്യാർ പറഞ്ഞു: "ഏതോ ഒരു നമ്പൂതിരി! കൂത്ത് കാണണംന്ന്ണ്ടാവും. കുഞ്ചു നടന്നോളു... തിരിഞ്ഞ് നോക്കണ്ട."

കുഞ്ചു പിന്നീട് ഒന്നും ചോദിച്ചില്ല... മുഖം കനപ്പിച്ച് നമ്പ്യാരുടെ കൂടെ നടന്നുകൊണ്ടിരുന്നു. പെട്ടെന്ന് സർപ്പദംശനമേറ്റതുപോലെ ഞെട്ടി ത്തിരിഞ്ഞ് കുഞ്ചു ഉറക്കെ ചോദിച്ചു: "ഇതല്ലേ കിടങ്ങൂര്?"

കുഞ്ചുവിന്റെ കനത്ത ശബ്ദം നമ്പ്യാരെ ഞെട്ടിപ്പിച്ച് കളഞ്ഞെ ങ്കിലും അയാൾ സാവധാനം പറഞ്ഞു: "അതെ ഇതുതന്നെയാ കിടങ്ങൂര്... ഞാൻ നേരത്തെ പറഞ്ഞില്ലായിരുന്നോ?"

കുഞ്ചു ഒന്നും പറഞ്ഞില്ല... അവൻ വീണ്ടുംവീണ്ടും പിറകിലേക്ക് നോക്കുന്നത് ശ്രദ്ധിച്ച നമ്പ്യാർ ചോദിച്ചു: "എന്തേ കുഞ്ചു ഇടയ്ക്കിടെ തിരിഞ്ഞ് നോക്കുന്നത്?"

കുഞ്ചു എന്തോ ആലോചിക്കുകയായിരുന്നു... ഓർമ്മയുടെ കയങ്ങ ളിൽ മുങ്ങിത്തപ്പുന്ന മനസ്സ്.... വിടർന്ന കണ്ണുകളിൽ സംശയങ്ങളുടെ ചിലന്തിവല! കാല് തടഞ്ഞ് നിലത്തുവീണ കുഞ്ചുവിനെ നമ്പ്യാർ പിടി ച്ചെഴുന്നേല്പിച്ചു. എഴുന്നേറ്റ് നില്ക്കുമ്പോൾ ആത്മഗതമെന്നോണം അവൻ പതുക്കെ പറഞ്ഞു:

"കിടങ്ങൂർകാരൻ നമ്പൂതിരി."

"എന്തേ നീ പറഞ്ഞത്?" നമ്പ്യാർ ചോദിച്ചു:

"കിടങ്ങൂർക്കാരൻ നമ്പൂതിരി... അതല്ലേ എന്റെ അച്ഛൻ?" നമ്പ്യാർ ഇടി വെട്ടേറ്റതുപോലെ നിന്നു. കുഞ്ചു കരച്ചിലടക്കിക്കൊണ്ട് ചോദിച്ചു "അയാളായിരിക്കുമോ എന്നോട് ചിരിച്ച മനുഷ്യൻ?" നമ്പ്യാർക്ക് ശബ്ദ മിടറി... പെട്ടെന്നൊന്നും പറയാൻകഴിഞ്ഞില്ല. കുഞ്ചുവിനെ ചേർത്ത് നിർ ത്തി തലയിൽ തലോടിക്കൊണ്ട് നമ്പ്യാർ പതുക്കെ പറഞ്ഞു: "അയാളാ ണെങ്കിൽ എനിക്ക് കണ്ടാലറിയില്ലേ... വെറുതെ ഓരോന്ന് വിചാരിക്കണ്ട... നടന്നോളൂ..." കുഞ്ചു നടന്നു തുടങ്ങി... അപ്പോഴും മനസ്സ് സംശയങ്ങ ളുടെ ചുഴിയിൽ തന്നെയായിരുന്നു. 'ഇവിടെ ഏത് മനയിലായിരിക്കും അദ്ദേഹം? കൂത്ത് കാണാൻ വരുമോ? കണ്ടാൽ തിരിച്ചറിയുമോ? ഇല്ല തിരിച്ചറിയാൻ സാദ്ധ്യതയില്ല... ഒന്നു കാണണമെന്നുണ്ടായിരുന്നു. ഒരി ക്കൽ... ഒരിക്കലെങ്കിലും...! അതൊരാഗ്രഹമാണ്. കിട്ടുമെങ്കിൽ ഒരു ചിത്രം!

മനസ്സിന്റെ മൺഭിത്തിയിൽ പതിച്ചിടാനാണ്... ആഗ്രഹങ്ങളെ തളച്ചിടാൻ ഒരു ഇരുമ്പാണി!'

"ഞാൻ കാണും... തീർച്ച!"അത് പറഞ്ഞപ്പോൾ ശബ്ദം കുടിപ്പോയത് കുഞ്ചുതന്നെ അറിഞ്ഞില്ല. നമ്പ്യാർ ചോദിച്ചു: "ആരെ കാണുമെന്നാണ് പറഞ്ഞത്?"

"എന്റെ അച്ഛനെ." കുഞ്ചു തറപ്പിച്ചു പറഞ്ഞു.

അമ്പലത്തിലെ ചെണ്ടമേളം ഉച്ചസ്ഥായിയിൽ കേൾക്കാറായി. നമ്പ്യാർ പറഞ്ഞു: "എത്തി. നമ്മളെത്തി..." "ഇതാണ് അമ്പലക്കുളം. ചുറ്റിനടന്ന് വലത്തേക്ക് കയറിയാൽ അമ്പലമുറ്റമായി."

നാല്

"**നേ**രം വൈകിയോന്നൊരു സംശയം..." നമ്പ്യാർ സ്വയം പറഞ്ഞു. നാടകശാലയുടെ പിറകിൽക്കൂടി എണ്ണപ്പാത്രവുമായി വന്ന കാര്യസ്ഥനോട് നമ്പ്യാർ ചോദിച്ചു: "ചാക്യാര് നേരത്തെ എത്തിയിട്ടുണ്ടാവും ഇല്ലെ? മൂപ്പര് ഒരുക്കം തുടങ്ങീട്ടുണ്ടാവോ ആവോ?" " ഇല്ലാന്നാ തോന്നണേ ഒരുക്കങ്ങളെല്ലാം ആവണല്ലേള്ളൂ." കാര്യക്കാരൻ പറഞ്ഞു.കാര്യക്കാരനെ തടഞ്ഞ് നിർത്തി അല്പം പരിഭ്രമത്തോടെ നമ്പ്യാർ വീണ്ടും ചോദിച്ചു "ചാക്യാര് എത്തീട്ട്ണ്ടോന്നറിയോ?"

"നേരത്തെ എത്തി. എണ്ണതേച്ച് കുളിയും ഉച്ചഭക്ഷണോം കഴിഞ്ഞ് അവിടെകിടന്ന് മയങ്ങണ്ണ്ട്..." ഓല മേഞ്ഞ നേപഥ്യം ചൂണ്ടിക്കാണിച്ചുകൊണ്ട് കാര്യസ്ഥൻ പറഞ്ഞു: "എന്നാൽ, ചെല്ലട്ടെ..." എണ്ണപ്പാത്രവുമായി അയാൾ തിരക്കിട്ട് നടന്ന് അമ്പലത്തിന്റെ പിറകുവശത്തേക്ക് പോയി.

"നമ്മളെ കാണാണ്ടിരുന്നപ്പോൾ ചാക്യാര് പരിഭ്രമിച്ചിരിക്കണ്ണ്ടാവും... വരൂ നമുക്കൊന്ന് മുഖംകാണിക്കാം." നമ്പ്യാരും കുഞ്ചുവും നേപഥ്യത്തിന്റെ വാതിൽ തുറന്ന് അകത്ത് കടന്നു. പുൽപ്പായയിൽ ചമ്രംപടിഞ്ഞിരുന്ന് മാറ്റിന്റെ ചുളിവ് നിവർത്തിക്കൊണ്ടിരിക്കുകയായിരുന്നു ചാക്യാര്.അകത്ത് കടന്ന ഉടനെ നമ്പ്യാർ പറഞ്ഞു.

"ക്ഷമിക്കണം ഇത്തിരി വൈകി... ഇവനും കൂടി ഉണ്ടായിരുന്നതിനാൽ നടത്തം കുറച്ച് പതുക്കെയായി..."

ചാക്യാർ രണ്ടുപേരേയും ഒന്നു നോക്കുക മാത്രം ചെയ്തു. തോളിലെ മിഴാവും മാറാപ്പും ഇറക്കിവെച്ച് ഒരു ക്ഷമാപണം എന്നതുപോലെ മാറ്റിന്റെ ചുളിവ് നിവർത്താൻ ചാക്യാരെ സഹായിച്ചു കൊണ്ടിരുന്നു. കുഞ്ചു ആരെയും ശ്രദ്ധിക്കാതെ പുറംതിരിഞ്ഞിരുന്ന് എന്തോ ആലോചിക്കുകയായിരുന്നു.

"ദീപാരാധന കഴിഞ്ഞ് ഒരു നാഴിക ചെല്ലുമ്പോൾ അരങ്ങത്ത് വിളക്ക് തെളിയിക്കണം... കൂത്ത് തുടങ്ങണം... അതിനുമുമ്പ്തന്നെ മുറ്റം നിറയും... ആൾക്കാര് വന്നു തുടങ്ങിയിരിക്കുന്നു... ഇപ്പഴേ തേപ്പ് തുടങ്ങണം. തേപ്പ്

കൂട്ടാൻ ഒന്ന് സഹായിച്ചേ പറ്റൂ. ഉപസ്തരണത്തിനുള്ള നെയ്യ് കൊണ്ട ച്ചിട്ടുണ്ട്. അരിയും മഞ്ഞളും കരിയും ഇതാ...” ഇലപ്പൊതികൾ നമ്പ്യാർക്ക് മുമ്പിലേക്ക് നീക്കിവെച്ചുകൊണ്ട് ചാക്യാർ ഒന്നു ചിരിച്ചു. എഴുന്നേറ്റ് കൈയും കാലും കുടഞ്ഞ ശേഷം ചാക്യാർ പറഞ്ഞു. “മുഖം കഴുകീട്ട് വരാം...” “കിണറ് പിറകിലാണെന്ന് തോന്നുന്നു” നമ്പ്യാർ പറഞ്ഞു. ഉടു മുണ്ട് തെറുത്ത്കയറ്റിപ്പിടിച്ച് നേപഥ്യത്തിന് പുറത്തിറങ്ങിനിന്ന ചാക്യാർ അകത്തേക്ക് നോക്കി കുഞ്ചുവിനോട് പറഞ്ഞു: “ഇയാളെന്താ ഇങ്ങനെ മൗഢ്യം ബാധിച്ചിരിക്കണത്. കുട്ട്യോളായാൽ കുറച്ച് ഉഷാറൊക്കെ വേണം. എഴുന്നേറ്റ്ചെന്ന് അമ്മാവനെ ഒന്ന് സഹായിച്ച് കൊടുക്ക്വാ... അതൊക്കെ പഠിക്കേം ചെയ്യാലോ.”

“ഇതൊക്കെ ഞാൻ ചെയ്തോളാം. അവന് നല്ല ക്ഷീണണ്ട്... കുറ ച്ചീസം മുമ്പ് സുഖല്യായിരുന്നു. എന്തൊക്കെയോ ഒരു വയ്യായ്മ.”

കുഞ്ചുവിനത് തീരെ ഇഷ്ടമായില്ല.അയാൾക്ക് രോഗമുണ്ടായിരു ന്നൂന്ന് മറ്റാരും അറിയുന്നത് ഇഷ്ടമല്ല... എന്തോ ഒരു നാണക്കേട്പോലെ യാണ്. മനസ്സിലെവിടെയോ ആഴത്തിൽ മുറിവേറ്റതുപ്പോലെ ഒരുപിട ച്ചിലാണ്... കുഞ്ചു കുഞ്ഞമ്മാമനെ രൂക്ഷമായൊന്ന് നോക്കി. നമ്പ്യാർക്ക് കാര്യം മനസ്സിലായി. മൺപാത്രത്തിൽ വെള്ളവുമായിവന്ന് മുഖം കഴുകിക്കൊണ്ടിരുന്ന ചാക്യാരോട് നമ്പ്യാർ പറഞ്ഞു: “കുഞ്ചൂന് നാല് ദിവസംമുമ്പ് പനി വന്നിരുന്നു. അതിന്റെ ക്ഷീണം മാറിയിട്ടില്ല.” പറഞ്ഞു പോയ ഒരബദ്ധം തിരുത്തിപ്പറയുന്നതുപോലെയാണ് പറഞ്ഞത്..ചാക്യാർ മറുപടിയൊന്നും പറഞ്ഞില്ല.

ഭാണ്ഡത്തിൻ നിന്നും ചെറിയൊരു ഓട്ടുവിളക്കെടുത്ത് നെയ്യൊഴിച്ച് തിരിയിട്ട് കത്തിച്ച് കിഴക്കോട്ട് തിരിഞ്ഞ് പത്മാസനത്തിലിരുന്ന് മിഴിയ ടച്ച് ധ്യാനിച്ചശേഷം കരതാലീയപ്രകാരം മന്ത്രങ്ങൾ ചൊല്ലി. വിളക്കും ഭൂമിയും തൊട്ട് വന്ദിച്ചശേഷം ചാക്യാര് ഉപസ്തരണം തുടങ്ങി.

മുഖത്തേപ്പിനുള്ള അരിപ്പൊടിയും കരിയും മഞ്ഞളും നമ്പ്യാര് പാക പ്പെടുത്തിവെച്ചിരുന്നു. തലയിൽ ചുകപ്പുതുണി കെട്ടിയശേഷം ചാക്യാർ മുഖത്തേപ്പിനിരുന്നു.

തേപ്പ് കഴിഞ്ഞശേഷം ചാക്യാർ ചോദിച്ചു: “എങ്ങനെ കുഴപ്പൊന്നും ഇല്ലല്ലൊ... കണ്ണിന്റെ വാലെഴുത്തൊക്കെ ശരിയാംവണ്ണം ആയിട്ടില്ലേ നമ്പ്യാരേ?” നമ്പ്യാരു പറഞ്ഞു: “ഒന്നും പിഴച്ചിട്ടില്ല.. അല്ലേലും കൈത്ത ഴക്കം കേമാണല്ലോ” ചാക്യാർ ആത്മഗതമെന്നോണം പറഞ്ഞു: “കാലെ ത്രയായി ഇതൊക്കെ തുടങ്ങീട്ട്. പതിമൂന്ന് വയസ്സുള്ളപ്പോൾ തുടങ്ങീതാ ഗുരുനാഥന്റെകൂടെ നടക്കാൻ... ഗുരുനാഥൻ വേറെ ആരുമായിരുന്നില്ല. അമ്മാവൻതന്നെ... കാവാലം കുഞ്ഞുണ്ണി.! കേമനായിരുന്നു. രാജാവിന്റെ കയ്യിൽ നിന്ന് വീരശൃംഖലവരെ വാങ്ങിയിട്ടുണ്ടായിരുന്നു.” ബഹുമാന ത്തിന്റെ മുഖത്തേപ്പണിഞ്ഞ് നിന്ന് നമ്പ്യാര് തൊഴുതു....

“കേട്ടിട്ടുണ്ട്... ഒരുപാട്... രണ്ട് തവണ കണ്ടിട്ടുണ്ട്.” നമ്പ്യാര് എന്തോ ഓർത്ത് കൊണ്ട് പറഞ്ഞു. ചാക്യാർ ഇരുന്ന ഇരുപ്പിൽ അല്പം പിറ

കോട്ട് വലിഞ്ഞ് ഭാണ്ഡത്തിൽനിന്നും കുണ്ഡലമെടുത്ത് ഒരുകാതില ണിഞ്ഞു. മറ്റേക്കാതിൽ വെറ്റില തെറുത്ത്തിരുകി തെച്ചിപ്പൂവും തൂക്കി യിട്ടു. എഴുന്നേറ്റുനിന്ന് മാറ്റ് ഞൊറിഞ്ഞുടുത്ത് വസ്ത്രംകൊണ്ട് ആസനം പിന്നിൽ വെച്ച്കെട്ടി. കൈയിൽ കടകവും അരയിൽ കടിസൂത്രവും തല യിൽ കുടുമയും. ചുകപ്പ്തുണി, പീലിപ്പട്ടം, വാസുകിയം എന്നിങ്ങനെ അലങ്കാരങ്ങളണിയാൻ നമ്പ്യാരും സഹായിച്ചു കൊടുത്തു.

ദീപാരാധനയ്ക്ക് എത്രയോ മുമ്പുതന്നെ ചാക്യാർ ഒരുങ്ങിക്കഴിഞ്ഞു. നേപഥ്യത്തിൽ വെറുതെ അങ്ങോട്ടും ഇങ്ങോട്ടും നടക്കുന്നതിനിടയിൽ പ്രബന്ധം ഉരുവിട്ടുകൊണ്ടിരുന്നു. ഒരുനിമിഷം തിരിഞ്ഞ് നിന്ന് നമ്പ്യാ രോട് പറഞ്ഞു

“ഒന്ന് നോക്കിക്കോളണം...ദീപാരാധന കഴിഞ്ഞാൽ വൈകിക്കണ്ട. അരങ്ങിൽ വിളക്ക് കൊളുത്താം.”

നമ്പ്യാർ പുറത്തിറങ്ങി തിരിച്ച് വന്നു പറഞ്ഞു: “ദീപാരാധന കഴി ഞ്ഞിരിക്കുന്നു വിളക്ക് കൊളുത്താം.” നമ്പ്യാര് അരങ്ങത്തേക്ക് പോകാ നൊരുങ്ങുമ്പോൾ ചാക്യാർ ഓർമ്മപ്പെടുത്തി: “തിരി മൂന്നെണ്ണം... മറ ക്കണ്ട.”

നമ്പ്യാർക്കത് രസിച്ചില്ല... എന്നാലും പറഞ്ഞു: “ഓർമ്മണ്ട്... അര ങ്ങിൽ തെളിയുന്ന വിളക്കിൽ മൂന്ന് തിരികൾ... ത്രിമൂർത്തികളുടെ സാന്നിദ്ധ്യം... ഈശ്വരോരക്ഷതു...” വീണ്ടും കിഴക്കോട്ട് തിരിഞ്ഞ് തൊഴുതു നില്ക്കുന്ന ചാക്യാരോട് നമ്പ്യാർ പറഞ്ഞു

“ആൾക്കാര് നിറഞ്ഞിരിക്കുന്നു.”

ചാക്യാർ പറഞ്ഞു: “ആവാം..... തുടങ്ങാം... എത്രയെത്ര അരങ്ങുക ളിൽ ആടിപ്പതിഞ്ഞ പാദങ്ങളാണേലും ഓരോ അരങ്ങത്തേക്കും ആദ്യാ യിട്ട് കാലെടുത്തങ്ങട് വെക്കുമ്പോൾ ഒരു വിറയലാ.”

നമ്പ്യാർക്കുമുണ്ട് നേരിയ ഒരു വെപ്രാളം. അയാൾ കുഞ്ചുവിനെ തെരഞ്ഞു... അവിടെയെങ്ങും കണ്ടില്ല... ഇവിടെയെവിടെയെങ്കിലും ഉണ്ടാ കും... അല്ലാണ്ടവൻ എവിടെ പോകാനാ? സ്വയം ആശ്വസിപ്പിച്ചുകൊണ്ട് മിഴാവെടുത്ത് തോളിലിട്ടു. “എവിടെ നങ്ങ്യാരമ്മ?” നമ്പ്യാർ ചോദിച്ചു. “ഇപ്പം വരും അരങ്ങത്തേക്ക് പോകുന്നതിന് മുമ്പ് ഒരു മൂത്രശങ്ക. എപ്പോഴും അങ്ങനെയാ... വകതിരിവ് ഇത്തിരി കുറവാ... അയലോക്ക ത്തുള്ളതാ... നല്ല കൈത്തഴക്കൊണ്ട്. കുടുംബത്തിൽ പട്ടിണിയാണ് താനും... അതോണ്ടാ കൂടെ കൊണ്ട്നടക്കണത്... മറ്റൊന്നോണ്ടല്ല...” ചാക്യാര് അത്രയും പറഞ്ഞ് മുഖം തിരിച്ചു. ഒരു പരിഹാസച്ചിരിയോടെ നമ്പാര് പറഞ്ഞു: “പട്ടിണിയല്ലെ... മാറ്റിക്കൊടുക്കണം.” നമ്പ്യാരുടെ വാക്കിലെ ഒളിയമ്പേറ്റ വേദനയിൽ ചാക്യാർ പറഞ്ഞു:

“മനസ്സിലായി... ഇയാളുദ്ദേശിച്ചതൊന്നുല്യ.”

“ദുരുദ്ദേശ്യൊന്നും എനിക്കൂല്ല... അതാ വരണ്ണ്ട്” നമ്പ്യാർ പറഞ്ഞു:

നങ്ങ്യാരമ്മ അടുത്തെത്തിയപ്പോൾ നമ്പ്യാർ പറഞ്ഞു:

"ഞാൻ അരങ്ങത്തേയ്ക്ക് പോവ്വാണ്. പിറകെ വന്നോളൂ" നങ്ങ്യാരമ്മ ഒന്നു മൂളുക മാത്രം ചെയ്തു.

നമ്പ്യാർ അരങ്ങിലെത്തി മൃദംഗപദത്തിൽ മിഴാവ് വെച്ചു. അതിന് മുമ്പിലായി വിരിച്ചിട്ട മുണ്ടിൽ കുഴിത്താളവുമായി നങ്ങ്യാരമ്മ ഇരുന്നു. മിഴാവ് തൊട്ട് വന്ദിച്ച ശേഷം കുടിമേൽ കയറിയിരുന്ന് മിഴാവ് ഒച്ചപ്പെടുത്തി.

കളിതുടക്കത്തിന്റെ സൂചന!

അമ്പലമുറ്റത്ത് അങ്ങിങ്ങായി നിന്നിരുന്ന സമാജികർ അരങ്ങിന്റെ മുന്നിലേക്ക് വന്നിരുന്നു.

ചാക്യാര് രംഗത്ത് വന്ന് രംഗവന്ദനം ചെയ്തശേഷം 'ചാരി' നൃത്തം തുടങ്ങി.

നമ്പ്യാർ ഇടയ്ക്കിടെ പിറകിലേക്ക് നോക്കുന്നുണ്ടായിരുന്നു. കണ്ണുകൾ തിരയുന്നത് കുഞ്ചുവിനേയാണ്. കൂടെവരുന്ന ദിവസങ്ങളിലെല്ലാം നമ്പ്യാർ മിഴാവ് കൊട്ടിക്കൊണ്ടിരിക്കുമ്പോൾ തൊട്ടുപിറകിൽ ഒതുങ്ങി കൂടിയിരുന്ന് മിഴാവിൽ വീഴുന്ന നമ്പ്യാരുടെ കൈകൾ നോക്കിയിരിക്കുകയായിരുന്നു കുഞ്ചന്റെ പതിവ്. ഇന്ന് എന്തു പറ്റി? പരിഭ്രമം പുറത്ത് കാണിക്കാതെ നമ്പ്യർ മിഴാവ് കൊട്ടിക്കൊണ്ടിരുന്നു.

'ചാരി' കഴിഞ്ഞ് ചാക്യാർ പ്രബന്ധത്തിലേക്ക് കടക്കുകയാണ്. "സ രാമചന്ദ്ര വ പായാൻ" എന്ന് പറഞ്ഞ് പ്രാർത്ഥിച്ചശേഷം കഥയിലേക്ക് പ്രവേശിച്ചു.

രാമന്റെ വനവാസവും ഓർത്ത് ദുഃഖിക്കുന്ന ദശരഥരാജന്റെ കഥയും ചൊല്ലി അർത്ഥം പറഞ്ഞു തുടങ്ങി!

സാമാജികർ ചിരിക്കുകയും ദുഃഖിക്കുകയും ചെയ്യുമ്പോൾ നമ്പ്യാർ പരിഭ്രമത്തിലായിരുന്നു! മുമ്പില്ലാത്ത വണ്ണം വിയർക്കാൻ തുടങ്ങി. പ്രേക്ഷകർക്കിടയിൽ നമ്പ്യാരുടെ കണ്ണുകൾ പരതിനടന്നു.

ചാക്യാർ കഥചൊല്ലിപ്പറഞ്ഞ് കൂത്ത് മുടിച്ചു. മുന്നിലിരുന്ന ബ്രാഹ്മണർ കരഘോഷം മുഴക്കി... ദൈവാനുഗ്രഹം കിട്ടിയതായി തോന്നിയ ചാക്യാർ സദസ്സിനെ ഒരിക്കൽക്കൂടി വണങ്ങിയശേഷം അണിയറയിലേക്ക് പോയി.

മാറ്റഴിച്ച് തേപ്പ് തുടയ്ക്കുന്നതിനിടയിൽ നമ്പ്യാരോട് കളിയുടെ വിശേഷങ്ങൾ എന്തൊക്കെയോ ചാക്യാർ ചോദിക്കുന്നുണ്ടായിരുന്നു. നമ്പ്യാർ മറുപടിയൊന്നും പറഞ്ഞില്ല. നമ്പ്യാർ മിഴാവ് വെച്ച്കെട്ടി തോളിൽ തൂക്കി... "എന്തേ നമ്പ്യാർക്കൊരു മ്ലാനത ഇന്നത്തെ അരങ്ങ് നന്നായില്ലാന്നുണ്ടോ?" ചാക്യാർ ചോദിച്ചു. അതിനും ഉത്തരമൊന്നും പറയാതിരുന്ന നമ്പ്യാരുടെ മുഖഭാവം കണ്ടപ്പോൾ ചാക്യാരാകെ പരുങ്ങി. 'ഇന്നിപ്പം എവിടെയാ ഉറക്കം?...' തരപ്പെടുത്താന്ന് കാര്യക്കാരൻ പറഞ്ഞു. അപ്പോഴും അയാളുടെ മുഖത്തെ അസ്വസ്ഥത മാഞ്ഞിട്ടുണ്ടായിരുന്നില്ല. "എവിടെ കൂടെണ്ടായിരുന്ന മരുമകൻ? എവിടെയെങ്കിലും കിടന്ന് ഉറങ്ങിപ്പോയിട്ടുണ്ടാവ്വോ?"ചാക്യാർ ചോദിച്ചു.

നമ്പ്യാർക്ക് തൊണ്ടയിടറി. “ഇല്ല അവനങ്ങനെ ഉറങ്ങുന്നവനല്ല! കളി തുടങ്ങും മുമ്പേ അവനെ കാണാനില്ലായിരുന്നു എവിടെപ്പോയി എന്റീശ്വരാ...” മേൽമുണ്ടിന്റെ തലപ്പുകൊണ്ട് കണ്ണുതുടച്ച ശേഷം കൈരണ്ടും തലയിൽ വെച്ച് കോവിലിന് നേരെ തിരിഞ്ഞ് ഉള്ളുരുകി പറഞ്ഞു: “ഈശ്വരോ രക്ഷതു...” കുറെ നേരം അയാളങ്ങനെ തന്നെ നിന്നു. മനസ്സിൽ യാചനകൾ... നൊമ്പരങ്ങൾ... ഒരായിരം വഴിപാടുകൾ...! ദീർഘനിശ്വാസത്തോടെ കൈകൾ താഴ്ത്തിയപ്പോൾ കവിളിൽ കണ്ണീർച്ചാലുകൾ.

അഞ്ച്

ഭക്ഷണം മുമ്പിലെത്തിയപ്പോൾ നമ്പ്യാർക്ക് കൈവിറച്ചു. രാത്രിയിലും ചോറ് തന്നെയായിരുന്നു. ആവി പറക്കുന്ന കുറിയരിച്ചോറ്. ആവിയിൽ കുഞ്ചുവിന്റെ മുഖം തെളിഞ്ഞു വന്നപ്പോൾ നമ്പ്യാർക്ക് കണ്ണ് നിറഞ്ഞു.

കുഞ്ചു എവിടെ? അവൻ എന്തിനായിരിക്കും പിണങ്ങി പോയത്? അവൻ ഭക്ഷണം കഴിച്ചുകാണുമോ? വിശന്ന് വലഞ്ഞ കുഞ്ചുവിന്റെ മുഖം... ക്ഷീണിച്ച കണ്ണുകൾ... ഒട്ടിയ വയറ്... നമ്പ്യാർ അന്നത്തിൽ തൊടാതെ ഇലമടക്കി എഴുന്നേറ്റു. “എന്തേ നമ്പ്യാർക്ക് ഇഷ്ടായിലാന്നുണ്ടോ?” കാര്യക്കാരൻ ചോദിച്ചു. “എന്തോ ഒരാതി. ഒന്നുംവേണ്ടാന്നൊരു തോന്നൽ.” അയാൾ ഇലച്ചോറുമായി മുറ്റത്തിനപ്പുറത്തേക്ക് നടന്നു. പറമ്പിലേക്ക് വലിച്ചെറിഞ്ഞ് കൈ കഴുകി തിരിച്ചു വന്നു

“അവനെ നമുക്ക് കണ്ടുപിടിക്കാം... നമ്പ്യാരു കിടന്നോളൂ..” ചാക്യാരാണത് പറഞ്ഞത്.

വടക്കിനി കോലായിൽ നിവർത്തിയിട്ട പുല്പായയിൽ മലർന്ന് കിടന്ന് നമ്പ്യാർ ദീർഘശ്വാസം ചെയ്തു. തിരിഞ്ഞു മറിഞ്ഞും കിടന്നിട്ടും ഉറക്കം വന്നില്ല. നെഞ്ചിൻകൂടിനകത്ത് അസുരവാദ്യം തിമർക്കുന്നു!ഒരായിരം ബലിക്കാക്കകൾ ഒന്നിച്ച് കരഞ്ഞ് ബഹളം വെക്കുന്നു! നമ്പ്യാർ കമിഴ്ന്നു കിടന്നു.

ചാക്യാർ കിടന്നപ്പോൾ തന്നെ തുടങ്ങിയതാണ് കൂർക്കംവലി. ഞെണ്ടൊറവിലേക്ക് വെള്ളം വീഴുന്ന ശബ്ദം... കാല്പടങ്ങൾ പിണച്ച് വെച്ച് മലർന്ന് കിടന്ന് വായ തുറന്നുള്ള കൂർക്കംവലി വരാന്തമുഴുവൻ നിറയുകയാണ്.

പിൻനിലാവിന്റെ നിറവിൽ സമയബോധം നശിച്ച കാക്കകൾ കരഞ്ഞു തുടങ്ങി. നേരം പുലർന്നെന്ന് നമ്പ്യാർക്കും തോന്നി.

ആരെയും വിളിച്ചുണർത്തിയില്ല... യാത്ര പറഞ്ഞില്ല... മിഴാവെടുത്ത് തോളിലിട്ട് മുറ്റത്തേക്കിറങ്ങി. തൊടിയിലേക്കിറങ്ങിയപ്പോൾ കുറച്ചകലെ നിന്ന് നായ്ക്കൾ കുരയ്ക്കുന്ന ശബ്ദം. അയൽവീടുകളിൽ വിളക്കുക

ളൊന്നും കണ്ടില്ല.നമ്പ്യാർ ആകാശത്തേക്ക് നോക്കി. ആകാശമദ്ധ്യത്തിൽ നിറപുഞ്ചിരിയോടെ പൂർണ്ണ ചന്ദ്രൻ!

നേരം പുലരാൻ ഇനി നാഴികകളും വിനാഴികകളും ബാക്കിയാണോ..

നമ്പ്യാർ ഇടവഴിയിലേക്ക് നടന്നു... ഇപ്പോൾ ഒന്നിനേയും ഭയമില്ല... നായയോ കുറുക്കനോ ഇഴജന്തുക്കളോ ഹിംസ്രമൃഗങ്ങൾ തന്നെയോ നേരിട്ടു വന്നാലും ഒന്നുമില്ല.

നാലു ഭാഗത്തേക്കും കണ്ണോടിച്ചു കൊണ്ടയാൾ നടക്കാൻ തുടങ്ങി! ശബ്ദം താഴ്ത്തിയും ഉയർത്തിയും "കുഞ്ചോ" എന്ന് വിളിച്ചു കൊണ്ടിരുന്നു.

എങ്ങോട്ടായിരിക്കും അവൻ പോയിട്ടുണ്ടാവുക...? തെക്കോട്ടോ വടക്കോട്ടോ... ദിക്കറിയാതെ അയാൾ നടന്നുകൊണ്ടിരുന്നു. കല്ലിലും മുള്ളിലും ചവിട്ടി കാലുകൾ വേദനിച്ചു തുടങ്ങിയിരിക്കുന്നു.

കുന്നിൻചെരിവിലെവിടെയോ കോഴികൂവി!

ആശ്വാസം! നേരം പുലരാറായിരിക്കുന്നു... ഇതുവഴി ആരെങ്കിലും വരാതിരിക്കില്ല... ചോദിക്കാം! എന്താണ് ചോദിക്കുക. കുഞ്ചുവിനെ കണ്ടെന്നോ?.. കുഞ്ചുവിനെ ഇവിടെ ആർക്കറിയാം?

വെളുത്ത് മെലിഞ്ഞ് ഏതാണ്ട് പതിനഞ്ച് വയസ്സുള്ള ഒരു കുട്ടിയെ കണ്ടോ? അതെ... അതായിരിക്കും നല്ലത്... അങ്ങനെ ചോദിക്കാം.

മനസ്സിൽ നൂലട്ടകൾ ഇഴയുകയാണ്. ചിന്തകൾ നാലുവഴിക്കും ഓടുകയാണ്. പൊറുതി മുട്ടുമ്പോൾ വെറുതെ ആകാശത്തേക്ക് നോക്കും... നക്ഷത്രങ്ങൾ മാഞ്ഞ് തുടങ്ങിയിരിക്കുന്നു... വിടപറയാനിരിക്കുന്ന ചന്ദ്രന്റെ വിളറിയ മുഖത്ത് ദുഃഖച്ഛവി!

ഇടവഴിയിൽ കുറുകെ കിടക്കുന്ന ഒരു കയറിന്റെ കഷ്ണം കണ്ടു. കാലിന്ന് കുരുങ്ങും... കുരുങ്ങിയാൽ വീഴും... ഞാനല്ലെങ്കിൽ വേറെയാരെങ്കിലും... നമ്പ്യാർ അത് വലംകാലുകൊണ്ട് ഒരുവശത്തേക്ക് കോരിയെറിഞ്ഞു. പാദത്തിൽ അസഹ്യമായ തണുപ്പേറ്റപ്പോൾ അയാൾ സൂക്ഷിച്ചു നോക്കി. കയറിന്റെ ഒരറ്റം വീർത്ത് ഒരു ചെറിയ ഓലക്കുടയോളം വലുപ്പത്തിൽ ഉയർന്ന് നില്ക്കുന്നു... തുടർച്ചയായ ശീല്ക്കാരം കാതിൽ തുളച്ച് കയറി... കുറെ സമയം അതിനെത്തന്നെനോക്കി നിന്ന ശേഷം ആദ്യം കണ്ട സുഹൃത്തിനോടെന്നവണ്ണം നമ്പ്യാർ ചോദിച്ചു: "നീ കണ്ടിരുന്നോ എന്റെ കുഞ്ചുവിനെ?..." മറുപടിയൊന്നും പറയാതെ അവൻ ഫണം ചുരുക്കി കുറ്റിച്ചെടികൾക്കിടയിലേക്ക് ഊളിയിട്ടു.

കിഴക്ക് വെള്ളകീറി... നാട്ടുവഴിയിലേക്കിറങ്ങിവരുന്ന വെളിച്ചത്തിന്റെ വെള്ളിശ്ശലാകൾ... കാൽമുട്ടിലും പാദത്തിലും നീർക്കെട്ടിന്റെ ഭാരം! വഴിവക്കിൽ പൊട്ടിപ്പൊളിഞ്ഞ ആൽത്തറ കണ്ടു. ചുവട്ടിൽ അനാഥമായ ശിവലിംഗം... മിഴാവ് ഇറക്കിവെച്ച് കുറച്ചുസമയം തറയിലിരുന്നു.

ചുറ്റും വളർന്നുവന്ന ക്ഷീണത്തിന്റെ വല്മീകം... കണ്ണിൽ ഉറക്കത്തിന്റെ പൂഴിത്തരികൾ. മെല്ലെമെല്ലെ തറയിലേക്ക് ചാഞ്ഞ് കിടന്നു എപ്പോഴാണ് മയങ്ങിയതെന്നറിയില്ല.

വിഭ്രമിപ്പിക്കുന്ന സ്വപ്നങ്ങൾ... ചെവിയിൽ വവ്വാലുകളുടെ കാതടപ്പിക്കുന്ന ശബ്ദം. കുറുക്കന്മാരുടെ ഓലിയിടൽ... അട്ടഹാസങ്ങൾ, കൂക്കിവിളികൾ. നമ്പ്യാർ ഞെട്ടിയുണർന്നു. വെയിലിന് ചൂടേറിയിട്ടുണ്ട്. കാൽക്കീഴിൽ ആരോ ചുരുണ്ടുകൂടി കിടന്നുറങ്ങുന്നു.

നമ്പ്യാർ കണ്ണു തിരുമ്മി സൂക്ഷിച്ചു നോക്കി... കുഞ്ചു..! ഏതോ മലമുകളിൽ നിന്ന് താഴ്ചയിലേക്ക് വലിച്ചെറിയപ്പെട്ടതു പോലെ തോന്നി... ആശ്വാസം! എന്നാലും അന്ധാളിപ്പ്!

ഉണങ്ങിയ ആലിലകളിൽ അവൻ ഒന്നു കൂടി ചുരുണ്ടു കൂടി! ഉറക്കത്തിന്റെ ആഴങ്ങളിൽ അവൻ ആലിലക്കണ്ണനായി വിരലുകൾ നുണഞ്ഞു.

നമ്പ്യാർ കുഞ്ചുവിനെ കുലുക്കി വിളിച്ചു. ഉറക്കത്തിന്റെ ആലസ്യത്തിൽ നിന്ന് പകൽ വെളിച്ചത്തിലേക്ക് കണ്ണ് തുറന്നു. കുഞ്ചു ചോദിച്ചു: "കുഞ്ഞമ്മാമൻ വന്നോ?"

"വന്നു" ദേഷ്യമടക്കിക്കൊണ്ടയാൾ പറഞ്ഞു: "നീയെന്നെ തീ തീറ്റിച്ചു. എന്തിനാ കുഞ്ചോ കുഞ്ഞമ്മാമനോടിങ്ങനെ?" കുഞ്ചുവിന് സ്ഥലകാല ബോധം വന്നു. ഒന്നും പറയാതെ തലകുനിച്ചിരുന്ന് തേങ്ങി! നമ്പ്യാരവനെ മാറോട് ചേർത്തു! നിറഞ്ഞ കണ്ണിൽ ഒരായിരം ചെറു സൂര്യന്മാർ!

തൊണ്ടയിടറിയിട്ട് ഒന്നും പറയാൻ കഴിഞ്ഞില്ല. സാന്ത്വനവാക്കുകൾ തൊണ്ടയിൽ കിടന്ന് കുറുകി... കുഞ്ചുവിന്റെ നെറുകയിൽ തുരുതുരാ മുകർന്ന് കൊണ്ട് കുറെ നേരമിരുന്നു.

ഇളംകാറ്റിന്റെ അലസസഞ്ചാരം... ആലിലകൾ ഇറങ്ങി വന്ന് മൂർദ്ധാവിൽ കൈവച്ചു.

"നിനക്ക് വല്ല അസുഖോം വന്നോന്നായിരുന്നു എന്റെ ആധി. പച്ചപ്പടർപ്പ് കൊണ്ട് മുഖം മൂടി ഒളിച്ചിരിക്കുന്ന കിണറും കുളങ്ങളും എവിടെയാണെന്നറിയില്ലല്ലോ... കുഞ്ചോ നിന്നെയോർത്തെന്റെ നെഞ്ച് കീറിപ്പോയി." അയാൾക്ക് കരച്ചിലടക്കാൻ കഴിഞ്ഞില്ല.

കെട്ടിക്കിടന്ന കാർമേഘം പെയ്തൊഴിഞ്ഞു... കണ്ണുകലങ്ങി. നമ്പ്യാരുടെ മാറത്ത് മുഖം ചേർത്ത് കുഞ്ചുവും കരഞ്ഞു!

കണ്ണീരിൽ കുളിച്ച് തുവർത്തിയപ്പോൾ രണ്ടു പേർക്കും ആശ്വാസം.

"വരൂ... പോകാം.." മേൽമുണ്ടു കൊണ്ട് കുഞ്ചുവിന്റെ മുഖം തുടച്ച ശേഷം അവന്റെ കൈയും പിടിച്ച് നമ്പ്യാർ നടന്നു.

നമ്പ്യാർ ചോദിച്ചു: "പറയൂ എന്താണുണ്ടായത്? ആരാണ് നിന്നെ കൂട്ടിക്കൊണ്ടുപോയത്? എവിടേയ്ക്കായിരുന്നു നീ പോയത്?" കുഞ്ചു ഒന്നും പറയാതെ തേങ്ങുക മാത്രം ചെയ്തു. "വയ്യെങ്കിൽ പറയണ്ട" നമ്പ്യാർ പറഞ്ഞു.

കുറെ ദൂരം പിന്നിട്ടപ്പോൾ വഴിവക്കിൽ ഒരു വീട്ടിൽ കയറി വെള്ളം കുടിച്ചു. വിശപ്പടക്കാൻ ഭാണ്ഡത്തിൽ ഒന്നുമുണ്ടായിരുന്നില്ല.

"വരൂ കുറേ നടന്നാൽ എന്തെങ്കിലും കിട്ടും വിശപ്പടക്കാൻ" നമ്പ്യാർ പറഞ്ഞു.

"എനിക്ക് വിശപ്പില്ല... കുഞ്ഞമ്മാമാ.. ഞാൻ ചെന്നു അവിടെ."

"എവിടെ?"നമ്പ്യാര് ചോദിച്ചു.

"എന്റെ അച്ഛന്റെ വീട്ടിൽ."

നമ്പ്യാർക്ക് കണ്ണ് തള്ളി... ഒന്നും ചോദിക്കാനാവാതെ അയാൾ കുഞ്ചുവിനെത്തന്നെ നോക്കി നിന്നു. അയാൾക്ക് വിയർക്കുന്നുണ്ടായിരുന്നു.

"കിടങ്ങൂർക്കാരൻ നമ്പൂതിര്യാന്നല്ലെ പറഞ്ഞത്... ഞാൻ കണ്ടവരോടൊക്കെ ചോദിച്ചു... കലക്കത്ത് സമ്മന്തൊണ്ടായിരുന്ന നമ്പൂരിന്റെ വീടേതാ?... എല്ലാരും ചോദിച്ചത് ഒരേ ചോദ്യം... പേരെന്താ?..."

ഞാൻ പറഞ്ഞു: "അറിയില്ലാന്ന്." മുഖം താഴ്ത്തി അമർഷത്തോടെ കുഞ്ചു പറഞ്ഞു: "ആരും പറഞ്ഞുതന്നില്ലാല്ലോ... ഉവ്വോ?" കുഞ്ചു ഒരലർച്ചയായിരുന്നു. "ഉവ്വോ?... ആരെങ്കിലും പറഞ്ഞ് തന്നിരുന്നോ?"

നമ്പ്യാർക്ക് ഉത്തരമുണ്ടായില്ല.

"സ്വന്തം പിതാവിന്റെ പേര് പോലും അറിയാത്ത മകൻ... ഏഭ്യൻ." അതായിരുന്നു എല്ലാവരും പറഞ്ഞത്.

"നമ്പ്യാർക്ക് പലേടത്തും സംബന്ധം കാണും... നായരച്ചിയിലും നങ്ങ്യാരച്ചിയിലുമൊക്കെ കുട്ട്യോളുമുണ്ടാകും... അതൊക്കെ ഇപ്പോ ആരാ എണ്ണാറുള്ളത്... ഉടമസ്ഥരില്ലാത്ത കുറെ അഞ്ചലുരുപ്പടികൾ... തോട്ടിലോ തൊടിയിലോ ഒടുങ്ങേണ്ട കുറെ ജന്മങ്ങൾ... അല്ലേ കുഞ്ഞമ്മാമാ?"

ഉത്തരം മുട്ടിയ നമ്പ്യാർ പറഞ്ഞു: "കുഞ്ചോ‌ാ നീ എന്നെ ശകാരിച്ചിട്ടെന്തുകാര്യം? പണ്ടുള്ളോര് അവരുടെ ഇഷ്ടാനുസരണം ഉണ്ടാക്കി വെച്ച ഓരോ ന്യായോം നീതീം... ബാക്കിയുള്ളോര് അതങ്ങട് തുടരാ... എത്ര കാലത്തോളംന്ന് നിശ്ചല്യ... ബ്രാഹ്മണൻ, ക്ഷത്രിയൻ, വൈശ്യൻ, ശൂദ്രൻ... തമ്മിൽ തൊടാത്ത നാല് വർഗ്ഗങ്ങൾ അതിനിടയിൽ എത്രയോ ജാതിയും ഉപജാതിയും എനിക്കൊന്നുമറിയില്ല... സ്വന്തം രക്തത്തിനെ തിരിച്ചറിയാതെ കാലം കഴിക്കാനുള്ള യോഗാ പലർക്കും."

"എനിക്ക് കുറച്ചൊക്കെ തിരിച്ചറിയാം..." കുഞ്ചു പറഞ്ഞു. "അച്ഛന്റെ വീട്ടുകാര് എല്ലാം പറഞ്ഞു. എന്നെ അടിച്ചു പുറത്താക്കി... ആട്ടി പുറത്താക്കി വാതിലടച്ചു. രണ്ട് രാക്ഷസികൾ!.... അച്ഛന്റെ പെങ്ങന്മാർ. പാതി ഇരുട്ടായിരുന്നു വരാന്തേല്... മണ്ണെണ്ണ വിളക്കിന്റെ മങ്ങിയ വെളിച്ചത്തിൽ ഒരുത്തീന്റെ ഉന്തിയ പല്ലുകളാ ആദ്യം കണ്ടത്...ദംഷ്ട്ര!"

"ഞാനിനി എങ്ങോട്ടും വരില്ല. കൂത്തിനൂല്ല കൂടിയാട്ടത്തിനൂല്ല. അമ്പലമുറ്റത്ത് എന്താ ഉണ്ടായതെന്ന് അറിയോ കുഞ്ഞമ്മാമന്? കാവാലം നാരയണ ചാക്യാർ കേമനാണല്ലോ... പ്രബന്ധം പറയുന്നത് കുറച്ച് കേൾക്കാമെന്നു കരുതി ഞാൻ മുന്നിൽ പോയിരുന്നു. ഏറ്റവും മുന്നിൽ വെറും മണ്ണിൽ... ആർക്കും ഒരു ശല്യവുമില്ലാതെ കുനിഞ്ഞിരിയ്ക്ക്യായിരുന്നു."

"എന്നിട്ടെന്തേ ഉണ്ടായത്? പറയ് കുഞ്ചോ‌ാ..." നമ്പ്യാർക്ക് ക്ഷമ കെട്ടിരുന്നു.

കുഞ്ചുവിന്റെ മുഖം തുടുത്തു മേലാസകലം വിറച്ചു കൊണ്ട് അവൻ പറഞ്ഞു തുടങ്ങി! "ഒരേഭ്യൻ... കാര്യക്കാരനാണത്രെ ഓടി വന്ന് എന്റെ ചെവിക്ക് പിടിച്ച് എഴുന്നേല്പിച്ചു.... കൂത്ത്പറയുമ്പോൾ എന്നെപ്പോലുള്ളവർ മുമ്പിലിരിക്കാൻ പാടില്ലാത്രെ. കൂത്ത് പറയുന്നത് ദേവന്മാരോടാണെന്ന് പറഞ്ഞായിരുന്നു ശകാരം. എന്റെ ചെവി പിടിച്ച് തിരുമ്മിയപ്പോൾ എനിക്ക് വല്ലാതെ വേദനിച്ചു... കരച്ചിൽ.. വന്നു... സഹിക്കാതായപ്പോൾ കാര്യക്കാരന്റെ മൂക്കടക്കി ഒരടിയങ്ങ് കൊടുത്തു... മൂക്കിൽ നിന്ന് കുടുകുടാ ചോരവന്നു.

ഞാൻ തുടച്ച് കൊടുക്കാനൊന്നും നിന്നില്ല. ഓടി മതിൽ ചാടിക്കടന്നു... വഴിയിലേക്ക് നടന്നു... പിന്നെ ഒരു മോഹമേ ഉണ്ടായിരുന്നുള്ളു... കളി കിടങ്ങൂരാണെന്ന് പറഞ്ഞപ്പോഴേ ഉണ്ടായിരുന്ന മോഹം... "അച്ഛനെ കാണണം." അത് പറഞ്ഞശേഷം വളരെ രൂക്ഷമായി കുഞ്ചു നമ്പ്യാരെ നോക്കി.

"എന്നിട്ട് കണ്ടോ കുഞ്ചോ?" നമ്പ്യാർ ചോദിച്ചു.

"മരിച്ചോരെപ്പിന്നെ കാണ്വോ?" കുഞ്ചു ചോദിച്ചു.

"മരിക്കാനോ? ആര് മരിച്ചൂന്നാ കുഞ്ചു പറഞ്ഞത്?"

"എന്റെ അച്ഛൻ! നിങ്ങളുടെ പെങ്ങളുടെ സമ്മന്തക്കാരൻ. എത്രയാ എന്റെ അമ്മയ്ക്ക് സമ്മന്തക്കാര്."

"കുഞ്ഞമ്മാമന്ന് അറിയോ എത്രയാന്ന്?"

"ക്ഷേത്രത്തില് ശാന്തിക്കാര് വരുന്നു പോകുന്നു. അവർക്കൊക്കെ കലക്കത്തെ അകത്തളത്തിൽ കിടക്ക വിരിച്ചു കൊടുക്കുന്നു. അവരൊക്കെ എന്റെ അമ്മ ദേവൂട്ടി നങ്ങ്യാരമ്മയ്ക്ക് സമ്മന്തക്കാര്... അല്ലേ കുഞ്ഞമ്മാമാ?"

വിയർത്ത് കുളിച്ച നമ്പ്യാർ പരിഭ്രമിച്ചുകൊണ്ട് പറഞ്ഞു: "ഇല്ല കുഞ്ചോ എനിക്കൊന്നുമറിയില്ല മോനേ... സത്യം..... പരമേശ്വരനാണേ സത്യം..."

"വേണ്ട എന്നോട് കള്ളം പറയണ്ട... വല്യമ്മാമനോ...... കുഞ്ഞമ്മാമനോ... മറ്റാരെങ്കിലുമോ... ആരാ എന്റെ അച്ഛനെ കൊന്നത്?"

"സത്യമായും എനിക്കറിയില്ല... കുഞ്ചോ" ക്ഷമാപണ സ്വരത്തിൽ നമ്പ്യാർ പറഞ്ഞു.

"ദേശാടനം കഴിഞ്ഞ് ഞാൻ വന്നേൽപ്പിന്നെയാ നമ്പൂതിരി പോയീന്നറിയുന്നത്.... നമ്പൂരാരുടെ സമ്മന്തം അങ്ങനെയാണല്ലോന്ന് ഞാനും കരുതി....ഒന്നും ചോദിച്ചില്ല. ഏട്ടനും ദേവൂട്ടിയും വിഷമിച്ചിരിക്കണ്ടാന്ന് കരുതി..."

"കൊന്നാതാ എന്റെ അച്ഛനെ... നിങ്ങള്... കലക്കത്ത്കാര്. എന്നിട്ടെടുത്ത് പൊട്ടക്കിണറ്റിലെറിഞ്ഞു. ഉളുപ്പില്ലാണ്ട് വല്യമ്മാമൻ പറഞ്ഞു: എല്ലാരും കേൾക്കെ... അയാള് പോയീന്ന് ... കുഞ്ഞമ്മാമനറിയോ എന്റെ അമ്മയുടെ കണ്ണിൽ നിന്ന് ഒരുതുള്ളി കണ്ണീർ വന്നിട്ടില്ല അന്ന്... എന്റെ അച്ഛന്റെ പെങ്ങളാ പറഞ്ഞ് തന്നത്. പിന്നെ എന്നെ ഇറക്കി വിട്ടേല് എന്താ

ണതിശയം?"

നമ്പ്യാർ ഒന്നും പറഞ്ഞില്ല.

സൂര്യൻ തലയ്ക്ക് മീതെ കനലുകൾ കോരി എറിയുന്നു...

ശീതങ്കൻ ചാളകളിൽ നിന്ന് പട്ടികൾ ഓലിയിട്ടു... അപശകുനം... അസത്യത്തിന്റെ വഴികളിൽ ദുരാത്മാക്കളുടെ ദുരിത സഞ്ചാരം

"കുഞ്ചോ... ഇതൊക്കെ ശാപം തന്നെയാ... ചോദിച്ചു വാങ്ങിയ ശാപം. അടുക്കള ദോഷത്തിൽ നിന്നാ ചാക്യാരും നമ്പ്യാരും എല്ലാം ഉണ്ടായത്... പറഞ്ഞിട്ട് കാര്യമില്ല... രക്തത്തിലുണ്ടാകും അതിന്റെ അംശം."

"അങ്ങനെയൊന്നും പറഞ്ഞാൽ എനിക്ക് മനസ്സിലാവില്ല" കുഞ്ചു പറഞ്ഞു:

"അടുക്കള ദോഷം എന്ന്ച്ചാല് പെണ്ണ്ങ്ങള് ചീത്ത്യാവ്വ. അത് തന്നെ... അടുക്കള ദോഷം കൊണ്ട് കാലത്തിൽ പെട്ടവരാ ചാക്യാരും നമ്പ്യാരും... ഒരുകണക്കിന് സൂതമ്മാരാ... ഈ കൊട്ടും പാട്ട്വൊക്കെ പരശുരാമൻ വിധിച്ചതാത്രെ."

"ബുദ്ധമതം ആയിട്ടൂണ്ട് ബന്ധം. ഷാരടിമാരെപ്പോലെ ബുദ്ധമതത്തിൽ നിന്ന് വൈദിക മതത്തിലേക്ക് പരിവർത്തനം ചെയ്തുണ്ടായ ജാതിയാ ചാക്യാമ്മാര്. നമ്പ്യാരും അങ്ങനെ തന്നെ. അടുക്കളദോഷം കൊണ്ട് കാലത്തിൽപ്പെട്ട.... ഉപനയനം കഴിയാത്ത ആങ്കുട്ട്യോളാ നമ്പ്യാന്മാര്... പെണ്ണായാൽ നങ്ങ്യാരും."

അല്പം ദേഷ്യത്തോടെ കുഞ്ചു ചോദിച്ചു: "എന്താപ്പം ഒടുവില് പറഞ്ഞ് വന്നത്? ഈ വർഗ്ഗത്തിൽപ്പെട്ട പെണ്ണുങ്ങളൊക്കെ ചീത്തയാന്ന്.. ഒക്കെയും പെഴയാ... പെഴച്ച് പെറ്റതാണ് അല്ലേ... ഞാനും അങ്ങനെ തന്നെയാണ് അല്ലെ കുഞ്ഞമ്മാമാ."

ആറ്

ഒരു നുള്ള് കല്ലുപ്പ് കൈവെള്ളയിലിട്ട് തിരുമ്മിക്കൊണ്ട് നമ്പ്യാർ മുറ്റത്തേക്കിറങ്ങി. കയ്യാലപ്പുറത്തെ ഉണക്കപ്പുല്ലിൽ വീണുകിടക്കുന്ന പ്ലാവിലയെടുത്ത് ഞരമ്പ് കളഞ്ഞ് ചുരുട്ടിയെടുത്ത് ഉപ്പിൽ കുത്തിക്കൊണ്ട് മുറ്റത്ത് ഒരു മൂലയിൽ ചെന്ന് നിന്നു. നാക്ക് വടിക്കാൻ ചീന്തിയെടുത്ത ഈർക്കിൽപാളികൾ വിരലുകൾക്കിടയിൽ ചേർത്ത്പിടിച്ച് പഴുക്കടക്കയുടെ തൊലി കീറിയെടുത്ത് പല്ലിൽ ഉരസ്സിക്കൊണ്ടിരിക്കുന്നു.

പിറകിൽ എന്തോ ഒരനക്കം കേട്ട് രാഘവൻ നമ്പ്യാർ തിരിഞ്ഞു നോക്കി! തോളിൽ ഒരു ചെറിയ ഭാണ്ഡവുമായി കുഞ്ചു!

പഴുക്കടക്കാത്തൊലികൊണ്ട് മുൻനിരപ്പല്ലിൽ ഉരസിക്കൊണ്ട് നമ്പ്യാർ പറഞ്ഞു... "ഇത് നല്ലതാ... പല്ലിലെ വെറ്റിലക്കറ പോകും..." കുഞ്ചു നമ്പ്യാരെ ഒന്ന് നോക്കുക മാത്രം ചെയ്തു...

"എന്താ നിന്റെ തോളിലൊരു ഭാണ്ഡം?" ചിരിച്ചുകൊണ്ട് നമ്പ്യാർ ചോദിച്ചു.

"പോവ്വാണ്" കുഞ്ചു പറഞ്ഞു.

"പോവേ... എങ്ങട്ട്!?" നമ്പ്യാരല്പം ഉൽക്കണ്ഠയോടെയാണത് ചോദിച്ചത്. കുഞ്ചു പറഞ്ഞു: "എങ്ങോട്ടെന്നില്ല.ഒരു യാത്ര... ഒരു മുണ്ടും ഒരു മേൽമുണ്ടും രണ്ടു കൗപീനവും എടുത്തിട്ടുണ്ട്, രണ്ട് ഗ്രന്ഥങ്ങളും" നമ്പ്യാർ അടക്കാത്തൊലി ദൂരെയെറിഞ്ഞു. നാവ് വടിച്ച് മുഖം കഴുകി... മുഖം തുടയ്ക്കുന്നതിനിടയിൽ ചോദിച്ചു.

"ദേശാടനത്തിനുള്ള പ്രായായോ നെനക്ക്?"

"എനിക്കിപ്പോൾ പന്ത്രണ്ടു കഴിഞ്ഞു... പന്ത്രണ്ടാം വയസ്സിൽ തന്നെ കുഞ്ഞമ്മാമൻ കാഞ്ചിപുരത്തോളം പോയിരുന്നൂന്നല്ലേ പറഞ്ഞത്?"

"നിന്റെ അമ്മയോട് നീ പറഞ്ഞിരുന്നോ?"

"അതിന്റെ ആവശ്യമില്ല... ശബ്ദിക്കുന്ന മിഴാവിലല്ലേ കൊട്ടേണ്ടതുള്ളു." കുഞ്ചു പറഞ്ഞു.

കുഞ്ചു മുറ്റം കടന്ന് ഇടവഴിയിലേക്കിറങ്ങി.... കയ്യാലക്കെട്ടിന്റെ മറവ് കാരണം തല മാത്രമേ കാണുന്നുണ്ടായിരുന്നുള്ളൂ.... അകന്നകന്ന് പോകുന്ന തല രാഘവൻ നമ്പ്യാർ കണ്ണിമയ്ക്കാതെ നോക്കിനിന്നു. അമ്പലപ്പറമ്പിന്നപ്പുറത്തെ ഇടവഴിയിൽ ഒരു ബിന്ദുവായത് മാഞ്ഞുപോയി.

ഭാര്യയുടെ മരണശേഷം നമ്പ്യാർക്ക് ആകെ ഒരു തുണ... മിണ്ടാനും പറയാനും ഒരാൾ... ഒരു മരുമകൻ മാത്രമായിരുന്നില്ല കുഞ്ചു. സുഹൃത്തും സഹചാരിയും... പ്രിയ ശിഷ്യനും... അതിനൊക്കെയപ്പുറം മനസ്സിന്റെ കിളിവാതിലിനപ്പുറം കാതോർത്തിരിക്കുന്ന ഒരാളായിരുന്നു.

ഇടനെഞ്ചിന്റെ താളമേറ്റ് വാങ്ങുന്ന മിത്രം... സ്മൃതിയുടെ ചുഴികളിൽ നിസ്സഹായനാകുമ്പോൾ രക്ഷയ്ക്ക് ഒരു പങ്കായം! പങ്കായം ഒടിഞ്ഞു പോകുമ്പോൾ..... തോണിക്കാരന്റെ വിഹ്വലത! മനസ്സിലാവില്ല മറ്റാർക്കുമത്.....

ഇടവഴി തിരിയുന്ന വളവിലേക്ക് നമ്പ്യാർ സൂക്ഷിച്ചു നോക്കി... ഇല്ല... അവന്റെ തല കാണുന്നില്ല. അകന്നകന്ന് അതൊരു ബിന്ദുവായി അകൽച്ചയുടെ വേവലാതിയിലലിഞ്ഞ് പിന്നീട് പൂർണ്ണമായി ഇല്ലാതായിരിക്കുന്നു.

വയറ്റിൽ ജഠരാഗ്നിയുടെ പഞ്ചശിഖ! മനസ്സിൽ അനാഥത്വത്തിന്റെ പടുതിരി!

കവിളിലേക്ക് അടർന്നുവീണ ഒരു തുള്ളി കണ്ണീർ അയാൾ ചെറുവിരൾ കൊണ്ട് തുടച്ചു...

വെള്ളമില്ലാത്ത ഓട്ടുമൊന്തയുമായി കുറേ നേരം അയാൾ ഇടംവലം നടന്നു.

ദേവൂട്ടി മുറ്റത്തേക്കിറങ്ങി വന്നു, ഇല്ലത്തേക്ക് പണിക്ക് പോകാനുള്ള ഒരുക്കത്തിലാണ്....നമ്പ്യാരുടെ അടുത്തെത്തിയപ്പോൾ ദേവൂട്ടി പറഞ്ഞു: "കഞ്ഞി കലത്തിലുണ്ട്... വേണോച്ചാൽ അമ്മാവനും മരുമകനും എടുത്ത് കഴിക്കാം."

നമ്പ്യാർ പറഞ്ഞു: "ഇല്ല മരുമകനില്ല."

ദേവൂട്ടി തിരിഞ്ഞു നിന്നു. കണ്ണിൽ ചോദ്യചിഹ്നം തെളിഞ്ഞു

"പോയി.... ഇത്തിരി മുമ്പെ... എങ്ങോട്ടാന്ന് പറഞ്ഞില്ല."

ദേവൂട്ടി കുറെ നേരം നമ്പ്യാരെത്തന്നെ നോക്കി നിന്നു

അവളുടെ മുഖം കറുത്ത് കരിവാളിച്ചിരുന്നു... തോളിലിട്ട തോർത്ത് മുണ്ടിന്റെ അറ്റം കൊണ്ട് മുഖം തുടച്ച ശേഷം വീണ്ടും നമ്പ്യാരെ നോക്കി.

"ഇല്ലത്തെ പണി മുടക്കണ്ട പോയ്ക്കൊള്ളൂ" നമ്പ്യാർ പറഞ്ഞു:

ദേവൂട്ടി ഒന്നും പറയാതെ ഇടവഴിയിലേക്ക് നടന്നു.

ഇടയ്ക്കിടെ അവൾ തിരിഞ്ഞു നോക്കിയപ്പോൾ നമ്പ്യാരുടെ മനസ്സിടറി... അയാളോർത്തു, "എന്തായാലും പെറ്റവയറല്ലെ."

നമ്പ്യാർ കുത്തുകല്ലിലിരുന്നു. മുറ്റത്ത് ആലിപ്പഴം പോലെ ചിതറിവീഴുന്ന നിശ്ശബ്ദതയുടെ ചില്ലുകൾ! വീർപ്പടക്കി നില്ക്കുന്ന അന്തരീക്ഷം! വിശപ്പില്ല... ദാഹമില്ല... അകത്തേക്ക് പോകാൻ കാലനങ്ങുന്നില്ല. ശൂന്യമായ നോട്ടം... ഇടവഴിയിൽ അകന്നകന്ന് പോകുന്ന ഒരു കറുത്ത ബിന്ദു മാത്രമാണ് മനസ്സിൽ. ഒറ്റ ഇലപോലും ഇളകുന്നില്ല. തലയ്ക്ക് കൈകൊടുത്ത് അയാൾ കൂനിക്കൂടിയിരുന്നു.

കുത്തുകല്ലിൽ പതിച്ച വെയിൽനാളത്തിൽ കാല് വെന്ത നമ്പ്യാർ എഴുന്നേറ്റ് നിന്നു... നെഞ്ചത്തു കൂടെ ഒഴുകി ഒട്ടിയ വയറിന്റെ മടക്കുകൾ ചവിട്ടിയിറങ്ങുന്ന വിയർപ്പുതുള്ളികൾ!

മേൽമുണ്ട് മടക്കി വീശിക്കൊണ്ടിരുന്നപ്പോഴും ഇടവഴിക്കപ്പുറം അലിഞ്ഞ് തീർന്ന കറുത്തബിന്ദുവിനെയാണയാൾ ഓർത്തത്.

വിശപ്പും ദാഹവും അയാളെ അലട്ടുന്നുണ്ടായിരുന്നില്ല. എങ്കിലും അടുക്കളയിൽ ചെന്ന് കഞ്ഞിപ്പാത്രമെടുത്ത് വരാന്തത്തിണ്ണയിൽ വെച്ചു തൊടിയിലേക്ക് കടന്ന് പ്ലാവിലയെടുത്ത് ഈർക്കിൽ കുത്തിക്കൊണ്ടയാൾ തിരിച്ചു വന്നു.

കഞ്ഞിപ്പാത്രത്തിൽ കൊക്കുകളാഴ്ത്തി കോരിക്കുടിക്കുന്ന കാക്കകളെയാണയാൾ കണ്ടത്.

കഞ്ഞിപ്പാത്രത്തിൽ വിശപ്പാഘോഷിക്കുന്ന കാക്കകളെ കണ്ടിട്ടും പതുക്കെയാണയാൾ നടന്നത്.

കാക്ക അകന്നുമാറി അങ്ങിങ്ങായിരുന്ന് കരഞ്ഞു.

കാക്കകൊക്കിൽ പാതി വിശപ്പിന്റെ നിലവിളികൾ

നമ്പ്യാർ കഞ്ഞിപ്പാത്രമെടുത്ത് കുത്തുകല്ലിലിരുന്നു... പ്ലാവിലയിൽ കഞ്ഞി കോരിയെടുത്ത് കാക്കകൾക്ക് എറിഞ്ഞ് കൊടുത്തു... വിറങ്ങലിച്ച വറ്റുകൾക്കായി കാക്കകൾ പിടിവലികൂടുന്നത് അയാൾ നോക്കി നിന്നു. വീണ്ടും വീണ്ടും കഞ്ഞി കോരിയെറിഞ്ഞു... അന്നദാനം സുകൃതം... കാക്കകൾ കൊത്തിപ്പറിക്കുന്നത് മുറ്റത്തോ മനസ്സിലോ... ഒരു തപസ്വിയുടെ ഭാവമായിരുന്നു നമ്പ്യാർക്ക്. ഒഴിഞ്ഞ പാത്രം കുത്തുകല്ലിൽ കമഴ്ത്തി വെച്ചു...

അകത്ത് ചെന്ന് വാതിൽകട്ടിലയുടെ മേല്പടിയിൽ വെച്ച താളിയോ

ലക്കെട്ടെത്ത് തിരിച്ചു വന്നു. കെട്ടഴിച്ചു... കുഞ്ചുവിന്റെ ജാതകം... ഭട്ടതിരിപ്പാട് ഗണിച്ചതാണ്... തെറ്റാൻ വഴിയില്ല. കൺമുമ്പിൽ വരാഹമിഹിരൻ!

ഒന്നു രണ്ടു ഓലകൾ മറിച്ചു നോക്കി ഗ്രഹസ്തിയും നവാംശവും നോക്കി... ഇല്ല ഭട്ടതിരിക്ക് തെറ്റില്ല. ഗണിതം പിഴയ്ക്കില്ല... പ്രവാസം! അനാഥത്വം! രണ്ടിൽ വ്യാഴമുണ്ട്. ചെല്ലുന്നിടത്ത് സ്ഥാനമുണ്ടാകും. കേമദ്രുമായോഗമില്ല... ഭാഗ്യം... പിന്നെ പ്രവജ്യാ യോഗം!... സന്ന്യാസമോ വിവാഹം കഴിക്കായ്മയോ? അറിയില്ല... അയാൾ ജാതകക്കുറിപ്പുകൾ ഒതുക്കിക്കെട്ടിവെച്ചു.

മാറ്റി വെച്ച ഓലകളെടുത്തു... പുതിയ ഓലകളാണ്! നമ്പ്യാർ വായിച്ചു നോക്കി... വടിവൊത്ത അക്ഷരം.... ഒന്നാം തരം കവിതകൾ! സംസ്കൃതഭാഷയുടെ നിറവ്... ആരായിരിക്കും ഇത് എഴുതിയത്? ആരാണിത് ജാതകക്കെട്ടിൽ തിരുകിയത്? വീണ്ടും വീണ്ടും ഓല തുടച്ചു... ഒടുവിലത്തെ ഓലയ്ക്ക് പിറകിൽ നീണ്ട ഒരു വര. വരയുടെ അറ്റത്ത് രണ്ട് അക്ഷരങ്ങൾ "കുഞ്ചു." നമ്പ്യാർക്ക് വിശ്വസിക്കാൻ കഴിഞ്ഞില്ല. കുഞ്ചു കവിതകൾ എഴുതിയോ?... ചോദിച്ചറിയാൻ കുഞ്ചു എവിടെ? അവൻ എങ്ങോട്ടായിരിക്കും പോയിരിക്കുക? കൈയിൽ ഒന്നും കാണില്ല. കൈയിൽ കാശ് വെക്കുന്ന ശീലമില്ല. അല്ലെങ്കിൽത്തന്നെ അവന്റെ കൈയിൽ എവിടെയാണ് കാശ്? എങ്ങനെയുണ്ടാകാനാണ്? എന്റെ കുട്ടിക്ക് ഭക്ഷണം കിട്ടുമോ ആവോ..?

വളരെ ചെറുപ്പം തൊട്ടേ എന്റെ കൂടെ കിടന്നാണവൻ ഉറങ്ങിയത്... എനിക്ക് ഉറക്കമുണ്ടായിരുന്നില്ല. ഉറക്കത്തിന്റെ ശൃംഗങ്ങളിലേക്ക് സാവധാനം കാലെടുത്ത് വെക്കുമ്പോഴേക്കും അവന്റെ ഞരക്കം കേൾക്കാം. പിന്നെ ഉണർവ്വിന്റെ താഴ്വാരത്തിലേക്ക് വഴുതി വീഴുകയായി... അവന്റെ നെഞ്ചത്തും നെറുകയിലും കൈവെച്ച് ഞാൻ കിടക്കും... തഴുകുന്ന കൈകളിലേക്ക് അനുഗ്രഹാശിരസ്സുകളുടെ മഹാപ്രവാഹം! അനുഗ്രഹിക്കാനും സ്നേഹിക്കാനും മറ്റാരുമുണ്ടായിരുന്നില്ല.... അലച്ചിലിനിടയിൽ തെരുവോരത്ത് വിശന്നുറങ്ങുന്ന അവന്റെ ചിത്രം തന്നെയാണ് മനസ്സിലേക്ക് ഒഴുകിയെത്തുന്നത്. വിശന്നു തളർന്ന് വഴിയരികിലേതെങ്കിലും സത്രത്തിന്റെ കോലായിൽ അന്തിമയങ്ങുന്ന പതിനാലുകാരന്റെ ചിത്രം! ദുസ്മൃതികൾ കൊണ്ട് മുറിവേറ്റ മനസ്സ്... വാർന്നൊഴുകുന്ന രക്തം എവിടെ ചെന്നാണ് കട്ടപിടിക്കുന്നതെന്ന് നമ്പ്യാർക്ക് തിരിച്ചറിയാനായില്ല. കുഞ്ചുവിന്റെ ജാതകം നെഞ്ചോട് ചേർത്ത് അയാൾ കരയാൻ തുടങ്ങി. കണ്ണീരിന്റെ നേരിയ പശിമയാർന്ന കൺപോളകളും കഫത്തിന്റെ മാടപ്പിറാവുകൾ കുറുകുന്ന തൊണ്ടയുമായി കുത്തുപടിയിൽ ചാരിക്കിടന്നു.

ആരോ നെറ്റിത്തടത്തിൽ തൊട്ടപ്പോഴാണ് കണ്ണു തുറന്നത്...

ദേവൂട്ടി...

"ഏട്ടൻ ഉറങ്ങ്വാണോ?" നമ്പ്യാർ ഒന്നും പറയാതെ ഒരു വശത്തേക്ക് ചരിഞ്ഞു കിടന്നു.

"ഏട്ടന് പകലുറക്കത്തിന്റെ ശീലൊല്ലല്ലോ" അവൾ കുലുക്കി വിളിച്ചു.

അവൾ വീണ്ടും നെറ്റിയിൽ തൊട്ടു... പിന്നെ നെഞ്ചത്ത് കൈവെച്ചു. ആരാന്റെ വീട്ടിലെ എച്ചിൽപ്പാത്രങ്ങൾ കഴുകിത്തഴമ്പിച്ച കൈത്തലം ദേഹത്ത് വെച്ചപ്പോൾ കരിങ്കല്ലിന്റെ ഭാരവും പരുപരുപ്പും... നമ്പ്യാർ സാവധാനം കയ്യെടുത്ത് മാറ്റി ദേവൂട്ടിയെത്തന്നെ നോക്കി.

"ഏട്ടനെന്തേ കരഞ്ഞത്?" ദേവൂട്ടി ചോദിച്ചു.

"മോളേ മനസ്സിനൊരു സമാധാനോല്ല... എല്ലാ കാര്യവും എല്ലാരോടും പറയാൻ പറ്റില്ല... ഒഴുക്കിക്കളയേണ്ടതും മനസ്സിൽ ഒതുക്കി വെച്ച് വ്രണമാകുന്നതുമുണ്ടാകും."

ദേവൂട്ടി ഒന്നും പറയാതെ നമ്പ്യാരെത്തന്നെ നോക്കി നിന്നു.

ഉടുമുണ്ടിലും മേൽമുണ്ടിലും പുന്നെല്ല് കുത്തിയ തവിട് പറ്റിക്കിടന്നിരുന്നു... തുടച്ചിട്ടും മായാതെ കൈയിൽ ബാക്കികിടന്ന പൊടിയും കരിയും... ദേവൂട്ടി നമ്പ്യാരുടെ അടുത്തിരുന്നു. കവിളത്തൊഴുകിയ കണ്ണീരിൽ തവിടിന്റെ ഇളം ചുകപ്പ്! മാറിലിട്ട തോർത്ത്മുണ്ടിലേക്ക് കണ്ണീരിറ്റിയപ്പോൾ പുന്നെല്ലിൻ തവിടിന്റെ സിന്ദൂരപ്പൊട്ടുകൾ...

ഏങ്ങലടി നിർത്താൻ കഴിയാതെ ദേവൂട്ടിക്ക് വീർപ്പുമുട്ടി...

നമ്പ്യാർക്കത് താങ്ങാൻ കഴിഞ്ഞില്ല. ഒരേയൊരു പെങ്ങൾ. പത്ത് വയസ്സിനിളയത്. രണ്ട് സമ്മന്തത്തിലായി ഒരു മകൻ. ഇപ്പോൾ ആൺതുണയില്ലാതെ... നിത്യവൃത്തിക്ക് ആരാന്റെ അടുക്കളയിൽ കരിയും പുകയും തിന്നുന്നവൾ!

നമ്പ്യാരുടെ നെഞ്ചിൽ തഴുകുന്ന കൈകൾ സാവധാനം എടുത്ത് മാറ്റി നമ്പ്യാരു പറഞ്ഞു "ദേവൂട്ടി... കരയരുത്... എനിക്ക് താങ്ങാൻ കഴിയില്ല."

"ന്റെ കുഞ്ചു എവിടെയാ ഏട്ടാ പോയത്? അവൻ ഇനി വരില്യാന്നുണ്ടോ... എനിക്കവനെകാണാൻ പറ്റില്ലാന്നുണ്ടോ?"

കണ്ണീർ പ്രളയത്തിൽ ഓർമ്മകളുടെ കടലാസ് തോണികൾ! നമ്പ്യാർ നിശ്ശബ്ദനായി.

കരഞ്ഞ് തോരാത്ത കണ്ണുകളുമായി ദേവൂട്ടി അകത്തേക്ക് പോയി.

നമ്പ്യാർ എഴുന്നേറ്റ് കൈയും കാലും മുഖവും കഴുകി. മുഖം തുടച്ച് അകത്തേക്ക് വന്ന നമ്പ്യാർ മേപ്പടിയിൽ നിന്ന് ഓലക്കെട്ടുകളെടുത്ത് ദേവൂട്ടിയുടെ അടുത്ത് ചെന്നു.

ജീരക വെള്ളവുമായി വന്ന ദേവൂട്ടിയോടായി പറഞ്ഞു, "ചങ്കിലെ കഫം നേർക്കാൻ നല്ലതാ..." വെള്ളം വാങ്ങി പത്തായത്തിന് മുകളിൽ വെച്ച ശേഷം നമ്പ്യാർ പറഞ്ഞു, "ദേവൂട്ടി, ഞാനവന്റെ ജാതകം നോക്കി... അവൻ സഞ്ചാരിയാണ്. ഭട്ടതിരിയാ ഗണിച്ചത്... തെറ്റില്ല."

"ഏട്ടനെപ്പോലെ ഇല്ലേ?" ദേവൂട്ടി പറഞ്ഞു.

നമ്പ്യാർ പറഞ്ഞു: "അത് വിധിവൈപരീത്യം... അവന്റെ ജാതകത്തിൽ പ്രവജ്യാ യോഗമുണ്ട്."

കാര്യം മനസ്സിലാവാതെ ദേവൂട്ടി നമ്പ്യാരെ നോക്കി.

"കല്യാണം കഴിക്കാൻ സാദ്ധ്യത കുറവാ... ചിലർ സന്ന്യസിച്ചേക്കാനും ഇടയുണ്ട്... ഇവന്റെ കാര്യത്തിൽ സന്ന്യാസം കാണുന്നില്ല."

"എനിക്ക് ആകെയൊരു പ്രതീക്ഷ ഉണ്ടായിരുന്നതും പോയി ഇല്ലേ." ദേവൂട്ടി ചോദിച്ചു.

"പ്രതീക്ഷിക്കാം ഏറെ... എല്ലാം നടന്നോളണോന്നില്ല. എന്റെ അനുഭവം തന്നെ ധാരാളം."

താളിയോലകൾ നീട്ടിക്കൊണ്ട് നമ്പ്യാർ പറഞ്ഞു: "നീ ഇതു കണ്ടോ ദേവൂട്ടീ."

"എന്താപ്പം ഇത്... യ്ക്ക് ഇതൊന്നും മനസ്സിലാവൂലേട്ടാ." ഓലകൾ തിരിച്ചു കൊടുത്തിട്ട് ദേവൂട്ടി പറഞ്ഞു:

"ഇത് അവന്റെ കവിതകളാണ്... കടുകട്ടി സംസ്കൃതം. അവനിൽ നിന്ന് അത്രയ്ക്കൊന്നും ഞാൻ പ്രതീക്ഷിച്ചിട്ടുണ്ടായിരുന്നില്ല... ഇത് അത്ഭുതം തന്നെയാണേ... "എനിക്കീ കവിതയൊന്നും മനസ്സിലാവില്ല."

ദേവൂട്ടി പറഞ്ഞു: "എനിക്കെന്റെ മകനെയേ മനസ്സിലാവൂ." നമ്പ്യാർ പറഞ്ഞു: "മോളേ നിന്റെ കുഞ്ചു നന്നായി കവിതയെഴുതും... അതൊരു അനുഗ്രഹം തന്നെയാണ്. ദൈവം തരുന്നതാ.. അവൻ നന്നാവും അത്രയേ എനിക്കറിയൂ."

നമ്പ്യാർ ജീരകവെള്ളം കുടിച്ചുകൊണ്ടിരിക്കെ ദേവൂട്ടി പറഞ്ഞു:

"അപ്പോൾ എനിയെനിക്കെന്നും ദുരിതം തന്നെ! കണ്ണടയുംവരെ ആരാൻ വിഴുപ്പലക്കിയും അടുക്കളയിലെ തീയും പുകയും തിന്നും ഒടുങ്ങാനൊരു ജീവിതം... തളർന്നുകിടന്ന് വായതുറക്കുമ്പോൾ ഒരിറ്റ് വെള്ളം തരാൻ ഏട്ടനും കാണില്ല....ഇല്ലേ ഏട്ടാ."

അണ്ണാക്കിലേക്ക് ഉരുകിയൊലിച്ച കഫം തുപ്പി, ചുണ്ട് തുടച്ച ശേഷം നമ്പ്യാരു പറഞ്ഞു: "സന്താന സുകൃതം എന്നു പറഞ്ഞാൽ ഏഴ് കണ്ടം ഇരിപ്പുനിലവും പത്തേക്കറ് പാട്ടംപറമ്പും പതിച്ച് തരലല്ല. സൽപ്പേരാണ്... കുടുംബത്തിന് മുതൽക്കൂട്ടുന്ന സൽപ്പേര്! ഭാഗ്യവന്തം പ്രസൂതേച... മുള പൊട്ടിയില്ല നിന്റെ ഉദരത്തിൽ ഭാഗ്യജന്മങ്ങൾ എന്നാരും പറയില്ല. ഇതാണ് ഭാഗ്യജന്മം!"

"കവിയെയും പണ്ഡിതനെയും പെറ്റ ഞാൻ നടുവൊടിഞ്ഞ് ചത്തോളാം ഏട്ടാ.." ഉടുമുണ്ടിന്റെ കോന്തലകൊണ്ട് കണ്ണ് തുടച്ച് കൊണ്ട് ദേവൂട്ടി അകത്തേക്ക് പോയി.

നമ്പ്യാർക്ക് ഒന്നും പറയാനുണ്ടായിരുന്നില്ല. കുഞ്ചു കവിയായിത്തീരുമെന്ന പ്രതീക്ഷയുടെ സുഖത്തിൽ നേരിയ ചിരി മാത്രം.

ദേവൂട്ടിയുടെ തേങ്ങൽ അടങ്ങിയിട്ടുണ്ടായിരുന്നില്ല.

ഏഴ്

നമ്പ്യാർ തിണ്ണയിലിരുന്ന് വെറുതെ മുറ്റത്തേക്ക് നോക്കി

കുത്തുകല്ലിന്ന് കീഴെ കുഴിയാനകളുടെ ചെറു കിണറുകൾ! ചിറക്

മുളച്ച് തുമ്പികളായി പറക്കാനൊരുങ്ങുന്ന കുഴിയാനകളെ അയാൾ നോക്കിക്കൊണ്ടിരുന്നു. പ്രകൃതിയുടെ വിലാസം!

സ്വപ്നങ്ങളുടെ ഇളം വെയിലിൽ പറന്നുകളിക്കുന്ന പുത്തുമ്പികൾ... പൊട്ടിപ്പൊളിഞ്ഞ കൽത്തൂണിലേക്ക് അയാൾ പുറം ചാരിയിരുന്നു

പകൽ വെളിച്ചത്തിന്റെ പരപ്പിലും ആകാശത്തിന് ശുദ്ധനീലിമ. അടഞ്ഞു പോകുന്ന കൺപോളകൾക്ക് പിറകിൽ ഒരായിരം നക്ഷത്ര ങ്ങൾ!..

"നമ്പാളെ കൂയ്... കൂയ്.."

ആരുടേയോ കൂക്കി വിളികേട്ടാണ് കണ്ണ് തുറന്നത്... ഇടം കണ്ണിൽ ഒരു നിഴൽ വന്നു നിന്നു. ഇടവഴിയിലൂടെ നീങ്ങുന്നു ഒരു തല. തലയിൽ കയർ വരിഞ്ഞ മൺകുടം... കുടത്തിന്റെ മുഖത്ത് വെൺനുരയുടെ പുഞ്ചിരി.

നമ്പ്യാർ ഇടവഴിയിലേക്ക് ഓടിയിറങ്ങി "ചാത്താ... ചാത്താ" അയാൾ ഉറക്കെ വിളിച്ചു. ചാത്തൻ തിരിഞ്ഞ് നിന്ന് ചോദിച്ചു:

"നമ്പാള് കേട്ടില്ലായുരുന്നോ?... അടിയൻ കൂക്കീനും."

നമ്പ്യാർ ചാത്തന്റെ അടുത്ത് ചെന്ന് പറഞ്ഞു: "കേട്ടു. നിന്റെ കൂക്കിയാ എന്നെ ഉണർത്തിയത്... നീയൊരു കാര്യം ചെയ്യ്. കുറച്ച് കള്ള് എനിക്കു താ..."

"ഇല പറിച്ച് കുമ്പിള് കുത്തിക്കോളാ ഒഴിച്ച് തരാം..." തലയിൽ നിന്ന് മൺകുടമിറക്കി താഴെ വെച്ചു കൊണ്ട് ചാത്തൻ പറഞ്ഞു

നമ്പ്യാർ കയ്യാലപ്പുറത്ത് നിന്ന് പെരിയില പറിച്ചെടുത്ത് കുമ്പിൾ കുത്തി. "നമ്പാള് കുനിഞ്ഞിരുന്നോളാ... ആരും കാണണ്ട അടിയങ്ങ ളോട് കള്ള് വാങ്ങി കുടിച്ച് നമ്പാളിന് ഐത്താക്കണ്ട" ചാത്തൻ പറ ഞ്ഞു.

"കള്ളിനും പെണ്ണിനും എന്ത് ഐത്താടോ... തഞ്ചത്തിലൊത്താല് അനുഭവിച്ചോളുക... എന്നല്ലേ ഇല്ലത്തെ നമ്പൂരാര് കഴിഞ്ഞ ദിവസം പറ ഞ്ഞത്. പിന്നെ എന്റെ കാര്യം... എനിക്ക് ഐത്തോല്ല... ആരേം ഭയോംല്ല."

"എന്നാലും ഒന്നു കുനിഞ്ഞോളിൻ... ഞാനൊയിച്ച് തരാം. "ചാത്തൻ ഒഴിച്ചു കൊടുത്ത മൂന്ന് കുമ്പിൾ അകത്താക്കിയ ശേഷം നമ്പ്യാർ ദീർഘ ശ്വാസം ചെയ്ത് നിവർന്നിരുന്നു.

"എന്താമ്പാളെ മതിയായില്ലാന്ന്ണ്ടോ?" ചാത്തൻ ചോദിച്ചു.

"മതിയായില്ലെടോ കുറച്ചു കൂടെ ആയിക്കോട്ടെ."

മൺകുടം ഭൂമിയോളം ചുണ്ടമർത്തി നമസ്കരിച്ചു

ചുണ്ടിൽ തടഞ്ഞ ഉറുമ്പും ചെറു പ്രാണികളും പുറം കൈകൊണ്ട് തുടച്ച് മാറ്റി നമ്പ്യാർ പറഞ്ഞു: " ഇത്രയൊന്നും കഴിക്കാറില്ല... ചിലപ്പോൾ വല്ലാണ്ടൊരു തോന്നലാണ് ചാത്താ. മനസ്സിനെ കെട്ടഴിച്ച് വിടാനും ചില പ്പോൾ അടക്കി നിർത്താനും ഇതേ തുണയുള്ളൂ. ഇന്ന് എനിക്കൊന്ന് കരയണം... നെഞ്ച് തോരും വരെ... മഠത്തിലാരുമില്ല. ഉറക്കെ കരഞ്ഞാലും ആരും കേൾക്കാനില്ല. അതൊരു സുഖാ..." നമ്പ്യാർ എഴുന്നേറ്റ് മടിക്കു

ത്തിൽ നിന്ന് കാശെടുത്ത് കൊടുത്തിട്ട് പറഞ്ഞു: "നല്ല ശൂരുള്ളതാ... വെറും വയറായത് കൊണ്ടാകണം അകത്ത് ചെന്നപ്പോഴേ പിടിച്ച് തുടങ്ങി... നാക്ക് വഴങ്ങുന്നില്ലാന്നൊരു തോന്നല്".. നമ്പ്യാർ നിന്നനില്പിൽ ആടുന്നുണ്ടായിരുന്നു. വീഴുമെന്ന് തോന്നിയപ്പോൾ അയാൾ ചാത്തന്റെ തോളിൽ പിടിച്ചു. അവള്... അവളേ... മാലു... ന്റെ മാലുവേ... അവള് പോയേന്റെ മൂന്നാം ദിവസാ ഞാനിതുപോലെ നിന്റെ കൈയിൽനിന്ന് കള്ള് വാങ്ങിക്കുടിച്ചത്. അറിയോ നെനക്ക്?"

ചാത്തൻ പറഞ്ഞു: "ഓർമ്മണ്ട് നമ്പാളേ... അന്ന് ഒറ്റയിരുപ്പില് ഒരു വലിയ കുടം കള്ള് മുഴുവനും..."

നമ്പ്യാർ പറഞ്ഞു: "അതേടോ ഇന്നും വേണം ഒരു കുടം മുഴുവനും. അതിനല്ലേ ഞാൻ കാശ് തന്നത്." അയാൾ വീണ്ടും ഇലക്കുമ്പിൾ നീട്ടി. ഇടവഴിയിലെ ചരൽക്കല്ലിൽ പതിഞ്ഞിരുന്നു... കള്ളൊഴിച്ചു കൊടുക്കുന്നതിനിടയിൽ ചാത്തൻ ചോദിച്ചു: "ഇന്നെന്തെ നമ്പാൾക്കിത്ര സങ്കടം."

"അതോ... അത്.." അയാൾക്ക് തൊണ്ടയിടറി. കള്ള് മേലോട്ട് വലിഞ്ഞു കയറി തലയോട്ടിൽച്ചെന്ന് കലിതുള്ളി... ശ്വാസം മുട്ടി, കൈയിലെ കള്ളുകുടം താഴെവെച്ച് നമ്പ്യാരുടെ തലയിലും പുറത്തും തടവിക്കൊണ്ട് ചാത്തൻ പറഞ്ഞു: "എടുത്തപാടുള്ളതാ... ശൂര് കൂടും... പതുക്കെമതീന്ന് ഞാൻ പറഞ്ഞതല്ലേ."

ശ്വാസം നേരെയായപ്പോൾ നമ്പ്യാർ പറഞ്ഞു: "വയ്യെടോ... വയ്യ... അവനേ... അവൻ... എന്റെ കുഞ്ചു... എങ്ങട്ടോ പോയി.... അവൻ പോയപ്പോൾ വല്ലാത്തൊരു ഒറ്റപ്പെടൽ. ഈ ഒറ്റപ്പെടലാ സഹിക്കാൻ പറ്റാത്തത്... മതി.... നീ പോയ്ക്കോ."

നമ്പ്യാരെത്തന്നെ തിരിഞ്ഞു നോക്കിക്കൊണ്ട് ചാത്തൻ നടന്നകന്നു.

ചരൽക്കല്ലിൽ പതിഞ്ഞിരുന്ന് പൂഴിയിലെഴുതി പഠിക്കുന്ന കുഞ്ഞുങ്ങളെപ്പോലെ വിരൽ പിരിച്ച് വെറുതേ ചരൽക്കല്ലിൽ എഴുതുകയും മായ്ക്കുകയും ചെയ്തു കൊണ്ട് നമ്പ്യാർ കുറെ സമയം ലഹരിപ്പുറത്ത് മേഞ്ഞ് നടന്നു.

ബോധത്തിലേക്ക് തിരിച്ചു വരാൻ തുടങ്ങുന്നതിനുമുമ്പ് ഒരു നിമിഷത്തിന്റെ വെളിവിൽ അയാൾ തപ്പിത്തടഞ്ഞ് പുരയിടത്തിലേക്ക് കയറി. വരാന്തയിൽ കയറിയിരുന്നു വെറ്റിലച്ചെല്ലം നീക്കി വെച്ചു.

ചെല്ലത്തിൽ നിന്ന് വെറ്റിലയെടുത്ത് ചുണ്ണാമ്പ് തേച്ച് അടക്കയും ചേർത്ത് വായിലേക്കെറിഞ്ഞു. പുകയില തിരുമ്മി മുറിച്ചെടുത്തപ്പോൾ ഒരു വലിയ കഷ്ണം!.. ഒരു പുച്ഛഭാവത്തോടെ പുകയില തിരിച്ചും മറിച്ചും നോക്കിയ ശേഷം വായിലിട്ട് ചവയ്ക്കാൻ തുടങ്ങി.

സിരാപടലങ്ങളിലേക്ക് പടർന്നുകയറുന്ന അഗ്നിശ്ശലാകകൾ. നാഡീഞരമ്പുകളിൽ ലാവാപ്രവാഹം! തലയ്ക്ക് പിന്നിൽ ആരോ ഇരമ്പുകുടം കൊണ്ട് ഇടിക്കുന്നതുപോലെ... മിഴികൾ പാതിയടഞ്ഞു. കൽത്തൂണും വാതിൽപ്പടിയും രണ്ടായും മൂന്നായും പിളർന്നു മാറുന്നു.

വെറ്റില മുറുക്കാൻ തുപ്പിക്കളഞ്ഞശേഷം അയാൾ തിണ്ണയിൽ കിടന്ന്

നരങ്ങിക്കൊണ്ടിരുന്നു

മനസ്സിന്റെ ഉൾക്കിണറിലെവിടെയോ ഓർമ്മകളുടെ ഉറവ! നൂറ് കൂട്ടം ഓർമ്മകൾ! ഏത്... ഏതാണ്... എല്ലാം മങ്ങിയ ഓർമ്മകൾ. ദേവൂന്റെ സമ്മന്തം... എന്റെ കല്യാണം... ആൽത്തറയിൽ വിറങ്ങലിച്ച് കിടന്ന മാലു, വെളുത്ത കഴുത്തിൽ അഞ്ച് ഫണങ്ങളുള്ള നാഗത്തിന്റെ നീലിച്ച പാടുകൾ... ചുണ്ടുകൾക്കിടയിലൂടെ കവിളിലേക്ക് ഇഴഞ്ഞെത്തിയ രക്തം... തുറിച്ച കണ്ണുകൾ... ദേവൂട്ടീന്റെ നിസ്സംഗത, കുഞ്ചുവിന്റെ നിലവിളി... വലിയേട്ടന്റെ കുറ്റപ്പെടുത്തലുകൾ... ശകാരങ്ങൾ....

മുറ്റത്ത് വന്നുനിന്ന് മാവ് മുറിക്കാനും ചിതയൊരുക്കാനും കാര്യക്കാരോട് കല്പിക്കുന്ന മനയ്ക്കലെ ഇളയ നമ്പൂതിരിയുടെ കണ്ണിൽ ഒളിപ്പിച്ചു വെച്ച എന്തോ ഒന്ന്.... വെള്ളമൊഴിച്ചിട്ടും കെടാതിരിക്കുന്ന ഒരു തീക്കനൽ... തെളിഞ്ഞ് വരുന്ന ഓർമ്മകൾ മങ്ങിപ്പോകുന്നു.

വീണ്ടും വീണ്ടും തെളിഞ്ഞ് വരുന്നത് കുഞ്ചുവിന്റെ തേങ്ങൽ മാത്രം... നമ്പ്യാർ പിടഞ്ഞെഴുന്നേറ്റ് തല രണ്ട് വശത്തേക്ക് വെട്ടിച്ച ശേഷം മലർന്ന് കിടന്നു. ഓർമ്മകൾ വീണ്ടും ചേക്കേറുകയാണ്.

ദേവു കുഞ്ചുനെ പ്രസവിച്ചൂന്നേയുള്ളു... വരാന്തയിൽ വിരിച്ചിട്ട പുൽപ്പായയിൽ കിടന്നാൽ എനിക്ക് ഉറക്കം വരില്ല... കുഞ്ചൂന്റെ കരച്ചിൽ കേൾക്കുമ്പോഴെല്ലാം കാതോർക്കും... പുലരാൻ നേരത്തെങ്ങാണ്ടാണ് ഒന്നു മയങ്ങുന്നത് ... അതും കുറച്ചുനേരം മാത്രം.

അവനെ കുളിപ്പിക്കുന്നതും കൗപീനം കെട്ടിക്കുന്നതും എല്ലാം ഞാനായിരുന്നു! കണ്ടങ്കരിയിൽ കൂത്തിന് കൊട്ടാൻ പോയപ്പോൾ കിട്ടിയ കാശ് കൊണ്ട് ഒറ്റപ്പാലത്തെ തയ്യൽക്കാരനെക്കൊണ്ട് നിക്കറും ഷർട്ടും തുന്നിച്ചത് ഇപ്പോഴും ഓർമ്മയുണ്ട്... അത് തറവാടിന് ചേർന്നതല്ലാന്ന് പറഞ്ഞ് തീയിലേക്ക് വലിച്ചെറിഞ്ഞത് ഏട്ടനായിരുന്നു. ഉടുപ്പും നിക്കറും സായ്പ്പന്മാർക്കേ ചേരുത്രെ.

ഭട്ടതിരിയെക്കൊണ്ട് അവന്റെ നാവിലെഴുതിച്ചതും അഞ്ചാം വയസ്സുമുതൽ കൂടെ നടന്ന്... അമ്പലങ്ങളിൽ കൊണ്ടുപോയി കൂത്തും പടയണിയും കാണിച്ചതും അവന്റെ ഇളംകൈകൾക്ക് മിഴാവിൻ താളപ്പെരുക്കത്തിന്റെ വഴികാണിച്ചതും ഞാനായിരുന്നു...

ഓർമ്മകൾ കരിനാഗങ്ങളായി തലച്ചോറിൽ കൊത്തിനോവിക്കാൻ തുടങ്ങി.

കരിനാഗങ്ങളെ തട്ടിമാറ്റിക്കൊണ്ടയാൾ ഇടത്തോട്ടും വലത്തോട്ടും തിരിഞ്ഞ് കൈകൾ വീശി കരയാൻ തുടങ്ങി. അബോധാവസ്ഥയിൽ നിവർന്ന് നിന്ന് നെഞ്ചത്തടിച്ച് കരഞ്ഞു... കരച്ചിൽ നിർത്താനാകാതെ വായ തുറന്ന് പിടിച്ചു... വികൃതമായ ഒരു ശബ്ദം മാത്രമേ ഉണ്ടായിരുന്നുള്ളു... തേങ്ങലിനൊടുവിൽ അയാൾ കിടക്കപ്പായയിലേക്ക് മലർന്ന് വീണു.

ഓട്ടുവിളക്കുമായി വരാന്തയിലേക്ക് കടന്നുവന്ന ദേവൂട്ടിയെ കണ്ടപ്പോൾ നമ്പ്യാർ മുഖം തിരിച്ച്.. കണ്ണ് തിരുമ്മി..

പുൽപ്പായയിൽ കമിഴ്ന്ന് കിടന്നു.. അപ്പോഴും അയാൾ നേർത്ത ശബ്ദത്തിൽ തേങ്ങുന്നുണ്ടായിരുന്നു.

തിണ്ണയിൽ വിളക്ക് വെച്ചശേഷം ദേവൂട്ടി നമ്പ്യാരുടെ അടുത്തുചെന്ന് പുറത്തു തട്ടിക്കൊണ്ട് ചോദിച്ചു:

"ഏട്ടനെന്തേ പറ്റിയത്?" "ഒന്നുല്ല.... ഒന്നൂല്ല." നമ്പ്യാർ വീണ്ടും മുഖം തിരിച്ച് കിടന്നു. "എനിക്കറിയാം കുഞ്ചു പോയേന്റെ ദു:ഖാണ്... എനിക്കുണ്ട് ദു:ഖം, കരയിന്നില്ലാന്നേയുള്ളൂ..ഒന്നുല്ലേലും ഈറ്റ് നോവനുഭവിച്ചത് ഞാനായിരുന്നില്ലേ." പായത്തലപ്പിൽ നിന്ന് നിവരുമ്പോൾ ദേവൂട്ടി പറഞ്ഞു: "കള്ള് മണക്കുന്നുണ്ട്."

നമ്പ്യാർ എഴുന്നേറ്റ് ചമ്രം പടിഞ്ഞിരുന്നു.. തോർത്തുമുണ്ടെടുത്ത് മുഖം തുടച്ചു. "ഇടവഴിയിൽ ചെത്തുകാരൻ ചാത്തനെ കണ്ടു. കത്താൻ തുടങ്ങിയ മനസ്സിലേക്ക് ഒരു കുടം കള്ള് വാങ്ങിയൊഴിച്ചു.. നേരം ഇരുട്ടിയതും നീ വന്നതും ഒന്നും ഞാനറിഞ്ഞില്ല."ദേവൂട്ടി ഒന്നു തിരിഞ്ഞ് നോക്കുകമാത്രം ചെയ്തു.

അകത്തേക്ക് കടക്കുമ്പോൾ ദേവൂട്ടി പറഞ്ഞു: "അധികം ഇരുട്ടും മുമ്പേ മേല് കഴുകിക്കോളൂ... കിണറ്റിൻ കരയില് ഇന്നലേം കണ്ടു ഒരു ഇഴജന്തൂനെ.കടി പറ്റീട്ട് പിന്നെ അതിന് അഞ്ച് തലേണ്ടായിരുന്നു.. പത്ത് തലേണ്ടായ്രുന്നു എന്നൊന്നും പറയാൻ നില്ക്കണ്ട.." നമ്പ്യാർ എഴുന്നേറ്റ് കിണറ്റിൻകരയിലേക്ക് നടന്നു. ദേവൂട്ടിന്റെ സംസാരം മനസ്സിൽ വീണ്ടും ഓർമ്മകൾ വിതറി. മാലൂന്റെ വെളുത്ത കഴുത്തിൽ നീലിച്ച് കിടന്ന അഞ്ച് നാഗഫണങ്ങൾ....

മങ്ങിയ വെളിച്ചം മാത്രം. കിണറിന്റെ ചവിട്ട്പടിയിൽ എന്തോ ഒന്ന് കിടക്കുന്നതുപോലെ തോന്നി. ആകമാനം ഒരു വിറയൽ... കയ്യിൽ നിന്ന് തോർത്ത് മുണ്ട് താഴെ വീണു. അത് പതുക്കെ ഇളകുന്നുണ്ടോ?.. ഒരടി പിറകോട്ട് മാറി ഉറക്കെ വിളിച്ചു.

ദേവൂട്ടി വിളക്കുമായി വന്നു... അവൾ സൂക്ഷിച്ചു നോക്കി... അത് കയിന്റെ അറ്റമായിരുന്നു. കപ്പിയിൽ നിന്ന് കയറ് വിട്ട് പോകാതിരിക്കാൻ അറ്റത്ത് കെട്ടിയ കണ്ണൻചിരട്ട മലർന്ന് കിടന്നു.

ദേവൂട്ടി ഒന്നു ചിരിച്ചു. അവൾ പറഞ്ഞു... "അത് കയറിന്റെ അറ്റമാണ്. കണ്ടില്ലേ വിളക്ക് വേണമെങ്കിൽ ഇവിടെ വെയ്ക്കാം. പോരുമ്പോൾ എടുക്കാൻ മറക്കണ്ട."

തിരിച്ചു നടക്കുമ്പോൾ ദേവൂട്ടി പറഞ്ഞു: "ഏട്ടനിനി കുളിക്കണോന്നില്ല... മേലാകെ ഒഴുകുന്നുണ്ട്... ഒന്ന് തുടച്ചാമതി." വിയർപ്പിൽ കുളിച്ച് നില്ക്കുന്ന നമ്പ്യാർ ചിരിയൊതുക്കാൻ ശ്രമിച്ചുകൊണ്ടു പറഞ്ഞു: "പേടിയാണേ.. മാലൂനെ കൊണ്ടോയ നാഗം എന്നെ കൊണ്ടോകാനും വന്നുടായ്കയില്ലേ... കൊണ്ടോയ്ക്കോട്ടേന്ന് തോന്നും ചിലപ്പോൾ... പക്ഷേ കുഞ്ചുനെ ഇട്ടേച്ച് പോകാനൊരു വിഷമം... മാലൂന് കുഞ്ചുനെ വല്യ ഇഷ്ടായിരുന്നു ഇല്ലേ ദേവൂട്ടി..." നമ്പ്യാർ തിരിഞ്ഞു നോക്കി: പക്ഷേ ദേവൂട്ടി അവിടെ ഉണ്ടായിരുന്നില്ല.

എട്ട്

മനയ്ക്കലെ ജോലികളെല്ലാം അന്ന് നേരത്തെ കഴിഞ്ഞിരുന്നു. കഴിഞ്ഞ രണ്ട് ദിവസങ്ങളിലായി കാലിൽ ഉറുമ്പ് കേറാൻ സമയമില്ലാത്ത തിരക്കായിരുന്നു... വലിയ നമ്പൂരീന്റെ പിറന്നാളാഘോഷം! രാവിലെ ഒരു പിടി അവില് വായിലിട്ടത് ഉച്ചയ്ക്കാണ് ചവച്ച് തീർന്നത്. അവിലിന്റെ രുചിയറിയുന്നത് ദാസിപ്പെണ്ണാണെന്ന് പണ്ടുള്ളോര് പറയുന്നത് വെറുതെയല്ല.

പിറന്നാൾ സദ്യയ്ക്ക് കറിയും തോരനുമായി ഇലത്തുമ്പിൽ വിളമ്പിയത് മുപ്പത് ഇനങ്ങളാണ്. കുറിയരിച്ചോറ്.. പഴപ്രഥമനും അടപ്രഥമനും പാൽപ്പായസവും. ബ്രാഹ്മണർക്ക് പായസത്തിൽ കൂട്ടിക്കുഴക്കാൻ വലിയ പപ്പടവും പൂവൻ പഴവും വേറെ...

തീറ്റിപ്പണ്ടാരങ്ങളായ പട്ടന്മാർ മൂക്കിള ഒലിപ്പിച്ചുകൊണ്ട് വാരിവിഴുങ്ങുന്നത് കണ്ട് നിന്ന കുട്ടികളും പെണ്ണുങ്ങളും ചിരിക്കുന്നുണ്ടായിരുന്നു. പന്ത്രണ്ട് മണിക്ക് മുമ്പുതന്നെ അകത്തുള്ളോരുടെ സദ്യയും കഴിഞ്ഞിരുന്നു... അതുകൊണ്ട് ദേവൂട്ടി നേരത്തേ വന്നു... പോരുമ്പോൾ ഒന്നും കൊണ്ടുവന്നില്ല. പായസം ഇലക്കുമ്പിളിൽ നിറച്ച് കൊടുത്തിരുന്നു. പക്ഷേ എടുത്തില്ല. അല്ലെങ്കിൽ തന്നെ ആർക്കു വേണ്ടി? ഏട്ടന് കൊടുത്താൽ കഴിക്കില്ല. പട്ടമ്മാരുടെ എച്ചിലാണെന്ന് പറഞ്ഞ് വലിച്ചെറിയും. ഓർമ്മവെച്ചനാൾ മുതൽ കുഞ്ചുവും കഴിക്കാറില്ല. പട്ടമ്മാരോടും നായമ്മാരോടും അവനും ദേഷ്യമാണ്. ദേവൂട്ടി മേല് കഴുകി വസ്ത്രം മാറി... ഇന്നിനി ഒന്നും വേണ്ട... ഏട്ടൻ വരാൻ വൈകും അടുത്തേതോ അമ്പലത്തിൽ കൂത്തുണ്ട്.

ദേവൂട്ടി വരാന്തയിലെ തിണ്ണപ്പുറത്ത് കാല് നീട്ടി തൂണും ചാരിയിരുന്നു. തൊട്ടടുത്ത തൂണിന്റെ മുകളിൽ തുങ്ങിക്കിടക്കുന്നു മിഴാവിനുള്ള തോല്. ഊറയ്ക്കിട്ട് പരുവപ്പെടുത്തിയ പുതിയ തോല്.

കുഞ്ചുവിന് വേണ്ടി നമ്പ്യാർ പുതിയ മിഴാവ് വാങ്ങിയിരുന്നു. ദേവൂട്ടി അതിൽത്തന്നെ നോക്കിയിരുന്നു.

എല്ലാരും പറയുന്നു: "എനിക്ക് കുഞ്ചൂനെ ഇഷ്ടമല്ലാന്ന്... ആർക്കും അറിയില്ല പെറ്റവയറിന്റെ നൊമ്പരം... കുറച്ചു കാലം അവനേയും കൂട്ടി വല്യേട്ടൻ പോയി. പഠിപ്പിക്കാനാണെന്ന് പറഞ്ഞാ കൊണ്ടുപോയത്. എനിക്കറിയാമായിരുന്നു ഏട്ടത്തിക്ക് വീട്ട് പണിക്കൊരാളു വേണമെന്ന്. ഒരു ദിവസം ഞാൻ കണ്ടതാ... വസ്ത്രം അലക്കാനും പശുവിനെ തീറ്റാനും മാവരയ്ക്കാനും എല്ലാം അവൻ തന്നെ. എപ്പോഴെങ്കിലും വല്യേട്ടനു തോന്നുമ്പോൾ സംസ്കൃതം നാലക്ഷരം പറഞ്ഞു കൊടുക്കും. അതിന് തന്നെ കുത്തും ചവിട്ടും ചൂരല് കൊണ്ടുള്ള അടിയും... ഗുരു കുല വിദ്യാഭ്യാസം!ഒന്നും പറഞ്ഞിട്ട് കാര്യോല്ല... എല്ലാം മനസ്സിലൊതുക്കണെ."

മനസ്സിൽ തറച്ച മുള്ളാണികൾ ഓരോന്നായി ഇളക്കിനോക്കി... ഇല്ല

മുറിവുണങ്ങിയിട്ടില്ല.ഇപ്പോഴും ഇളക്കം തട്ടുമ്പോൾ ചോര കിനിയുന്നു... വാർന്നൊഴുകുന്ന ചോരത്തുള്ളികളെ തുടയ്ക്കാൻ ശ്രമിക്കാതെ ദേവൂട്ടി അതേ ഇരിപ്പിൽ ഏറെ നേരം...

മുറ്റത്തേക്കിറങ്ങിവന്ന വയറ്റാട്ടിത്തള്ള അകലനിന്നേ ചിലമ്പിച്ച ശബ്ദത്തിൽ എന്തൊക്കെയോ പറയുന്നതു കേട്ടാണ് ദേവൂട്ടി ചിന്തകളിൽ നിന്നുണർന്നത്.

വയറ്റാട്ടിത്തള്ള ഒരു വടിയും കുത്തിപ്പിടിച്ച് സാവധാനം നടന്ന് വന്ന് കുത്തുകല്ലിലിരുന്നു. തള്ളയ്ക്ക് നൂറ് കഴിഞ്ഞൂന്നാ അറിയുന്നോര് പറയുന്നത്.

തലയിൽ നാലോ അഞ്ചോ വെള്ളിയിഴകൾ മാത്രം... മുകൾ ഭാഗം മുഴച്ച് നില്ക്കുന്ന മാറെല്ലിനോടൊ കീഴ് ഭാഗം തടിച്ച് ചൊരങ്ങാക്കായപ്പോലെ നാഭിയിലോളം തൂങ്ങിയാടുന്ന മുലകൾ... ഒരു പരമ്പരയുടെ ജീവസ്സിന്റെ പ്രതീകം! പുതുമക്കാർക്കൊരു പുരാവസ്തു!

അരയിൽ ഒറ്റമുണ്ട്. മുഷിഞ്ഞ് നാറിയത്.... പല്ലുകൾ മുൻനിരയിൽ മാത്രമേ പോയിട്ടുള്ളു... ഒരു നൂറ്റാണ്ടു കാലം ചവച്ചരച്ചതിന്റെ സ്മാരകങ്ങൾ വായയുടെ പിൻഭാഗത്തുണ്ട്. കീറിവലിഞ്ഞ് കീഴ്ത്താടിക്ക് താഴത്തോളം തൂങ്ങിക്കിടക്കുന്ന കാതുകൾ.... നിറം മങ്ങിയ കൃഷ്ണമണികൾ...

കുത്തുകല്ലിൽ പതിഞ്ഞിരുന്ന് ദേവൂട്ടിയെ നോക്കി തള്ള പറഞ്ഞു: "നങ്ങ്യാരമ്മോ നിങ്ങളേം എടുത്തത് ഞാനാ... ഇങ്ങ് കടന്ന് പോരാൻ എത്രയാ നേരം വൈകീത്... തലയ്ക്കും ചന്തിക്കും അന്നേ നല്ല തടിയായിരുന്നു... പാരമ്പര്യംന്നല്ലാണ്ട് എന്താ പറയ്വാ. ങ്ങളെ അമ്മേന്റെ മൊലേം ചന്തിയും എട്ട് മൊറത്തിൽ കൊള്ളാനുണ്ടായിരുന്നല്ലോ... വരണ്ട ചുണ്ടിൽ ലൈംഗികത പുരട്ടിയ ഒരു ചിരി! ദേവൂട്ടിക്കത് രസിച്ചില്ല. ങ്ങളെ അമ്മേനേം ഞാൻ തന്നെയാ തോണ്ടിയെടുത്തത്..... ദാ... ഈ കയ്യോണ്ട്..." അവർ കൈ രണ്ടും മലർത്തിക്കാണിച്ചു.

"ഒടുക്കാ ങ്ങളെ മോനെ എടുത്തത്" കുറെ സമയം ഒന്നും മിണ്ടാതിരുന്നശേഷം ദയനീയമായ സ്വരത്തിൽ വയറ്റാട്ടിത്തള്ള പറഞ്ഞു: "നങ്ങ്യാരമ്മോ... പള്ള പൈയ്ക്ക്ന്ന്... ഇന്നൊന്നും കുടിച്ചിട്ടില്ല, ഉടുക്കാനും ഒന്നൂല്ല. ഇത് കണ്ടില്ലെ എല്ലാം കീറിപ്പറഞ്ഞ്... അവർ ഉടുമുണ്ടിന്റെ അറ്റം കാണിച്ചു കൊണ്ട് ദയനീയമായി ദേവൂട്ടീനെ നോക്കി. മക്കളെന്നെ ആട്ടി പുറത്താക്കി... എന്തെങ്കിലും താ മോളെ."

മക്കൾ പുറത്താക്കി എന്നു പറഞ്ഞപ്പോൾ വരണ്ടുണങ്ങിയ കണ്ണുകളിൽ ഒരു തുള്ളി ചുടുനീർ ഊറിവന്നു.

നാലോ അഞ്ചോ ദിവസം പട്ടിണികിടക്കുമ്പോൾ വയറ്റാട്ടി ഒരു വടിയും കുത്തിപ്പിടിച്ച് പടിയിറങ്ങുന്നു. കാണുന്ന വീടുകളിൽ കയറി ചോറും പഴന്തുണിയും വാങ്ങുന്നു. അതൊരു അവകാശം പോലെ ചോദിച്ചു വാങ്ങും. ഇന്ന് പ്രമാണിമാരായ പലരേയും ആദ്യം കൈകൊണ്ട് തൊട്ടത് ഈ തള്ളയാണ്.

ആയകാലത്ത് ഇന്നത്തേതു പോലെയായിരുന്നില്ല. ഈറ്റെടുക്കാൻ വന്നാൽ തള്ളയങ്ങ് ഭരിക്കും... ഈറ്റ് നോവ് കിട്ടിക്കിടക്കുന്നവരോട് വെറുതെ മുക്കാനും മൂളാനും പറയും! ഇടയ്ക്കിടക്ക് എന്തെങ്കിലും തിന്നു കൊണ്ടിരിക്കും. അതൊരു ചടങ്ങുപോലെയാണ്.

നോവ് കിട്ടിയ പെണ്ണ് കരയുമ്പോൾ അകം തുടയിൽ അടിച്ച് വേദനിപ്പിക്കും... കാലകത്ത് കൂത്തിച്ചീ... ഇങ്ങ് പോരട്ടെ... അകത്തുള്ളത് ചക്കക്കുരു ഒന്വല്ല... മലർന്ന് കെടന്ന് സുഖിക്കുമ്പോ എന്ത് വിചാരിച്ചീനും... എന്നൊക്കെയാണ് ചോദിക്കുക.

ദേവൂട്ടി അകത്ത് ചെന്ന് നമ്പ്യാർക്ക് വെച്ച കഞ്ഞിയും ഇരുനാഴിയരിയും ഒരു തേങ്ങയും തലയിൽ തേക്കാൻ ഒരു തുടം എണ്ണയും ഒരു പഴയ മുണ്ടും എടുത്തു വന്ന് തള്ളയ്ക്ക് കൊടുത്തു.

എന്തൊക്കെയോ പിറുപിറുത്ത് കൊണ്ട് കിട്ടിയതെല്ലാം പൊതിഞ്ഞെടുത്തു

"എന്താ ഒരു ദുഃഖം പൊലെ... എവിടെ നങ്ങ്യാരമ്മോ ഞാനീറ്റെടുത്ത ഇളയോൻ... കുഞ്ചു?" വയറ്റാട്ടി ചോദിച്ചു.

"അവൻ പോയി നാട് വിട്ടു." ദേവൂട്ടി പറഞ്ഞു

"പോയോ....? നന്നായിവരട്ടെ.. ആ വകയിൽ എനിക്ക് വേറെ എന്തെങ്കിലും വേണം." വയറ്റാട്ടി പറഞ്ഞു.

ദേവൂട്ടിക്ക് ദേഷ്യം വന്നു. "പെറ്റാലും ചത്താലും പോയാലും വയറ്റാട്ടിയ്ക്ക് വേണ്ടത് അരിയും തേങ്ങയും എണ്ണയും."

"തന്നില്ലേ ഞാൻ.. ഇനി പോയ്ക്കോളൂ."

കിട്ടിയതെല്ലാം പെറുക്കിക്കൂട്ടി കൂനിക്കൂടി പടിയിറങ്ങുമ്പോൾ വയറ്റാട്ടി പറഞ്ഞു: "നങ്ങ്യാരമ്മേന്റെ രണ്ടാം സമ്മന്തക്കാരനും പോയി...പോയേപ്പിന്നെ വന്നില്ല... എങ്ങനെയാ വരാ... ചത്തോ... കൊന്നോ.... എന്തായാലും കണക്കാ... നങ്ങ്യാരമ്മ രണ്ട് പെറ്റെങ്കിലും തടിക്ക് ഒടവൊന്നും പറ്റീട്ടില്ല... എന്തായാലും വെറുതെ ആയിപ്പോകൂല.. ആരെങ്കിലും ഉണ്ടാകും!" വയറ്റാട്ടി ഇടവഴിയിലേക്കിറങ്ങും വരെ പിറുപിറുത്തു കൊണ്ടേയിരുന്നു.

ദേവൂട്ടി തിണ്ണയിൽ കയറി മുമ്പത്തേതുപോലെ കാലുംനീട്ടിയിരുന്നു.

വയറ്റാട്ടിത്തള്ളയുടെ വാക്കും നോക്കും മനസ്സിൽ ആഴത്തിലോളം ചെല്ലുകയാണ്. പന്ത്രണ്ടാം വയസ്സിലേക്ക് ഓർമ്മകൾ ഓടിച്ചെന്നു. വയസ്സറിയിച്ചിട്ട് മൂന്നുമാസം കഴിഞ്ഞിട്ടേ ഉണ്ടായിരുന്നുള്ളു. അമ്മയുടെ കൂടെ മനയ്ക്കൽ പണിക്ക് പോയിത്തുടങ്ങിയ കാലം.: നെല്ല് കുത്താണ് പ്രധാന ജോലി! അമ്മ അടുക്കളയിൽ കിടന്ന് വേവുന്നുണ്ടാവും.

ഞാനെന്നും കിഴക്കു ഭാഗത്തെ ഉരല്ക്കുണ്ടിലാണ് ഉണ്ടാവുക. രാവിലെ മുതൽ വൈകുന്നേരം വരെ നെല്ലുകുത്ത്. ഇടയ്ക്ക് ചേറിക്കൊഴിച്ച തവിടിനോടൊപ്പം നുറുങ്ങലരി വാരി വായ്ക്കകത്തിടും. അതുകൊണ്ട് വിശപ്പറിയില്ല. ഉച്ചയ്ക്കൊരുപിടി ചോറ്.. മീതെ ഒഴിച്ചാൽ അടിയിലൂടെ

പാഞ്ഞ് പോകുന്ന നിറമില്ലാത്ത സാമ്പാറും... കായം ചുവച്ചിട്ട് ഇറക്കാൻ പറ്റില്ല. പാതിയോളം വലിച്ചെറിയും... ആരും കാണാതെ..

തെക്കെ മഠത്തിലെ നങ്ങേലിയും ഞാനുമായിരുന്നു പ്രധാന നെല്ല് കുത്തുകാർ. നങ്ങേലിക്ക് എന്നേക്കാൾ മൂന്ന് വയസ്സ് അധികമുണ്ട്.

മുലകൾ മൊട്ടിട്ട് വരുന്നുണ്ടായിരുന്നു... അധികം ചെറുതല്ല. നെല്ല് കുത്തുമ്പോൾ ഉലക്കയോട് കിന്നരിക്കാൻ മാത്രമുണ്ട്.

ചെറിയ നമ്പൂതിരി ഇടയ്ക്കിടയ്ക്കൊക്കെ ഉരല്ക്കുണ്ടിലോളം വന്ന് പോകും. ജോലികളെല്ലാം നടക്കുന്നുണ്ടോ എന്നറിയാനാണ് പോലും... പക്ഷേ നോക്കുന്നത് മുഴുവൻ മാറത്തേക്കാണ്. മേൽത്തട്ടിൽ കയറിയിരുന്ന് ജനൽ വഴി ഒളിഞ്ഞ് നോക്കും... കണ്ണും കാതും കാണിക്കും. വിരലുകൾകൊണ്ട് ചില സൂചനകളും.. അത് കാണുമ്പോൾ ഒരു രസം തോന്നും... എവിടെയോ ഒരു ഇക്കിളി പോലെ... ജനാലക്കരികിലിരിക്കുമ്പോൾ അയാളുടെ കൈയിൽ ഒരു ഗ്രന്ഥക്കെട്ടുണ്ടാകും...ആരെങ്കിലും കണ്ടാൽ സംശയിക്കില്ല... ഗ്രന്ഥ പാരായണം!

നങ്ങേലി പറഞ്ഞ് ചിലതൊക്കെ എനിക്കുമറിയാമായിരുന്നു. ഒരു ദിവസം അവൾ സ്വകാര്യം പറഞ്ഞു: "ചെറിയമ്പൂരി കുസൃതിക്കാരനാട്ടോ ദേവൂട്ടി... എന്നെ കിടത്തിയിരുന്നു പത്തായത്തിന്റെ ചോട്ട്ല്."

"ചെറിയമ്പൂരി കാണാൻ നല്ലതാ... മാറത്തേക്ക് തറപ്പിച്ച് നോക്കുമ്പോൾ ഇക്കിളി തോന്നും. എന്നാലും പാടില്ലല്ലോ... കഴിയുന്നതും കണ്ണിൽ പെടാതിരിക്കാൻ നോക്കി."

ചാറ്റൽ മഴയേറ്റ് പനിവന്നു. "പനിയ്ക്കുമ്പോൾ നെല്ല് കുത്താൻ വരണ്ട... നങ്ങേലിയുണ്ടാകും, അത് മതി..." അമ്മ പറഞ്ഞു. പനിമാറിയിട്ടും മനയ്ക്കലേക്ക് പോയില്ല. അമ്മയുടെ വിലക്കിൽ എന്തൊക്കെയോ അർത്ഥങ്ങൾ ഉണ്ടായിരുന്നു. ഒരു ദിവസം നങ്ങേലി വന്നു വിളിച്ചു. ഉരല്ക്കുണ്ടിൽ അവൾ തനിച്ചായപ്പോൾ ഒരു രസമില്ലത്രെ, മിണ്ടാനും പറയാനും ആരുല്ലാത്തപ്പോഴുള്ള വിരസത.. പക്ഷേ അമ്മ സമ്മതിച്ചില്ല.

ചെത്തുകാരൻ ചാത്തന്റെ അനിയൻ ചോമനാ പറമ്പിൽ തെങ്ങേറാൻ വരുന്നത്. വലിയേട്ടന്റെ നാല് കണ്ണുകൾ പറമ്പ് നെറയെ ഓടിക്കളിക്കുന്നുണ്ടാകും. എന്നാലും ചോമന്റെ നോട്ടം കിട്ടും... ചോമനെ ഇഷ്ടായിരുന്നു. വിരിഞ്ഞമാറ്... മാറത്തും പുറത്തും കറുത്ത് ചുരുണ്ട രോമം.

ഒറ്റ തോർത്തും അടിയിൽ കോണകവും. അരയ്ക്ക് ചുറ്റും പിരിയൻചൂടിയുടെ അരഞ്ഞാൺ.. കൈയിൽ ആയുധം. ഇളം വെയിലിൽ വായ്ത്തല ചിരിക്കുന്ന നീളൻ കൊടുവാൾ. വെളുത്തനിറം. കീഴ്ജാതിയാണെന്ന് തോന്നില്ല.

എല്ലാരും പറയും അത് മനയ്ക്കലെ വിത്താണെന്ന്.

ഒരു ദിവസം ചോമൻ തെങ്ങേറാൻ വന്നപ്പോൾ വല്യേട്ടനുണ്ടായിരുന്നില്ല. ബന്ധത്തിലാരോ മരിച്ചിരുന്നു...

ചെറിയേട്ടൻ കുത്തിന് പോയിട്ട് വന്നിട്ടില്ല. അമ്മ ഇല്ലത്തേക്ക് രാവിലെ

തന്നെ പോയതാണ്. ഓല വലിച്ച് കൂട്ടാനും തേങ്ങ പെറുക്കി ക്കൂട്ടാനും ഞാൻ മാത്രം. പത്തിരുപത് തെങ്ങുകൾ ഏറികഴിഞ്ഞപ്പോൾ രണ്ട് ഇള നീർ എടുത്ത് മൂഖം ചെത്തിയശേഷം ഒന്നെടുത്ത് ചോമൻ എന്റെ നേർക്ക് നീട്ടി.

ഇളനീർ കുടിക്കുമ്പോൾ വഴിതെറ്റിയ ജലം മാറത്തും കഴു ത്തിലുമൊഴുകി... ഉടുമുണ്ടിന്റെ അറ്റംകൊണ്ട് കഴുത്ത് തുടയ്ക്കുമ്പോൾ ചോമൻ ചോദിച്ചു: “ഇളനീർ ഒന്ന് ഞാൻ കുടിച്ചോട്ടെ.?”

അടുക്കള വാതിൽ അടച്ചത് ചോമനായിരുന്നു. ഇളനീർ ഒന്നല്ല രണ്ടും ചോമൻ കുടിച്ച് ദാഹം തീർത്തു. കാമ്പ് തിന്ന് വിശപ്പും... വാതിൽ തുറന്ന് പുറത്തിറങ്ങുമ്പോൾ ചോമൻ പറഞ്ഞു: “എന്തെങ്കിലും വന്നു പോയാൽ ഞാനങ്ങ് വിളിക്കും എന്റെ കുടിലിലേക്ക്.”

ഒന്നും പറയാതെ മുഖം താഴ്ത്തി

പതിനാല് ദിവസം ചോമനെ ധ്യാനിച്ചു. ഉറക്കം വരാത്ത രാത്രികൾ... അന്ത്യയാമത്തിലെ സ്വപ്നങ്ങളിൽ ചോമൻ വന്നു നിറഞ്ഞു. ഇളനീർ വെട്ടിക്കുടിക്കുന്ന ചോമന്റെ വിറയാർന്ന ചുണ്ടുകൾ! ചുവന്ന കണ്ണുകൾ.!

പക്ഷേ ഒന്നും സംഭവിച്ചില്ല... പതിവ് പോലെ പതിനഞ്ചാം ദിവസം തീരാണ്ടിപുരയിൽ കയറി വാതിലടച്ചു. മാസം തോറും ഏഴ് ദിവസത്തെ ജയിൽവാസം!

ഓർത്തപ്പോൾ കരച്ചിൽ വന്നു. ‘പാത്രം നിറഞ്ഞിരുന്നെങ്കിൽ!’ ഞാനാശിച്ചു.

വൃശ്ചികവും ധനുവും കഴിഞ്ഞു.

ക്ഷേത്രത്തിൽ പുതിയ ശാന്തിക്കാരൻ വന്നു. സ്വദേശക്കാരൻ! ചെന്നി ക്കൽ നരകേറി പാതി കഷണ്ടിയിൽ മുന്നിലും പിന്നിലും വെള്ളിയോ ടിയ തല. ഒട്ടിയ നെഞ്ചിലും വെള്ള രോമത്തിന് കുറവില്ല.

അമ്പലത്തിൽ ശാന്തിക്കാരനായി ആരുവന്നാലും വല്യേട്ടൻ മഠത്തി ലേക്ക് ക്ഷണിച്ചു വരുത്തും... താമസം പിന്നെ മഠത്തിൽ.

നമ്പൂതിരി വന്ന് മഠത്തിൽ താമസം തുടങ്ങി... ഒരു മാസം കഴിഞ്ഞ പ്പോൾ വല്യേട്ടൻ പറഞ്ഞു: “പുതിയ ശാന്തിക്കാരൻ യോഗ്യനാ. ദേവൂ ട്ടിക്ക് ചേരും. ഇനിയും വെച്ചിരിക്കാൻ പറ്റില്ല.” അമ്മ ഒന്നും പറഞ്ഞില്ല “പത്താം ദിവസം സമ്മന്തത്തിന് നമ്പൂരിവരും.” ഏട്ടന്റെ കല്പനയാണ്. ചെറിയേട്ടൻ ഒന്നും പറഞ്ഞില്ല.

ഞാൻ കിടക്കയിൽ മുഖമമർത്തി കരഞ്ഞു. ഉറക്കത്തിന്റെ ചുഴികളി ലേക്ക് താഴ്ന്ന് പോകുമ്പോൾ കൂടെ ചോമനുമുണ്ടായിരുന്നു. അയാൾ ഇളനീർ വെട്ടുകയും കുടിക്കുകയും ചെയ്തുകൊണ്ടിരുന്നു.

പത്താം ദിവസം അന്തി കറുത്തു! നാല്ലഞ്ച് കറിയും കൂട്ടി ഊണ് കഴിച്ച് പായസവും കുടിച്ച് നമ്പൂതിരി അകത്ത് കയറി വാതിലടച്ചു.

മനസ്സിൽ നിറയെ ചോമന്റെ വിരിഞ്ഞ മാറും കരുത്തുമായിരുന്നു. പക്ഷേ നമ്പൂതിരി... വിഗ്രഹത്തിൽ തെരക്കിട്ട് പഞ്ചാർച്ചന ചെയ്ത് വിയർത്ത് കുളിച്ച് മാറിക്കിടന്ന് കൂർക്കം വലിച്ചു...

മണ്ണാംതൊടിയിലെ പാവയ്ക്കാ പന്തലാണ് ഓർമ്മ വന്നത്. വിള വെടുപ്പ് കഴിഞ്ഞിട്ട് പറിച്ചെടുക്കാതെ വിത്തിന് വെച്ച പഴുത്ത് ചീഞ്ഞ പാവയ്ക്ക. ഒന്നും സംഭവിക്കാത്തതുപോലെ തലയ്ക്ക് കൈ വെച്ച് മലർന്ന് കിടന്ന് ചോമനെ ഓർത്തു.

പതിവുപോലെ പുലർച്ചെയെഴുന്നേറ്റ് കുളികഴിഞ്ഞു. ഏറെ നാളുകൾക്കുശേഷം മനയ്ക്കലെ ഉരല്ക്കുണ്ടിൽ ചെന്ന് നെല്ല് കുത്തി... അമ്മ പറഞ്ഞതെല്ലാം മറന്ന് കളഞ്ഞു. സന്ധ്യകഴിഞ്ഞാൻ ശാന്തിക്കാ രൻ കയറിവരും... ഇലക്കീറിലെ പൂവും ചന്ദനവും നാക്കിലയിൽ പൊതിഞ്ഞ ശർക്കരപ്പായസവും തിണ്ണയിൽ വെച്ച് കാല് കഴുകി അയാൾ അകത്ത് കയറും... ഉറങ്ങും.

പതിനാറാം ദിവസം മുട്ടുശാന്തിക്ക് മറ്റാരെയോ ഏല്പിച്ച് നമ്പൂതിരി സ്വന്തം വീട്ടിലേക്ക് പോയി. പിന്നെ വന്നില്ല... ഒരിക്കലും.

മാസങ്ങൾ കടന്നുപോയി... മുട്ടുശാന്തിക്കാരനും പോകുമെന്നായ പ്പോൾ അഭ്യർത്ഥനകളുമായി ഇല്ലങ്ങൾ കയറിയിറങ്ങിയത് വല്യേട്ടനാ ണ്. ഒടുവിൽ കല്ലമ്പള്ളിയിൽ ചെന്ന് ഏട്ടൻ വലിയ നമ്പൂരിയുടെ കാൽക്കൽവിണു. ശാന്തി മുടക്കിക്കൂടാ... ഒരു പ്രദേശത്തിന് മുഴുവൻ ശ്വാസം മുട്ടും. സദ്ഗതിയുണ്ടാവില്ല ആർക്കും... മൃഗങ്ങൾക്കുപോലും... വല്യേട്ടൻ കേണപേക്ഷിച്ചു.

ശാന്തിക്കാരനായി കല്ലമ്പള്ളിക്കാരൻ നമ്പൂതിരി വന്നു. അയാളെയും മഠത്തിലേക്ക് ക്ഷണിച്ച് വരുത്തി കുടിയിരുത്തിയത് വല്യേട്ടൻ തന്നെ.

അതിനിടയിൽ എത്രതവണയാണ് ചോമൻ തെങ്ങേറാൻ വന്നത്. എത്ര തവണ അടുക്കള വാതിലിന്ന് പിറകിൽ ഇളനീർ കുടിച്ചു... ഓർമ്മ യില്ല.

കല്ലമ്പള്ളിക്കാരൻ സംസ്കൃതപണ്ഡിതൻ കൂടിയായിരുന്നു. ഏട്ടന്റെ കൂടെ ശ്ലോകം ചെല്ലും... കഥ പറയും. ശാന്തിപ്പണി തുടങ്ങി ഏഴാം ദിവ സമാണ് മഠത്തിൽ താമസമാക്കിയത്. ആറേഴ് ദിവസം കഴിഞ്ഞ് ആയാളും കേറിവന്നു. ഏട്ടന്റെ സമ്മതത്തോടെ കിടക്കപ്പായയുടെ പാതിയിലേക്ക്... വെപ്രാളങ്ങളില്ല... അത്യാർത്തിയില്ല.... വളരെ സാവധാനം... എന്നാലും ചോമനോളം വരില്ല.

നാലഞ്ച് മാസം ശാന്തിയും ശീവേലിയും മുറയ്ക്ക് നടന്നു... രാവിലെ കുളിയും തേവാരവും കഴിഞ്ഞ് ക്ഷേത്രത്തിലേക്കിറങ്ങുമ്പോൾ ഒന്നും പറയാറില്ല.. തിരിഞ്ഞ് നോക്കാറില്ല. കുറച്ചുനേരം കഴിഞ്ഞാൽ മനയ്ക്ക ലേക്ക് താനുംപോകും... രണ്ട് ദിവസത്തേയ്ക്ക് നമ്പൂരീനെ കണ്ടില്ല... അന്വേഷിച്ച് ചെല്ലാൻ കല്ലമ്പള്ളിക്ക് ആളെ അയച്ചത് വല്യമ്പൂരിയാണ്.

മനസ്സിലെവിടെയോ ആശങ്കയുടെ നൂലട്ടകൾ ഇഴയുന്നുണ്ടായിരുന്നു. ശരീരത്തിന് നാലാം മാസത്തിന്റെ വിയർപ്പും ആലസ്യവുമുണ്ടെങ്കിലും മനയ്ക്കൽ പണിക്ക് പോകുന്നത് നിർത്തിയിരുന്നില്ല...

വല്യമ്പൂരീന്റെ അകം തുടച്ച് വൃത്തിയാക്കാൻ മറ്റാരും പാടില്ലാന്നാ കല്പന. അടിവയറ്റത്ത് കൈവെച്ച് താങ്ങി മുട്ടുകുത്തിയിരുന്ന് അകം

തുടയ്ക്കായിരുന്നു. കട്ടിലിൽ നമ്പൂരി ഇരിക്കുന്നുണ്ട്... തുടച്ച് കൊണ്ടിരിക്കേ ആരോ പറഞ്ഞു:

"ശാന്തിക്കാരൻ പൊന്തിയിട്ടുണ്ട് പൊട്ടക്കിണറ്റിൽ."

മുറ്റത്തേക്കിറങ്ങിയ വല്യമ്പൂരിയും വല്യേട്ടനും എന്തോ സ്വകാര്യം പറഞ്ഞു... ആരും ഒന്നും പറഞ്ഞില്ല. കല്ലമ്പള്ളി നമ്പൂതിരിയും ഒരു സ്വകാര്യമായി മാറി.

നേരം പോയതറിഞ്ഞില്ല. തനിക്ക് ചുറ്റും ഇരുട്ടിന്റെ കാണ്ടാമൃഗങ്ങൾ മേയുന്നത് കണ്ടപ്പോൾ പേടി തോന്നി. അകത്ത് ചെന്ന് ഓട്ടു വിളക്ക് തിരിയിട്ട് കത്തിച്ചു. ഉമ്മറത്തിണ്ണയിൽ വെച്ചു... അകത്ത് കടന്നു വാതിലടച്ചു.

മൺപാത്രത്തിൽ നിന്ന് വെള്ളമെടുത്ത് കുടിക്കുമ്പോൾ തുടരെത്തുടരെ കതകിൽ മുട്ടുന്ന ശബ്ദം കേട്ടു.

ചെറിയേട്ടൻ നേരത്തേ വന്നെന്നു കരുതി ദേവൂട്ടി വാതിൽ തുറന്നു... ഏട്ടനല്ല വേറെ ഏതോ ഒരാൾ... ഉറച്ച ശരീരമുള്ള ഒരു യുവാവ് "ആരാ?" ദേവൂട്ടി ചോദിച്ചു..

"പുതിയ ശാന്തിക്കാരനാ... മനയ്ക്കന്ന് പറഞ്ഞയച്ചതാ." അയാൾ തിണ്ണയിൽ കയറിയിരുന്നു.

ദേവൂട്ടി പറഞ്ഞു: "വയ്യ ഈ പ്രായത്തിൽ ഇനിയും ഒരു ശാന്തിക്കാരനെ ഊട്ടാൻ ഞാൻ വാതിലടയ്ക്കട്ടെ....."

ഒൻപത്

വീട്ടിൽനിന്നിറങ്ങുമ്പോൾ കൈയിലാകെയുണ്ടായിരുന്നത് പന്ത്രണ്ട് അണയാണ്. വഴിയേറെച്ചെന്നപ്പോൾ മടിശ്ശീലയിൽ നിന്ന് നാണയത്തുട്ടുകളെടുത്ത് കുഞ്ചു എണ്ണിനോക്കി. പന്ത്രണ്ടണയും നാല് കാശുമുണ്ട്. കൈയിൽ നാലുകാശില്ലാത്ത ദരിദ്രവാസി എന്നാരും പറയില്ല. ചെറുതായൊന്ന് ചിരിച്ച ശേഷം നാണയത്തുട്ടുകൾ കോന്തലയിൽത്തന്നെ കെട്ടിവെച്ചു.

തലേദിവസം കാശുകുടുക്ക പൊട്ടിച്ചെടുത്തപ്പോൾ അത്ഭുതം തോന്നിയിരുന്നു. ഇത്രയും കാശോ...? ഓർമ്മിച്ചെടുത്തപ്പോൾ തെളിഞ്ഞു വന്നു. കുഞ്ഞമ്മാമന്റെ കൂടെ കൂത്തിന് പോയപ്പോൾ മിഴാവ് കൊട്ടിയതിന് കിട്ടിയ ദക്ഷിണയാണ്.... ആദ്യത്തെ അരങ്ങ്! ആദ്യത്തെ ദക്ഷിണ!

ആദ്യ ദക്ഷിണ കാൽക്കൽവെച്ച് നമസ്കരിച്ചപ്പോൾ കുഞ്ഞാമ്മാമന്റെ കണ്ണ് നിറഞ്ഞിരുന്നു! വെയിലിനിടയിലെ മഴ പോലെ ചിരിക്കുന്ന മുഖത്ത് നിന്ന് കണ്ണീരുതിർന്ന് വീണത് കുഞ്ചുവിന്റെ നെറുകയിലായിരുന്നു. കുഞ്ഞമ്മാമൻ പറഞ്ഞു: "കുഞ്ചു! എഴുന്നേല്ക്കൂ... നിന്റെ കൈകൾ പിഴയ്ക്കില്ല.... സഹസ്രാബ്ദങ്ങൾ നിന്റെ താളപ്പൊലിമ ഏറ്റുവാങ്ങട്ടെ... ഒരർത്ഥത്തിൽ ഞാനും ധന്യനായി... വിരൽത്തുമ്പുകളിൽ

നിന്ന് ആശിസ്സുകളുടെ മഹാപ്രവാഹം... മൂർദ്ധാവിൽ നിന്ന് സിരകളിലേക്ക് പടർന്നപ്പോൾ ആകെ കുളിർത്തു. എഴുന്നേറ്റ് നാലണ ദക്ഷിണ കിട്ടിയത് കുഞ്ഞമ്മാമന്റെ കൈവെള്ളയിൽ വെച്ചുകൊണ്ട് പറഞ്ഞു: "നാലണ എനിക്കു കിട്ടിയതാണ്. ഇത് സ്വീകരിക്കണം... ഇതെന്റെ ഗുരുദക്ഷിണ! ഇതേ എനിക്ക് തരാൻ കഴിയൂ. തളിർ വെറ്റിലയും പഴുക്കടക്കയും കിട്ടിയില്ല." കുഞ്ചുവിന്റെ ശബ്ദം ഇടറിയിരുന്നു.

കുഞ്ഞമ്മാമൻ എന്നെ മാറോട് ചേർത്ത് നിർത്തി... അത് എന്റെ ജന്മസാക്ഷാത്ക്കാരം. കുഞ്ഞമ്മാമന്റെ വാക്കുകൾ മനസ്സിൽ അലയടിക്കുകയാണ്.

പന്ത്രണ്ടണയുടെ കണക്ക് കൂട്ടിക്കൊണ്ട് കുഞ്ചു സാവധാനം നടന്നു. ശേഷിച്ച എട്ടണയും നാല് കാശും... ഓർത്തെടുക്കാൻ ശ്രമിച്ചു.

ആ ദിവസവും ഓർമ്മയിൽ തെളിഞ്ഞു.

വല്യമ്മാവൻ ഒരിക്കൽ വീട്ടിൽ വന്നപ്പോൾ തന്നതാണ്... നാലണ കുറിമുണ്ടും കോണകവും വാങ്ങാൻ... കുറിമുണ്ടും കോണകവും വാങ്ങിയില്ല ഉള്ളത് കൊണ്ട് നാള് കഴിച്ചു.... അമ്മയാണ് പറഞ്ഞത് നാലണ സൂക്ഷിച്ചോളാൻ. അതു കാശു കുടുക്കയിലിട്ടു. കാശു കുടുക്കയും ഞാനും ഒരുപോലെ മറന്ന നാണയത്തുട്ടുകൾ!" കുഞ്ചു സ്വയം പറഞ്ഞു.

നടന്ന് നടന്ന് പെരടിയൂര് എത്തിയിരുന്നു. ആൾത്തിരക്കില്ലാത്ത ഒരിടം. ഒന്നോ രണ്ടോ കടകൾ... മധുരം വേവുന്ന എണ്ണയുടെ മണം. വിശപ്പ് തോന്നിയത് അപ്പോഴാണ്... കടയിൽ തുങ്ങിക്കിടക്കുന്ന പഴക്കുലകൾ വിശപ്പിനെ മാടിവിളിച്ചു.. അടിവയറ്റിൽ നിന്ന് ജഠരാഗ്നി ഇട നെഞ്ചിലോളം പടർന്ന് കയറി... മടിശ്ശീലയിൽ കൈയമർന്നു... മനസ്സിന്റെ മൂലയിൽ അദൃശ്യമായ കരസ്പർശം... ഇല്ല... എടുക്കില്ല.. ഇപ്പോഴൊന്നും ചെലവഴിക്കാനുള്ളതല്ല ഈ കാശ്.

കുഞ്ചു കടക്കാരനോട് ചോദിച്ചു: "ഇവിടെ അടുത്തെവിടെയെങ്കിലും ക്ഷേത്രമുണ്ടോ?" കടക്കാരൻ കേട്ടതായി നടിച്ചില്ല. കടത്തിണ്ണയിലിരുന്ന് വെറ്റില മുറുക്കിക്കൊണ്ടിരുന്ന ഒരു വൃദ്ധൻ ചോദിച്ചു. "ശാന്തിപ്പണിക്കാണോ?" കുഞ്ചു അയാളെ സൂക്ഷിച്ചു നോക്കി.

മനസ്സിൽ ഒരു കടലിരമ്പുകയാണ്... ഇയാൾ എന്റെ ശത്രുവാണോ? കുഞ്ചു ആലോചിച്ചു... ആയിരിക്കും മുൻജന്മത്തിലെങ്കിലും... മറുപടി പറയാതെ കുഞ്ചു നടന്നു.

സമയം സന്ധ്യയാകാറായി... പടിഞ്ഞാറ് നിന്ന് ചരിഞ്ഞ് വീഴുന്ന വെയിൽനാളത്തിന് ക്ഷീണം ബാധിച്ചിരിക്കുന്നു. നേരിയ കാറ്റ് ദേഹത്ത് തട്ടിയപ്പോൾ ആശ്വാസം തോന്നി 'ശാന്തിപ്പണി.' ശപിക്കപ്പെട്ട ഒരു വാക്കണത്. എത്ര ജന്മങ്ങൾ! എത്ര രാപ്പകലുകൾ തുടർച്ചയായി കഴുകിത്തുടച്ചാലും മനസ്സിൽ നിന്ന് മായാത്ത ഒരു കറ.

"ശാന്തിപ്പണിക്ക് വന്നതായിരുന്നല്ലോ അച്ഛൻ... കല്ലമ്പള്ളി നമ്പൂതിരി. ശാന്തിക്കാരൻ ദൈവത്തിനെ കൂട്ടുപിടിച്ച് സൃഷ്ടിച്ചതാണല്ലോ എന്നെ... ശാന്തിക്കാരൻ നല്കിയ അശാന്തമായ ഒരു ജന്മം! നങ്ങ്യേര

മ്മേടെ ഹോമകുണ്ഡത്തിൽ നമ്പൂരാരുടെ ഹവിസ്സ്! ശാപഗ്രസ്ഥമായ ഒരു മനുഷ്യജന്മം. വേണ്ട... കേൾക്കണ്ട എനിക്കാ വാക്ക് 'ശാന്തിപ്പണി."

ചിന്തകൾക്ക് ശബ്ദം വെച്ചത് കുഞ്ചു അറിഞ്ഞില്ല.

എതിരെ വന്ന ഒരു യുവാവ് ചോദിച്ചു: "എന്താ ഇങ്ങനെ ഉച്ചത്തിൽ തന്നത്താൻ പറഞ്ഞോണ്ട് നടക്കുന്നത്."

കുഞ്ചു അയാളെത്തന്നെ നോക്കി... നെറ്റിയിൽ നിസ്കാരത്തഴമ്പും അരയിൽ അരപ്പട്ടയും.... ഏതാണ്ട് ഇരുപതോ ഇരുപത്തിരണ്ടോ വയസ്സ് തോന്നിക്കും. വിരിഞ്ഞമാറും നെഞ്ചത്തും കൈത്തണ്ടയിലും നിറയെ രോമവുമുള്ള ഒരു യുവാവ്. കണ്ണിൽ ഉദയസൂര്യന്റെ ഉളംചുകപ്പ്. ചിരിയിൽ സൗഹൃദവും സ്നേഹവും... അയാൾ മുഖാമുഖം നിന്നപ്പോൾ കുഞ്ചു ചിരിച്ചു കൊണ്ടുപറഞ്ഞു: "വെറുതെ ഓരോന്ന് ചിന്തിച്ചു നടക്കുമ്പോൾ... മനസ്സിൽ അരഞ്ഞ് തീരാതെ തെറിച്ച് വീഴുന്ന ചില വാക്കുകൾ... കല്ലിച്ച് കിടക്കുന്ന ചില ഓർമ്മകൾ."

യുവാവ് ചോദിച്ചു: "ഇന്നാട്ടുകാരനാണോ?"

കുഞ്ചു പറഞ്ഞു: "അതെ കിള്ളിക്കുറിശ്ശി."

"എങ്ങട്ടാ യാത്ര?" യുവാവ് ചോദിച്ചു.

"വീട്ടിൽ നിന്നിറങ്ങി നടന്നു... പ്രത്യേകിച്ച് ലക്ഷ്യമൊന്നുമില്ല." കുഞ്ചു പറഞ്ഞു.

യുവാവ് ചോദിച്ചു: "സഞ്ചാരിയാണല്ലേ?"

"നടക്കുന്നവരെല്ലാം സഞ്ചാരികളല്ല." കുഞ്ചു പറഞ്ഞു.

യുവാവിന് ചിരി വന്നു. അയാൾ പറഞ്ഞു: "കണ്ണിൽ തീയുണ്ട്. അതാണ് ഞാൻ വഴി തടഞ്ഞത്... എങ്കിലും ഇപ്പോൾ മുഖത്ത് നല്ല ക്ഷീണമുണ്ട്."

അയാളുടെ വാക്കുകളിൽ കുഞ്ചുവിന് സ്നേഹം തോന്നി. വല്ലാത്തൊരടുപ്പം. കുഞ്ചു പറഞ്ഞു: "കാലത്തേ പുറപ്പെട്ടതാണ്. നാഴികയെത്ര പിന്നിട്ടൂന്നറിയില്ല... പ്രപായങ്ങളിൽ നിന്ന് കിട്ടിയ സംഭാരമല്ലാതെ മറ്റൊന്നും കഴിച്ചിട്ടില്ല... കിട്ടിയാൽ എന്തെങ്കിലും കഴിക്കണം... രാത്രി ഒന്ന് തല ചായ്ക്കണം... പുലർച്ചെ വീണ്ടും യാത്ര. എത്തുമെങ്കിൽ കോഴിക്കോട്ടോളം നടക്കണം."

"മുസൽമാന്റെ വീട്ടിൽ ഭക്ഷണമാകാമെങ്കിൽ എന്റെ കൂടെ വരാം... ഭക്ഷണം കഴിക്കാം... അന്തിയുറങ്ങാം..."

യുവാവിന്റെ വാക്കും നോക്കും ശബ്ദവും കുഞ്ചുവിന് ബോധിച്ചു... മിത ഭാഷ.. അധികം വിസ്തരിക്കലില്ല... അമിതമായ പ്രകടനങ്ങളില്ല...

കുഞ്ചു പറഞ്ഞു: "ആവാം."

"എങ്കിൽ കുറച്ചുനേരം ഈ മരച്ചുവട്ടിലിരിക്ക്... ഞാൻ പള്ളിയിലേക്കാണ്. നിസ്കരിച്ചിട്ടു വരാം."

കുഞ്ചു പറഞ്ഞു: "പോയ് വരൂ... ഞാൻ കാത്തിരിക്കാം." യുവാവ് പള്ളിയിലേക്ക് നടന്നു. കുഞ്ചു ഭാണ്ഡം താഴെവെച്ച് മരച്ചുവട്ടിൽ തടിമരം ചാരിയിരുന്നു, ശരീരത്തിൽ വലിയ ഉറുമ്പുകൾ കയറി... ഇക്കിളിപ്പെടു

ത്തി... കൈത്തണ്ടയിലും വിരലുകൾക്കിടയിലും കടിച്ചു... കുഞ്ചു ഒന്നും അറിയാതെ മയങ്ങിപ്പോയിരുന്നു.

യുവാവ് തട്ടി വിളിച്ചപ്പോഴാണ് ഉണർന്നത്. "വരൂ..." യുവാവ് പറഞ്ഞു.

അരനാഴിക ദൂരം അവർ ഒന്നിച്ച് നടന്നു. നടത്തത്തിനിടയിൽ പരസ്പരം വാക്കുകളില്ല... അന്വേഷണങ്ങളില്ല... സ്നേഹപ്രകടനങ്ങളില്ല... നാട്ടുവഴിയിൽ നിന്ന് ഇടവഴിയിലേക്ക് തിരിഞ്ഞ് അരനാഴിക ദൂരം മാത്രം... വീടെത്തി. വലിയ വീട്! വരാന്തയിൽ നിറഞ്ഞ് കത്തുന്ന വലിയവിളക്ക്.

"ഇരിയ്ക്കൂ." വരാന്തയിലേക്ക് ഓലത്തടുക്ക് ഇട്ടുകൊടുത്തശേഷം യുവാവ് അകത്തേക്ക് പോയി.കുഞ്ചു ഓലത്തടുക്കിലിരുന്നു... ഉമ്മറക്കോലയുടെ പാക്ക് പലകയിലെ കൊത്തുവേലകൾ നോക്കിയിരുന്നു.

അകത്ത് നിന്ന് മദ്ധ്യവയസ്കയായ ഒരു സ്ത്രീ കടന്നു വന്നു. വണ്ണിച്ച ശരീരം... കാച്ചി മുണ്ടും കുപ്പായവും... കാതിൽ അലിക്കത്ത്...നിറഞ്ഞ ചിരിയോടെ അവർ ചോദിച്ചു: "മോന്റെ ചങ്ങായ്യാ... അല്ലേ... അപ്പുറം കിണറുണ്ട്... ചെന്ന് കുളിച്ചോളീൻ... എന്തെങ്കിലും കഴിക്കാല്ലോ..."

കുഞ്ചു ഒന്നും പറയാതെ അവരെത്തന്നെ നോക്കിയിരുന്നു. "എന്താ മോനേ നോക്കുന്നത്, എന്റെ മോന്റെ ചങ്ങായീന്ന് പറഞ്ഞാൽ എന്റെ മോൻ തന്നെയല്ലേ... പോയ് കുളിച്ചോളീൻ." തോർത്തു മുണ്ടെടുത്ത് കൊടുത്തത് യുവാവാണ്.അയാൾ ചെറിയൊരു വിളക്കുമെടുത്ത് കിണറ്റിനടുത്തേക്ക് പോയി.

"ഓൻ കിണറിനടുത്ത് എന്തെങ്കിലും ഇഴജീവ്യേള് ഉണ്ടോന്നോക്കാൻ പോയതാ... ഇപ്പം ഇങ്ങ് വരും... ഓനെല്ലാത്തിനും ബല്യശ്രദ്ധേള്ളോനാ... എല്ലാരും ഓന്റെ ചങ്ങായ്യേളാ എന്തൊക്കെയോ ബായിക്ക്യോം പഠിക്ക്യോം ഒക്കെ ചെയ്തോനാ മോനെ എന്റെ കുട്ട്യൂസ. അതോണ്ട ഇങ്ങനൊക്കെ." തിരിച്ച് വന്ന് കുട്ടിമൂസ പറഞ്ഞു: "വിളക്ക് കിണറിന്റെ കരയിൽത്തന്നെയുണ്ട്... വെള്ളം കോരി നിറച്ചിട്ടുണ്ട്... കുളിക്കാം." കിണറ്റിൻകരയിലേക്ക് നടക്കുമ്പോൾ കുഞ്ചു ഓർത്തു... നല്ല അമ്മ.. ജീവിതത്തിൽ കിട്ടാതെ പോയ മധുര മൊഴികൾ... പൊരുമാറ്റത്തിൽ സ്നേഹത്തിന്റെ തെളിനീർച്ചാലുകൾ! സ്നേഹത്തിന് എന്ത് ജാതി... എന്ത് മതം...! കുളികഴിഞ്ഞ് വന്നപ്പോൾ വരാന്തയിൽ വിരിച്ചിട്ട പുല്പായയ്ക്കരികിൽ തെളിഞ്ഞ് കത്തുന്ന റാന്തൽ വിളക്ക്. വിളക്കിനരികിൽ നിരത്തി വെച്ച ഭക്ഷണങ്ങൾ! പുൽപ്പായയുടെ ഒരറ്റത്ത് കുട്ട്യൂസ കാത്തിരിക്കുന്നു: "ഇരുന്നോളൂ... കഴിക്കാം" കുട്ട്യൂസ പതുക്കെ പറഞ്ഞു.

ഭക്ഷണം കഴിഞ്ഞ് മുഖം കഴുകി വന്നപ്പോൾ കുഞ്ചുവിന് വല്ലാത്തൊരാലസ്യം. "ക്ഷീണണ്ടോ? ഉണ്ടെങ്കിൽ കിടന്നോളൂ! ഞാനുണ്ടാകും അടുത്ത്." കുട്ട്യൂസ പറഞ്ഞു. ജ്യേഷ്ഠന് അനുജനോടുള്ള വാത്സല്യമായിരുന്നു വാക്കുകളിൽ നിറഞ്ഞത്.

"ഇല്ല അധികമില്ല. പകലൊന്നും കഴിച്ചില്ലായിരുന്നു. അതിന്റെതാ... കുറച്ച് നേരം ഇരുന്നാൽ മാറും." കുഞ്ചു ചുമരും ചാരി പുല്പായയിലിരുന്നു.

വിളക്കിന്റെ തിരിയല്പം താഴ്ത്തിയ ശേഷം കുട്ട്യൂസ പറഞ്ഞു: "നാടും വീടും ജാതിയും ഒന്നും ചോദിക്കുന്നില്ല... അറിയണ്ട... വിശക്കുന്നോർക്ക് ഭക്ഷണം... അതെന്നും ഈ വീട്ടിൽ കാണും. ബാപ്പയുള്ളപ്പോഴെ അങ്ങനെയാണ്."

"പക്ഷേ പേര് പറഞ്ഞില്ല... അറിയണോന്നുണ്ട്. കുഞ്ചു... അങ്ങനെയാണ് എല്ലാരും വിളിക്കുന്നത്... അതേ എനിക്കുമറിയൂ... മറ്റെന്തെങ്കിലുമുണ്ടെങ്കിൽ എന്റെ അറിവിന്റെ അപ്പുറത്താണ്."

കുട്ട്യൂസ ചിരിച്ചുകൊണ്ട് പറഞ്ഞു: "അതിലുമുണ്ടൊരു പരിഹാസം... നേരറിവിന്റെ മറുപുറം ചിന്തിക്കാൻ... എനിക്കിഷ്ടായി... കണ്ണ് കണ്ടാലറിയാം പഠിച്ചറിവുണ്ടെന്ന്."

കുഞ്ചു പറഞ്ഞു: "പഠിച്ചിട്ടുണ്ട്... സംസ്കൃതം... മലയാളവും... കൂത്തിന് മിഴാവ് കൊട്ടും."

"പോര... പിന്നെയും എന്തോ ഉണ്ട് ഉള്ളിന്റെയുള്ളിൽ." ഒരു ചെറുചിരിയോടെ കുട്ട്യൂസ പറഞ്ഞു.

"മറയ്ക്കുന്നില്ല... സ്നേഹത്തിന്റെ മുന്നിൽ ഒന്നും മറച്ചു വെയ്ക്കാൻ കഴിയില്ലല്ലോ... പറയാം തോന്ന്യക്ഷരങ്ങളെഴുതും..." കുഞ്ചു പറഞ്ഞു.

"എങ്കിൽ കേൾക്കട്ടെ നാലു വരിയെങ്കിലും."

കുഞ്ചൻ കണ്ണടച്ച് പത്തുവരികൾ ചൊല്ലിക്കേൾപ്പിച്ചു.

വാതിൽപ്പടിയിൽ ഉമ്മ വന്ന് നില്ക്കുന്നത് കുഞ്ചു കണ്ടിരുന്നില്ല. ഉമ്മ പറഞ്ഞു: "അസ്സലായി... എന്റെ ഉപ്പാക്കും ഉണ്ടായിരുന്നു ഇമ്മാതിരി ചില രസികത്തം. ഇവനും കിട്ടിട്ടുണ്ട് അതിന്റെ ബാക്കി." കുട്ട്യൂസയെ ചൂണ്ടിക്കാണിച്ചുകൊണ്ടാണ് അവരത് പറഞ്ഞത്.

കുട്ട്യൂസ പറഞ്ഞു: "നന്നായിരുന്നു. അക്ഷരങ്ങളിൽ അഗ്നിയുണ്ട്... ഒരു സുഹൃത്തായും സഹോദരനായും പറയുകയാണ്. അണഞ്ഞു പോകാതെ സൂക്ഷിക്കണം... ഉള്ളിലെ നെരിപ്പോട്."

കുഞ്ചു കുട്ട്യൂസയെത്തന്നെ നോക്കിയിരുന്നു.

ആരാണെന്റെ മുമ്പിൽ? ഗുരുവോ? സഹചാരിയോ? പാരമ്പര്യത്തിന്റെ ശൃംഖലയിൽ നിന്ന് എപ്പഴോ അടർന്ന് പോയ ഒരു കണ്ണിയോ? അല്ല മൺമറഞ്ഞ പിതൃക്കളുടെ ആത്മാവിന്റെ പുതുരൂപമോ... അറിയില്ല... കുഞ്ചു കൈരണ്ടും ചേർത്ത് തൊഴുതു.

അകത്ത് നിന്ന് രണ്ടു പുതപ്പുകളുമായി വന്ന ഉമ്മ അതിലൊന്ന് കുട്ട്യൂസയ്ക്കും മറ്റൊന്ന് കുഞ്ചുവിനും കൊടുത്തു.

"കെടന്നോളീൻ രണ്ടാളും... ക്ഷീണോണ്ടാകും... ബാക്കിബർത്താനം നാളെ സുബൈക്കിന്ന്..." റാന്തൽ വിളക്കിന്റെ തിരി താഴ്ത്തി വരാന്തയുടെ മൂലയിൽ വെച്ചശേഷം ഉമ്മ അകത്ത് കടന്നു കതകടച്ചു.

കുഞ്ചു പുല്പായയിൽ മലർന്ന് കിടന്നു... മങ്ങിയ വെളിച്ചത്തിൽ പാക്ക്പലകയിലൂടെ ഇര തേടി നടക്കുന്ന ഗൗളികൾ...ഒന്ന് മറ്റൊന്നിന്റെ വാല് കടിക്കുന്നു... സൗഹൃദത്തിന്റെ നവഭാഷ്യം!

അപരിചിതരായ രണ്ടാളുകൾ കേൾക്കെ ആദ്യമായിട്ടാണ് കവിത

ചൊല്ലുന്നത്. കുഞ്ചുവിന് ചിരിവന്നു. അന്നത്തിന് പകരം കൊടുക്കാൻ നാലു വരി കവിത. കുഞ്ചുവിന് വീണ്ടും ചിരിവന്നു.

പാക്ക്പലകയിൽ പല്ലി ചിലച്ചു. കുഞ്ചു ഒരു വശത്തേക്ക് ചരിഞ്ഞു കിടന്നു.

പത്ത്

രാവും പകലുമായി ദിവസങ്ങൾ എത്ര കടന്നുപോയെന്നറിയില്ല. വഴിയമ്പലങ്ങളിൽ അന്തിയുറങ്ങിയും വിശക്കുമ്പോൾ അന്നം ചോദിച്ചു വാങ്ങിയും നേർവഴിയറിയാതെ കുഞ്ചൻ നടത്തം തുടർന്നു. പട്ടാമ്പി, വല്ലപ്പുഴ, തൃത്താല, പാലിശ്ശേരി, കുന്ദംകുളം.

ഗുരുവായൂർ ചെന്ന് ക്ഷേത്രക്കുളത്തിൽ മുങ്ങിക്കുളിച്ച് ഈറനോടെ നടയിൽച്ചെന്ന് കൈകൂപ്പി നിന്നു. "ഭഗവാനെ രക്ഷതു... നാലക്ഷരം മനസ്സിൽ തോന്നിക്കണേ... കൂത്തിന്കൊട്ടി ഉപജീവനമാണ് വിധിയെങ്കിൽ മിഴാവിൽ കൈപിഴയ്ക്കരുതേ..." മിഴി തുറന്നപ്പോൾ നിറദീപത്തിന്റെ പ്രകാശധോരണിയിൽ ഭഗവാൻ!പിതാംബരത്തിന്റെ ആഗ്നേയശോഭ! ചുണ്ടോടുചേർത്ത ഈറക്കുഴൽ! ശ്രുതി മധുരമായ ഗാനധാര! അനുഗ്രഹങ്ങളുടെ അനവദ്യവർഷധാര... ഭഗവാനേ... ഈ അഗതിയുടെ സാഷ്ടാംഗപ്രണാമം... കുഞ്ചു തിരുനടയിൽ കൈകൾ കൂപ്പി കമിഴ്ന്ന് കിടന്നു.

പ്രാർത്ഥന കഴിഞ്ഞ് പടിഞ്ഞാറെ നടയിൽ ഒരിടത്ത് ഭാണ്ഡംവെച്ച് മരത്തൂൺ ചാരിയിരുന്നു. പിന്നെ കിടന്നു. നടത്തത്തിന്റെ ക്ഷീണമുണ്ടായിരുന്നു. കിടന്നകിടപ്പിൽ ശ്രീകോവിലിലേക്ക് മുഖംതിരിച്ച് കൃഷ്ണനെ മനസ്സിൽ കൊണ്ടു വന്നപ്പോൾ കുഞ്ചന് ചിരിവന്നു. ഒരു സുഹൃത്തിനോടെന്നപോലെ കുഞ്ചു പറഞ്ഞു: "പ്രിയപ്പെട്ട കൃഷ്ണാ! ഞാൻ വീട്ടിൽ നിന്ന് ഇറങ്ങിപ്പോന്നു... ആരോടും പങ്കിടാൻ കഴിയാത്ത വേദനകൾ! ഭൂമിയോളം ഞാൻ താണു, കടലോളം ഞാൻ കണ്ണീരൊഴുക്കി. എന്നിട്ട് വയ്യാന്ന്വന്നപ്പോൾ ഞാനിറങ്ങി നടന്നു. സ്നേഹഗോപുരത്തിന്റെ ഓരോ വാതിലും ഞാൻ മുട്ടി... പക്ഷേ തുറന്നില്ല... കൃഷ്ണാ, ആരും തുറന്നില്ല... ഈ അഗതിക്ക്വേണ്ടിയൊരു വാതിൽ. ക്ഷമിക്കണം ഈയുള്ളവന്റെ സാഹസം. നാടും വീടും വിട്ട് പോകേണ്ടിവന്ന ഒരു കാലം നിനക്കുമുണ്ടായിരുന്നല്ലോ... പെറ്റവയറിനെയും പ്രണയിച്ച ഗോപികമാരെയും നീ ഉപേക്ഷിച്ചിരുന്നില്ലേ. ഗതികെട്ടാൽ അങ്ങനെയാണ്. മനസ്സമാധാനം കെടുമ്പോൾ ആരും ചെയ്തു പോകും ഇങ്ങനെയൊക്കെ." കുഞ്ചന്റെ മുമ്പിൽ കുഞ്ഞമ്മാമന്റെ മുഖം തെളിഞ്ഞുവന്നു. "ഒരിക്കൽ കുന്ദംകുളത്തിനടുത്ത് കൂത്തിന് പോകുമ്പോൾ കുഞ്ഞമ്മാമൻ പറഞ്ഞുതന്ന കഥയാണ്. നിനക്കോർമ്മയുണ്ടോ കൃഷ്ണാ.. നിന്റെ ഇരിപ്പിടമായ ഈ ഗുരുവായൂരിന് ശത്രുപീഡ വന്നപ്പോൾ അമ്പലപ്പുഴയിലെ ക്ഷേത്ര ഭരണാധികാരിയായിരുന്ന ഭട്ടതിരിപ്പാട് നിന്നെ മാറോട് ചേർത്തെടുത്ത് തെക്കേ മഠത്തിൽ

ഒരിടത്തിൽ കൊണ്ടിരുത്തിയത്... നീ ഓർക്കുന്നുണ്ടാവും ഇല്ലേ? എങ്കിൽ നീയും ഞാനും ഒരു പോലെയാണ് കൃഷ്ണാ പ്രവാസത്തിന്റെ രുചി ഭേദങ്ങളറിയുന്നവർ...

കൃഷ്ണാ, നിന്നെതുരത്തിയത് ശത്രുക്കൾ... എന്നെ തുരത്തിയത് മിത്രങ്ങൾ! ബന്ധുക്കൾ... "ശ്രീകോവിലിലേക്ക് ഒരിക്കൽക്കൂടി നോക്കി പിന്നെ കണ്ണടച്ച്... മനസ്സ് തുറന്നു വെച്ചു... അക്ഷരങ്ങൾ കുറിക്കാത്ത നാല് താളിയോലകൾ! കുഞ്ചു പ്രാർത്ഥനയിൽ മുഴുകിക്കൊണ്ട് പറഞ്ഞു: "കൃഷ്ണാ ഇതാണെന്റെ മനസ്സ്. ഈ താളിയോലയിലെഴുതിത്തരൂ നാല് വരിക്കവിത!"

ചെവിയിൽ മുളിയാൽ കുറിച്ചെടുക്കാൻ വേറെ താളിയോലകളില്ല... ഓർമ്മയുടെ നാരായമേ ഉള്ളു... കണ്ണടച്ച് കിടന്നു. കർണ്ണപുടങ്ങളിലേക്ക് അക്ഷര പ്രവാഹം... അക്ഷരങ്ങളിലൂടെ വീണ്ടുംവീണ്ടും സഞ്ചരിച്ചു. കവി തയുറപ്പിച്ചു. ഇത് താളിയോലയല്ല മനസ്സിന്റെ നേർത്ത പാളികൾ...! നിദ്ര യുടെ ചതുപ്പിൽ ആനമൂത്രത്തിന്റെ നനവ്. തലച്ചോറിലേക്ക് ഇരച്ചു കയ റിയ രൂക്ഷ ഗന്ധം... ആരോ കാലിൽ ചവിട്ടി. ഞെട്ടിയുണർന്നു.. ശരണം വിളിച്ചോടുന്ന ഭക്തന്മാർ! ചുറ്റമ്പലത്തിനകത്ത് പഞ്ചവാദ്യം. കളഭ ച്ചാർത്തിനുള്ള സമയമാണ്. പിടഞ്ഞെഴുന്നേറ്റ് കുളത്തിലേക്കോടി. ഉടു മുണ്ടാലെ മൂന്നു തവണ മുങ്ങിനിവർന്നു... അകത്ത് കടന്നില്ല. പുറത്ത് നിന്ന് തൊഴുതു... കുഞ്ചൻ കണ്ടു... ആരും കാണാത്ത ദിവ്യപ്രഭ... നേ രിൽക്കണ്ടതിന്റെ സൗഖ്യം... നിർവൃതി! കവിളിലേക്ക് ഒരിറ്റ് കണ്ണീരൊഴു കിയെത്തി... അടക്കിവെച്ച ദുഖത്തിന്റെ ഒരു തുള്ളി മാത്രം... സുഹൃത്തായ കൃഷ്ണന് കാണിക്ക! തിരിഞ്ഞ് നടക്കുമ്പോൾ വയറ് കാളിയിരുന്നു. ഇന്ന ലയേ ഒന്നും കഴിച്ചിട്ടില്ല... ഊട്ടുപുര ഉണരുന്നതേയുള്ളു...തെരക്കിൽ കൈനീട്ടി. ഇലക്കീറിൽ ഒരു പിടി അവിൽ... അവിൽ വായിലേക്കിടുമ്പോൾ കുഞ്ചൻ പറഞ്ഞു: "ഇത് കുചേലൻ കൃഷ്ണന് കൊടുത്തതല്ല... കൃഷ്ണൻ കുചേലന് തന്നതാണ്!"

ആലും നടവഴിയും പിന്നിട്ട് നടക്കുമ്പോൾ ഒരു നിമിഷം പിറകി ലേയ്ക്ക് തിരിഞ്ഞു നോക്കി. നായന്മാരും പട്ടന്മാരും കടിപിടികൂടുകയാണ്. ഭക്തന്മാരാണുപോലും! പരസ്പരം ഉന്തുകയും തള്ളുകയും പുച്ഛിക്കു കയും ചെയ്യുന്നു മ്ലേച്ഛന്മാർ.. പകലന്തിയോളം കട്ട് മുടിച്ചും വ്യഭിചരിച്ചും നടക്കുന്നവർ... നടതുറക്കുമ്പോൾ ദൈവത്തിനെ കാണാൻ ഉന്തും തള്ളും...

ഒരു ചെറുചിരിയോടെ കുഞ്ചൻ മുന്നോട്ട് നടന്നു.ഇരമ്പിവന്ന കുതിരവണ്ടി മുമ്പിൽവന്നുനിന്നു... ഒറ്റക്കുതിരവണ്ടിയിൽ വന്നിറങ്ങിയ സ്ത്രീയും പുരുഷനും. സ്വർണ്ണത്തിലും കസവിലും പൊതിഞ്ഞ രണ്ട് മാംസക്കുന്നുകൾ.... വഴിമാറാൻ ആംഗ്യം കാണിച്ചു കൊണ്ട് കുതിരവണ്ടി ക്കാരൻ പറഞ്ഞു: "വഴിമാറൂ, ശുദ്ധം മാറരുത്... കോവിലകത്ത്നിന്ന് എഴു ന്നള്ളത്താണ്.."

സ്ത്രീയും പുരുഷനും നടന്ന് തുടങ്ങി. ചങ്ങലാട്ടയും കുത്തുവിളക്കും കൊമ്പും കുഴലുമായി ആളുകൾ മുമ്പിൽ നടന്നു.

ശ്രീകോവിൽ പൊതിയാനുള്ള സ്വർണ്ണമുണ്ട് രണ്ടിന്റെയും ശരീരത്തിൽ... 'കൃഷ്ണാ ഒന്ന് കണ്ടോളൂ...' എന്ന് മനസ്സിൽ പറഞ്ഞു കൊണ്ട് കുഞ്ചു നടന്നു...

വീട്ടിൽ നിന്നിറങ്ങുമ്പോൾ ലക്ഷ്യമൊന്നുമുണ്ടായിരുന്നില്ല.. സഞ്ചരിക്കുക...അറിയുക കേൾക്കുക... ഇത്രയേ ഉണ്ടായിരുന്നുള്ളു. മനസ്സിൽ ഇപ്പോൾ അങ്ങനെയല്ല. അവിടംവരെ ഒന്ന് ചെല്ലണം... സാമൂതിരിയുടെ നാട്ടിൽ.. കോഴിക്കോട് കേട്ടറിഞ്ഞിട്ടേയുള്ളു... നേരിൽ കാണണം. അച്ഛന്റെ പേരിൽ നീക്കിയിരിപ്പായ സ്ഥലമുണ്ട് പോലും... കാണണമത്.. ആ മണ്ണിൽ ചവിട്ടണം... ഒരുപിടി മണ്ണ് വാരിയെടുത്ത് ഹൃദയത്തിൽ സൂക്ഷിക്കണം...

ദിക്കന്വേഷിച്ചും വഴിതെരഞ്ഞും നടന്നു. കരിക്കാട്, പള്ളിക്കര, എടപ്പാൾ, പാലക്കുളം, താനൂർ... ദിവസങ്ങളും മാസങ്ങളും കടന്നു പോകുകയാണ്.

കുറേ ദൂരം കടലോരം ചേർന്ന് നടന്നു...ബേപ്പൂർ കടപ്പുറം. കക്കകൾ വാരിക്കളിക്കുന്ന തിരകൾ, തിരകൾക്ക് മീതെ ചാടിക്കളിക്കുന്ന മത്സ്യങ്ങൾ...കലപിലകൂട്ടുന്ന കടൽക്കാക്കകൾ...

ഉപ്പുവെള്ളത്തിൽ കാല് തൊട്ടപ്പോൾ കുഞ്ചന് തോന്നി ഉപ്പാണ് സ്നേഹം! കടലാണ് മനസ്സ്! വന്നാലും വന്നാലും തീരാത്ത തിരകൾ.. എഴുതിയാലും എഴുതിയാലും തീരാത്ത കവിതകൾ...

എന്നുതൊട്ടാണീ തിരകൾ വരാൻ തുടങ്ങിയത്... ഇനിയെത്ര യുഗങ്ങൾ? എന്ന് മുതല്ക്കാണ് കവിതകൾ ജനിക്കാൻ തുടങ്ങിയത്? ഇനിയെത്ര നാൾ മനസ്സിൽ കവിതകൾ തിരയടിക്കും...?

വിശപ്പ് ചിന്തകളെ കീഴ്പ്പെടുത്തുന്നു...

നനഞ്ഞ പൂഴിയിൽ ചമ്രം പടിഞ്ഞിരുന്നു... അകലെ സൂര്യാസ്തമയം.... ചുകന്ന കരുവായി... ക്രമേണ ഒരു സിന്ദൂരപ്പൊട്ടായി സൂര്യൻ... അകന്നകന്നു ചക്രവാളത്തിന്റെ തിരശ്ശീലയ്ക്കപ്പുറത്തേക്ക്....

കുഞ്ചുവിന് കുഞ്ചുവിനെത്തന്നെ കാണാൻ കഴിയാത്ത ഇരുട്ട്. പത്തടി ദൂരത്ത് പൂഴിയിൽ മലർന്ന് കിടന്നു തിരയുടെ താളവും ചിരിയും കരച്ചിലും കേട്ട് അങ്ങനെ... അങ്ങനെ...

കിഴക്ക് വെള്ളകീറും മുമ്പേ തോണിയിറക്കുന്ന മുക്കുവരുടെ ശബ്ദം കേട്ടാണുണർന്നത്... ബഹളം... ഉന്തും തള്ളും പഴിപറച്ചിലും... ഇവിടെയുമുണ്ട് പോരും ചിഹ്നംവിളിയും. കടലമ്മയെ വിളിച്ചുള്ള പ്രാർത്ഥനയും. ഉണർന്ന് വരുന്ന മുക്കുവക്കുടിലുകൾ! വലനന്നാക്കുന്ന വൃദ്ധമ്മാർ... കുട്ടികൾ ഓളങ്ങളിൽ മുങ്ങി നിവരുന്നു. കടലമ്മയെ പാട്ടിലാക്കാൻ പഠിക്കുന്നവർ..... കടൽത്തീരങ്ങളിൽ വിദ്യാരംഭം കുറിക്കുന്ന മുക്കുവക്കുരുന്നുകൾ!

ഏറെ നേരം നോക്കി നിന്നു

ജഠരാഗ്നി ചെന്ന് കരളിനോട് ശൃംഗരിക്കുന്നുണ്ടായിരുന്നു.

കടൽജലത്തിൽ മുഖം കഴുകി... ഒരുകൈക്കുടന്ന ഉപ്പ് വെള്ളം കുടിച്ചു... ഭാണ്ഡത്തിൽ കദളിപ്പഴം നാലെണ്ണം ബാക്കിയുണ്ടായിരുന്നു.

കടലോരം ചേർന്ന് വീണ്ടും നടന്നു

ഉപ്പുവെള്ളത്തിന്റെയും കദളിപ്പഴത്തിന്റെയും ഊർജ്ജം.

എത്രദൂരം നടന്നൂന്നറിയില്ല... ക്ഷീണമില്ല... തളർച്ചയില്ല... മനസ്സിൽ ഒന്നുമാത്രം. ഈ മകൻ സൂര്യനെ കാണും മുമ്പേ ആരോത്തല്ലിക്കെടുത്തിയ ഒരു ദീപം! പിതാവ്!

സ്മരണകളുറങ്ങുന്ന ശ്മശാനമാണീ മനസ്സ്... അറിയില്ല മറ്റാർക്കുമത്... നടന്നു... ഒരു പാട്... ഒരു പാട് ദൂരം. "നേരം ഇരുട്ടിത്തുടങ്ങിയിരിക്കുന്നു. ഞാനെത്തിയിരിക്കുന്നു... ഇവിടെ സാമൂതിരിയുടെ മണ്ണിൽ." കുഞ്ചൻ സ്വയം പറഞ്ഞു.

മുക്കുവച്ചാളകളിൽ പട്ടിണി വേവുന്നതും നോക്കി വെറുതെ നടന്നു. ആകാശം മഴനൂലുകൊണ്ട് വലയൊരുക്കി മുക്കുവക്കുടിലുകളെ വീശിപ്പിടിക്കുന്നു: വറുതി വന്ന് അടുപ്പിലെ തീയണയ്ക്കുന്നു. അരക്ഷിതരായ അരയന്മാർ കുഞ്ഞരഞ്ഞാൺ വരെ വിറ്റ് കള്ള് കുടിക്കുന്നു.

കോഴികൂകും മുമ്പ് കടലിലേക്ക് പോയ ചെറുതോണികൾ ചെറുമീനുകളുമായി കരയ്ക്കടുക്കുന്നു. മുക്കുവന് ആളെത്തിരിച്ചറിയാത്ത പെരുമാറ്റം...

ആരെക്കണ്ടാലും "വന്നെന്ത്?.. പോന്നേട..? ഒരേ ചോദ്യം. ഇല്ല... അയാൾക്കിപ്പോൾ ബന്ധുക്കളില്ല.... പരിചയക്കാരില്ല.. ഉള്ളത് കച്ചവടം മാത്രം. വിലപേശലും തല്ലും തെറിവിളികളും...

കടപ്പുറത്ത്വെച്ച് മീൻ വില്ക്കുന്ന മുക്കുവത്തികൾ ഉടുമുണ്ട് തെറുത്ത് മേലോട്ട് കയറ്റി, തുടകളകത്തി കവയ്ക്കിടയിൽ മീൻ കൊട്ട വെച്ചുകൊണ്ടാണിരിപ്പ്. ഉപ്പുവെള്ളത്തിൽ നനഞ്ഞ തുടകൾ വെയിൽനാളത്തിൽ തിളങ്ങി. വിലപേശാൻ വന്നവർക്ക് കണ്ണ് പാളുന്നു... പറയുന്ന വിലയ്ക്ക് മീനെടുക്കുന്നു. ഇരു കൈകളിലായി അഞ്ചും ആറും പിടിച്ച് മീനെണ്ണുമ്പോൾ വാങ്ങാൻ വന്നവർക്ക് എണ്ണം തെറ്റുന്നു.

കണ്ണുകൾ മീൻകൊട്ടക്കപ്പുറത്തേക്ക്, മുക്കുവപ്പെണ്ണിന്റെ തുടകളിലേക്ക് പായുന്നു... സ്വർണ്ണരോമങ്ങൾ അലങ്കരിച്ച വെണ്ണക്കൽത്തുടകൾ മീൻചാറൊലിക്കുന്ന കൊട്ടയും തലയിലേറ്റി... ഒരു കൈകൊണ്ട് കാക്കകളെ തെളിച്ചുമാറ്റിക്കൊണ്ട് ഓടിപ്പോകുന്ന മദ്ധ്യവയസ്കരായ മുക്കുവത്തികൾ. എത്ര മീൻചോരയൊലിപ്പിച്ചാലും മുക്കുവത്തിയെ മീൻ മണക്കില്ല... അതൊരുവരമാണ്.

പരാശരന്റെ കാലം മുതൽ പേര് മത്സ്യഗന്ധി! എന്തൊരുവിരോധാഭാസം!

കടലൊന്ന് കറുത്താൽ.... മഴ നാല് പെയ്താൽ... അന്നംമുട്ടുന്ന മുക്കുവച്ചാളകളേയും പിന്നിട്ട് കുഞ്ചു നടന്നു.

പന്നിയങ്കരയിലെത്തിയപ്പോൾ ഇടത്തോട്ടും വലത്തോട്ടും തിരിയുന്ന ഇടവഴികളും നടവഴികളും..... മനസ്സിൽ ആശയക്കുരുക്കുകൾ സൃഷ്ടിച്ചു. കോവിലകത്തിന്റെ അംശമെങ്കിലും കാണണം..... സാമൂതിരി മഹാരാജാനെ ഒന്ന് നേരിൽ കാണാനാകുമെങ്കിൽ നല്ലത്.

അതുവഴിവന്ന ഒരു കാളവണ്ടിക്കാരനോട് ചോദിച്ചു: "സാമൂതിരി

കോവിലകം...?" കാളകളെ തെളിക്കുന്ന ചാട്ട പിറകോട്ട് ചൂണ്ടി കാണിച്ചു. വായിൽനിറയെ വെറ്റില മുറുക്കാനുള്ളതുകൊണ്ട് അയാൾക്ക് സംസാരിക്കാൻ കഴിഞ്ഞില്ല. ചാട്ടചൂണ്ടിയ വഴിയിലൂടെ നടന്നു. കൊപ്രയും കുരുമുളകും കയറ്റിയ വണ്ടികളാണ് വഴിനീളെ.... ചിത്രപ്പണികൾ ചെയ്ത വണ്ടിച്ചക്രങ്ങൾ.... ഇടം വലം വളഞ്ഞ് കൊമ്പുകൾ കൊണ്ട് തലയ്ക്കുമീതെ കമാനം സൃഷ്ടിച്ച കാളകൾ.... വണ്ടിച്ചക്രങ്ങൾക്ക് നടുവിലെ അച്ചാണിക്ക് മുകൾവശം ലോഹത്തകിടിൽ തീർത്ത നാഗഫണം! നാഗങ്ങൾ കടിച്ച് പിടിച്ച ലോഹമണികൾ! ചക്രമുരുളുമ്പോൾ മണികൾ കിലുങ്ങി.

ഒന്നിന് പിറകെ മറ്റൊന്നായി നീങ്ങുന്ന കാളവണ്ടികൾ... ചിലതിന്റെ പിൻവശത്ത് മാറ് മറയ്ക്കാത്ത സ്ത്രീകളിരിക്കുന്നു. കാതിൽ ഇയ്യത്തോലയും കൈയിൽ വെള്ളിവളകളുമിട്ട സ്ത്രീകൾ. വണ്ടിക്ക് പിന്നിൽ അലസരായി കാല്നീട്ടിയിരുന്ന് വെറ്റില മുറുക്കുകയാണവർ. വണ്ടിയിളകുന്നതിനനുസരിച്ച് താളത്തിൽ കുലുങ്ങുന്ന മുലകൾ.

കാളവണ്ടിയുടെ ചക്രങ്ങൾക്ക് ഓരംചേർന്ന് കുഞ്ചു മുന്നോട്ട് നടന്നു. നാഗഫണങ്ങളിലെ മണിയൊച്ച കേട്ടപ്പോൾ കുഞ്ഞമ്മാമനെ ഓർത്തു... കൂത്തമ്പലങ്ങളോർത്തു... മിഴാവിൽ താളപ്രപഞ്ചം തീർക്കുന്ന കുഞ്ഞമ്മാമന്റെ വിരലുകളിൽ ഒരു നിമിഷം മനസ്സുടക്കി...ഓർമ്മയിൽ സ്നേഹത്തിന്റെ നീരുറവ! ഇടംകണ്ണിൽ ഒരുതുള്ളി ചുടുനീർ പൊടിഞ്ഞു...,മനസ്സ് ഓടിച്ചെന്ന് കുഞ്ഞമ്മാമന്റെ പാദങ്ങളിൽ തൊട്ടു...അച്ഛനും അമ്മയുമായി പകർന്നാടിയ മുഖത്തേക്ക് നോക്കി...കരുവാളിച്ച മുഖം. മരുമകനെച്ചൊല്ലി ആധിപൂണ്ട മിഴികൾ! മാപ്പ്...എന്ന് മാത്രം മനസ്സ് മൊഴിഞ്ഞു.

കൂത്തമ്പലത്തിൽ മുൻനിരയിലിരുന്ന് കഥയറിയാതെ വായ്ക്കീറിലൂടെ ലാലാജലമൊലിപ്പിക്കുന്ന വഷളന്മാരായ പട്ടമ്മാരെയോർത്തപ്പോൾ ഛർദ്ദിക്കാൻതോന്നി...ഒരു കണക്കിന് സഹതാപം.

താളം മുറുകി കുഞ്ഞമ്മാമൻ സ്വയം മറക്കുമ്പോൾ മുമ്പിലിരുന്ന് അകംതുടയിൽ താളം പിടിച്ച് യോഗ്യതനടിച്ച ഏത്യൻ നമ്പൂതിരിയുടെ മുഖത്തു നോക്കി കുഞ്ഞമ്മാമൻ കാർക്കിച്ച് തുപ്പിയത് ഓർമ്മയിൽ തെളിഞ്ഞു. പിറകിലിരുന്ന് തലയാട്ടിയ നായന്മാർക്കും കിട്ടി വേണ്ടത്ര.

"മാറി നില്ക്കൂ, കണ്ണ് കാണില്ലാന്നുണ്ടോ?" വണ്ടിക്കാരന്റെ ശബ്ദം... ചാട്ടയുടെ ഒരറ്റം തലയിലെവിടെയോ തൊട്ടപ്പോഴാണ് സ്ഥലകാലബോധമുണ്ടായത്. കുഞ്ചുകാരണം വണ്ടിക്കാളകൾ നടത്തം മുടക്കി നില്ക്കുകയായിരുന്നു.

ജാള്യത തോന്നി ചിരിച്ച് മുഖം താഴ്ത്തി മാറിനിന്നു. "ഏതോ നൊസ്സനാ" വണ്ടിക്ക് പിറകിലിരുന്ന് അരിമുറുക്ക് ചവയ്ക്കുന്ന പെണ്ണ് പറഞ്ഞു:

"വണ്ടികൾ എത്രയാണ്... ഇങ്ങനെയൊരു കാഴ്ച ആദ്യമായിട്ടാണ്. കോഴിക്കോട് കച്ചവടത്താവളമാണല്ലോ. കാളവണ്ടികൾക്ക് ഇടവശം ചേർന്ന് നടന്ന് നടന്ന് നേരം വൈകി. കാലിൽ വണ്ടിക്കാളകളുടെ മൂത്രത്തിൽ ചാലിച്ച ചാണകം പറ്റിയിരുന്നു. പുതിയ പാദുകം.... ചാണകപ്പാദുകം!"

വിശക്കുന്നുണ്ട്. രാവിലെ എപ്പഴോ ഒരുപിടി അവിലും രണ്ട് കദളിപ്പ ഴവും കഴിച്ചതാണ്... വയറൊട്ടി നെഞ്ചിലേക്ക് തീയാളുന്നു... മടിശ്ശീലയ ഴിച്ചു നോക്കി. നാലണയും രണ്ടുകാശും മാത്രം.

ഭാണ്ഡത്തിൽ തപ്പിനോക്കി. അവിലും പഴവും തീർന്നിരിക്കുന്നു. എല്ലാം തീർന്നിരിക്കുന്നൂന്നറിഞ്ഞപ്പോൾ വിശപ്പ് ഇരട്ടിച്ചു.

നടവഴിയിൽ വെള്ളം കെട്ടിനില്ക്കുന്ന ഒരിടം... ചാണകച്ചെരുപ്പ് കഴുകിയെറിഞ്ഞശേഷം ഇടത്തേക്ക് തിരിഞ്ഞു. പാണ്ടികശാലയുടെ ഒര റ്റത്ത് വരാന്തയിലിരുന്ന് ഭക്ഷണം കഴിക്കുന്ന പത്തിരുപത് ആളുകൾ.... യുവാക്കളും വൃദ്ധരും.... നിസ്കാര തഴമ്പുള്ളവരും ഇല്ലാത്തവരും... കുഞ്ചു അങ്ങോട്ട് നടന്നു.

സംസാരവും തീറ്റയും. ഇടയ്ക്കാരോ പറഞ്ഞ തമാശ കേട്ട് എല്ലാ വരും പൊട്ടിച്ചിരിച്ചു. കുഞ്ചു കുറേ സമയം അവരെത്തന്നെ നോക്കി നിന്നു. "കുറച്ച് വെള്ളം വേണം." കുഞ്ചു പറഞ്ഞു. ഒരു വൃദ്ധൻ മൺപാത്രം നീട്ടി... ചുണ്ടു തൊടാതെ വെള്ളം വാഴിലേക്കൊഴിച്ചു... വിശപ്പു കൊണ്ട് കൈ വിറയ്ക്കുന്നുണ്ടായിരുന്നു. വെള്ളം വഴിതെറ്റി മൂക്കിലും കഴു ത്തിലുമൊഴുകി.

തുമ്മലും ചീറ്റലും... ശ്വാസതടസ്സം.. കൈയിൽ നിന്ന് പാത്രം വീണു ടഞ്ഞു.

"ക്ഷമ!...ക്ഷമ!..." എന്നിങ്ങനെ കുഞ്ചു പറഞ്ഞുകൊണ്ടിരുന്നു. വൃ ദ്ധൻ എഴുന്നേറ്റുവന്ന് പുറം തഴുകി. ചെറുപ്പക്കാരിൽ ഒരാൾ ഒരു നുള്ള് ഭക്ഷണം ദൂരെത്തേക്കെറിഞ്ഞു കൊണ്ട് പറഞ്ഞു:

"കൊതികൂടും... നോട്ടം കാണ്ടാൽ വെള്ളം കുടിച്ചില്ലാന്ന് തോന്നും... ദരിദ്രവാസി."

വൃദ്ധൻ കുഞ്ചുവിനെ പിടിച്ചിരുത്തി, നെഞ്ചിലും പുറത്തും തടവിക്കൊണ്ടിരുന്നു, ശ്വാസം നേരെ വീണപ്പോൾ വൃദ്ധൻ ചോദിച്ചു:

"വിശക്കുന്നുണ്ടോ?" കുഞ്ചു അതെയെന്ന് തലയാട്ടി. വൃദ്ധൻ മറ്റൊരു പൊതിച്ചോറഴിച്ച് കുഞ്ചുവിന്റെ മുമ്പിൽ വെച്ചുകൊണ്ട് പറഞ്ഞു: "തിന്നോളൂ."

അയാളുടെ കണ്ണുകളിലെ സ്നേഹത്തിന്റെ വറ്റുമണികൾ കുഞ്ചു കൊത്തി പെറുക്കിയെടുത്തു.

ഭക്ഷണം കഴിഞ്ഞപ്പോൾ എന്തെന്നില്ലാത്ത തളർച്ച. ദേഹമാസകലം വിയർത്തു... കൽത്തറയിൽ മലർന്ന് കിടന്നു... ഛർദ്ദിക്കാൻ തോന്നിയ പ്പോൾ കുഞ്ചു പിടഞ്ഞെഴുന്നേറ്റു... വൃദ്ധൻ ചോദിച്ചു "ഛർദ്ദിക്കണോ?" മറുപടിയൊന്നും പറഞ്ഞില്ല... കുഞ്ചു വൃദ്ധനെത്തന്നെ നോക്കി.. പിന്നെ അയാളുടെ ദേഹത്തേക്ക് ചരിഞ്ഞു...

വൃദ്ധൻ വീശിക്കൊണ്ടിരിക്കെ കുഞ്ചു കണ്ണു തുറന്നു...

മറ്റെല്ലാവരും ഭക്ഷണം കഴിച്ച് സ്ഥലം വിട്ടിരുന്നു

കുഞ്ചുവിന്റെ തല മടിയിൽ വെച്ച് വൃദ്ധൻ കുഞ്ചുവിന്റെ മുഖത്ത് തന്നെ നോക്കിക്കൊണ്ടിരിക്കുകയായിരുന്നു...

കുഞ്ചു കണ്ണ് തുറന്നു. നിലയ്ക്കാത്ത കണ്ണീർ പ്രവാഹം!

കുഞ്ചു ഓർത്തു... "ഈ മനുഷ്യൻ എന്തിനാണ് കരയുന്നത്... ഇയാൾ എനിക്കാരാണ്?"

കുഞ്ചു എഴുന്നേറ്റിരുന്ന് കുറച്ചുകൂടി വെള്ളം കുടിച്ചു. ഇപ്പോൾ വിഷമങ്ങളില്ല.

വൃദ്ധൻ വിവരങ്ങൾ തിരക്കി... ചിലതൊക്കെ മറച്ചും ചിലതൊക്കെ തെളിച്ചും കുഞ്ചു വിവരങ്ങൾ ഒടുവിൽ പറഞ്ഞു: "അങ്ങാടി നടന്ന് കാണണം... അച്ഛന്റെ ഭൂമി കാണണം... പറ്റുമെങ്കിൽ സാമൂതിരി മഹാരാജാവിനെ നേരിൽ കാണണം."

വൃദ്ധൻ പറഞ്ഞു: "നിന്നെപ്പോലെ ഒരു മകൻ എനിക്കുമുണ്ടായിരുന്നു. അവൻ നിഷേധിയായിരുന്നു. പലകാര്യങ്ങളിലും രാജനീതികളെ അവൻ എതിർത്തിരുന്നു. അവൻ പഠിച്ചവനായിരുന്നു. ഓത്തും പുസ്തകവും അതിനപ്പുറം എന്തൊക്കെയോ.... എനിക്കൊന്നും അറിഞ്ഞുകൂട...." വൃദ്ധന്റെ വാക്കുകൾ ഇടമുറിയുന്നത് കുഞ്ചു ശ്രദ്ധിച്ചു.

കുഞ്ചുവിനെ മാറോട് ചേർത്തുകൊണ്ട് അയാൾ പറഞ്ഞു. "ഒരു ദിവസം കൊട്ടാരത്തിൽ നിന്നാണെന്നും പറഞ്ഞ് നാലഞ്ചാളുകൾ വന്നു. അവനും അവരുമായി അകത്തിരുന്ന് സംസാരിച്ചു. ചിരിച്ചു... കോപിച്ചു... കയർത്തു. അവർ എന്റെ സമ്മതത്തോടെ..... ഓന്റെ ഉമ്മാന്റെ സമ്മതത്തോടെ ഓനെ കൂട്ടിക്കൊണ്ട് പോയി."

അയാൾ കുഞ്ചുവിനെ ഇറുകെ പുണർന്ന് പൊട്ടിക്കരഞ്ഞു. മുലപ്പാല് നിഷേധിക്കപ്പെട്ട കുഞ്ഞിന്റെ കരച്ചിൽ. മുഖം കുഞ്ചുവിന്റെ കവിളിൽ ചേർത്തുരസി..... ചോരപൊടിഞ്ഞു..... അയാൾ പറഞ്ഞു: "ഓനെ പിന്നെ കണ്ടില്ല." ദുഃഖവും കരച്ചിലും മുക്കളയിൽ ചാലിച്ച് കുടുകുടാന്നിറങ്ങി ഉടുമുണ്ടിന്റെ അറ്റം കൊണ്ട് മുഖം തുടച്ച് അയാൾ പറഞ്ഞു. "അവനിന്നും പാണ്ടികശാലയിൽ പണിക്ക് വരാറുണ്ട് എന്നാണവന്റെ ഉമ്മയുടെ വിചാരം. എന്നും ഒരുപൊതിച്ചോറ് തന്നയയ്ക്കും... ഇന്ന് അത് വെറുതെയായില്ല... അല്ലാത്തപ്പോൾ കല്ലായിപ്പുഴയിലെ മത്സ്യങ്ങൾ കഴിക്കും..."

ഇടനെഞ്ച് പിളർന്ന നിശ്ശബ്ദ നിലവിളിയിൽ കണ്ണ് ചുവന്നു. പള്ളിയിൽ നിന്നുയർന്ന അസർബാങ്കിന്റെ ഇടർച്ചയിൽ കരച്ചിലും ദുഃഖവും ചാലിച്ച് അയാൾ കുടിനീരിറക്കി.

"ഞാനിപ്പോൾ നിഷേധിയുടെ ബാപ്പയാണ്. എല്ലാവരും എന്നെ അങ്ങനെയാണ് കാണുന്നത്. കയറ്റിറക്ക് പണിയിൽ എനിക്ക് കൂലിയും കുറവാണ്. എനിക്കതിൽ സങ്കടമൊന്നുമില്ല. അഭിമാനമാണ്... എല്ലാവരും എന്നെനോക്കും, ശ്രദ്ധിക്കും, എപ്പോഴും എന്നെ നിരീക്ഷിക്കാൻ രണ്ടാളുകളെ ഏർപ്പാടാക്കിയിട്ടുണ്ട്. അവരിൽ ഒരാളാണ് കുറച്ചുമുമ്പ് അന്നം നുള്ളിയെറിഞ്ഞ് ശപിച്ചത്."

"നീ വന്നതും നിനക്ക് വെള്ളം തന്നതും അസർ ബാങ്കുവരെ പണിക്കിറങ്ങാതിരുന്നതും അവർ ശ്രദ്ധിച്ചു... എനിക്കറിയാം... ശിക്ഷയും കൂലിയിളവും നാളെയുണ്ടാകും.മോൻ വന്നോളൂ... നിനക്ക് ഞാൻ കാണിച്ചു തരാം. കോഴിക്കോട്ടെ കച്ചവടവും കള്ളത്തരങ്ങളും."

വൃദ്ധൻ കുഞ്ചുവിനെ കൂട്ടി നടക്കാൻ തുടങ്ങി.

തെരുവിലൂടെ നടക്കുമ്പോൾ കാറിയ വെളിച്ചെണ്ണയുടെ മണം. ഹലുവയും കായവറുത്തതും ഉണ്ടാക്കുന്ന തെരുവാണ്. നിലം മുഴുവൻ എണ്ണ മിനുക്കിയപോലെ... എണ്ണയിൽ വഴുതിനടക്കുന്ന ഈച്ചക്കൂട്ടം.

ഗ്രാമങ്ങളിൽനിന്ന് കൊപ്രയും കുരുമുളകുമായി എത്തുന്നവർ...ഒറ്റമുണ്ടും കോണകവും തോളിൽ ഒരു ചൊട്ടിക്കരയൻ തോർത്തുമുണ്ടുമാണ് വേഷം. അപൂർവ്വം ചിലർക്ക് സ്വർണ്ണക്കുടുക്കുള്ള കുപ്പായവും വേഷ്ടിയും...

പണപ്പെട്ടി മുമ്പിൽ വെച്ചിരിക്കുന്ന സേട്ടുമാർ... ഇരുത്തം പുല്ലുപായകളിലാണ് ചാരിയിരിക്കാൻ തലയിണകൾ അവർക്ക് തൊട്ടടുത്തായി.. കാതിൽ സ്വർണ്ണക്കടുക്കനിട്ട കണക്കപ്പിള്ളമാർ. അവരാണ് മലഞ്ചരക്കുകളുടെ ഗുണവും തൂക്കവും ഉറക്കെ വിളിച്ചുപറയുന്നത്..... തൂക്കം കണക്കാക്കാൻ വേറെ ആളുകളുണ്ട്... ഓരോ ചാക്ക്കെട്ടും തൂക്കുന്നതിനിടയിൽ, ഇത്ര പലം, ഇത്ര റാത്തൽ എന്നിങ്ങനെ വിളിച്ചുകൂവും. അതനുസരിച്ചാണ് കണക്കപ്പിള്ളമാർ ശീട്ടെഴുതുന്നത്.

പണം എണ്ണിവാങ്ങി മടിക്കുത്തിലും തോർത്ത്മുണ്ടിലും കെട്ടി നാട്ടിൻപുറത്തുകാർ യാത്രയാവുന്നു.

തൊട്ടടുത്ത് ഒരു ചാരായക്കട... കൂടെ കഴിക്കാൻ മീൻകറിയും പത്തിരിയും കപ്പപുഴുങ്ങിയതും ഞണ്ടുകറിയും പപ്പടം കാച്ചിയതും, ചില കടകളിൽ പൂവൻപഴവുമുണ്ടാകും.

ആമത്തോടിൽ അളന്നാണ് ചാരായം കൊടുക്കുന്നത്. 'ഒരുദ്രാം'... 'രണ്ടുദ്രാം.' എന്നിങ്ങനെയാണ് അളവ്.

കൊപ്രയും കുരുമുളകും വിറ്റ കാശ് കൈയിൽ കിട്ടിയാൽ ചിലർക്കൊരു നെഗളിപ്പാണ്... മടിക്കുത്തിൽ തമ്പുരാന്റെ ചക്രവുമായി അവർ ചാരായക്കടയിൽ കയറും... അഞ്ചോ ആറോ തവണ ആമത്തോടുകൾ നിറയും. ചിലർ കുടിച്ചതെത്രയെന്ന് ഓർമ്മ കാണില്ല. വേച്ച് വേച്ച് നടന്ന് പിച്ചും പേയും പറഞ്ഞ് മയങ്ങിക്കിടക്കും. എഴുന്നേല്ക്കുമ്പോൾ മടിക്കുത്ത് കാലിയായിരിക്കും. മകളുടെ കല്യാണത്തിന് ആഭരണം വാങ്ങാൻ വന്നവർ.... എല്ലാം നഷ്ടമാകുമ്പോൾ കാലിയായ മടിക്കുത്തുമായി അവർ തിരമാലകളെ പുണരുന്നു... വൻസ്രാവുകൾക്ക് സുഖഭക്ഷണം... നിസ്വാർത്ഥഗ്രാമീണന്റെ സാത്വിക ശരീരം! കടൽമീനുകൾക്ക് സദ്യയൊരുക്കുന്നു!

വൃദ്ധൻ കുഞ്ചുവിന്റെ കൂടെ കടപ്പുറത്തേക്കു നടന്നു... അയാൾ പറഞ്ഞു. "എല്ലാ സന്ധ്യയിലും ഞാനിവിടെ വരും... അസ്തമയം കാണാൻ... അതൊരുസുഖമാണ്.... ഒരോർമ്മയാണ്... വേദനിപ്പിക്കുന്ന ഓർമ്മ... എന്റെ മോൻ എന്നും വരുമായിരുന്നു. അസ്തമയ സൂര്യന്റെ ചുവപ്പുരാശി മനസ്സിലേക്ക് ഏറ്റുവാങ്ങാൻ." അയാളുടെ കണ്ണുകളിൽ സൂര്യന്റെ മരണം! കുഞ്ചു അതുതന്നെ നോക്കിനിന്നു... ഇടറുന്ന ശബ്ദത്തിൽ വൃദ്ധൻ പറഞ്ഞു: "വരൂ... നടക്കാം" കവിളിൽ സൂര്യന്റെ രക്തവുമായി അയാൾ കുഞ്ചുവിന്റെ കൂടെ നടന്നു.

"ഈ നഗരം മുഴുവൻ കച്ചവടത്തിന്റെ കുരുക്കുകളാണ്. ആകാശ

ത്തും ഭൂമിയിലും.... കുഗ്രാമങ്ങളിൽ നിന്ന് മലഞ്ചരക്കുകളുമായി വരുന്ന വരെ മുതലാളിമാരുടെ ആളുകൾ കഴുകന്മാരെപ്പോലെ ചുറ്റിപ്പറക്കും. മടിക്കുത്തിൽ പണവുമായി പോകുന്നവരെ പിന്തുടരും. വഴി ദൂരം പിന്നിടുമ്പോൾ കഴുത്തിൽ തോർത്ത് മുണ്ട് മുറുക്കി കഥകഴിക്കും. മിക്കവാറും കൊലനടത്തുന്നത് ഏതെങ്കിലും ക്ഷേത്രപ്പറമ്പിനടുത്തുവെച്ചായിരിക്കും... കൊലക്കുറ്റം ദേവനോ ദേവിക്കോ ചാർത്തിക്കൊടുക്കും. ഭഗവതി കൊന്നു.... ചാത്തൻ തീണ്ടി.. എന്നിങ്ങനെയാകും ഭാഷ്യം...." "ആരും ഒന്നും ചോദിക്കില്ല. ദൈവകോപം വിധി കല്പിതം അല്ലേ?" കുഞ്ചു ചോദിച്ചു. കലക്കത്ത് വീടിന്റെ ആൽമരത്തറയിൽ നാഗം തീണ്ടിയെന്ന് നാട്ടുകാർ പറയുന്ന ചെറിയമ്മായിയെ കുഞ്ചുവിന്ന് ഓർമ്മ വന്നു. അമ്മായിയുടെ കഴുത്തിൽ മുറുകിയ അഞ്ച് ഫണമുള്ളനാഗം എവിടെ നിന്ന് വന്നതായിരിക്കും. ഏതായാലും കോഴിക്കോട്ടെ വലിയങ്ങാടിയിൽ നിന്ന് വന്നതല്ല.. നഗരത്തിൽ മാത്രമല്ല ഗ്രാമങ്ങളിലുമുണ്ട് ആളെക്കൊല്ലുന്ന ദൈവങ്ങൾ.... മനുഷ്യന്റെ കൈയും മെയ്യുമുള്ള ദൈവങ്ങൾ...

രാത്രിയായപ്പോൾ വൃദ്ധൻ പറഞ്ഞു: "ഇനിയിന്ന് യാത്രവേണ്ട നാളെയാകാം. ഇടത്തോട്ട് നടന്നാൽ ചാലപ്പുറം വഴി മാങ്കാവിലേക്ക് പോകാം... പിന്നെ അധികമില്ല കൊട്ടാരത്തിലേക്ക്... ഇന്ന് എന്റെ വീട്ടിൽ കഴിയാം." കുഞ്ചു ഒന്നും പറഞ്ഞില്ല. പറയാൻ കഴിഞ്ഞില്ല... വൃദ്ധന്റെ പിന്നിൽ നടന്നു... ഓലച്ചൂട്ടിന്റെ വെളിച്ചത്തിൽ വയൽ വരമ്പുകളിൽ കിടക്കുന്ന മണ്ടിലിപ്പാമ്പുകളെ കണ്ടു. തോട്ടിറമ്പുകളിൽ ദളം വാടിയ അയ്റാണിപ്പൂക്കൾ.

നടന്നുനടന്ന് വീടെത്തി. അതിരാണിപ്പാടത്തിന്നപ്പുറം ഒരു ഓലക്കുടിൽ. വീട്ടിൽച്ചെന്ന് കയറിയപ്പോൾ ഉമ്മയുടെ കണ്ണിലെ കരിന്തിരി കണ്ടു. പോയവൻ തിരിച്ചു വന്നതുപോലെ ആദ്യനോട്ടത്തിൽ കരിന്തിരികൾ ആളിക്കത്തി. തിരി നീട്ടിയ റാന്തൽവിളക്കിന്റെ വെളിച്ചത്തിൽ വിരുന്നുകാരന്റെ മുഖം തെളിഞ്ഞപ്പോൾ ഉമ്മയുടെ കണ്ണിലെ തിരിയണഞ്ഞു... ഒരു ചെറിയ ശബ്ദം കേട്ടു: "അത് ഓനല്ല അല്ലേ?"

പതിനൊന്ന്

കോഴികൂവും മുമ്പ് എഴുന്നേറ്റു.. ജന്മജന്മാന്തരസമയബോധം!.. വീട്ടിൽ ആരും ഉണർന്നിട്ടില്ലാന്നാണ് കരുതിയത്. പക്ഷേ അകത്ത് വിളക്ക് കത്തുന്നുണ്ടായിരുന്നു... ഉമ്മറവാതിൽ പാതി തുറന്നിരിക്കുന്നു....

വീട്ടുടമ കുളി കഴിഞ്ഞ് തുവർത്തി കൊണ്ടാണ് വന്നത് "ഉണർന്നോ" അയാൾ ചോദിച്ചു. "ചെറുപ്പത്തിലേ ശീലിച്ചതാണ്."

അയാൾ പറഞ്ഞു: "ഞാനും അങ്ങനെയാണ്." കുഞ്ചു പറഞ്ഞു.

"കുളിച്ചോളൂ" അദ്ദേഹം അകത്ത് ചെന്ന് എണ്ണക്കുപ്പിയുമായി വന്ന് കൈക്കുടന്നയിൽ എണ്ണ പകർന്നു.

മൂർദ്ധാവിൽ എള്ളെണ്ണയുടെ മൃദുസ്പർശം... ശരീരത്തിൽ നാഡി ഞരമ്പുകൾ പിടഞ്ഞു.. നെറുകയിൽ നിന്ന് സിരകളുടെ നാൽക്കവ

ലകളിലേക്ക് ശൈത്യപ്രവാഹം!. കലക്കത്ത് നിന്ന് ഇറങ്ങിയശേഷം എണ്ണ തേച്ച് കുളിച്ചിട്ടില്ല. ക്ഷേത്രക്കുളങ്ങളിൽ മുങ്ങിനിവരുകയോ സത്രക്കിണറുകളിൽ നിന്ന് രണ്ടുപാള വെള്ളം കോരി തലയിലൊഴിക്കുകയോ മാത്രമാണ് ചെയ്തത്.

കുളികഴിഞ്ഞ് തിരിച്ചെത്തി. മാറിയുടുക്കാൻ ഒരു മല്ല് മുണ്ടു തന്നത് വീട്ടമ്മയായിരുന്നു.

കൈവിരലുകൾ കൊണ്ട് മുടികോതി. ഭാണ്ഡമെടുത്ത് തോളിൽ തൂക്കിയപ്പോൾ വൃദ്ധൻ പറഞ്ഞു: "വന്നോളൂ. പ്രാതൽ കഴിക്കാം."

നിഷേധസ്വരങ്ങളില്ലാതെ വെറുംനിലത്ത് ചമ്രം പടിഞ്ഞിരുന്നു... ചൂടാറാത്ത പത്തിരിയും ചമ്മന്തിയും... പതുപതുത്ത പത്തിരി. ഇളം ചൂടിൽ ഉരുക്കു നെയ്യിന്റെ സുഗന്ധം!

പാതി വയറോളം തിന്നു... അധികം കഴിക്കണമെന്നുണ്ടായിരുന്നു. പക്ഷേ നടത്തം വിഷമത്തിലാകും. വൃദ്ധൻ പറഞ്ഞു: "ഞാനിങ്ങനെയാണ്... പുലർച്ചേ കുളികഴിഞ്ഞ് വയറ് നിറയെ കഴിക്കും... ഉച്ചയ്ക്കൊരു പിടിച്ചോറ്... ഇടയ്ക്ക് ഒരിറക്ക് ചൂടുവെള്ളം... രാത്രി വീട്ടിലെത്തി കുളികഴിഞ്ഞ് മാത്രം ഭക്ഷണം... യാത്രയ്ക്ക് വാഹനങ്ങളില്ല.... കാളവണ്ടിയോ ജഡ്ക്കയോ ഇതുവഴിയില്ല... നടത്തം. അതാണ് പതിവ്." അദ്ദേഹം പാണ്ടികശാലയിലേക്ക് പുറപ്പെട്ടു.

കൂടെ കുഞ്ചുവും. ഉമ്മറപ്പടിയിൽ ഉമ്മയുണ്ടായിരുന്നു... കുഞ്ചു തിരിഞ്ഞ് നോക്കി... സന്താനദുഃഖം കരിമഷി പുരട്ടിയ മുഖത്ത് നോക്കി എന്തു പറയാനാണ്... വാക്കുകൾ നിരർത്ഥകങ്ങളാകുന്ന നിമിഷങ്ങൾ!... തളം കെട്ടിയ നിശ്ശബ്ദത.! കുഞ്ചു ഉമ്മയെ തൊഴുതു.

അവർ ഇലപ്പൊതി കൈയിൽ കൊടുത്തു "പത്തിരിയാണ്... നാലെണ്ണം... യാത്രയിൽ കഴിയ്ക്കാം."

കുഞ്ചു അവരെത്തന്നെ മിഴിച്ചുനോക്കി... "മടിക്കണ്ട... എന്റെ മോനും ഞാനിങ്ങനെ കൊടുക്കുമായിരുന്നു..." കണ്ണീരിന്റെ മഴയിൽ ഇലപ്പൊതി നനഞ്ഞു... തട്ടത്തിന്റെ തുമ്പുകൊണ്ടവർ ഇലപ്പൊതി തുടച്ചു...

ഇന്നലെ കണ്ട കടൽ മുഴുവനും ഈ അമ്മയുടെ നെഞ്ചകത്താണോ? ഈ വേലിയേറ്റത്തിന് കാരണക്കാരൻ ഞാനാണോ? കുഞ്ചു ഓർത്തു.

വീട്ടുടമ മൗനം കൊണ്ട് മുഖം മറച്ചു ... യാമങ്ങൾ കൊഴിഞ്ഞുപോയപ്പോൾ ഇടനെഞ്ചിലൂറിയ കണ്ണീരിനെ തടഞ്ഞുകൊണ്ട് അയാൾ പറഞ്ഞു: "ബീവി! നമ്പ്യാരുട്ടീനെ വീട്ടേക്ക്... പോകണം .. എനിക്ക് നേരം വൈകുന്നു."

സ്മൃതികൾ കരിഞ്ഞ ചുണ്ടുകളിൽ ചിരി പരത്തി അവർ കുഞ്ചുവിന് യാത്രാമംഗളം നേർന്നു.

തൊടിയിലേക്കിറങ്ങിയപ്പോൾ കുഞ്ചു തിരിഞ്ഞുനോക്കി... ഉമ്മ അപ്പോഴും കരയുന്നുണ്ടായിരുന്നു.

വൃദ്ധൻ പറഞ്ഞു: "നോക്കണ്ട... അവൾ എപ്പോഴും ഇങ്ങനെയാണ്... തോരാത്ത കണ്ണാണത്..."

അദ്ദേഹം കുഞ്ചുവിന്റെ കൈ പിടിച്ചു. കുഞ്ചു ആ കണ്ണുകളിലേക്ക് നോക്കി. ഇന്നലെ കടപ്പുറത്ത് കണ്ട രക്തച്ഛവിയാർന്ന സൂര്യൻ!... അസ്ത

മയ സൂര്യൻ!..

അങ്ങാടിയിലേക്ക് തിരിയുന്ന നടവഴിയിലെത്തിയപ്പോൾ കുഞ്ചു പറഞ്ഞു: "ഞാൻ യാത്ര പറയുന്നില്ല... ഇനിയും വരാം എന്ന് വാക്കുതരുന്നുമില്ല."

വൃദ്ധൻ പറഞ്ഞു " പോയ്ക്കോളു... ഈ ഒന്തം കയറിയാൽ വലത്തോട്ട്... പിന്നെ നേരെ... കുറെ നടക്കുമ്പോൾ പുഴ.!. പുഴയ്ക്ക് മരപ്പാലം... സൂക്ഷിക്കണം.. പഴയപാലമാണ്... പിന്നെയും നടന്നാൽ ആരെങ്കിലും കാണിച്ച് തരും."

കുഞ്ചു വീണ്ടും തിരിഞ്ഞുനോക്കി, മേൽമുണ്ടിന്റെ അറ്റം കൊണ്ട യാൾ ഇടയ്ക്കിടെ മുഖം തുടയ്ക്കുന്നു. അത് പിഴിഞ്ഞെടുത്താൽ ഒരു തുടം ചുടുനീർ കിട്ടും... കടൽജലം പോലെ ഉപ്പ് കലർന്ന കണ്ണീർ... കുഞ്ചു ഓർത്തു... അയാൾ എനിക്കാരാണ്? അയാൾക്ക് ഞാനാരാണ്?

നടത്തം പതുക്കെയായിരുന്നു. കാലുകളിൽ ഉമ്മയുടെ മിഴിനീർച്ചങ്ങലകളുടെ ഭാരം!

വഴിയിലൊന്നും അധികം ആളുകളില്ല... കാളൂർ പുഴക്കരയിൽ കറുകറുത്ത കുഴമ്പൻ ചെളി. ചെളിയിൽ സുഖനിദ്രയിലാണ്ട മരത്തടികൾ! ഏതോ വനങ്ങളിൽ നിന്ന് വഴിതെറ്റി വന്ന അതിഥികൾ!

കരയിൽ തടകൂട്ടി മരങ്ങൾ ഈർന്നെടുക്കുന്ന പണിക്കാർ! എത്രയെത്ര തടകളാണ്!

മരപ്പാലത്തിൽ കയറിയപ്പോൾ പാലമിളകി... കൈവരികളിൽ പിടിച്ചു നിന്നു. പാലത്തിന്റെ പ്രതിഷേധം തീരുന്നതുവരെ ഒരേനില്പ്.

ഈർച്ചക്കാരിൽ ഒരാൾ വിളിച്ച് പറഞ്ഞു: "പരീക്ഷിക്കണ്ട. പുഴയിലേക്കിറങ്ങി നടന്നോളൂ. മുട്ടിന് വെള്ളമേയുള്ളൂ."

കുഞ്ചു പുഴയിലേക്കിറങ്ങി. അരയോളം ചെളി... പതുക്കെ നടന്ന് പുഴമുറിച്ച് മറുകരകയറി... ഈർച്ചപ്പൊടികൊണ്ട് ചെളി തുടച്ചു.

പുഴക്കരയിൽ കുടപ്പനയോലകൊണ്ട് മറച്ചുകെട്ടിയ കള്ളുപുര! കള്ളുപുരയിൽ കയറി. ഇലപ്പൊതിയഴിച്ച് ഉമ്മ തന്ന പത്തിരിക്കീറിൽ ചമ്മന്തി പുരട്ടി നാല് കഷ്ണം ചവച്ചിറക്കി. ഒരുകാശിന് കള്ള് വാങ്ങിക്കുടിച്ചു.

ആദ്യമായിട്ടാണ് കള്ള് പുരയ്ക്കകത്തിരുന്ന് കള്ള് കുടിക്കുന്നത്... മുളംതണ്ട് പാകിയ ഇരിപ്പിടത്തിനപ്പുറം മരപ്പലകയിലിരുന്ന് കള്ളുകുടിക്കുന്നവർ കുഞ്ചുവിനെത്തന്നെ നോക്കുന്നുണ്ടായിരുന്നു.

അവർ പറയുന്ന തെറിവാക്കുകളൊന്നും കേട്ടതായി ഭാവിക്കാതെ അരക്കാശ് കൊടുത്ത് പുറത്തിറങ്ങി.

കുഞ്ഞമ്മാമൻ എപ്പോഴെങ്കിലും കുടിക്കുമ്പോൾ കൈക്കുമ്പിളിൽ ഒഴിച്ച് തന്ന കള്ള്... കള്ളിന്റെ മണവും പുളിയും അങ്ങനെയാണറിഞ്ഞത്.

പത്തടി നടന്നപ്പോൾ കള്ള് തലയിലേക്ക് കയറി... മൂത്ത് തുടങ്ങി. ഒന്നും മറയ്ക്കാനോ ഒളിക്കാനോ കഴിയാത്ത ഒരു ധൈര്യം..... നടത്തത്തിന് മുമ്പില്ലാത്ത വേഗത.....

മനസ്സിന്റെ കോണിൽ എവിടെയോ ഒരു ഇക്കിളി.....

ചിരിക്കാൻ തുടങ്ങിയപ്പോൾ നിർത്താൻ കഴിഞ്ഞില്ല.. നിരത്ത് വക്കിലെ വരിക്കപ്ലാവിന്റെ ചുവട്ടിലിരുന്ന് കുറേ നേരം ചിരിച്ചു. കാഴ്ച

ക്കാരായി സുഹൃത്തുക്കളും ബന്ധുക്കളുമില്ലാത്ത ചിരി!

മരത്തടിയിൽ ചാരിയിരുന്നപ്പോൾ ചിരി മാഞ്ഞു.

ചിരിവിടർത്തിയ കോണിൽ നിന്ന് വിഷാദം പൊട്ടിപ്പുറപ്പെട്ടു.

ചങ്കിലോളം തികട്ടി വന്ന കരച്ചിൽ...

കണ്ണീരിന്റെ പാളികൾക്കപ്പുറം കണ്ട കണ്ണുകൾ ആരുടേതാണ്? അവളിപ്പോൾ പണ്ടത്തെക്കുട്ടിയല്ല... മഞ്ചാടിക്കുരുക്കൾക്കായി കൈനീട്ടി ക്കരയുന്ന, പട്ടുകോണകം കൊണ്ട് അരമുടിയ പെൺകുട്ടിയല്ല... വലു തായിക്കാണും. കാലും കൈയും മാറും തിടംവെച്ചിട്ടുണ്ടാകും. കവിളിൽ യുവത്വത്തിന്റെ ശോണച്ഛവിയുണ്ടാകും...

വലിയമ്മാമന്റെ മകൾ രുഗ്മിണി!

കുഞ്ചുവിനേക്കാൾ നാലു വയസ്സ് ഇളയവൾ. കുഞ്ഞമ്മാമൻ ദേശ സഞ്ചാരത്തിനായി തമിഴ്നാട്ടിലേക്ക് പോയപ്പോൾ ഒരു ദിവസം വല്യ മ്മാമൻ വന്ന് കൊണ്ടുപോയതാണ്. പഠിപ്പാക്കാനാണെന്ന് പറഞ്ഞു. പഠി പ്പില്ലായിരുന്നു... എപ്പോഴെങ്കിലും നാല് വരി സിദ്ധരൂപം!.. കാവ്യത്തിന്റെ നാല് ശ്ലോകങ്ങൾ.

ഒന്നും പൂർത്തിയാക്കിയിട്ടില്ല... അമ്മായിക്ക് അടുക്കളയിൽ സഹാ യിക്കലായിരുന്നു പണി... അലക്കാനും അരിയാട്ടാനും രുഗ്മിണിയായി രുന്നു ഒരാശ്വാസം.. ഇപ്പോഴും തെളിയുന്നുണ്ട് മനസ്സിന്റെ പാളിയിൽ കോറിയിട്ട ആ മുഖം...

കള്ളിന്റെ ലഹരി ഇത്രയ്ക്കുണ്ടോ?

ഓർമ്മിക്കാനോ മറക്കാനോ എന്തിനായിരിക്കും കുഞ്ഞമ്മാമൻ കള്ള് കുടിച്ചിട്ടുണ്ടാവുക?

മറക്കാനാണെന്ന് പറയും... പക്ഷേ ഓർമ്മകളാണല്ലൊ തികട്ടി വരു ന്നത്.

മറക്കാൻ ശ്രമിച്ച രുഗ്മിണി കുഞ്ചുവിന്റെ മനസ്സിലേക്ക് ഓടിക്ക യറിവന്നത് കള്ളിന്റെ പടവുകൾ കയറിയാണ്.

'പോകണം... എന്നെങ്കിലും... കാണണം അവളെ.....'

കുഞ്ചു സ്വയം പറഞ്ഞു.

കവിളിൽ ചൂടേറ്റപ്പോഴാണ് കരഞ്ഞിരുന്നു എന്ന് മനസ്സിലാകുന്നത്. കണ്ണു തുടച്ച് എഴുന്നേറ്റ് നടന്നു...

ലഹരിയുടെ താഴ്വരയിൽ മനസ്സിന്റെ പാതിമയക്കം!... കാലുകൾക്കി ടർച്ച... മാങ്കാവിലെത്തി...

കോവിലകത്തേക്ക് കടക്കാൻ കാവൽക്കാരോട് സമ്മതം ചോദിച്ച് അകത്ത് കടന്നു. ഉച്ചയുറക്കം കഴിഞ്ഞ് മഹാരാജൻ ഉണരുന്നതുവരെ കവാടത്തിനപ്പുറം കാത്തിരുന്നു.

മുഖം കാണിച്ച് തൊഴുതു. "എവിടെ നിന്നാണ്?... ആരാണ്?.... എന്തു വേണം?" ചോദ്യങ്ങൾ ഒരുപാടായിരുന്നു.

"ഒന്ന് കാണണം... ഒരു സംശയം തീർക്കണം." തൊഴുതുവ ണങ്ങിക്കൊണ്ട് കുഞ്ചു പറഞ്ഞു.

കാര്യക്കാരോട് സാമൂതിരി എന്തോ ആംഗ്യം കാണിച്ചു. കാര്യക്കാരൻ

പറഞ്ഞു: “ചോദിക്കാം.”

കുഞ്ചു പറഞ്ഞു: “എനിക്ക് നേരറിയാത്ത ഒരു കാര്യമുണ്ട്... കോഴിക്കോട്. വള്ളുവനാട് താലൂക്കെന്ന് അംശം തെക്കുമംഗലം ദേശത്ത് കൽക്കത്തു മഠത്തിൽ കൃഷ്ണൻനമ്പ്യാർ... ആരാണെന്നറിയണം.. എന്റെ കുഞ്ഞമ്മാമൻ കലക്കത്ത് രാഘവൻനമ്പ്യാർ പറഞ്ഞ് കേട്ടതാണ് ഒരാധാരം വായനയിൽ നിന്ന് കിട്ടിയ വിവരമാണ്... അമ്പലപ്പുഴ പകുതിയിലെ സെറ്റിൽമെന്റ് രജിസ്റ്ററിൽ പണ്ടാരപ്പാട്ടം വകയായി അനുവദിച്ചു കൊടുത്തിട്ടുള്ള കൂട്ടത്തിൽ സർവ്വേനമ്പർ 233/27 ആയി 18 സെന്റ് സ്ഥലം...

സ്ഥലം ഈയുള്ളവന് ഒന്ന് കണ്ടാൽ മതി... കൃഷ്ണൻ ആരാണെന്നറിഞ്ഞാൽ മതി. അതെന്റെ അച്ഛനാണോന്നറിയണം. കലക്കത്ത് നിന്ന് അച്ഛന് കിട്ടിയതാണോന്നറിയണം. എങ്കിൽ മാത്രം ഒരുപിടി മണ്ണ് വാരിയെടുക്കണം... അത് മാത്രം മതി.... മനസ്സിൽ സൂക്ഷിക്കാനാണ്.”

സാമൂതിരി വീണ്ടും ആംഗ്യം കാണിച്ചു. കാര്യക്കാരൻ പറഞ്ഞു: “രണ്ട് ദിവസം ഇവിടെ താമസിക്കണം... തെരയാം പറയാം...”

കുഞ്ചു താണു വണങ്ങി മാറിനിന്നു. കാര്യക്കാരൻ കാര്യങ്ങൾ ചോദിച്ചറിഞ്ഞു... കവിതയും... കൂത്തും... മിഴാവും എല്ലാം വിസ്തരിച്ച് ചോദിച്ചു.

അടുക്കളയോട് ചേർന്ന് അരിവെപ്പുകാർ അന്തിയുറങ്ങുന്ന ചായ്പ്പിന്റെ വടക്കുവശത്ത് പായും തലയിണയും കൊടുത്തു... ഭക്ഷണത്തിന് ഏർപ്പാടാക്കി..

കിടന്നപ്പോൾ ഉറക്കം വന്നില്ല. കാല്നഖം മുതൽ മൂർദ്ധാവ് വരെ കൊതുകിന്റെ കമ്പളം!.. ചൊറിഞ്ഞും തിണർപ്പ് തടവിയും നേരം പുലർത്തി.

ആറാം ദിവസം കാര്യക്കാരൻ വന്ന് പറഞ്ഞു മഹാരാജനെ മുഖം കാണിക്കണം.

രാജസന്നിധിയിൽ തൊഴുതുനിന്നു.

സാമൂതിരി പറഞ്ഞു: “ആധാരം... സർവ്വേനമ്പറും അളവും ശരിയാണ്. പക്ഷെ അറിയില്ല.... ഈ കൃഷ്ണൻ ആരാണെന്ന്.”

കുഞ്ചു മുഖം താഴ്ത്തി.

തിരിച്ച് നടക്കുമ്പോൾ സ്വയം പറഞ്ഞു: ‘എങ്കിൽപ്പിന്നെ ആ കലക്കത്ത് ഏതാണ്?’

നിരത്തിലേക്ക് നടക്കുമ്പോൾ കുറുകെ ഓടിവന്ന നായ്ക്കൾ.... ആണ്ണും പെണ്ണും...

മണത്തും ചൊറിഞ്ഞും. കൊടിച്ചിക്ക് പിറകേ നടക്കുന്ന കൊടിയൻ നായ... കുഞ്ചുവിന് നേർക്ക് കയർത്ത് കുരച്ചു.

ആകെ ഒരു വിറയൽ.... ഓടിച്ചെന്ന് സംഭാരപ്പുരയുടെ വരാന്തയിൽ അഭയം തേടി...കിതയ്ക്കുന്നുണ്ടായിരുന്നു.

കിതപ്പ് തീർന്നപ്പോൾ ഒരു കുടം സംഭാരം കുടിച്ചു...

ഒന്ന് തണുത്തപ്പോഴാണ് ഓർത്തത്... ശുനകൻ കടിക്കാൻ വന്നതല്ല... ഇത് അവരുടെ പ്രണയകാലം!

ഓർക്കാപ്പുറത്ത് ശകുനം മുടക്കിയതിനുള്ള ദേഷ്യമായിരിക്കും.

സംഭാരപ്പുരയിൽ നിന്ന് ഇറങ്ങി നടക്കുമ്പോഴും പിറകിൽ ഒരു നായയുണ്ടെന്ന് കുഞ്ചുവിന് തോന്നി...

പന്ത്രണ്ട്

കുഞ്ഞമ്മാമൻ പറഞ്ഞ് കേട്ടിട്ടുള്ള തമിഴകത്തിന്റെ ഭംഗിയും ചൂടും മനസ്സിൽ നിറഞ്ഞ് നിന്നു... പൊള്ളാച്ചി, ഉദുമൽപ്പേട്ട, ധാരാപുരം എന്നിങ്ങനെ പലസ്ഥലങ്ങളിലും അലഞ്ഞ് നടക്കണമെന്ന് കുഞ്ചുന് തോന്നി... പക്ഷെ കാലും മനസ്സും വഴിതെറ്റി. ആദ്യം വടക്കോട്ട് നടന്ന കാലുകൾ തെക്കോട്ട് നടന്നു.

കോട്ടയം മീനച്ചിലാറിന്റെ കരയിലാണ് വല്യമ്മാമൻ താമസിക്കുന്നത്. അച്ചി വീട്ടിൽ പൊറുതി.അമ്മായിയുടെ അച്ഛനും അമ്മയും മരിച്ചപ്പോൾ വീട് അനാഥമായി... പത്തേക്കറ് കൃഷിയിടവും കന്നുകാലികളും വലിയ വീടും.

കുട്ടിക്കാലത്ത് കുറച്ചുകാലം താമസിച്ചിരുന്നല്ലൊ...

മനസ്സിൽ മഞ്ചാടിക്കുരുക്കൾ വീണു.

മഞ്ചാടിക്കുരുക്കൾ എണ്ണിനോക്കിയും... ഒറ്റയും ഇരട്ടയും കളിച്ചും വഴി നടന്നു...

നേരം പോയതറിഞ്ഞില്ല. വഴിതെറ്റിയോ എന്നാണ് സംശയം... ശരിക്കും ഓർമ്മവരുന്നില്ല... കാലത്തിന്റെ മാറ്റങ്ങൾ വന്നിട്ടുണ്ട്... പണ്ടെപ്പഴോ വലിയമ്മാമന്റെ കൂടെ ചെറിയ ചാക്കുസഞ്ചിയിൽ ചില്ലറ സാധനങ്ങളുമായി ഒരു കാളവണ്ടിയിൽ വന്നതാണ്... അന്ന് വന്നത് ഈ വഴിക്കല്ല. ഒറ്റപ്പാലത്ത് നിന്ന് കോട്ടയത്തേക്ക് വന്ന വഴി ഇതല്ല.

പച്ചക്കറികൾ കയറ്റി പോകുന്ന കാളവണ്ടികൾക്ക് പിറകെ നടന്നു...

വഴിയമ്പലങ്ങളിൽ ഭക്ഷണം തേടിയും ക്ഷേത്രപരിസരങ്ങളിൽ അന്തിയുറങ്ങിയും കുഞ്ചു യാത്ര തുടർന്നു..

വഴിയരികിലോ കച്ചവടസ്ഥലങ്ങളിലോ ചന്തമുക്കിലോ പരിചയക്കാരെ ആരെയും കണ്ടില്ല. ചാത്തന്റെയും കമ്മാരന്റെയും ചോമന്റെയും മുഖച്ഛായ തോന്നിക്കുന്നവരെല്ലാം അന്യരായിരുന്നു.

നാട്ടിൽ നിന്നുള്ള ആരെയെങ്കിലും ഒന്ന് കണ്ടിരുന്നെങ്കിൽ... കുഞ്ഞമ്മാമനെക്കുറിച്ച് ചോദിക്കാമായിരുന്നു... മറ്റാരെക്കുറിച്ചും ഒന്നും ചോദിക്കാനില്ല.

വീട്ടിൽ നിന്ന് പടിയിറങ്ങിപ്പോന്നിട്ട് കാലമെത്രയായി കാണും.. കുഞ്ചു വെറുതെയൊന്ന് ഓർത്തു നോക്കാൻ ശ്രമിച്ചു..

ഇല്ല... ഓർമ്മയില്ല.

രാപ്പകലുകൾ എത്രയോ കഴിഞ്ഞ് പോയിരിക്കുന്നു... എണ്ണിയിട്ടില്ല.

നേരം ഇരുട്ടിത്തുടങ്ങിയിരിക്കുന്നു. എവിടെനിന്നോ കാതിലേക്ക് അരിച്ചെത്തുന്ന ചെണ്ടകൊട്ട്... എവിടെ നിന്നായിരിക്കും.?

കുഞ്ചു ചെവിയോർത്തു. മുന്നോട്ട് നടക്കുന്തോറും ചെണ്ടകൊട്ട്

വ്യക്തമായി കേൾക്കാം.

എതിരേ നടന്നു വന്ന ഒരു ബ്രാഹ്മണൻ. കൈയിലെ ഇലക്കുമ്പിൾ നിറയെ പൂക്കളും തുളസിയും... ഭക്തികൊണ്ട് പാതിയടഞ്ഞ കണ്ണുകൾ. ചുണ്ടിൽ മന്ത്രാക്ഷരങ്ങൾ... "എവിടെ നിന്നാണ് ചെണ്ടകൊട്ട്?" കുഞ്ചു അയാളോട് ചോദിച്ചു. മന്ത്രജപം മുടക്കിയ ദേഷ്യത്തോടെ അയാൾ പറഞ്ഞു: "എരിയാട് ക്ഷേത്രത്തീന്നാ... ഉത്സവാണേ... വിശേഷിച്ച് ഇന്ന് കൂത്തും നടക്കുന്നുണ്ട് അതാ ഇത്ര തെരക്ക്." അയാൾ അതിവേഗം നടന്നു പോയി.

എന്ത് തെരക്ക്... എവിടെയാണ് തെരക്ക്?.... കുഞ്ചു നാലു ഭാഗത്തും നോക്കി. ആരെയും കാണാനില്ല.

എന്തായാലും ഇന്ന് ഇവിടെ തങ്ങാം... കൂത്ത് കാണാം. ക്ഷേത്രമുറ്റത്ത് ആളുകൾ നിറഞ്ഞിരുന്നു. ദീപാരധന കഴിയാറായിരിക്കുന്നു....കൂത്തമ്പലത്തിന് മുമ്പിൽ ബ്രാഹ്മണരും നായന്മാരും വന്നിരിക്കുകയാണ്... ആരായിരിക്കും ചാക്യാർ? ആരായിരിക്കും മിഴാവ് കൊട്ടുന്നത്? വേണ്ട ഉൽക്കണ്ഠ വേണ്ട... പിറകിലൊരിടത്ത് അടങ്ങിയിരുന്നു..

അരങ്ങിൽ വിളക്ക് തെളിഞ്ഞു. ചടങ്ങുകൾ ഓരോന്നായി നടക്കുന്നു. മിഴാവിൽ വിരലുകൾ വീണപ്പോൾ എഴുന്നേറ്റ് നിന്ന് ശരിക്കും നോക്കി. മുഖം കണ്ടില്ല.. കുഞ്ചു പതിയെ നടന്ന് കാണികൾക്കിടതുവശം ചേർന്ന് അരങ്ങിന്റെ മുമ്പിലെത്തി... അല്ല, അത് കുഞ്ഞമ്മാമനല്ല.

ചാക്യാരുടെ പദങ്ങൾക്കൊത്ത് മിഴാവിൽ താളം ജനിക്കുന്നില്ല... പിഴ... ശുദ്ധപിഴ!

"ഛേ! അല്ല... അതല്ല താളം വേണ്ടത്.... ഇതാ... താളം ഇങ്ങനെ..." കൈത്തലത്തിൽ താളം കൊട്ടി അയാൾ ഉറക്കെ പറഞ്ഞു കൊണ്ടിരുന്നു.

കുഞ്ചു പതുക്കെയാണ് പറഞ്ഞതെങ്കിലും... അത് വളരെ ഉറക്കെയായിരുന്നു എന്ന് പിന്നീടാണ് തിരിച്ചറിഞ്ഞത്.

സദസ്യർ രോഷാകുലരായി.

അരങ്ങിൽ ചാക്യാർക്ക് ചുവടും പദവും പിഴച്ചു.

ആകെ ബഹളം.

"ഏതാ ഈ ഏഭ്യൻ?" ഒരാളല്ല ഒരുകൂട്ടം ജനങ്ങളാണത് ചോദിച്ചത്.

കുഞ്ചുവിന് പരിസരബോധം വന്നു. ശരീരമാസകലം അഗ്നി പടരുകയായിരുന്നു. കൈയും കാലും ചുട്ടു പൊള്ളുന്നു. "ഈ അജ്ഞന്മാർക്കെന്തറിയാം?" കുഞ്ചു ഉറക്കെ വിളിച്ചു പറഞ്ഞു. "ഞാൻ കുഞ്ചു...മിഴാവിന്റെ ഗുരുനാഥൻ കലക്കത്ത് രാഘവൻ നമ്പ്യാരുടെ മരുമകൻ!"

ചാക്യാരും നമ്പ്യാരും അരങ്ങിൽ നിന്ന് ഇറങ്ങി വന്നു. "ഈ അവഹേളനം ഞാൻ സഹിക്കില്ല" നമ്പ്യാര് പറഞ്ഞു. നമ്പ്യാരുടെ വലം കൈ പൊങ്ങി....കുഞ്ചുവിന്റെ മുഖത്തേക്ക്.. ഒന്നേ കിട്ടിയുള്ളൂ.

ഒരു നിമിഷത്തെ നിശ്ശബ്ദത!

കുഞ്ചു ചുറ്റുപാടും ഒന്ന് കണ്ണോടിച്ചു.

മേൽമുണ്ടെടുത്ത് അരയിൽ ചുറ്റി... ഉടുമുണ്ടിന്റെ കോന്തല വലിച്ച് കാലുകൾക്കിടയിലൂടെ പിന്നിൽ ചെരുതി.

ഇടംകാലിന്റെ പെരുവിരൽ മാത്രം നിലത്തൂന്നി നിന്ന് വലം കാലിന്റെ

പടം നിവർത്തി കത്തിയാക്കി...

ഇടതും വലതും കറങ്ങി... ഇടത്നെഞ്ചിൽ ശ്വാസംനിറച്ച് സിംഹവടിവിലമർന്ന്... എഴുന്നേറ്റ് വലിഞ്ഞമർന്ന് മാർജ്ജാരവടിവിലമർന്നെഴുന്നേറ്റ് ശത്രുവിന്റെ ഗളം നോക്കി വീതടിച്ചു... ഒന്നുകൂടി ഒറ്റക്കാലിൽ കറങ്ങി... വീണതെത്രപേർ...അബോധാവസ്ഥയിലായവരെത്രപേർ...അറിയില്ല.

ആൽത്തറയിലോളം പറന്നെത്തിയ കുഞ്ചു ശ്രീകോവിലിലേക്ക് തിരിഞ്ഞ് തൊഴുത് നിന്ന് പറഞ്ഞു. "മാപ്പ്...മാപ്പ്...തെറ്റിനുള്ള പിഴമാത്രം. അത്രയേ ചെയ്തുള്ളൂ."

കുഞ്ചുവിനെ തെരഞ്ഞ് ശത്രുക്കൾ നടന്നു. തെക്കും വടക്കും കിഴക്കും പടിഞ്ഞാറും. ഓലച്ചൂട്ടും റാന്തൽ വിളക്കുമായി പട്ടന്മാരും നായന്മാരും കയ്യാളന്മാരും നടന്നു. പക്ഷേ... കണ്ടില്ല.

കുഞ്ചു നടത്തത്തിനിടയിൽ പറഞ്ഞു: "കുഞ്ചൂനിപ്പോൾ ഭ്രാന്താണ്" ഇരുട്ടിൽ പാദങ്ങൾ നീട്ടിവെച്ചു നടന്നു... ദിക്കറിയാതെ... നേരമറിയാതെ.... പക്ഷെ പിഴച്ചില്ല.

നേരം പുലരുകയാണ്. വീടുകൾ ഉണരുകയാണ് . തുറന്ന് കിടക്കുന്ന പടിവാതിൽ.. ഉമ്മറത്ത് കത്തുന്ന നിലവിളക്ക്...ഒന്നും ആലോചിക്കാതെ വീട്ടിൽ കയറിച്ചെന്നു.

നിലവിളക്കിന്റെ മുമ്പിലിരുന്ന് നാമം ജപിക്കുന്ന വൃദ്ധ! വെള്ളി നിറഞ്ഞ ഈറൻ മുടി.. കാതിൽ സ്വർണ്ണക്കൊരണ്ടുകൾ! കുഞ്ചു വെളിച്ചത്തേക്ക് ചെന്ന് തൊഴുതു നിന്നു.

വൃദ്ധ കണ്ണുയർത്തി നോക്കി... "ഊം?"

കുഞ്ചു പറഞ്ഞു: "സഞ്ചാരിയാണ്... ഒന്ന് മേല് കഴുകണം... എന്തെങ്കിലും കഴിക്കണം... എരിയാട് ഉത്സവം കഴിഞ്ഞ് വരികയാണ്."

വൃദ്ധ പറഞ്ഞു: "താഴേത്തൊടിയിൽ കുളമുണ്ട്.. കുളിച്ച് വരൂ ഭക്ഷണം തരാം."

കുളിച്ച് വന്ന് നനഞ്ഞ ഉടുമുണ്ടോടെ വരാന്തയിൽ കഴറിയിരുന്നു... ഓട്ട് പാത്രത്തിൽ ജീരക വെള്ളവും നാലഞ്ച് ദോശയും തന്നു.... രണ്ടെണ്ണം കഴിച്ചു. ബാക്കി പൊതിഞ്ഞെടുത്തു. വൃദ്ധ എന്തൊക്കെയോ ചോദിക്കുന്നുണ്ടായിരുന്നു.

നാട്? വീട്? പേര്? അങ്ങനെ എന്തൊക്കെയോ... ഒന്നിനും മറുപടി പറയാതെ ബഹുമാനപുരസ്സരം തൊഴുതുവണങ്ങി മുറ്റത്തിറങ്ങി. നടവഴിയിലേക്കിറങ്ങുമ്പോൾ എതിരെ വന്നു രണ്ട് പുരുഷന്മാരും ഒരു സ്ത്രീയും!

കുഞ്ചു വഴിമാറി നിന്നു.... ഒരാളെ എവിടെയോ കണ്ടുമറന്നതുപോലെ. പിന്നിൽ നിന്ന സ്ത്രീ എന്തോ പറഞ്ഞു.

മുഖത്തേപ്പ് തുടച്ചിട്ടും അവിടവിടെ മായാതെ കിടന്ന കരിയുണ്ടായിരിന്നു കൂട്ടത്തിൽ പ്രായംചെന്നയാൾക്ക്.

അയാൾ ചോദിച്ചു: "താൻ പകരം ചോദിക്കാൻ വന്നതാണോ?"

കുഞ്ചുവിന്റെ സംശയം ശരിയായിരുന്നു... അവർ തന്നെ, ചാക്യാരും നമ്പ്യാരും കൂടെ നങ്ങ്യാരും.

കുഞ്ചു പറഞ്ഞു: "പകരം ചോദിച്ചും പകവീട്ടിയും ശീലമില്ല... തെറ്റിയാൽ പറയും.. കിട്ടിയാൽ തിരിച്ച് കൊടുക്കും... രണ്ടിനും ദാക്ഷിണ്യമില്ല.. അതാണ് ശീലം."

"പിന്നെന്തിന് ഈ വീട്ടിൽ കയറി വന്നു." ചാക്യാർ ചോദിച്ചു. കുഞ്ചു പറഞ്ഞു: "കുളിക്കണം എന്ന് തോന്നി... വിളക്ക് കണ്ട വീട്ടിൽ കയറി... വീട്ടമ്മയോട് സമ്മതം ചോദിച്ചു. കുളിച്ചു... പ്രാതൽ കഴിച്ചു... ഇനി പോവ്വാണ്."

ചാക്യാർ കുഞ്ചുവിന്റെ പേര് വിവരങ്ങൾ ചോദിക്കണമെന്ന് കരുതി.. പക്ഷെ അതുണ്ടായില്ല. വീണ്ടും ഒരു ബഹളം പ്രതീക്ഷിച്ചു.

"അതും ഉണ്ടായില്ല..." പകരം വിനയപൂർവ്വം ചാക്യാർ പറഞ്ഞു: "പ്രായം കൊണ്ട് എന്റെ മകനാകാനേയുള്ളൂ.... പക്ഷെ അറിവിനെ ഞാൻ നമസ്കരിക്കുന്നു... ക്ഷമിക്കണം... താളം പിഴച്ചിരുന്നു. കൂടെയുള്ള നമ്പ്യാർക്ക്, ലഹരിയുണ്ടായിരുന്നു തലയ്ക്കകത്ത്."

നമ്പ്യാർ തലതാഴ്ത്തി നിന്നു.

"മിഴാവിൽ താളം പിഴച്ചാൽ എനിക്ക് കലികയറും... എനിക്ക് പിഴച്ചപ്പോൾ കുഞ്ഞമ്മാമൻ തല്ലിയിട്ടുണ്ട്. കയ്യോങ്ങുന്നവനെ തല്ലിവീഴ്ത്താനും പഠിപ്പിച്ചത് കുഞ്ഞമ്മാമൻ തന്നെയാണ്..." കുഞ്ചു പറഞ്ഞു നിർത്തി കൈകൂപ്പി ഇറങ്ങി നടന്നു. നടത്തം വേഗത്തിലായിരുന്നു. കുറ്റബോധം മനസ്സിനെ അലോസരപ്പെടുത്തിക്കൊണ്ടിരുന്നു... കൂത്തമ്പലത്തിന് മുമ്പിൽ ചെയ്തുകൂട്ടിയതെല്ലാം അപരാധം തന്നെ... തന്നെക്കാൾ പ്രായക്കൂടുതലുള്ള ഒരാളെ.... അതും താനും കുടുംബവും ചെയ്തുപോരുന്ന കുലത്തൊഴിലിൽ അപാകത വന്നതിന് പരസ്യമായി അവഹേളിക്കുക... അയാളെ തല്ലുക! കഷ്ടം... പാപകർമ്മം... കുഞ്ഞമ്മാമനോളം പ്രായമുള്ള നമ്പ്യാരെ കാലെടുത്ത് തല്ലുക...ഛേ... വേണ്ടായിരുന്നു. എത്രതവണ ഗംഗാജലത്തിൽ മുങ്ങിനിവർന്നാലാണ് പാപപരിഹാരമുണ്ടാകുക... കുഞ്ചു സ്വയം പഴിച്ചും ശപിച്ചും നടത്തം തുടർന്നു...

മനസ്സിൽ വീണ അശുദ്ധമായ എന്തിനെയോ പിഴുതെറിയുന്നതു പോലെ മുടിയിഴകൾ പിഴുതെറിഞ്ഞു.

പാവം ചാക്യാര്! എത്ര വിനീതമായിട്ടാണ് തെറ്റ് സമ്മതിച്ചത്. അദ്ദേഹത്തിന്റെ അമ്മയിൽ നിന്ന് പ്രാതൽ വാങ്ങിക്കഴിച്ചാണ് ഈ നടത്തം... ഭാണ്ഡത്തിൽ ബാക്കിയുണ്ട് ആ കൈപുണ്യത്തിന്റെ ചെറു ഭാഗം. ഇനിയൊരിക്കലും ഇങ്ങനെ ചെയ്യില്ല. ആരെയും അവഹേളിക്കില്ല... ഇല്ല... കുഞ്ചു തന്നത്താൻ ശാസിക്കുകയും ശിക്ഷിക്കുകയും ചെയ്തു. ഇടവഴിയും നടവഴിയും കടന്ന് ചൊവ്വാരയിലെത്തിയതറിഞ്ഞില്ല. ഇന്നത്തെ നടത്തം വളരെ വേഗത്തിലാണ്.

മരച്ചുവട്ടിലിരുന്ന് ക്ഷീണം തീർക്കുമ്പോൾ... അതിലെ വന്ന കാളവണ്ടിക്ക് കൈനീട്ടി. വണ്ടിയിൽ മറ്റാരും ഉണ്ടായിരുന്നില്ല. എന്തോ സാധനങ്ങൾ ഇറക്കി തിരിച്ചു പോക്കാണ്..

വണ്ടി നിർത്തി... അടുത്തുള്ള കുളത്തിൽ നിന്ന് കാളകൾക്ക് വെള്ളം കൊടുത്തു... വണ്ടിയിൽ സൂക്ഷിച്ചിരുന്ന വൈക്കോൽ കറ്റയെടുത്ത് കാള

കളുടെ വായിൽ തിരുകിക്കയറ്റിയശേഷം അയാൾ മുറുക്കാൻപൊതി കെട്ടഴിച്ചു... കാളയുടെ വായിൽ വൈക്കോൽ തിരികിയത് പോലെ വെറ്റിലയും പുകയിലയും സ്വന്തം വായിലേക്ക് തിരുകിക്കയറ്റുന്നതിനിടയിൽ വണ്ടിക്കാരൻ കുഞ്ചുവിന് നേർക്ക് മുറുക്കാൻ പൊതി നീക്കിവെച്ച് തലയാട്ടി... അവർക്കിടയിൽ വാക്കുകളില്ല... ആംഗ്യം മാത്രം...!

വീട് വിട്ടശേഷം ഒന്നു മുറുക്കാൻ തരം കിട്ടിയിരുന്നില്ല... കുഞ്ചും ഒന്ന് മുറുക്കി.... പുകയില നുള്ളിയെടുക്കുമ്പോൾ വണ്ടിക്കാരൻ ഒന്ന് മൂളിയ ശേഷം ചെറുവിരൽകൊണ്ട് ആംഗ്യം കാണിച്ചു.... ചെറു തുണ്ട് മതി...

നല്ല ഒന്നാന്തരം പുകയില... ഒരുനുള്ളേ ചവച്ചുള്ളൂ... എങ്കിലും തലയ്ക്ക് പിടിച്ചു... സിരകളിൽ പുകയിലച്ചൂരിന്റെ കുത്തിയോട്ടം... വിയർത്തു... എന്നാലും ഒരു സുഖം... മനസ്സിൽ പിരിമുറുക്കം അയഞ്ഞതു പോലെ....

വെള്ളവും വൈക്കോലും അകത്തു ചെന്നപ്പോൾ കാളകൾക്ക് ഉന്മേഷം... വണ്ടിക്കാരൻ കാളകളെ പൂട്ടി വണ്ടി തെളിച്ചു. കുഞ്ചു വണ്ടിയിൽ ചാരിക്കിടന്നു. മിതമായ കുലുക്കം... സുഖമുള്ള യാത്ര!

വണ്ടിക്കാരൻ ഏതോ നാടൻശീലുകൾ പതിഞ്ഞ ഈണത്തിൽ പാടിക്കൊണ്ടിരുന്നു. ആദ്യമൊക്കെ കുഞ്ചു താളം പിടിച്ചിരുന്നു

ക്രമേണ മയങ്ങി... സുഖ നിദ്ര!

വണ്ടിക്കാരൻ വിളിച്ചുണർത്തി: "ഏയ്... ഇറങ്ങിയാട്ടെ എന്റെ വീട്ടിലെത്തി. ഇനിയിന്ന് യാത്രയില്ല... നാളെ പുലരാൻ കാലത്ത്..."

കുഞ്ചുവിന് സ്ഥലകാല ബോധം നഷ്ടപ്പെട്ടതുപോലെ... നല്ല ഇരുട്ട്... നേരം പാതിരയായിക്കാണും.... വണ്ടിക്കാരൻ വീണ്ടും പറഞ്ഞു: "ഇറങ്ങിയാട്ടെ."

കുഞ്ചു വണ്ടിക്കാരന്റെ പിറകെ നടന്നു. നടക്കുമ്പോൾ അയാൾ പറഞ്ഞു: "ഈ സ്ഥലം തലയോലപ്പറമ്പ്... ഇന്നെന്റെ വീട്ടിൽ കിടന്ന് നാളെ പോകാം."

രാത്രിയിൽ ചെറുതായി പനിയുള്ളതു പോലെ തോന്നി. പനി വരുമ്പോൾ പേടിയാണ്... മദ്ധ്യയാമങ്ങളിലെ ദുസ്വപ്നങ്ങളിൽ നായകൾ കുരച്ച് ചാടും... മുഖമില്ലാത്ത മനുഷ്യരൂപങ്ങൾ പിറകെയോടും... ഭീതിയുടെ നിറഭേദങ്ങളിൽ സ്വപ്നസഞ്ചാരം!

പനിയുടെ ശക്തികൂടിയപ്പോൾ മോഹാലസ്യം... നിദ്രയുടെ താഴ്വരയിൽ നായ്ക്കൾ കുരച്ച് ചാടി ഞെട്ടിയുണർന്നു...

ഭയത്തിന്റെ ജമുക്കാളം തലയോളം മൂടിക്കിടന്നു. ഉറങ്ങാൻ കഴിയുന്നില്ല. ഉടുമുണ്ട് അരയിൽ കെട്ടിമുറുക്കി... കീഴ്ഭാഗം മുളന്തൂണിനോട് വരിഞ്ഞ് കെട്ടി..

അതൊരു മുൻകരുതലായിരുന്നു.. ഒരുപക്ഷേ ഇറങ്ങി നടന്നു പോയാലോ... ഇവിടെയും കാണുമല്ലോ പൊട്ടക്കിണറുകളും അമ്പലക്കുളങ്ങളും... ഒരുപോള കണ്ണടയ്ക്കാതെ നേരം പുലർത്തി.

വണ്ടിക്കാരനോട് യാത്രപോലും പറയാതെ ഇറങ്ങിനടന്നു. പുലർകാലമഞ്ഞിന്റെ സാന്ത്വന സ്പർശം! തോട്ടിറുമ്പിലേക്ക് കയറിക്കിടക്കുന്ന

നീർക്കോലികൾ! മഞ്ഞിൽക്കുളിച്ച കുളവാഴകൾ. പുൽത്തുമ്പിൽ വൈഡൂര്യമണികൾ!

തോടും ഇടവഴികളും നാട്ടുകാരുടെ വേഷവും ഭാവവും സംസാര രീതിയും ശ്രദ്ധിച്ചു കൊണ്ട് നടന്നു. വേഗത കുറഞ്ഞ കാൽവെപ്പുകൾ.

ആരും കുഞ്ചുവിനെ ശ്രദ്ധിച്ചില്ല! കുഞ്ചു എല്ലാവരേയും ശ്രദ്ധിച്ചു.

ദിവസങ്ങൾ എത്ര കഴിഞ്ഞു എന്നറിയില്ല. പ്രകൃതിക്ക് അസ്തമയത്തിന്റെ ആലസ്യം... വലിയമ്മാമന്റെ വീട്ടിൽ കയറിച്ചെന്നു.

ഉമ്മറത്തൊന്നും ആരെയും കാണാനില്ല... വാതിൽ അടഞ്ഞ് കിടക്കുന്നു. കുത്തുപടിയിൽ ഒരു കിണ്ടി വെള്ളം എപ്പോഴും ഉണ്ടാകാറുണ്ട്. അതൊരു പതിവാണ്. തെറ്റിക്കാത്ത പതിവ്. വീട്ടിലേക്ക് കയറിവരുന്നവർക്ക് കാലു കഴുകാനുള്ളതാണ്. വഴിനടത്തത്തിന്റെ അശുദ്ധിയുമായി അകത്ത് കയറണ്ട എന്നൊരു താക്കിതുണ്ടതിൽ... യാത്രകഴിഞ്ഞ് വരുന്നവർ കാല് കഴുകിയാൽ ക്ഷീണം മാറും എന്നുമുണ്ട്. അത് വ്യാഖ്യാനിക്കുന്നവന്റെ ഇഷ്ടം പോലെയായിരിക്കും.

കുഞ്ചു മുറ്റത്ത് നിന്ന് നാലു വശത്തേക്കും നോക്കി... ആരെയും കാണാനില്ല പിറകിലേക്ക് നടന്നു. പിൻവാതിലും അടഞ്ഞതാണ്. തിരിച്ച് വന്ന് ഓട്ടുകിണ്ടി കൈയിലെടുത്തു. പാതിവെള്ളമേ ഉണ്ടായിരുന്നുള്ളു. അത് കാലിലേക്കോഴിച്ചു.

നേരിയ ഭാരമുള്ളതെന്തോ കാലിലേക്ക് വീണപ്പോൾ ഒന്ന് പരിഭ്രമിച്ചു... കാല്പടത്തിൽ ചത്തുമലർന്ന ഒരു പഴുതാര... കിണ്ടിയിലെ വെള്ളത്തിൽ ചത്തുകിടന്നതാണ്.... കാല് കുടഞ്ഞ് പഴുതാരയെ ദൂരെയെറിഞ്ഞു...

കുഞ്ഞമ്മാമനെയാണ് ഓർമ്മ വന്നത്... ഇങ്ങനെയെന്തെങ്കിലുമുണ്ടായാൽ കുഞ്ഞമ്മാമൻ പറയും: "ശകുനപ്പിഴ." വരാന്തയിൽ കയറി തിണ്ണയിലിരുന്നു. തോളത്തെ ഭാണ്ഡമിറക്കി തലയ്ക്ക് വെച്ച് മലർന്ന് കിടന്നു...

നെഞ്ചിൽ തൊട്ട കൈകൾ എടുത്തു മാറ്റാതെ സാവധാനം കണ്ണു തുറന്നു. നേരം ഇരുട്ടിയിരുന്നതിനാൽ മുഖം വ്യക്തമായില്ല. കുഞ്ചു എഴുന്നേറ്റിരുന്നു. കൽത്തൂണിൽ ചാരി മുഖത്തേക്ക് തന്നെ നോക്കി നില്ക്കുന്ന രുഗ്മിണി.

കുഞ്ചു രുഗ്മിണിയുടെ കൈപിടിച്ചു. കൗമാരത്തിന്റെ സുകൃത സ്മൃതികളിൽ നീന്തിത്തുടിച്ച മുഖം! കുഞ്ചുവിന്റെ അടുത്തേക്കവൾ ചേർന്ന് നിന്നു. "അകത്ത് ചെന്ന് കുളിക്ക് പെണ്ണേ..." അമ്മായിയുടെ കനപ്പിച്ച ശബ്ദം. കുഞ്ചുവിൽ നിന്ന് രുഗ്മിണി അകന്ന് നിന്നു. എന്തൊക്കെയോ ചോദിക്കണമെന്നും പറയണമെന്നുമുണ്ടായിരുന്നു. അമ്മായിയുടെ ദുർമുഖം ആഗ്രഹങ്ങൾക്ക് വിരാമമിട്ടു.

രുഗ്മിണി അകത്തേക്ക് പോയി... കൂടെ അമ്മായിയും... രുഗ്മിണി വലുതായിരിക്കുന്നു. ശരീരം തുടുത്ത് യുവതിയായിരിക്കുന്നു. ഭാണ്ഡത്തിൽ സൂക്ഷിച്ച മഞ്ചാടിക്കുരു തപ്പി നോക്കി... വേണ്ട അതവിടെ തന്നെ കിടക്കട്ടെ... മഞ്ചാടിക്കുരുകൊണ്ട് കളിക്കുന്ന പ്രായമല്ല അവൾക്കിപ്പോൾ... കൈകൾ ഇരുവശത്തും കുത്തി തിണ്ണയിൽ ഉറപ്പിച്ചിരുന്ന് കാല്പാദങ്ങളിലേക്ക് നോക്കി. കഴുകീട്ടും മണ്ണും ചെളിയും പോയില്ല.

അമ്മായി കുറേക്കൂടി തടിച്ചിട്ടുണ്ട്.. മുഖഭാവത്തിന് കാര്യമായ മാറ്റം. ചതുർത്ഥി കണ്ടതുപോലുള്ള ഭാവമാണ് മുഖത്തിപ്പോൾ. "വന്നത് അബദ്ധമായോ?.." കുഞ്ചു സ്വയം ചോദിച്ചു.

വസ്ത്രം മാറിവന്ന അമ്മായി ചോദിച്ചു: "നീ വീട് വിട്ടപോയീന്ന് കേട്ടല്ലോ... രാഘവൻ വന്നിരുന്നു. വല്യമ്മാമനോട് ഏറെ പറയേം കരയേം ഒക്കെ ചെയ്തു."

"അതെ പോയിരുന്നു" അമ്മായിയുടെ മുഖത്ത് നോക്കാതെ പറഞ്ഞു.

"എന്നിട്ടെന്തേ തിരിച്ചിങ്ങ് പോന്നത്?"

കുഞ്ചു മറുപടിയൊന്നും പറഞ്ഞില്ല. തിണ്ണയിൽ നിന്നെഴുന്നേറ്റ് ഭാണ്ഡമെടുത്ത് തോളിലിട്ട് കുത്തുകല്ലിലേക്കിറങ്ങി... അകത്തേയ്ക്കൊന്ന് തിരിഞ്ഞുനോക്കി. വാതിൽപ്പാളിക്കപ്പുറം രുഗ്മിണിയുടെ മുഖമുണ്ടോ? സൂക്ഷിച്ചു നോക്കി. ഇല്ല... കുഞ്ചു പടികളിറങ്ങി മുറ്റത്ത് നിന്നു.

നടവഴിയിലൂടെ ഓലച്ചൂട്ടുമായി വല്യമ്മാമൻ നടന്നുവരുന്നു. അടുത്തെത്തി ചൂട്ട് കുത്തിക്കെടുത്തിയ ശേഷം വല്യമ്മാമൻ ചോദിച്ചു: "എന്തേ കുഞ്ചു ഇത്...നീ ആളാകെ മാറിപ്പോയല്ലോ? നിനക്കും കിട്ടിയോ രാഘവന്റെ ഭ്രാന്ത്? അലഞ്ഞ്നടത്തം... ഒരു കേമത്താണ്ന്ന് തോന്നുന്നുണ്ടോ?"

ഉണ്ടെന്നോ ഇല്ലെന്നോ പറയാതെ മുന്നോട്ട് നടന്നു. "നിൽക്കു..." വല്യമ്മാമൻ ശബ്ദംമുയർത്തി പറഞ്ഞു.

കുഞ്ചു നിന്നു.

പടിയിലേക്കിറങ്ങി നിന്ന് അമ്മായി പറഞ്ഞു:

"ഞാൻ പറഞ്ഞത് അവന് ഇഷ്ടായില്ലാന്ന് തോന്നുന്നു... പോവാന്ന്ച്ചാല് പോയ്ക്കോട്ടെ... ശീലിച്ചതല്ലെ പാലിക്കൂ.."

വല്യമ്മാമന് അത്ര രസിച്ചില്ല. "കുഞ്ചു അകത്തേക്ക് പോയ്ക്കോളൂ.... ഒന്ന് നന്നായി കുളിച്ച്...വല്ലതും കഴിച്ച് കിടന്നുറങ്ങിക്കൊള്ളൂ...ഇനി കുറച്ച് നാൾ ഇവിടെ കഴിഞ്ഞിട്ട് പോയാൽ മതി. എന്തെങ്കിലും പഠിക്കേം ചെയ്യാം... ഊം... എന്താങ്ങനെ തുറിച്ച് നോക്കുന്നത്?...പറേണത് അനുസരിക്ക്യാ."

കുഞ്ചു തിരിച്ച് നടന്ന് വരാന്തയിൽ കയറി വീണ്ടും തിണ്ണയിലിരുന്നു. ഒരഗതിയുടെ ഭാവമായിരുന്നു അയാൾക്കപ്പോൾ.

വല്യമ്മാമൻ കാല് കഴുകി വരാന്തയിൽ കയറി അകത്തേക്ക് നോക്കി വിളിച്ചു പറഞ്ഞു:

"രുഗ്മിണി! കുറച്ച് എണ്ണയെടുത്ത് കൊടുക്വ...കുഞ്ചൂന്... കുളിയ്ക്കട്ടെ."

രുഗ്മിണി എണ്ണപ്പാത്രവുമായി വന്നു. കുഞ്ചുവിന്റെ കൈപിടിച്ച് എണ്ണയൊഴിച്ചു. അമ്മായിക്കത് ഇഷ്ടമായില്ല... മുഖം കണ്ടാലറിയാം.... അവർ ഉടുമുണ്ടിന്റെ കോന്തല വലിച്ചുകുത്തി അകത്തേക്ക് പോയി.

"ഇതെന്തൊരു വേഷായിത്?" രുഗ്മിണി പതുക്കെ ചോദിച്ചു. അവളുടെ കണ്ണുകളിൽ ഒരുകിണർ വെള്ളം! പക്ഷെ പുറത്തേക്ക് ഒഴുകിയില്ല... പീലികൾ തടഞ്ഞു.

എണ്ണ തലയിൽ തേയ്ക്കാതെ കൈക്കുമ്പിളിൽ വെച്ച് കൊണ്ട് കുഞ്ചൻ ആ കണ്ണുകളിലേക്ക് തന്നെ നോക്കിയിരുന്നു.

"കുളിച്ചോളൂ" രുഗ്മിണി പറഞ്ഞു.

എണ്ണതലയിൽ തിരുമ്മുന്നതിനിടയിൽ കുഞ്ചു പറഞ്ഞു: "കാലം മാറിയിരിക്കുന്നു... ഈ വീടും, നീയും... മഞ്ചാടിക്കുരുക്കൾ കൊണ്ടുവന്നിട്ടുണ്ട്... പക്ഷേ... വേണ്ട. ഇല്ലേ?"

"വേണം.. തന്നോളൂ... കാത്തിരിയ്ക്യായിരുന്നു ഞാൻ" രുഗ്മിണി പറഞ്ഞു

ഭാണ്ഡത്തിൽ നിന്ന് ഒരുപിടി മഞ്ചാടികുരുക്കളെടുത്ത് രുഗ്മിണിയുടെ കൈയിൽ കൊടുത്തു. "ഇതെന്റെ സ്വപ്നങ്ങളാണ് നിന്നെക്കുറിച്ചുള്ളവ... സൂക്ഷിച്ചോളൂ..." കുഞ്ചു പറഞ്ഞു.

അകത്ത് നിന്ന് വല്യമ്മാമനും അമ്മായിയും വാക്ക്തർക്കമാണ്. കേൾക്കുന്നുണ്ട്.

അമ്മായി ഓടി വന്ന് രുഗ്മിണിയുടെ കൈപിടിച്ച് അകത്തേക്ക് വലിച്ചു. അമ്മായി ഉറക്കെ ചോദിച്ചു: "എന്താ നിന്റെ കൈയിൽ കാണട്ടെ" രുഗ്മിണി പറഞ്ഞു "മഞ്ചാടിക്കുരു." "ഓ മഞ്ചാടിക്കുരു കൊണ്ട് കളിക്കേണ്ട പ്രായമല്ലെ നിനക്ക്... പെരടി ഞാനടിച്ച് പൊളിക്കും... നീയിപ്പോൾ ചെറിയ പെൺകുട്ടിയല്ല. തെരണ്ട് കല്യാണം കഴിഞ്ഞ വലിയ പെണ്ണാണ്... ഓർമ്മ വേണം. കുഞ്ചുകൂടി കേൾക്കാനാ പറയുന്നത്... ഇക്കാര്യത്തിൽ നിന്റെ ഭ്രാന്തൊന്നും ഇവിടെ വേണ്ട.." അവർ രുഗ്മിണിയെ അകത്തേക്ക് പിടിച്ചു വലിച്ചു. ഒന്നും കേട്ടതായി നടിക്കാതെ കുഞ്ചു കിണറിനടുത്തേക്ക് നടന്നു.

പതിമൂന്ന്

വല്യമ്മാമന്റെ വീട്ടിലെ തൊഴുത്തിൽ പശുക്കളുടെ എണ്ണം കൂടിയിരിക്കുന്നു. പശുക്കളെ ശുശ്രൂഷിക്കാനും കറവിനും മറ്റുമായി രണ്ട് ജോലിക്കാരുണ്ട്. അടുക്കളയിൽ പുതിയൊരു സ്ത്രീയുണ്ട്.. ഉണ്ണൂലി! കറുത്ത് വണ്ണിച്ച ശരീരം. മുഖം നിറയെ കുരുക്കളും കൈത്തണ്ടയിൽ നിറയെ രോമങ്ങളുമുള്ള ഒരു സ്ത്രീ. പറമ്പിൽ കൃഷിപ്പണിതുടങ്ങുന്ന ദിവസം വല്യമ്മാമൻ കുഞ്ചുവിനെ വിളിച്ച് പറഞ്ഞു: "നാളെ മുതൽ പറമ്പിൽ പത്തിരുപത് പണിക്കാരുണ്ടാകും.. കുഞ്ചു അവരുടെ അടുത്തുണ്ടാകണം... നോക്കാനൊരാളില്ലെങ്കിൽ അവറ്റകൾ കള്ളപ്പണി ചെയ്യും."

കുഞ്ചു തലയാട്ടി...

രാവിലെ മുതൽ സന്ധ്യ വരെ പറമ്പിൽ ചെന്നിരിക്കും. പണിക്കാർക്കൊപ്പമാണ് ഭക്ഷണവും... അകത്തോ ഇടനാഴിയിലോ കടക്കാറില്ല... രുഗ്മിണിയെ പുറത്തെങ്ങും കാണാറില്ല.

വിരസങ്ങളായ ദിനങ്ങൾ. മനസ്സിൽ കവിതയില്ല... ആരെയും ഓർക്കാനില്ല... ഇതൊരു തടവറയാണ്... എത്രകാലമാണിങ്ങനെ? വല്യമ്മാമനെ

ധിക്കരിച്ച് ഇറങ്ങിപ്പോകാൻ കഴിയുന്നില്ല. കാലിൽ മാതുലബന്ധത്തിന്റെ ചങ്ങലക്കെട്ടുകൾ.

പറമ്പിലെ പണി കഴിഞ്ഞ് വന്ന് കിണറ്റിൻകരയിൽ കുളിക്കുമ്പോൾ ഉണ്ണൂലിയുടെ ഒളിഞ്ഞനോട്ടം കുഞ്ചുവിന് ഇഷ്ടമായില്ല!

എന്തൊക്കെയോ ആംഗ്യങ്ങളും പതുങ്ങിയ സംസാരവും..

ഉണ്ണൂലിയെ ശരിക്കൊന്ന് ചീത്ത പറയണമെന്ന് പലതലണ തോന്നിയതാണ്. പക്ഷേ പറഞ്ഞില്ല... അമ്മായിയുടെ ഉള്ള് സൂക്ഷിപ്പുകാരിയാണ്.

ഉടുമുണ്ട് മാറാൻ ഇടനാഴിയിലേക്ക് കടക്കുമ്പോൾ ഉണ്ണൂലി വെറുതെ അടുത്ത് കൂടെ നടക്കും... അവളുടെ വിയർപ്പിന് വേപ്പെണ്ണയുടെ മണമാണ്. അടുത്തുകൂടെ പോകുമ്പോൾ അവിടെവിടെ നുള്ളുകയും കുഞ്ചുവിന്റെ ചന്തിയിൽ പിടിച്ചമർത്തുകയും ചെയ്യും. കരണത്തൊന്ന് കൊടുത്താലോന്ന് തോന്നും... കയ്യുയർന്നെങ്കിലും പിൻവലിച്ചു. വേണ്ട വെറുതെയൊരു പെണ്ണിനെ തല്ലിയ ശാപം കൂടി തലയിലെടുത്ത് വെക്കണ്ട ... സ്വയം നിയന്ത്രിച്ചു.

ഉണ്ണൂലിയുടെ വിക്രിയകൾ രുഗ്മിണിയോട് പറയണമെന്നുണ്ടായിരുന്നു. പക്ഷേ സൗകര്യം കിട്ടിയില്ല. അവളെ തനിച്ചൊന്ന് കണ്ടിരുന്നെങ്കിൽ നന്നായിരുന്നു.

കുഞ്ചു വൈകുന്നേരം പണിക്കാർക്കിടയിൽ നിന്ന് തിരിച്ചെത്തി കുളിക്കാൻ ചെന്നപ്പോൾ കിണറിനടുത്ത് ഉണ്ണൂലിയും രുഗ്മിണിയുമുണ്ടായിരുന്നു. കുഞ്ചുവിനെ കണ്ടപ്പോൾ ഉണ്ണൂലി രുഗ്മിണിയുടെ ചെവിയിൽ എന്തോ പറഞ്ഞുകൊണ്ട് ഒതുക്കിച്ചിരിച്ചു. "എനിക്കതൊന്നും നോക്കലല്ല പണി.. നല്ല ശരീരാത്രെ കുഞ്ചൂന്. അങ്ങ് വെയർത്തു പോകുന്നു.. ഉണ്ണൂലി! മേലിൽ എന്നോടിങ്ങനെയൊന്നും പറയാൻ വരരുത്." രുഗ്മിണി ദേഷ്യം കൊണ്ട് വിയർത്തു. അവൾ അകത്തേക്ക് പോയി.

കുളികഴിഞ്ഞ് വന്ന് വരാന്തയിൽ കടന്നപ്പോൾ വല്യാമ്മാമൻ പറഞ്ഞു: "കുറെ ദിവസങ്ങളായില്ലെ എന്തെങ്കിലും പഠിച്ചിട്ട്?.. കാവ്യം രാഘവൻ തുടങ്ങീന്ന് പറഞ്ഞിരുന്നു.. എന്നാലും ആയിക്കോട്ടെ രഘുവംശം കുറച്ച്... ഇരുന്നോളൂ."

നിവർത്തിയിട്ട പുല്പായയിൽ ചമ്രം പടിഞ്ഞിരുന്നു. വല്യമ്മാമൻ ഗ്രന്ഥവുമായി മറുവശത്തിരുന്നു. രഘുവംശത്തിലെ ഒരു ശ്ലോകം ചൊല്ലി വ്യാഖ്യാനിക്കാൻ തുടങ്ങി.

കുഞ്ചുവിന്റെ സംസാരത്തിലെ അകമൊഴി മനസ്സിലായപ്പോൾ വല്യമ്മാമന്റെ മുഖം വിളറി. ഒന്നും പറയാതെ മുറ്റത്തേക്ക് നീട്ടിത്തുപ്പി.

"അവൻ പോകുന്നില്ലങ്കിൽ വേണ്ട" എന്ന് പറഞ്ഞ് വല്യമ്മാമൻ അകത്തേക്ക് പോയി.

കുഞ്ചു കുറേ സമയം വരാന്തയിൽ നിന്ന ശേഷം തൊടിയിലേക്ക് നടന്നു.

രാത്രി ഭക്ഷണത്തിന് മുമ്പ് അകത്ത് അമ്മായിയും അമ്മാവനും തമ്മിൽ വാക്കുതർക്കം നടക്കുകയാണ്. കുഞ്ചു ചെവിയോർത്തു... വിഷയം ഏതാണ്ട് ഊഹിച്ചു.

സാധാരണ പോലെ വല്യമ്മാമൻ വരാന്തയിലേക്ക് വന്നില്ല. അകത്തിരുന്നാണ് ഭക്ഷണം കഴിച്ചത്. കഴിച്ചോന്ന് തന്നെ സംശയം. കുഞ്ചുവിന് പതിവിലും വൈകിയാണ് ഭക്ഷണം കിട്ടിയത്. ഭക്ഷണം കൊണ്ടുവന്നത് ഉണ്ണൂലിയാണ്. ഭക്ഷണം കഴിച്ചുകൊണ്ടിരിക്കുമ്പോൾ അവൾ കുഞ്ചുനെത്തന്നെ നോക്കിക്കൊണ്ടിരുന്നു. എന്തൊക്കയോ പറയുകയും ചില ആംഗ്യങ്ങൾ കാണിക്കുകയും ചെയ്യുന്നുണ്ടായിരുന്നു... അവൾ അടുത്തേക്കടുത്തേക്ക് നീങ്ങിക്കൊണ്ടിരുന്നു. മൂക്കിലേക്ക് ഇരച്ചു കയറുന്ന വേപ്പെണ്ണയുടെ രൂക്ഷഗന്ധം... ഛർദ്ദിക്കാൻ തോന്നി... കൈകുടഞ്ഞ് കുഞ്ചു എഴുന്നേറ്റു. എച്ചിൽ പാത്രമെടുക്കാൻ കുനിയുമ്പോൾ ഉണ്ണൂലി പറഞ്ഞു: "ഇടനാഴിയിൽ കിടന്നോളാൻ അമ്മായി പറഞ്ഞിട്ടുണ്ട്."

കുഞ്ചു ഓട്ടുകിണ്ടിയിലെ വെള്ളമെടുത്ത് മുഖം കഴുകി... അടിവയറ്റിൽ നിന്ന് എന്തൊ മേലോട്ട് കയറി വന്നു... കഴിച്ചതപ്പാടെ ഛർദ്ദിച്ചു. വേപ്പെണ്ണയുടെ മണം അപ്പോഴും മൂക്കിൽത്തന്നെയുണ്ടായിരുന്നു. വീണ്ടും വീണ്ടും ഛർദ്ദിക്കണമെന്ന തോന്നൽ... കിണ്ടിയിൽ നിന്ന് കുറച്ച് വെള്ളം കുടിച്ച് വരാന്തയുടെ മൂലയിലെ പുല്ലുപായയിൽ കമഴ്ന്നു കിടന്നു...

ഉറക്കം കുഞ്ചൂനെയുപേക്ഷിച്ച് മറ്റെവിടെയോ അലയുകയായിരുന്നു. ചിലപ്പോൾ എഴുന്നേറ്റിരിക്കും... മരച്ചില്ലകളിൽ രാക്കിളികൾ സ്വകാര്യം പറയുന്നു... അതവരുടെ കുടുംബകാര്യമായിരിക്കും... കുഞ്ചു ഓർത്തു.. അവർക്കുമുണ്ടല്ലോ കുഞ്ഞുകുട്ടി പരാതീനങ്ങൾ... എതോ ചെറുകിളി കരഞ്ഞുകൊണ്ടേയിരുന്നു. മൂന്നുമാസം തികയും മുമ്പ് തന്നെയും കുഞ്ഞമ്മാമന്റെ അടുത്ത് കിടത്തി മനയ്ക്കലെ അടുക്കളപ്പുകയിൽ മുഖം പൂഴ്ത്താൻ പോയ അമ്മയും.. വിശന്നു കരയുന്ന ഒരു കുഞ്ഞും ഓർമ്മയിലേക്ക് ഓടിക്കയറി വന്നു.

തൊട്ടടുത്തുള്ള ക്ഷേത്രത്തിൽ ഊഴപ്രകാരം ശാന്തിപ്പണിക്ക് വന്ന ഏതോ നമ്പൂതിരി.. പതിനാറ് തികയാത്ത നങ്ങ്യാരമ്മയ്ക്ക് അടിവയറ്റിൽ കൊടുത്ത സമ്പാദ്യം! വിശന്നും കരഞ്ഞും രാപ്പകലുകളെ തള്ളിനീക്കിയ അനാഥമായ ബാല്യം! ബന്ധുക്കളുടെ പരിഹാസം മാത്രം കേട്ട് മനസ്സ് മുറിഞ്ഞ് ചോരയൊലിച്ച കൗമാരം! എപ്പോഴും ശാപവാക്കുകളും മനയ്ക്കലെ എച്ചിൽച്ചോറും മാത്രം വിളമ്പിയ പെറ്റമ്മ!.. അതിനിടയിൽ നൂറ് കോടി പുണ്യം പോലെ കുഞ്ഞമ്മാമൻ... ഓർമ്മയിൽ തെളിഞ്ഞു കത്തുന്ന ഒരേയൊരു ദീപം! നേരം പുലരാറായിരിക്കുന്നു. വയറ്റിൽ തീയാളുന്നതുപോലെ... വല്ലാത്ത ദാഹം... ഒട്ടിയ വയറിൽ കൈവെച്ചമർത്തി കുഞ്ചു മലർന്നു കിടന്നു. കഴുക്കോൽ പാളിയിൽ നിന്ന് നെറ്റിത്തടത്തിലേക്ക് ഇളം ചൂടുള്ള എന്തോ അടർന്നു വീണു ചെറുവിരൾ കൊണ്ട് തുടച്ചപ്പോൾ ദുർഗ്ഗന്ധം!...ഗൗളി കാഷ്ഠിച്ചതായിരിക്കണം. ഉടുമുണ്ടിൽ വിരൽ തുടച്ചശേഷം കൈമടക്കി നെറ്റിക്ക് മീതെ വിലങ്ങനെവെച്ച് കണ്ണടച്ച് കിടന്നു.

പുലർച്ചയുടെ തണുപ്പിൽ നേരിയമയക്കം! കൂടെ ആരോ കിടക്കുന്നു... നെഞ്ചിലും അടിവയറ്റിലും അരിച്ചെത്തുന്ന മാർദ്ദവമില്ലാത്ത വിരലുകൾ.... കുഞ്ഞമ്മാമൻ വന്നോ?.. മിഴാവിൽ ചിറകിട്ടടിച്ച് തഴമ്പേ

റിയ കൈത്തലം കൊണ്ടെന്നെ തടവിയാശ്വസിപ്പിക്കുകയാണോ?

പാതിയുറക്കത്തിന്റെ സ്വപ്നസമൃദ്ധിയിൽ കുഞ്ഞമ്മാമന്റെ മുഖം തെളിഞ്ഞു.

നെഞ്ചത്തേക്ക് ഭാരം വലിഞ്ഞ് കേറിയപ്പോൾ കുഞ്ചു ഭയന്നു. നെറ്റിയിലും കവിളത്തും കക്ഷത്തും ചുടുനിശ്വാസങ്ങൾ...

മാടപ്പിറാവിനെപോലെ കുറുകുന്ന ശബ്ദം.... കൈകൾ സ്ഥലംമാറി സഞ്ചരിക്കുന്നു.. മർമ്മങ്ങളിൽ മുമ്പനുഭവപ്പെടാത്ത ചൂട്... കഠിനമായ വേദന.... സൂചി തറയ്ക്കുന്നതു പോലെ! പിടഞ്ഞെഴുന്നേല്ക്കാൻ ശ്രമിച്ചു... കഴിഞ്ഞില്ല. ശബ്ദം പുറത്ത് വന്നില്ല. നാഗഫണം പോലെ കൈപ്പത്തികൾ മുഖത്തമർന്നിരിക്കുന്നു... ശ്വാസം മുട്ടുന്നു... പുലർകാലത്തിന്റെ സുഖശൈത്യത്തിലും വിയർത്തു... നെഞ്ചിൽ നിന്ന് ഭാരമിറങ്ങി... ഉടുവസ്ത്രങ്ങൾ നേരെയാക്കുന്ന ഉണ്ണൂലി!

കുഞ്ചു ഉറക്കെ കരഞ്ഞു... എന്തിനോ കാതോർത്തിരുന്നതുപോലെ. വാതിൽ തുറന്ന് അമ്മായി... തൊട്ട് പിറകിൽ ഉറക്കച്ചടവോടെ രുഗ്മിണി.! പാതി നഗ്നയായി ഇടനാഴിയിലേക്ക് ഓടിമറയുന്ന ഉണ്ണൂലിയെ എല്ലാരും കണ്ടു.

അമ്മായി ഉറക്കെയുറക്കെ സംസാരിച്ചു തുടങ്ങി... "നെറികെട്ടവൻ! വഷളൻ!... എരപ്പാളി!... തെമ്മാടി... തന്തയ്ക്ക് പിറക്കാത്തവൻ!" അമ്മായിയെ മുമ്പൊരിക്കലും ഇങ്ങനെ കണ്ടിട്ടില്ല. കെട്ടഴിച്ചിട്ട മുടിയും ഒതുക്കിയുടുക്കാത്ത വസ്ത്രവും.. ഉറഞ്ഞു തുള്ളുന്ന വെളിച്ചപ്പാട്!

രുഗ്മിണിക്ക് ഒന്നും മനസ്സിലായില്ല. അവൾ അമ്മയെക്കണ്ട് ഭയന്നതുപോലെ തൂണിൻമറവിലേക്ക് മാറിനിന്നു.. അമ്മായിയുടെ ബഹളം കേട്ട് വല്യമ്മാമൻ ഉണർന്നു വന്നു.

"എന്തേ ഉണ്ടായത്" വല്യമ്മാമൻ ചോദിച്ചു

"ഉണ്ടായതോ?.. ഉണ്ടായതോ...? കേൾക്കണോ...? നിങ്ങളുടെ ഈ മരുമകൻ ഉണ്ണൂലിയെ കയറിപ്പിടിച്ചു. കണ്ടില്ലേ ആ പാവം അകത്തിരുന്ന് കരയുന്നു." വല്യമ്മാമൻ കുഞ്ചുവിനെ ഒന്ന് നോക്കുക മാത്രമേ ചെയ്തുള്ളു...അയാൾ അകത്തേക്ക് തന്നെ കയറിപ്പോയി.

"പറഞ്ഞയച്ചോളണം ഈ തെമ്മാടിയെ ഇന്നു തന്നെ." എന്ന് ആക്രോശിച്ചു രുഗ്മിണിയേയും പിടിച്ച് വലിച്ചുകൊണ്ട് അമ്മായി അകത്തേക്ക് പോയി.

"കുറ്റം ചെയ്തത് ഞാനല്ല... എനിയ്ക്കൊന്നുമറിയില്ല. പക്ഷെ വിശദീകരിച്ചിട്ട് കാര്യമില്ല" സ്വയം ആശ്വസിപ്പിച്ചു കൊണ്ട് കുഞ്ചു കിടക്കപ്പായയിൽ കൂനിക്കൂടിയിരുന്നു.

"രുഗ്മിണി ഇത് വിശ്വസിക്കുമോ?...ഞാൻ തെറ്റുകാരനാണെന്ന് അവളും പറയുമോ" സ്വയം ചോദിച്ചുകൊണ്ടിരുന്നു.

ഒരു തുണിക്കെട്ട് കുഞ്ചുവിന് നേരെ അകത്ത് നിന്ന് ആരോ വലിച്ചെറിഞ്ഞു. മുഖത്ത് വന്ന് വീണത് കുഞ്ചുവിന്റെ ചെറു ഭാണ്ഡമായിരുന്നു.

"നേരം വെളുത്തു... വഴികാണാം... ഇറങ്ങിക്കോളൂ... മേലിൽ ഈ പടി ചവിട്ടരുത്" അമ്മായി ഉച്ചത്തിലാണ് പറഞ്ഞത്. പറഞ്ഞതല്ല

വിളംബരമാണ്... തിരസ്കാരത്തിന്റെ വിളംബരം!

കുഞ്ചു ഭാണ്ഡം കൈയിലെടുത്തു... തെറിച്ചു വീണതെല്ലാം പെറുക്കിയൊതുക്കി... മുഖം പോലും കഴുകാതെ മുറ്റത്തേക്കിറങ്ങി. വല്യമ്മാമനെ പുറത്തൊന്നും കണ്ടില്ല...

പിറകിൽ നിന്ന് വീണ്ടും എന്തോ വലിച്ചെറിയപ്പെട്ടു... മഞ്ചാടിക്കുരുക്കൾ!

മുറ്റത്ത് ചിതറി വീണ മഞ്ചാടിക്കുരുക്കൾ പെറുക്കിയെടുക്കുന്നതിനിടയിൽ കുഞ്ചു വരാന്തയിലേക്ക് തിരിഞ്ഞു നോക്കി... ജനലഴികൾക്കപ്പുറം രണ്ട് കണ്ണുകൾ മാത്രം!.. കരഞ്ഞ് കലങ്ങിയ കണ്ണുകൾ!

മഞ്ചാടിക്കുരു വലിച്ചെറിഞ്ഞത് അവളല്ല...അമ്മായിയാണ്... തീർച്ച!

മുട്ടുകുത്തിയിരുന്ന് മഞ്ചാടിക്കുരുക്കൾ പെറുക്കിയെടുത്തു. മുറിവേറ്റ മനസ്സിൽ നിന്ന് ഊർന്ന് വീണ രക്തത്തുള്ളികൾ!

എല്ലാം പെറുക്കിയെടുത്ത് ഭാണ്ഡത്തിൽ തിരുകി...

ഇടവഴിയിൽ കുറുകെ ഓടി വന്ന കറുത്ത നായ കുഞ്ചുവിനെ നോക്കി പല്ലിളിച്ചു... പിന്നെ ഒരു കുര!

ഒറ്റത്തവണമാത്രം!

പതിനാല്

വീട്ടിൽ ചെന്ന് കയറുമ്പോൾ സന്ധ്യകഴിഞ്ഞിരുന്നു. ഉമ്മറത്ത് വിളക്ക് കണ്ടില്ല. പതിവുകളൊക്കെ തെറ്റിക്കാണും... എല്ലാറ്റിനുമുണ്ടല്ലോ ഒരവസാനം. എല്ലാം തെറ്റുന്ന ഒരു കാലം! പുതുമകൾ പഴമകളെ കീഴടക്കുന്ന ഒരു കാലം!

പക്ഷേ ഇത് അതല്ല... ക്ഷയത്തിന്റെ കാലമാണ്. നമ്പ്യാംമഠത്തിൽ കലികയറുന്ന കാലം.!

കുഞ്ചു പടികയറി വരാന്തയിലേക്ക് കടന്നപ്പോൾ അകത്ത് ഞരക്കം... പാതി ചാരിയ ജനലിലൂടെ അകത്തേക്ക് നോക്കി... ആരെയും കാണാനില്ല. കുഞ്ചു കതകിന് മുട്ടി... കുറേനേരം കാത്തിരുന്നു.... ആരും കതക് തുറന്നില്ല. വീണ്ടും വളരെ ശക്തിയിൽ മുട്ടി. അകത്ത് അപരിചിതമായ ശബ്ദം... ആരായിരിക്കുമത്. പുതുതായി വന്ന വല്ല ശാന്തിക്കാരും? ഇല്ല... അമ്മയ്ക്ക് സുഖമില്ല. ഞരക്കം കേൾക്കുന്നുണ്ട്... അപ്പോൾ അങ്ങനെ ആരും ആയിരിക്കില്ല. കുഞ്ചു ആശ്വസിച്ചു.

എണ്ണ വിളക്കുമായി ആരോ കതകുതുറന്നു... "ആരാ..?" പാതിതുറന്ന കതകിലൂടെ ഭീതികലർന്ന ചോദ്യം.

കുഞ്ചു പറഞ്ഞു: "ഞാനാണ് കുഞ്ചു."

"കുഞ്ചുവോ?" ആ ചോദ്യത്തിൽ സ്നേഹവും പരിചയവും ദു:ഖവും ആശ്വാസവും അത്ഭുതവും ഇടകലർന്നിരുന്നു

"വന്നോളൂ... അമ്മ അകത്തുണ്ട്... തീരെ വയ്യ" അവർ കുഞ്ചുവിനെ അകത്തേക്ക് കൈപിടിച്ചു.

"ഞാൻ മേല് കഴുകി വരാം. വാതിലടയ്ക്കേണ്ട" കുഞ്ചു പറഞ്ഞു. പുറത്ത് ചെന്ന് മേല് കഴുകി വന്നു.

വിളക്കിന്റെ തിരിയാട്ടത്തിൽ കുഞ്ചുവിന് ആളെ മനസ്സിലായിരുന്നില്ല. ഇപ്പോൾ ശരിക്കും കാണാം. വയറ്റാട്ടി മാതുവിന്റെ മകളാണ്. കുട്ടിക്കാലത്ത് കുഞ്ചുവിനെ എടുത്തുനടന്ന സ്ത്രീയാണവർ.

കുഞ്ചു അമ്മയുടെ കട്ടിൽതലപ്പത്തിരുന്നു. തലയ്ക്കു മീതെ മരത്തട്ടിൽ കഷായങ്ങൾ, എണ്ണകൾ, ചൂർണ്ണങ്ങൾ... എത്രയെത്ര കുപ്പികളാണ്. ദേവൂട്ടി കുഞ്ചുവിനെ നോക്കി നെടുവീർപ്പിട്ടു "എന്തേ വരാൻ തോന്നി?" ദേവൂട്ടി ചോദിച്ചു.

"തോന്നിയതല്ല.... വന്നു... വരുത്തി.. അത്ര തന്നെ."

കുഞ്ചു അമ്മയുടെ നെറുകയിൽ കൈ വെച്ചു.

അവർ കുഞ്ചുവിന്റെ കൈവെള്ളയിൽ ഉമ്മവെച്ചു.

"ഇനി മരിക്കാം" ദേവൂട്ടി പറഞ്ഞു.

കുഞ്ചുവിന് വാക്കുകൾ മുട്ടി.. കരുവാളിച്ച മുഖത്തേക്ക് തന്നെ ഏറെ നേരം നോക്കിയിരുന്നു.

മാതൂന്റെ മോള് പാറു... പാറുക്കുട്ടി... ഒരു പാത്രത്തിൽ ചുക്കുവെള്ളവും ഇലക്കീറിൽ കായപ്പുഴുക്കും കൊണ്ടുവന്ന് മുമ്പിൽ വെച്ചിട്ട് പറഞ്ഞു: "ഇതേയുള്ളു... കഴിച്ചോളൂ."

കുഞ്ചു നിലത്തിരുന്നു. കായപ്പുഴുക്കിൽത്തന്നെ നോക്കിയിരുന്നു.

മനസ്സ് പറഞ്ഞു. 'ദാരിദ്ര്യം.. മഹാദാരിദ്ര്യം'

പേരുകേട്ട നമ്പ്യാംമഠം. താഴുകയാണ്.. നിലയില്ലാക്കയത്തിലേക്ക്...

അന്ന് രാത്രി മുഴുവൻ അമ്മയുടെ സമീപത്തിരുന്നു... ഉറക്കത്തിലും ഉണർച്ചയിലുമുള്ള ഞരക്കം! നിലതെറ്റുന്ന ബോധത്തിൽ നിന്ന് വഴുതി വീഴുന്ന ശിഥിലസ്മൃതികൾ!... പാഴ്വാക്കുകൾ... താളം തെറ്റുന്ന നാവിൽ നിന്ന് വഴുതി വീഴുന്ന കയ്പ്പ്നീർത്തുള്ളികൾ... തെറിവാക്കുകൾ.. ശാപവചനങ്ങൾ....

പ്രജ്ഞയുടെ തകിടം മറിച്ചിലിനിടയിൽ മനസ്സിന്റെ ഉൾഖനികളിൽ നിന്ന് മുങ്ങിയെടുത്തു കൊണ്ടുവരുന്ന സ്നേഹത്തിന്റെ മുത്തുമണികൾ... ഏക മകന്റെ ശിരസ്സിലേക്ക് വാരിയെറിയുന്നുമുണ്ട്.

കേട്ടിരിക്കാൻ ഇരുട്ടും കുഞ്ചുവും പാറുവും മാത്രം..!

പാറു പറഞ്ഞു: "ഈ അനുഗ്രഹവും തെറിവിളിയും തുടങ്ങിയിട്ട് ദിവസങ്ങൾ പത്ത് കഴിഞ്ഞു.... അപ്പോഴൊക്കെ ഞാനോർക്കുമായിരുന്നു കുഞ്ചു ഒന്ന് വന്നിരുന്നെങ്കിലെന്ന്...."

കുഞ്ചു പറഞ്ഞു: "വരാൻ കരുതിയതല്ല. പക്ഷെ ഇത് ദൈവഹിതം! ജന്മസുകൃതം! നിയോഗം!"

ഉറക്കമില്ലാത്ത രാത്രി.

രോഗം മൂർച്ഛിച്ച അവസ്ഥയിലാണ്. കഷായങ്ങളും അരിഷ്ടങ്ങളും ശരീരം സ്വീകരിക്കുന്നില്ല.

മേൽമുണ്ട് വിരിച്ച് തറയിൽ കിടന്ന് മയങ്ങി.

കഴിഞ്ഞ ദിവസങ്ങളിലെ സംഭവങ്ങൾ ഓർമ്മകളിൽ ചുരമാന്തുന്നു...

വലിച്ചെറിയപ്പെട്ട മഞ്ചാടിക്കുരുക്കൾ!... മനസ്സിൽ മഞ്ചാടിക്കുരുകൾ മുളയ്ക്കുന്നു... പടർന്ന് പന്തലിക്കുന്നു... പൂവിട്ട് കായ്ക്കുന്നു.

അമ്മ ഇതൊന്നും അറിയില്ല... ഊർദ്ധ്വൻ വലിക്കുകയാണ്... കർമ്മ ചക്രം തിരിയുമ്പോൾ ആരക്കാലുകൾക്കിടയിൽ ഞാനും അമ്മയും മാത്രം.... പ്രണയിച്ച പെണ്ണ് വെറുത്തു... ചെയ്യാത്ത.. ഓർമ്മിക്കുക പോലും ചെയ്യാത്ത കുറ്റത്തിന്! അഭയം കണ്ടെത്തിയ ഒരേയൊരു മനസ്സായിരുന്നു അത്. മധുരസ്മരണകളുടെ ഭാണ്ഡത്തിൽ ഇനിയൊന്നും ബാക്കിയില്ല... അമ്മകൂടി പോയാൽ?... വെറുക്കാനും കോപിക്കാനും ശണ്ഠകൂടാനും ഒരാളില്ലാതാകും... അതാണ് സങ്കടം! തിരയടിക്കുന്ന മനോവ്യഥയുടെ തീരത്ത് അയാൾ ഏകനായി.

നേരം പുലരാറായപ്പോൾ വരാന്തയിൽ ആരുടെയോ കാൽപ്പെരുമാറ്റം...! പാറു പറഞ്ഞു: "കുഞ്ചു കതക് തുറന്ന് നോക്ക്... വരാന്തയിൽ ആരോ ഉണ്ട്."

കുഞ്ചു ഉറക്കച്ചടവോടെ കതക് തുറന്നു. വരാന്തയിൽ കുഞ്ഞമ്മാമൻ നില്ക്കുന്നു!

കുഞ്ഞമ്മാമൻ ക്ഷീണിച്ചിരിക്കുന്നു. തോളിൽ മാറാപ്പും മിഴാവും.

കുഞ്ചുവിനെ കണ്ടപ്പോൾ രാഘവൻ നമ്പ്യാർക്ക് എന്തെന്നില്ലത്ത സന്തോഷം.

കുഞ്ഞമ്മാമൻ ചോദിച്ചു. "മോനെ നീയെപ്പോൾ വന്നു?"

കുഞ്ചു പറഞ്ഞു: "ഇന്നലെ."

"ഞാനൊന്ന് കുളിച്ച് വരാം..." ഭാണ്ഡവും മിഴാവും ഇറക്കിവെച്ച് കിണറ്റിൻകരയിലേക്ക് നടക്കുന്ന കുഞ്ഞമ്മാമന്റെ പിറകെ കുഞ്ചുവും ചെന്നു.

"അമ്മയ്ക്ക് ദീനം അധികമാണ്" കുഞ്ചു പറഞ്ഞു.

"ദീനമോ? ദേവൂട്ടിക്കോ?" കുഞ്ഞമ്മാമൻ അകത്തേക്കോടി.

അകം നിറയെ കഷായത്തിന്റെ മണം... അരിഷ്ടം വായിലേക്കൊഴിക്കുന്ന പാറു!

കഷായം പുറത്തേക്കൊഴുകി. ദേവൂട്ടിയെ പാതിയെഴുന്നേല്പിച്ചിരുത്തിയിരുന്നു. രാഘവൻ നമ്പ്യാർ സഹോദരിയെ പുണർന്നു.

"ദേവൂട്ടീ! നിനക്കെന്തുപറ്റി?" ഇടനെഞ്ച് പിളർന്ന ചോദ്യം പാക്ക്പലകയെപ്പോലും കണ്ണീരണിയിച്ചു.

കുഞ്ചു ഓർത്തു. 'എനിക്കങ്ങനെ ചോദിക്കാൻ കഴിഞ്ഞില്ലല്ലോ...'

കുഞ്ഞമ്മാമനെ കുഞ്ചു ആശ്വസിപ്പിച്ചു... കുഞ്ചു പറഞ്ഞു: "കുഞ്ഞമ്മാമൻ കരയരുത്... എന്റെ നില തെറ്റിപ്പോകും." നമ്പ്യാർ ദേവൂട്ടിയുടെ അടുത്തു തന്നെയിരുന്നു.

വരാന്തയിൽ നിന്ന് അകത്തേക്ക് കടന്നുവന്ന കൃഷ്ണൻ! കൃഷ്ണൻ കുഞ്ചുവിന്റെ സുഹൃത്താണ്... ചെറുപ്പത്തിൽ കൂടെ നടന്നവൻ.... കുഞ്ചുവിന്റെ നേരറിയുന്നവൻ... കൃഷ്ണനാണത്രെ അമ്മയെ ശുശ്രൂഷിച്ചതും വൈദ്യനെ കാണിച്ചതും. പാറു പറഞ്ഞ അറിവാണ്.

കൃഷ്ണൻ പറഞ്ഞു: "നില വഷളായിട്ടുണ്ടെങ്കിൽ കൊണ്ടു

പോകാം... വൈദ്യന്റെ വീട്ടിലേക്ക്... അവിടെ കിടത്തിച്ചികിത്സയുണ്ട്... ചുമക്കാൻ മഞ്ചലുണ്ട്. മഞ്ചലെടുക്കാൻ ആളുകളുമുണ്ട്... ഞാൻ വിളിച്ചാൽ വരും."

കുഞ്ഞമ്മാമൻ പറഞ്ഞു: "വേണ്ട... ദേവൂട്ടീന്റെ കണ്ണുകൾ പറയുന്നു വേണ്ടാന്ന്.... ഇവിടെ അകത്ത് കിടക്കട്ടെ."

"എങ്കിൽ നമ്പ്യാര് കുളിച്ച് വരൂ"... കൃഷ്ണൻ പറഞ്ഞു.

രാഘവൻ നമ്പ്യാർ മേല്കഴുകാൻ പോയപ്പോൾ കുഞ്ചുവിന്റെ അടുത്ത് പായ്ത്തലയ്ക്കൽ കൃഷ്ണനുമിരുന്നു.

കുഞ്ചുവിന്റെ പുറത്ത് കൈവെച്ചു കൃഷ്ണൻ പറഞ്ഞു: "നീയില്ലാത്ത വിഷമം ഞാനറിയിച്ചിട്ടില്ല... നിന്നെയെനിക്കറിയമല്ലോ, ഞാനും മകനായിരുന്നല്ലൊ നിന്റെയമ്മയ്ക്ക്... മുലപ്പാല് കുടിച്ചില്ലാന്ന് മാത്രം."

കുഞ്ചുവിന്റെ തൊണ്ടയിടറി. അധികമൊന്നും പറഞ്ഞില്ല... "കൃഷ്ണാ" എന്ന ഒരു വിളിമാത്രം... മനസ്സിന്റെ ആഴങ്ങളിൽനിന്ന് ഉയർന്നുവന്ന ഒരു കുമിള പൊട്ടിയതുപോലെ...

കുഞ്ചു കൃഷ്ണന്റെ തോളിൽ മുഖമമർത്തി

പാറു പറഞ്ഞു: "പറഞ്ഞോണ്ടിരുന്നാൽ പറ്റില്ല... കഷായത്തിൽ ആവർത്തി ചേർത്ത് കൊടുക്കണം... താങ്ങിയിരുത്തണം" കുഞ്ചു എഴുന്നേറ്റ് അമ്മയെ നെഞ്ചോട് ചേർത്ത് ചാരിയിരുത്തി.

നൂറ്റൊന്നാവർത്തി ക്ഷീരബലകഷായത്തിൽ ചേർത്തിളക്കി, സാവധാനം വായിലേക്കൊഴിച്ചു.

കഷായം ഇറങ്ങിയില്ല... കവിളിലൂടെ പുറത്തേക്കൊഴുകി... രണ്ട് എക്കിൾ!

ദേവൂട്ടിയുടെ കൈകൾ കുഞ്ചുവിന്റെ മടിയിലേക്ക് ചാഞ്ഞു... പിന്നെ കഴുത്തും.

"കുഞ്ഞമ്മാമ." കുഞ്ചു ഉറക്കെ വിളിച്ചു.

ആരെയും കാണിക്കാതെ മനസ്സിന്റെ നിലവറയിൽ താഴിട്ടടച്ച സ്നേഹത്തിന്റെ നിലവറവാതിൽതുറന്ന വികൃതശബ്ദം!

ശബ്ദം കേട്ട് പാക്ക്പലകകൾ വിറച്ചു.

കുഞ്ഞമ്മാമൻ നനഞ്ഞ മുണ്ടാലെ ഓടി വന്നു... കൃഷ്ണൻ എഴുന്നേറ്റ് നിന്ന് പറഞ്ഞു: "കുഞ്ചൂ! ഒന്നും ചെയ്യണ്ട. കിടത്തിക്കോളു... കഴിഞ്ഞിരിക്കുന്നു!"

കുഞ്ചുവിനെ എഴുന്നേല്പിച്ചശേഷം കൃഷ്ണൻ ദേവൂട്ടിയെ പുല്ലുപായയിൽ നിവർത്തിക്കിടത്തി... രാഘവൻ നമ്പ്യാർ ദേവൂട്ടിയുടെ കവിളിൽ തലോടി. പിന്നെ കണ്ണുകൾ കീഴോട്ട് തടവിയടച്ചു...

താഴിട്ടടയ്ക്കാത്ത മുറിയ്ക്കകത്ത് തേങ്ങലുകൾ നിറഞ്ഞു!

വൃത്തികെട്ട ഒരു പുല്പായിൽ വെള്ളപുതച്ച ശരീരം! തലയ്ക്കരികിൽ നിലവിളക്ക്!...ശാന്തം, നിശ്ചേതനം! ദുരിത പർവ്വത്തിന്റെ അവസാന വരികൾ!... പേരുകേട്ട കലക്കത്ത് നമ്പ്യാംമഠത്തിലെ ഏക പെൺതരി ഒടുങ്ങിയിരിക്കുന്നു... കുഞ്ചു അമ്മയുടെ പാദങ്ങളിൽ നമസ്കരിച്ചു... നിവരാതെ അങ്ങനെ തന്നെയിരുന്നു.

കുഞ്ചുവിന്റെ മനസ്സ് പറഞ്ഞു: “സമസ്താപരാധം. ക്ഷമ!”

പാറൂട്ടി കൃഷ്ണനോട് പറഞ്ഞു. “കുഞ്ചുവിനെ വരാന്തയിലേയ്ക്ക് കൂട്ടിക്കോളൂ...”

കൃഷ്ണൻ കുഞ്ചുവിനെ താങ്ങി വരാന്തയിലേക്ക് നടന്നു.

സ്നേഹം തൊട്ട് തീണ്ടാത്ത ബന്ധുക്കളെ കാത്ത് ദേവൂട്ടിയുടെ വിറങ്ങലിച്ച ശരീരം ഇഴപൊട്ടിയ പുല്ലുപായയിൽ കിടന്നു... ഹൃദയം കനക്കുന്ന മകന്റെ സാന്നിദ്ധ്യം ഒരുപുണ്യം പോലെ!... മരിക്കാത്ത കുടുംബക്കാർക്ക് വേണ്ടി മരിച്ച ദേവൂട്ടിയുടെ അനാവശ്യമായ കാത്തിരുപ്പ്! നേരം ഉച്ചകഴിഞ്ഞപ്പോൾ വല്യമ്മാമനും കുടുംബവും വന്നു...അമ്മായി അകത്ത് കടന്ന് പഴങ്കഥകൾ പറഞ്ഞ് കരഞ്ഞു ... രുഗ്മിണി കുഞ്ചുവിന്റെ അടുത്ത് നിന്നു...ഒന്നും പറഞ്ഞില്ല... ഒന്നും ചോദിച്ചില്ല.

കുഞ്ഞമ്മാമൻ വടക്കേ തിണ്ണയിലിരുന്ന് കരയുകയാണ്.

കാര്യങ്ങളെല്ലാം ഒരുക്കുന്നതും... ചടങ്ങുകൾക്ക് ഒരുക്കം കൂട്ടുന്നതും കൃഷ്ണനും അവന്റെ കൂട്ടുകാരുമാണ്... കുഞ്ചുനെ അവർ ഇടയ്ക്കൊന്ന് നോക്കുകമാത്രം ചെയ്യുന്നു...

ഓട്ടുപാത്രത്തിൽ വെള്ളവുമായി കൃഷ്ണൻ കുഞ്ചുവിന്റെ അടുത്തു വന്നു... കൃഷ്ണൻ പറഞ്ഞു. “കുഞ്ചൂ ഇത് കഴിക്ക്... കുറച്ച് വെള്ളമെങ്കിലും...” കുഞ്ചു വെള്ളം കുടിച്ചു. മുഖവുരകൂടാതെ കൃഷ്ണൻ പറഞ്ഞു. “എല്ലാം ഒരുക്കിക്കഴിഞ്ഞു. വരാൻ ഒരു കൂട്ടരെയുള്ളൂ... കല്ലമ്പള്ളിക്കാർ! നിന്റച്ഛന്റെ വീട്ടുകാർ... ആളുകൾ പോയിരുന്നു. അവർ തിരിച്ചുവന്നു. ഇനി കാത്തിരിക്കണോ?”

കുഞ്ചു പറഞ്ഞു: “വേണ്ട... ആരും പോകേണ്ടിയിരുന്നില്ല.... നമ്പ്യാംമഠങ്ങൾ നമ്പൂരാർക്ക് അന്തിയുറങ്ങാനുള്ള വഴിയമ്പലങ്ങൾ മാത്രം!... വിതച്ച വിത്തും പാഴായ പാടവും അവർക്ക് ഓർമ്മ കാണില്ല... കാത്തിരിക്കണ്ട.”

ദേവൂട്ടിയെ പുറത്തേക്കെടുത്തു... കുഞ്ചു ഒന്ന് നോക്കുക മാത്രം ചെയ്തു. ഒരു തേങ്ങൽ... മനസ്സിൽ നിന്ന് പുറത്തുവന്നത് രണ്ടക്ഷരങ്ങൾ മാത്രം... കണ്ണീരുപ്പ് കലർന്ന രണ്ടക്ഷരങ്ങൾ.. അമ്മ!...

കൃഷ്ണൻ ഒന്നു നോക്കുക മാത്രം ചെയ്തു.

കുഞ്ചു വരാന്തയിൽ മലർന്ന് കിടന്നു... അമ്മായിയുടെ വൃത്തികെട്ട കരച്ചിൽ അപ്പോഴും കേൾക്കാമായിരുന്നു... കുഞ്ചുവിന്റെ അടുത്ത് വന്ന് അവർ എന്തൊക്കെയോ പറഞ്ഞ് കരഞ്ഞു. കഴിഞ്ഞ ദിവസം പറഞ്ഞ തെറിവാക്കുകൾ കണ്ണീരുകൊണ്ട് മൂടാനൊരു പാഴ് ശ്രമം.

കുഞ്ചു എഴുന്നേറ്റിരുന്ന് കുഞ്ഞമ്മാമനോട് പറഞ്ഞു: “കുഞ്ഞമ്മാമാ... നിർത്താൻ പറയൂ വൃത്തികെട്ട ഈ കരച്ചിൽ” കുഞ്ചു വീണ്ടും പുൽപ്പായയിൽ മലർന്ന് കിടന്നു.

ചിതയ്ക്ക് തീ കൊള്ളുത്താൻ കൃഷ്ണൻ വന്നു വിളിച്ചു.

“കുഞ്ചൂ വന്ന് ചിതയ്ക്ക് തീ കൊളുത്ത്... അതെനിക്ക് ചെയ്യാൻ പറ്റില്ല... നീയാണ് മകൻ... ഏകമകൻ!”

കുഞ്ചു പറഞ്ഞു: “വേണ്ട കൃഷ്ണ... വേണ്ട, നെറിക്കെട്ട എന്റെയീ കൈകൾ അതിന് ചേരില്ല. ആ കർമ്മവും നീതന്നെ ചെയ്യ്...”

കൃഷ്ണൻ കുഞ്ചുവിനെത്തന്നെ നോക്കി നിന്നു... ഉത്തരമില്ല...

പിന്നെ രാഘവൻ നമ്പ്യാരെ നോക്കി.

നമ്പ്യാർ പറഞ്ഞു: "എനിക്കൊന്നും പറയാനില്ല."

കൃഷ്ണൻ ഒരിക്കൽക്കൂടി കുഞ്ചുവിനോട് കേണപേക്ഷിച്ചു.

"ഒന്ന് വാ കുഞ്ചൂ... നേരം വൈകുന്നു..."

കുഞ്ചു പറഞ്ഞു: "കൃഷ്ണാ ജന്മം കൊണ്ടല്ല കർമ്മം കൊണ്ടാണ് മഹത്ത്വം. ചിത കൊളുത്താൻ ഓലച്ചൂട്ട് എന്റെ നെഞ്ചിൽ നിന്ന് കത്തിച്ചെടുത്തോളൂ..."

കുഞ്ചു മലർന്ന് കിടന്ന് കണ്ണടച്ചു.

കൃഷ്ണൻ ഒന്നും പറയാതെ മുറ്റത്തിറങ്ങി... ചൂട്ട് കത്തിച്ച് ചിതയിലേക്ക്...

പതിനഞ്ച്

കഞ്ഞിവെക്കുമ്പോൾ കുഞ്ഞമ്മാമന്റെ കൈപൊള്ളി....

കുഞ്ചുവിന് പാചകമറിയില്ല.... ശീലിച്ചിട്ടില്ല.... ക്രമേണ പഠിച്ച് വരികയാണ്. ഇപ്പോൾ ഇല്ലത്ത് നിന്ന് കൊണ്ടുവരുന്ന എച്ചിൽച്ചോറ് തിന്നണ്ടല്ലോ.

എപ്പോഴെങ്കിലും പാറുക്കുട്ടി വരും... ഒരു കടപ്പാടുപോലെ മുറ്റമടിച്ചും വിഴുപ്പലക്കിയും പോകും... ദേവൂട്ടിയോടും കുഞ്ചുവിനോടുമുള്ള സ്നേഹത്തിന്റെ അവശിഷ്ടമായിരുന്നു അത്.

ഒരു ദിവസം പാറു വന്ന് അലക്കും കുളിയും കഴിഞ്ഞ് പോകുമ്പോൾ കുഞ്ഞമ്മാമൻ പറഞ്ഞു. "പാറുക്കുട്ടീ... ഇന്ന് മുതൽ നിയിവിടെ വരണ്ട. അപമാനം നിനക്ക് വേണ്ടാന്ന് വെച്ചിട്ടാ..."

പാറുക്കുട്ടീടെ കണ്ണ് നിറഞ്ഞു. "പറയുന്നവർക്ക് എന്തും പറയാം. അതിലെനിക്ക് പേടിയില്ല... കുഞ്ചൂനെ ഞാൻ എടുത്ത് വളർത്തിയതാ... അവനെനിക്ക് മകനാ... പക്ഷേ നമ്പാള് പറഞ്ഞതുകൊണ്ട് ഞാനിനി വരുന്നില്ല..." കുഞ്ചുവിന്റെ കണ്ണ് നിറഞ്ഞു.

"സ്നേഹിക്കുന്നവരെല്ലാം അകന്ന് പോവുന്ന കാഴ്ച! അത് അസഹനീയമാണ് അല്ലേ കുഞ്ഞമ്മാമാ" കുഞ്ചു പറഞ്ഞു.

കുഞ്ഞമ്മാമൻ ഒന്നും പറഞ്ഞില്ല. നീർക്കെട്ടിയ കണ്ണുകൾ മേൽമുണ്ടിന്റെ കോന്തലകൾ കൊണ്ട് തുടച്ച് മിണ്ടാതെയിരുന്നു.

മുറ്റമടിച്ച ചൂല് വടക്കേത്തിണ്ണയിൽ ചാരിവെച്ച് ഒരു കാലഘട്ടത്തിന്റെ ഓർമ്മകളിൽ നിന്ന് പാറുവും ഇറങ്ങിപ്പോയി.

ഓർമ്മപ്പുസ്തകത്തിന്റെ അലേഖകളിൽനിന്ന് വർണ്ണച്ചിത്രങ്ങൾ ഓരോന്നായി അടർന്നു പോവുകയാണ്. ആരോരുമായും പങ്കിടാൻ കഴിയാത്ത നൊമ്പരം നെഞ്ചിലമർത്തി കമിഴ്ന്ന് കിടന്നു.

കുഞ്ചു സംസ്കൃതപഠനം തുടങ്ങി... തർക്കം, വ്യാകരണം, ശാസ്ത്രം! കുഞ്ഞമ്മാമൻ കൂത്തിന് പോകുമ്പോൾ കൂടെപ്പോകാതെ....

മിഴാവിൽ പുതിയ താളങ്ങൾ തീർത്തു... പരീക്ഷണങ്ങൾ!...

കേട്ടുപഴകിയ താളങ്ങൾക്കപ്പുറം പുതിയ താളങ്ങൾ തീർക്കുകയായിരുന്നു. മച്ചകങ്ങളിൽ പുതിയതാളങ്ങൾ തളംകെട്ടി.

വിശക്കുമ്പോൾ പുതിയ കവിതകൾ എഴുതിക്കൂട്ടി. പ്രവാസത്തിനിടയിൽ കണ്ട നാടും വീടും നാട്ടുകാരും നായന്മാരും പട്ടന്മാരും എല്ലാം കവിതകളിൽ നിറഞ്ഞ് നിന്നിരുന്നു.

മഠത്തിന്റെ മുറ്റത്തിറങ്ങിനിന്ന് ഉറക്കെയുറക്കെ കവിതചൊല്ലി. തോന്ന്യക്ഷരങ്ങൾ തോന്ന്യതുപോലെ ചൊല്ലിയാഘോഷിച്ചു.

മനസ്സിന്റെ ഉള്ളറകളിലെവിടെയോ കെട്ടടങ്ങാത്ത കനലുകൾ! അടുക്കളയിൽ കനലുകൾ കെട്ടടങ്ങിയവെണ്ണീർ മാത്രം!

വയറ്റിൽ വിശപ്പിന്റെ മുദ്രാവാക്യം...!

പുറത്തിറങ്ങി നടുമുറ്റത്ത് നിന്ന് വീണ്ടും കവിതകൾ ചൊല്ലി.

കേൾവിക്കാരില്ല... ശാസിക്കാൻ ആരുമില്ല....

തെളിയുമെങ്കിൽ കവിത തെളിയട്ടെ.

കുഞ്ചു വീണ്ടും വീണ്ടും കവിതകൾ ചൊല്ലി.

കവിതയ്ക്കാരോ താളം പിടിക്കുന്നത് കേട്ടപ്പോൾ തിരിഞ്ഞുനോക്കി. ഇടവഴിയിൽ ചാത്തൻ! തലയിൽ കള്ള്കുടം...

ചാത്തനോട് ഒരു കുടം കള്ള് വാങ്ങിക്കുടിച്ചു. കുഞ്ഞമ്മാമൻ വന്നാൽ കാശ് തരാമെന്ന് പറഞ്ഞ് ഒരു കുടം കള്ള്!

കടം പറഞ്ഞ് കള്ള് കുടി!

കള്ളിന്റെ ചൊരുക്കിൽ വരാന്തയിൽ മലർന്ന് കിടന്നു... സിരകളിൽ തീജ്ജ്വാലകൾ... അർദ്ധബോധാവസ്ഥയിൽ മൂന്നാംകണ്ണിൽ പുതുകവിതകൾ മുളപൊട്ടുന്നു... മേൽക്കട്ടിയിൽ കുഞ്ഞമ്മാമൻ മുറിച്ചുവെച്ച എഴുത്തോലകൾ തപ്പിയെടുത്തു... എളിയിൽ തിരുകിയ നാരായത്തുമ്പിലേക്ക് കവിതകളൊഴുകി.

ആദ്യം സംസ്കൃതത്തിൽ.. 'കേരളഭാഷ തന്നെ ചിതം വരൂ' എന്ന് തോന്നിയപ്പോൾ മലയാളത്തിലെഴുതി.

ശൃംഗാരവും, വീരവും, രൗദ്രവും താളിയോലകളിൽ നിറഞ്ഞു.

ഒടുവിൽ ഇങ്ങനെ എഴുതിവെച്ചു.

"എനിക്ക് നിങ്ങളോട് പൊരുത്തപ്പെടാനാവില്ല. നിങ്ങൾക്ക് എന്റെ കവിതകളൊടെന്നപോലെ. ഞാനെല്ലാവർക്കും അന്യനാണ്... അടുത്തറിയുന്നവനല്ല... ദൂരെനിന്ന് നോക്കിക്കാണുന്നവൻ. ഞാനൊരു മുഖംമൂടി പേറി നടക്കുന്നവനാണെന്ന് എനിക്ക് തോന്നുന്നു. നിങ്ങൾക്ക് പരിചയമില്ലാത്ത ഒന്ന്."

താളിയോലകൾ ഒതുക്കിവെച്ച് ഒട്ടിയവയറോടെ കുഞ്ചു കിടന്നു. വിശപ്പും ലഹരിയും തമ്മിലുള്ള സൗഹൃദത്തിൽ കുഞ്ചു ഉറക്കത്തിന്റ പടുവകളിറങ്ങി. താഴോട്ട്... താഴോട്ട്...!

ഉറക്കത്തിന്റെ രണ്ടാംപടിയിൽ കുഞ്ഞമ്മാമനിരിക്കുന്നു. കുഞ്ചു കുഞ്ഞമ്മാമനോട് ചോദിച്ചു: " താങ്കൾ ആരാണ്?.. കുഞ്ചുവിന്റെ അച്ഛനോ അമ്മാവനോ?... സുഹൃത്തോ സഹോദരനോ?.. ആരാണ്?"

കുഞ്ഞമ്മാമൻ തിരിച്ച് ചോദിച്ചു: "കുഞ്ചു എനിക്കാരാണ്? കഴിഞ്ഞ ജന്മത്തിലെ കടം വീട്ടാനായി എന്റെ സഹോദരിയുടെ ഉദരത്തിൽ പിറന്ന് എനിക്കായി പിണ്ഡം വെക്കാൻ ഒരാളായി.. നീ! കുഞ്ചൂ നീ ആരാണ്?"

കുഞ്ഞമ്മാമൻ തട്ടിവിളിച്ചപ്പോഴാണ് ഉണർന്നത്. സന്ധ്യമയങ്ങുന്നു. "കുഞ്ചൂ! ഇത് കഴിക്ക്." പൊതിച്ചോറും പയറ് പുഴുങ്ങിയതും തൈരും."

എഴുന്നേല്ക്കുമ്പോൾ കുഞ്ചു പറഞ്ഞു. "നല്ല വിശപ്പുണ്ട്. രാവിലെ എന്തോ കഴിച്ചതാണ്. വയറിൽ എരിഞ്ഞുതീരാത്ത പനങ്കള്ളിന്റെ മട്ട് കനലായി കിടന്നെരിയുന്നു.." "ചെന്ന് മേല് കഴുകിവാ.. ഞാനും ഒന്ന് കുളിക്കട്ടെ.. എന്നിട്ട് ഒരു താളപ്രപഞ്ചം തീർക്കാം." വരാന്തയുടെ മൂലയിൽ വെച്ച മിഴാവിൽ ഒന്ന് വെറുതേ തട്ടിക്കൊണ്ട് കുഞ്ഞമ്മാമൻ പറഞ്ഞു.

രണ്ടുപേരും കുളിച്ച് വന്നു. കുഞ്ചു ഭക്ഷണം കഴിക്കാനായി ഇരുന്നപ്പോൾ രാഘവൻ നമ്പ്യാർ മുറ്റത്തേക്കിറങ്ങി എന്തോ ഒന്ന് കൈയിലെടുത്ത് തിരിച്ചുവന്നു. മുറ്റത്ത് വീണ് നിറഞ്ഞ ഇരുട്ടിൽ കുഞ്ചു അത് കണ്ടില്ല.

"ഭക്ഷണം കഴിക്കുന്നതിന് മുമ്പേ കുറച്ചാവാം... അതിന്റെ ചൂരിൽ ഒരു സദിര്... പിന്നെ ഭക്ഷണം... എല്ലാറ്റിനും മീതെ ഒരു വെറ്റിലമുറുക്ക്.. ഉറക്കം സുഖം."

കുഞ്ഞമ്മാമൻ ഉറക്കെച്ചിരിച്ചുകൊണ്ട് കള്ളിൻകുടം തിണ്ണയിൽ വെച്ചു.

കുഞ്ചു പറഞ്ഞു: "പകല് വിശന്നപ്പോൾ ചാത്തനോട് ഒരു കുടം കള്ള് കടംവാങ്ങിക്കുടിച്ചിരുന്നു."

"കള്ളാ.. നീയെന്നെ കടത്തിവെട്ടി... എന്നാലും വാ.. എനിക്കൊരു കൂട്ട്.." എന്ന് പറഞ്ഞുകൊണ്ട് കുഞ്ഞമ്മാമൻ കുടത്തോടെ വായിലൊഴിച്ചു. കുഞ്ചുവിന് നേരെ കുടം നീട്ടി... നാല് കവിൾ നിറയെ കുഞ്ചുവും കഴിച്ചു.

വീണ്ടും തീയാളിപ്പടരാൻ തുടങ്ങി...

മിഴാവിൽ ആദ്യം കൈവച്ചത് രാഘവൻ നമ്പ്യാരാണ്.

താളം മിടുന്നത് കുഞ്ചുവും.

കൂത്തിന്റെ പദങ്ങൾ മാറി മാറി... അതിവിളംബം... വിളംബം... മാദ്ധ്യമം കൊട്ടിക്കയറി. ദ്രുതം, അതിദ്രുതം എന്നിങ്ങനെ താളം...

ഒടുവിൽ കുഞ്ചുവിന്റെ കണ്ണ് നിറഞ്ഞു... വായന നിർത്തി... കുഞ്ചു പറഞ്ഞു: "ഇതാണ് കുഞ്ഞമ്മാമാ ഏകാന്തതയുടെ താളം... ദുഃഖത്തിന്റെ താളം... മിഴിനീരിന്റെ താളം."

രാഘവൻ നമ്പ്യാർ അതുവരെ മനസ്സിനകത്ത് തളച്ചിട്ടതെല്ലാം കെട്ടഴിഞ്ഞു... പൊട്ടിക്കരഞ്ഞു. "കുഞ്ചൂ! ഈ വലിയ വീട്ടിൽ നീയും ഞാനും മാത്രം! ഇല്ല ഇത് സഹിക്കാനാവില്ല. നാളെ മുതൽ നീയും ഞാനും സഞ്ചരിക്കുകയാണ്... കൂത്തും കവിതയും സംഗീതവുമായി നാട് നാടാന്തരം... നമുക്ക് നടക്കാൻ സ്ഥലങ്ങളേറെയുണ്ട്. എന്താ നീ വരുന്നില്ലേ?"

കുഞ്ചു പറഞ്ഞു: "തീർച്ചയായും... യാത്ര ഒരു സുഖം തന്നെയാണ്. കണ്ടും കേട്ടും അറിഞ്ഞുമുള്ള യാത്ര."

രണ്ടുപേരും ഭക്ഷണം കഴിച്ചു... വെറ്റില മുറുക്കി, നാവു കുഴഞ്ഞു. സംസാരം മുറിഞ്ഞു... വരാന്തയിൽ നിലത്തും പുല്പായയിലുമായി അമ്മാ

മനും മരുമകനുമിരുന്നു.

"ഉണ്ണൂലി നിന്നെ അപമാനിച്ചു ഇല്ലേ", കുഞ്ഞമ്മാമൻ ചോദിച്ചു.

കുഞ്ചു ഒന്നും പറഞ്ഞില്ല.

കുഞ്ഞമ്മാമൻ പറഞ്ഞു: "എനിക്കറിയാം എല്ലാം... നിനക്കറിയാത്തതും... ഉണ്ണൂലി വന്നത് വെറുതെയല്ല.. കാമം അവൾക്ക് സ്വതസ്സിദ്ധം. പക്ഷേ..." കുഞ്ഞമ്മാമൻ തെല്ലിട നിർത്തി. ഒരു വെറ്റില കൂടി തെറുത്ത് വായിൽ വെച്ചുകൊണ്ട് പറഞ്ഞു: "രുഗ്മിണിയെ നിന്നിൽ നിന്നകറ്റാൻ ഏടത്തിയ മ്മയുടെ പിഴച്ച ബുദ്ധിയിൽ നിന്ന് ഉരുത്തിരിഞ്ഞ വിദ്യയായിരുന്നു അത്."

മിഴിച്ച കണ്ണുകളോടെ കുഞ്ചു രാഘവൻ നമ്പ്യാരെ നോക്കി ചോദിച്ചു. "നേരാണോ കുഞ്ഞമ്മാമാ?"

നമ്പ്യാർ മുറ്റത്തേക്ക് നീട്ടിത്തുപ്പി. ഓട്ടുമൊന്തയിൽ നിന്ന് ഒരു കവിൾ വെള്ളമെടുത്ത് മുഖം കഴുകിയതിന് ശേഷം പറഞ്ഞു.

"നേര്...മാലൂന്റെ കഴുത്തിൽ മുറുകിയ അഞ്ച് ഫണമുള്ള നാഗ ത്തിന്റെ പിറകിലും അവർ തന്നെയായിരുന്നു. ഒരു ദിവസം വടക്കിനി യിൽ ഉറങ്ങിക്കിടന്ന എന്റെ നെഞ്ചിലമർന്ന ഭാരവും അവർതന്നെ."

അങ്ങനെ എത്രയെത്ര നട്ടപ്പാതിരകൾ.

കുഞ്ചു ചോദിച്ചു: "അപ്പോൾ രുഗ്മിണി." കിടക്കപ്പായിൽ കുഞ്ചുവി നോട് ചേർന്ന് കിടന്നുകൊണ്ട് നമ്പ്യാർ പറഞ്ഞു: "അല്ല അതിന് ഉത്തരം പറയേണ്ടത് കിഴക്കേക്ഷേത്രത്തിൽ ശാന്തിക്കാരനായിരുന്ന കുട്ടനാട്ടുകാ രൻ നമ്പൂതിരിയാണ്... സുമുഖൻ! സുന്ദരൻ. എന്നേക്കാൾ കരുത്തൻ!"

കുഞ്ചുവിന്റെ മാറിൽ തടവിയും.. മുടിയിഴകളിൽ വിരലോടിച്ചും കുഞ്ഞമ്മാമൻ നിദ്രയുടെ ഗോപുരവാതിൽ തുറന്ന് അകത്ത് കടന്നു.

കുഞ്ചൂന്റെ മനസ്സിൽ രുഗ്മിണിയുടെ മുഖം തെളിഞ്ഞ് വന്നു. കുഞ്ചു ഓർത്തു. "അവളും ഏതോ ശാന്തിക്കാരന്റെ സമ്മാനം!"

ജന്മത്തിന്റെ കാര്യത്തിൽ ഞാനും അവളും തമ്മിൽ മറ്റാരുമറിയാത്ത സമാനത!

കുഞ്ഞമ്മാമന്റെ കൈപ്പടം നെഞ്ചിൽ നിന്ന് അടർന്ന് മാറിയിട്ടില്ല. ഉറക്കം വരാത്ത രാത്രിയുടെ മദ്ധ്യയാമത്തിൽ അകലെയെവിടെയോ ശീത ങ്കൻ ചാളകളിൽ നിന്ന് പട്ടികളുടെ കുരയുയർന്നു... കർക്കശമായ കുര! ജാരനെ തുരത്തുന്ന മൂർച്ചയേറിയ കുര! കുരയുടെ താളത്തിൽ കുഞ്ചു നിദ്രയുടെ താഴ്വരയിലേക്കു ഇറങ്ങി.

പതിനാറ്

കള്ളിന്റെ കലിയിറങ്ങാൻ രാഘവൻ നമ്പ്യാർ നേരം പുലർച്ചെ കുളി കഴിച്ചു... ഉമ്മറത്തിണ്ണയിലിരുന്ന് മിഴാവിനെ പരിപാലിച്ചു. താളത്തിന്റെ മുറുക്കത്തിൽ നമ്പ്യാർ സ്വയം മറന്നു. പുലർച്ചയുടെ ശീതക്കാറ്റിലും നമ്പ്യാർക്ക് വിയർത്തു.

ഉറക്കം പോയി... താളപ്പെരുമയിൽ കാല്പടമിളക്കിക്കൊണ്ട് കിടക്ക പ്പായിൽ കുഞ്ചു മലർന്ന് കിടന്നു...

കൊട്ടിക്കയറ്റത്തിനിടയിൽ കുഞ്ചുവിനോടായി നമ്പ്യാർ പറഞ്ഞു: "എഴുന്നേല്ക്വ, തലയടക്കം നാല് കുടം വെള്ളമൊഴിച്ച് പനങ്കള്ളിന്റെ കെട്ടിറക്കി വന്ന് എന്റെ അടുത്തിരിക്യാ...".

കുഞ്ചു എഴുന്നേറ്റ് ചെന്ന് കുളിച്ചു വന്നു. ഈറൻ പിഴിഞ്ഞ് അയയിലിട്ട് ഒറ്റത്തുണിയോടെ കുഞ്ഞമ്മാമന്റെ മുമ്പിലിരുന്നു. മിഴാവ് കുഞ്ചുവിന്റെ മുമ്പിലേക്ക് നീക്കി വെച്ചശേഷം നമ്പ്യാർ നെടുവീർപ്പിട്ടു. "ഒന്ന് കൈവെക്യാ... താളഭേദം കേൾക്കട്ടെ... നീ മിഴാവിന്റെ താളവഴികളിൽ പുതുമകൾ തേടുന്നു എന്നല്ലേ പറഞ്ഞത്. എന്നാലൊന്ന് കേൾക്കട്ടെ ഞാൻ."

നമ്പ്യാരുടെ പാദങ്ങളിലും മിഴാവിലും തൊട്ട് വന്ദിച്ച ശേഷം കുഞ്ചു മിഴാവിൽ കൈവെച്ചു. തോളിൽ വീണ് കിടന്ന ഈറൻ മുടി കാറ്റിലിളകി. ഇപ്പോൾ ഒന്നും കാണുന്നില്ല. ഒന്നും കേൾക്കുന്നില്ല ദാഹമോ വിശപ്പോ ഇല്ല. അന്തരീക്ഷത്തിൽ നിറഞ്ഞ് കനക്കുന്ന ശിവതാളം... ബ്രഹ്മമയം!. വിരലുകൾക്ക് മിന്നൽപ്പിണറിന്റെ ചടുലവേഗം. ചിറകിട്ടടിക്കുന്ന വിരൽപ്പക്ഷികൾ...

രാഘവൻ നമ്പ്യാർ കണ്ണടച്ച് പ്രാർത്ഥിച്ച ശേഷം കുഞ്ചുവിന്റെ നെറുകയിൽ കൈവെച്ചു.

നമ്പ്യാർ പറഞ്ഞു: "മതി... എരിഞ്ഞ് കത്തുന്ന വയറോടെ ഇത്രയും മതി... അറിഞ്ഞു ഞാൻ. നിന്റെ സിരകളിലുണ്ട് താളത്തിന്റെ ശിവതേജസ്സ്... എഴുന്നേല്ക്കൂ."

കുഞ്ചു എഴുന്നേറ്റു. അയാൾ അപ്പോഴും താളത്തിന്റെ ലഹരിയലായിരുന്നു.

നമ്പ്യാർ പറഞ്ഞു: "പുറപ്പെട്ടോളൂ, നമ്മൾ യാത്രയാവുകയാണ്. മഠത്തിന്റെ കതകടച്ച് താക്കോൽ കൈയിൽ തരാം. കൂത്ത്ണ്ട് കുടമാളൂരിൽ. അമ്പലപ്പുഴ ദേവനാരായണ മഹാരാജന്റെ സന്നിധിയിൽ... മിഴാവ് വായന ഇന്ന് നിന്റെ വക..!"

മഠത്തിന്റെ മുൻവാതിലടയ്ക്കുമ്പോൾ ഉള്ളിന്റെയുള്ളിലൊരു തേങ്ങൽ... പേരറിയാത്തൊരു നൊമ്പരം. മനസ്സിലെവിടെയോ ഒരു തീപ്പൊരി വീണ് നീറുന്നു. ആദ്യമായിട്ടാണ് മഠത്തിന്റെ ഉമ്മറവാതിൽ പുറത്തുനിന്ന് അടയ്ക്കുന്നത്.

നമ്പ്യാർ കുഞ്ചുവിന്റെ കൈയിൽ താക്കോൽ കൊടുത്തിട്ട് പറഞ്ഞു: "ഇനി യാത്ര! നമ്മൾതനിച്ച് ഇവിടെ ആരെക്കാത്തിരിക്കാനാണ്."

നമ്പ്യാർ മുന്നിലും കുഞ്ചു പിറകിലുമായി പടിയിറങ്ങി. കുഞ്ചൂന്റെ തോളിൽ ചെറുഭാണ്ഡവും മിഴാവും. നടവഴി കടന്ന് തൊടികയറി ഇടവഴിയിലേക്കിറങ്ങുമ്പോൾ നമ്പ്യാർ ഒന്ന് തിരിഞ്ഞു നോക്കി.

തെക്കേത്തൊടിയിൽ ആയനിച്ചുവട്ടിൽ എരിഞ്ഞടങ്ങിയ ഒരു സ്ത്രീ! ദേവൂട്ടി! തൊട്ടടുത്ത് മാലു!

കുഞ്ചു അങ്ങോട്ട് നോക്കിയതേയില്ല... കുഞ്ചുവിന്റെ ദീർഘശ്വാസം കേട്ട് നമ്പ്യാർ തിരിഞ്ഞു നിന്ന് ചോദിച്ചു: "എന്തേ?"

കുഞ്ചു മുഖം താഴ്ത്തി പറഞ്ഞു.

"ഒന്നൂല്ല."

വീടായാലും നാടായാലും മനുഷ്യനോ, മൃഗമോ, പക്ഷിയോ ആയാലും ഇണങ്ങാൻ കുറച്ച് സമയമെടുക്കും. ഒരു ദീർഘശ്വാസത്തിനുശേഷം നമ്പ്യാർ തുടർന്ന് പറഞ്ഞു: "ഇണങ്ങിയതിനോട് പിരിഞ്ഞുപോരുമ്പോൾ ഉള്ള് നോവും... ആ വേദന അസഹനീയമാണ്. ആഴത്തിൽ വേരൂന്നിയത് പറിച്ചെടുക്കുമ്പോഴുള്ള വേദന!

വീതികൂടിയ വഴിയിലേക്ക് കടക്കുമ്പോൾ രാഘവൻ നമ്പ്യാർ കുഞ്ചുവിന്റെ തോളത്ത് കൈവെച്ചു നടന്നു.

ഇവർ അമ്മാമനും മരുമക്കനുമല്ല. സുഹൃത്തുക്കൾ!

മുജ്ജന്മ സുകൃതം!

രണ്ടുപേർക്കും പരസ്പരം ഒന്നും ഒളിക്കാനില്ല.

പങ്കിടാൻ വേദനകൾ മാത്രം. ഉള്ളിൽ പ്രതിഭയുടെ നെരിപ്പോട് പുകയുന്നവർ.

കുറേ ദൂരം നടന്നപ്പോൾ രാഘവൻ നമ്പ്യാർ ചോദിച്ചു: "നിനക്ക് വിശക്കുന്നുണ്ടോ കുഞ്ചൂ?"

കുഞ്ചു പറഞ്ഞു: "ഇല്ല."

നമ്പ്യാർ പറഞ്ഞു: "മോനേ നീയെനിക്ക് മരുമകനല്ല... സൗഭാഗ്യമാണ്. ആത്മാവിന്റെ അംശമാണ്. ഇത് വീണുകിട്ടിയ സൗഭാഗ്യമാണ്. അതുകൊണ്ട് മനസ്സിന്റെ പടിവാതിൽ തുറന്ന് വെച്ച് പറയുകയാണ് ഞാൻ."

കുഞ്ചു അത്ഭുതത്തോടെ കുഞ്ഞമ്മാമന്റെ മുഖത്തേക്ക് നോക്കി. നമ്പ്യാർ തുടർന്ന് പറഞ്ഞു: "കുഞ്ചൂ! എനിക്കറിയാം പ്രണയത്തിന്റെയും, വിരഹത്തിന്റെയും വേദന... അധികാരത്തിന്റെ കൈകൾ കവർന്നെടുക്കുന്ന സ്നേഹവും സൗന്ദര്യത്തെ കവർന്നെടുക്കുന്ന ക്രൂരതയും എനിക്കറിയാം... രുഗ്മിണിക്ക് നീ കൊടുത്ത സ്നേഹം... വലിച്ചെറിയപ്പെട്ട മഞ്ചാടിക്കുരുക്കൾ."

"നിന്റെ മനസ്സിന്റെ ചെപ്പിൽ കരിഞ്ഞുണങ്ങിയ മഞ്ചാടിക്കുരുക്കൾ... കണ്ണിന്റെ ചിമിഴിൽ എരിഞ്ഞടങ്ങിയ സ്വപ്നങ്ങൾ!... കാണുന്നുണ്ട് ഞാൻ കാണുന്നുണ്ട്."

രാഘവൻ നമ്പ്യാർക്ക് തൊണ്ടയിടറി... ശബ്ദം ചിലമ്പിച്ചു. ഒന്നും പറയാതെ തല കുനിച്ചു. ദുഃഖസ്മരണകളുടെ കാഞ്ഞിരക്കുരുക്കൾ ചവച്ചിറക്കാൻ പാടുപെട്ടപ്പോൾ കണ്ണ് നിറഞ്ഞു... കുഞ്ചുന്റെ തോളിൽ കൈവെച്ചുകൊണ്ട് കുറേ ദൂരം നടന്നു... കുഞ്ചുന്റെ നെഞ്ചിടിപ്പ് വർദ്ധിച്ചു.

കണ്ണീരുപ്പും ചേർത്ത് കാഞ്ഞിരക്കുരുക്കൾ ചവച്ചിറക്കി. നമ്പ്യാർ പറഞ്ഞു: "നിന്റെ വേദന! തിരസ്കാരം! എന്റെ വേദന... വിരഹം!..." അറപ്പുളവാക്കുന്ന എന്തോ കുടഞ്ഞ് തെറിപ്പിക്കുന്ന പോലെ തലകുടഞ്ഞ ശേഷം പറഞ്ഞു: "വേണ്ട ഒന്നും ഓർക്കണ്ട, നടക്കാം..."

അമ്മാമനും മരുമകനും അപരിചിതരെപ്പോലെ വേറിട്ട് നടന്നു. അവരിപ്പോൾ രണ്ടാളുകളല്ല. രണ്ട് ലോകങ്ങളാണ്. ദുരിതവഴികളിൽ നടന്നു നീങ്ങുന്ന രണ്ടാത്മാക്കൾ! തികട്ടിവരുന്ന കയ്പുനീർ തുപ്പിക്കളഞ്ഞുകൊണ്ടവർ വെയിൽ നാളങ്ങളേറ്റ് സാവധാനം നടന്നു.

വഴിയരികിൽ മരത്തടിയോട് ചേർത്ത് ചായ്ച് കെട്ടിയ ഓലപ്പുര!

ചെറിയ കൽത്തറയിൽ വലിയ ചെമ്പ് കിടാരവും മൺചട്ടികളും. നമ്പ്യാർ പറഞ്ഞു: "ഇത് പ്രപായം! സംഭാരം കൊടുക്കുന്ന സ്ഥലം. ഒരു ചട്ടിയിൽ സംഭാരം മോന്തിയാൽ വിശപ്പും ദാഹവും മാറും.. നാരകത്തിലയും ഉപ്പും ചതച്ചിട്ട മോര്... ഇത് രാജാവിന്റെ വകയാണ്... വഴിയാത്രികർക്കൊരാശ്വാസം... കുടിച്ചോളൂ."

രണ്ടുപേരും സംഭാരം കുടിച്ചു.

തൊട്ടടുത്ത കരിങ്കൽ പാളിയിലിരുന്ന് ക്ഷീണം മാറ്റി. വെറ്റിലപ്പൊതിയഴിച്ച് രണ്ടുപേരും മുറുക്കി. കുഞ്ചുന് ചെറുതായി തലയ്ക്ക് പിടിച്ചു.

മുഖം കഴുകി. ഒരു പാത്രം കൂടി സംഭാരം കുടിച്ചപ്പോൾ ആശ്വാസം. ശർക്കരപ്പാവിൽ കുതിർത്ത അവിൽപ്പൊതിയെടുത്ത് രണ്ടുപേരും കഴിച്ചു.

ശർക്കരപ്പാവിന്റ മധുരം വീണ്ടും പുകയിലച്ചൊരുക്കിനെയുണർത്തി. സിരകളിൽ ഒരാലസ്യം. ആനന്ദകരമായ ഉന്മാദം!

ഉന്മാദത്തിന്റെ ചുവടുകളിൽ രണ്ടുപേരും നടത്തം തുടർന്നു. നനഞ്ഞ് തുവർത്തിയ കണ്ണും, പുകയിലയുടെ ഉന്മാദവും, വെയിലിന്റെ പ്രഹരവും. രണ്ട് പേരുടേയും കൺപോളകൾ തടിച്ച് വീർത്തിരുന്നു. ഏതാണ്ട് നിദ്രയിലേക്ക് കൈനീട്ടുന്ന ഒരവസ്ഥ!

"ലഹരികയറുമ്പോഴും ലഹരിയിറങ്ങുമ്പോഴുമാണ് ഓർമ്മകൾ ചിറകടിച്ചുണരുക. ലഹരി പലപ്പോഴും മനസ്സിന്റെ ആഴങ്ങളിൽ നിന്ന് പലതും കുഴിച്ചെടുക്കും.. ചരിത്രവും പുരാണവും കർമ്മബന്ധങ്ങളിലെ നൂലാമാലകളും.... കുഞ്ചോ നമ്മൾ കൂത്തിന് പോകുന്നത് രാജസന്നിധിയിലേക്കാണ്... പേര് അമ്പലപ്പുഴ ദേവനാരായണൻ എന്നാണെങ്കിലും താമസം കുടമാളൂരാണ്.

കുഞ്ചു ആകാംക്ഷയോടെ തിരിഞ്ഞുനോക്കുക മാത്രം ചെയ്തു. "പറയാം അതൊരു ചരിത്രമാണ്. "ചരിത്രം"! എന്ന് ഒരിക്കൽ കൂടി പറഞ്ഞ് നമ്പ്യാർ ചിരിച്ചു. "ചരിത്രം ചത്തതിനെ കുഴിച്ചെടുക്കലാണെടോ... നാറും! ശവഗന്ധമാണ് ചരിത്രത്തിന്ന്. ശവക്കുഴി മാന്തുമ്പോൾ പലതും കാണും... പലതും കിട്ടും... ഓരോരുത്തർക്കും തോന്നുന്ന വിധം അവർ കുറിച്ചുവെക്കും. ചിലര് ചിലതൊക്കെ ഒഴിവാക്കും. ചിലതൊക്കെ കൂട്ടിച്ചേർക്കും...."

കുഞ്ചു ചോദിച്ചു: "അപ്പോൾ ചരിത്രം നുണയാണ് അല്ലേ?"

നമ്പ്യാർ പറഞ്ഞു: "പൂർണ്ണമായും അല്ല... മണ്ണരിച്ചാൽ സ്വർണ്ണം കിട്ടുന്നതുപോലെ, അരിച്ചെടുത്താൽ കുറച്ചൊക്കെ കിട്ടും.."

"അങ്ങനെ കിട്ടുന്നതാണ് ദേവനാരായണൻ... ഏകവചനം വേണ്ട... ദേവനാരായണന്മാർ..! സിംഹാസനത്തിൽ ആരിരുന്നാലും അയാൾ ദേവനാരായണനാണ്.."

നടത്തത്തിനിടയിൽ അല്പം പിന്നിലായ കുഞ്ചുവിനെ വിളിച്ച് രാഘവൻ നമ്പ്യാർ പറഞ്ഞു:

"അമ്പലപ്പുഴ രാജവംശം കുറേ വർഷങ്ങളായി... രണ്ടോ മൂന്നോ നൂറ്റാണ്ട്... ഭരണത്തിലുണ്ടായിരുന്നു... പത്തിലേറെ തലമുറകൾ! ഭരണാധിപന്മാർ മാറിമാറി വരും. ആരു വന്നാലും ഭരണം ഒരുപോലെ. അധി

കാരത്തിന്റെ എല്ലാ മൊശടത്തരങ്ങളുമുണ്ടാകും."

കുഞ്ചുവിന്റെ തോളിൽ കൈവെച്ചുകൊണ്ട് നമ്പ്യാർ പറഞ്ഞു: "എടോ കലാകാരന്മാർ എന്നും ഒരു കാഴ്ചവസ്തു മാത്രമാണ്. ഭരണാധിപനെ വാഴ്ത്തിപ്പറഞ്ഞാൽ തല്കാലം കുറേ മുഖസ്തുതികൾ.. ചിലപ്പോൾ ഒരു പട്ടും വളയും... പക്ഷേ വീട്ടിൽ തീയെരിയാൻ വേറെ പണിക്ക് പോകണം. നിനക്കറിയോ ഞാൻ കണ്ടിട്ടുള്ള ഒരു കലാകാരൻ... അനുഗൃഹീതനായ സംഗീതജ്ഞൻ! അഷ്ടിക്ക് വക നേടാൻ ക്ഷുരകവൃത്തിക്ക് പോകുമായിരുന്നു. നാലോ അഞ്ചോ കുട്ട്യൾക്ക് സ്വരങ്ങളുറപ്പിച്ച് കൊടുക്കും... ഓണമോ നവരാത്രിയോ വന്നാൽ ആസ്ഥാനത്തൊരു കച്ചേരി... പോരുമ്പോൾ ഒരു വേഷ്ടിയും പതിനാറ് പണവും... കഴിഞ്ഞു കഥ!.."

കുഞ്ചു പറഞ്ഞു: "ക്ഷുരകപ്പണിയും ഒരു കലയല്ലേ കുഞ്ഞമ്മാമാ? "അല്ലാഞ്ഞിട്ടല്ല... എന്നാലും രാജാക്കന്മാരെ സന്തോഷിക്കുന്നതിന് കെട്ടിയാടാൻ വിധിക്കപ്പെട്ട പാഴ്ജന്മങ്ങൾ!.. അങ്ങ് പരശുരാമനിൽ നിന്ന് തുടങ്ങിയതാത്രെ.. ഓർക്കുമ്പോൾ ചരിത്രത്തോട് തന്നെ ഒരുതരം അവജ്ഞ തോന്നും.."

വെയിൽ ചാഞ്ഞു. ഇരതേടൽ കഴിഞ്ഞ് തിരിച്ച് പറക്കുന്ന കിളിക്കൂട്ടം... കുറ്റിച്ചെടികളിൽ വണ്ണാത്തിപ്പുള്ളുകളുടെ സന്ധ്യാനാമജപം! ഇടവഴികളിൽ ഇരുട്ടിന്റെ കരിനാഗങ്ങളിഴയുന്നു...!

"ഇവിടെ അടുത്തൊരു സത്രമുണ്ട്. രാജാവിന്റെ വകയാണ്. വഴിയാത്രക്കാർക്ക് പുഴുക്കും കഞ്ഞിയും കിട്ടും... കിടന്നുറങ്ങാൻ പുല്ലുപായയും" രാഘവൻ നമ്പ്യാർ പറഞ്ഞു.

ഇരുളിന്റെ മുനയേറ്റും കാലിൽ വെള്ളാരങ്കല്ലുടക്കിയും രാഘവൻ നമ്പ്യാരും കുഞ്ചുവും സത്രത്തിലെത്തി. ഭാണ്ഡവും മിഴാവും ഒതുക്കിവെച്ച് മേല് കഴുകി നാമജപം ചെയ്തശേഷം തിണ്ണയിൽ വിരിച്ചിട്ടിരുന്ന ഇഴപൊട്ടിയ പുല്പായയിലിരുന്നു. പായത്തലപ്പിലിരുന്ന് കുഞ്ചു എന്തോ ആലോചനയിലായിരുന്നു.

"എന്നാലും ഈ ചതി വേണ്ടിയിരുന്നില്ല. സ്ത്രീകളോട് തന്നെ ഒരു അറപ്പും പകയുമാണ് തോന്നുന്നത്."

തൂണും ചാരി കണ്ണടച്ചിരിക്കുകയായിരുന്ന രാഘവൻ നമ്പ്യാർ പറഞ്ഞു: "മനസ്സിൽ നിന്ന് പടിയിറങ്ങുന്നില്ല അല്ലേ?"

അപ്പോഴാണ് കുഞ്ചു ഓർത്തത്. താൻ പറഞ്ഞത് മനസ്സുകൊണ്ടല്ല, ചുണ്ടുകൊണ്ടായിരുന്നുവെന്ന്.

കുഞ്ചു പറഞ്ഞു: "കടിച്ച പാമ്പിനെ തിരികെ വിളിച്ച് വിഷമെടുപ്പിക്കും എന്ന് വിഷഹാരികൾ പറയുന്നത് നുണയാണ് കുഞ്ഞമ്മാമാ. നുണയാണ്."

സത്രം കാവല്ക്കാരൻ വന്ന് പറഞ്ഞു:

"ഇരുന്നോളു പുഴുക്കും കഞ്ഞിയും കഴിക്കാം."

പുഴുക്കും കഞ്ഞിയും കഴിച്ച് പുല്പായിലിരുന്ന് രാഘവൻ നമ്പ്യാർ മുറുക്കാൻ പൊതിയഴിച്ചു വിസ്തരിച്ചൊന്ന് മുറുക്കി.

കുഞ്ചു വന്ന് അടുത്തിരുന്നു. സമ്മതമൊന്നും ചോദിക്കാതെ

കുഞ്ചുവും മുറുക്കി. പുകയില നുള്ളുമ്പോൾ നമ്പ്യാർ പറഞ്ഞു: "അധികമാകണ്ട നല്ല ശക്തിയുള്ളതാ. മൂർദ്ധാവിലോളം കയറ്റം.

വെറ്റില മുറുക്കിന്റെ ചാരുത കണ്ടിട്ട് സത്രത്തിലെ കാവല്ക്കാരുമെത്തി... പ്രായത്തിൽ മൂത്തയാൾ തിണ്ണയിലിരുന്ന് പറഞ്ഞു: "കൊതിയുറുന്നു... പുകയിലയുടെ മണം!.. എത്രനാളായി നാലും കൂട്ടിയൊന്ന് ചവച്ചിട്ട്."

നമ്പ്യാർ ഒന്ന് ഒതുക്കിച്ചിരിച്ചിട്ട് ചോദിച്ചു: "വേണോ?" കാവല്ക്കാർ അത് കേൾക്കാൻ കാത്തിരിക്കുകയായിരുന്നു. രണ്ടുപേരും ചാടിയെഴുന്നേറ്റ് നമ്പ്യാരോട് മുറുക്കാൻ പൊതി വാങ്ങി.

പുകയില കണ്ട ആവേശത്തിൽ കൂടുതൽ മുറിച്ചെടുത്തത് പ്രായത്തിൽ ഇളയവനാണ്.

മൂത്തയാൾ മുറുക്കാന്റെ രസമനുഭവിക്കുകയായിരുന്നു. ഇളയവന്റെ നാക്കിന്റെ നിയന്ത്രണം വിട്ടു... നേർവഴിയിൽ നിന്ന് തെന്നിപ്പോകുന്ന വാക്കുകൾ... നെറ്റിയിലും മൂക്കിന്മേലും ചെറുകുമിളകൾ! അവൻ കാല് നീട്ടി ചുമരും ചാരി നിലത്തിരുന്നു.

മൂത്തയാൾ പറഞ്ഞു: "സത്രത്തിൽ അധികമാളുകളൊന്നും വരാറില്ല. ഏറിയാൽ നാലോ അഞ്ചോ... അതും യാത്രക്കാരല്ല... അന്തിക്ക് ഭക്ഷണവും കിടക്കപ്പായും തേടിവരുന്നവർ... നമ്പ്യാർ അയാളെത്തന്നെ നോക്കി... "മുൻവരിയിൽ കൊഴിഞ്ഞ പല്ലിന്റെ വിടവിലേക്ക് നാക്ക് കൊണ്ട് തുഴഞ്ഞു കൊണ്ട് അയാൾ ചോദിച്ചു. "അപ്പോൾ പറഞ്ഞില്ല... എങ്ങോട്ടാ യാത്ര?" നമ്പ്യാർ പറഞ്ഞു: "കുടമാളൂർക്ക്. രാജകൊട്ടാരത്തിൽ കൂത്തുണ്ട്."

അയാൾ അത്ഭുതത്തോടെ ചോദിച്ചു: "തമ്പുരാന്റെ ക്ഷണിതാക്കളാണ് അല്ലേ?"

നമ്പ്യാർ പറഞ്ഞു : "അതെ."

കാവൽക്കാരൻ ബഹുമാനത്തോടെ പറഞ്ഞു: "നേരത്തെ പറയാമായിരുന്നു... കഞ്ഞീല് ഉരുക്കുനെയ്യ് ഒഴിച്ച് തരാ്വായിരുന്നു. തൊട്ടുകൂട്ടാൻ കടുമാങ്ങയും.."

നമ്പ്യാർ പറഞ്ഞു: "തന്നതൊക്കെ ധാരാളം.. ഇത്രയൊക്കെയേ വേണ്ടൂ. അന്തിപ്പട്ടിണിയായില്ലല്ലോ. അത് തന്നെ ഭാഗ്യം."

സത്രത്തിലെ ചെറുപ്പക്കാരൻ പുകയിലച്ചൊരുക്കിൽ തലകറങ്ങി ഛർദ്ദിച്ച് അവശനായി നിലത്ത് കിടക്കുകയായിരുന്നു...

കുഞ്ചു ക്ഷീണത്തിന്റെ പിടിയിലമർന്നു തുടങ്ങി. നമ്പ്യാർ കുഞ്ചുവിനോട് പറഞ്ഞു: "ഉറക്കം തൂങ്ങാറായോ? മുറുക്ക് കേമായിരുന്നു ല്ലേ."

ലഹരിയുടെ ചുവയോടെ ഒന്ന് ചിരിക്കുക മാത്രം ചെയ്തിട്ട് കുഞ്ചു പറഞ്ഞു: "ഉറക്കം വരുന്നൊന്നൂല്ല്യ. ഒരു സുഖം.... ഒരാലസ്."

കാവല്ക്കാരൻ പയ്യൻ കൂർക്കം വലിക്കാൻ തുടങ്ങി.

മുതിർന്നയാൾ പറഞ്ഞു: "ഇവൻ എന്റെകൂടായിട്ട് പത്ത് പതിനഞ്ച് വർഷായി. ഇപ്പോൾ പ്രായം ഇരുപത്തൊന്നായി കാണും. തന്തയും തള്ളയും ആരാണെന്നറിയില്ല... ഉപേക്ഷിക്കപ്പെട്ടതാ. ഇപ്പോൾ ഇവന്റെ അച്ഛനും അമ്മയും ഞാനാ... പാവാ, ശുദ്ധനാ... കെടന്നോട്ടെ" അയാൾ അകത്ത് പോയി ഒരു പഴയ മുണ്ടെടുത്ത് വന്ന് അവനെ പുതപ്പിച്ചു.

കുഞ്ചു അതുതന്നെ നോക്കിയിരുന്നു... ജന്മം കൊണ്ടല്ലെങ്കിലും കർമ്മം കൊണ്ടൊരു പിതാവ്!.. കുഞ്ചുന്റെ മിഴിച്ച കണ്ണുകളിൽ ഒരു തുള്ളി ജലം!

കാവല്ക്കാരൻ വൃദ്ധന്റെ മുഖത്ത് മകനെയുറക്കിയ ആത്മസംതൃപ്തി. അയാൾ വീണ്ടും കുഞ്ഞമ്മാമന്റെ മുന്നിലിരുന്നു. പരിചയത്തിന്റെ അധികാരത്തോടെ മുറുക്കാൻ പൊതിയിൽ നിന്ന് കുറച്ചുകൂടി പുകയില നുള്ളിയെടുത്ത് വായിലേക്കിട്ടുകൊണ്ട് പറഞ്ഞു: "സത്രത്തിൽ ആരും അന്തിയുറങ്ങാൻ വരാത്ത ദിവസങ്ങളുണ്ട്... അന്ന് എനിക്കും ഇവനും സങ്കടാണ്. പുഴുക്കും കഞ്ഞിയും വെച്ച് കാത്തിരിക്കും. കാല്പെരുമാറ്റത്തിന് കാതോർത്ത് കട്ടിയിരിട്ടുവരെ... പ്രതീക്ഷ നശിച്ചാൽ ഞാനിവന് കഞ്ഞി വിളമ്പും. കുറച്ച് ഞാനും...ബാക്കി വരുന്നത് പാത്രത്തോടെ വലിച്ചെറിയും.

രണ്ടുപേരും പരസ്പരം നോക്കിയിരിക്കും. വെറുതെ മുഖത്തോടു മുഖം, കണ്ണ്നട്ട്...

അലഞ്ഞുതിരിയുന്ന നായ്ക്കളുടെ കുര കേൾക്കാം... പിന്നെ ഈ ഒറ്റത്തിരി വിളക്കും തലയ്ക്കടുത്ത് വെച്ച് ഞങ്ങൾ ഒരേ പായയിൽ കിടക്കും... എന്റെ അടുത്ത് കിടന്നാലേ ഇവന്ന് ഉറക്കം വരൂ."

ഒരു ദീർഘനിശ്വാസത്തിന് ശേഷം തൊണ്ടയിടറിക്കൊണ്ട് അയാൾ പറഞ്ഞു:

"ഓരോ നിയോഗം! എനിക്കുമില്ല ആരും. പതിനഞ്ചാം വയസ്സിൽ കൂട്ടുപിരിഞ്ഞ് തെരുവ് പട്ടിയെപ്പോലെ ദത്തുവന്നതാണ്. ഇപ്പോൾ പ്രായം എഴുപത്തിയഞ്ച്..."

അയാൾ കണ്ണുതുടച്ചു. കുറച്ച് നേരത്തേക്ക് ഒന്നും പറയാൻ കഴിയാതെ ശ്വാസം പിടിച്ചിരുന്നു... പുറത്തറിയിക്കാത്ത തേങ്ങൽ മാത്രം. ഉള്ളിൽ ചിതയെരിയുന്നു... മധുരസ്മൃതികളുടെ ചന്ദനമുട്ടികൾ എരിയുകയാണ്. അയാളും സൂക്ഷിക്കുന്നുണ്ടാകും മനസ്സിന്റെ ചെപ്പിൽ കൗമാര സ്മരണകളുടെ ഒരു പിടി കുന്നിക്കുരുക്കൾ!.. കുഞ്ചു അയാളെത്തന്നെയാണ് നോക്കുന്നത്.

ക്ഷണിച്ചുവരുത്തിയ പുഞ്ചിരിയോടെ അയാൾ പറഞ്ഞു: "ഓ! ഞാൻ മറന്നു. അമ്പലത്തിലെ നിവേദ്യമുണ്ട്... കഠിനപ്പായസം! കഴിക്കാം.."

അയാൾ അകത്ത് ചെന്ന് പായസം കൊണ്ടുവന്ന് പൊട്ടിച്ചെടുത്ത ഇലക്കീറിൽ വിളമ്പി.. "ശർക്കര കുറച്ച് അധികായീന്ന് തോന്നുന്നു. എന്നാലും രുചിയുണ്ട്. ശാന്തിക്ക് ഒരു പയ്യനാ. പരിചയിച്ച് വരുന്നേയുള്ളൂ."

പായസം കഴിച്ച ഇല ചുരുട്ടിയെറിഞ്ഞ് വെറ്റിലപ്പൊതിനീക്കിവെക്കുമ്പോൾ അയാൾ പറഞ്ഞു: "ഏറെക്കാലത്തിനിടയ്ക്ക് കണ്ടതാ പൊകയില. ആവേശം തീരുന്നില്ല. അതോണ്ടാ.."

മുറുക്ക് കഴിഞ്ഞപ്പോൾ മൂന്ന് പേരും ഉഷാറായി. അയാൾ പറഞ്ഞു: "ഇപ്പോഴത്തെ ദേവനാരായണൻ മിടുക്കനാ... കലാകാരന്മാരേം പണ്ഡിതരേയും ബഹുമാനാ.. ഇഷ്ടായാൽ എന്ത് സഹായോം ചെയ്യും."

"തിരുമനസ്സിന് മക്കളില്ല. ബ്രാഹ്മണനായതിനാൽ ഭാര്യാസമ്മേതനായി അമ്പലപ്പുഴയിൽ ക്ഷേത്രപരിസരത്ത് കഴിയാൻ പാടില്ല. അതുകൊണ്ടാ കുടമാളൂരിൽ വന്ന് താമസിക്കുന്നത്. രാജ്ഞിക്കാണെങ്കിൽ മക്കളില്ലാ

ത്തതിന്റെ ആധിയും". ഒരു ചെറുചിരിയോടെ അയാൾ പറഞ്ഞു. "സുന്ദരിയാണ്.. പ്രായം തോന്നിക്ക്യേയില്ല... ഇഷ്ടായാൽ എന്തും തരും."

നമ്പ്യാർ കുഞ്ചുവിനെയും കുഞ്ചു കുഞ്ഞമ്മാമനെയും നോക്കി. "കുടമാളൂർ കൊട്ടാരം നല്ല വളക്കൂറുള്ള മണ്ണാ... നല്ല വിത്താണെങ്കിൽ പാകിയാൽ മുളയ്ക്കും" അയാൾ പറഞ്ഞു നിർത്തി.

വായനിറഞ്ഞ മുറുക്കാൻ മുറ്റത്തേക്ക് തുപ്പിയശേഷം നമ്പ്യാർ തിരിച്ച് വന്ന് പായയിൽ തന്നെയിരുന്നു.

കാവല്ക്കാരൻ പറഞ്ഞു: "ഏറെക്കാലത്തിനിടയ്ക്ക് ഇന്നാണ് ഞാൻ ഉള്ളുകൊണ്ട് ചിരിച്ചത്...രണ്ട് കലാകാരന്മാരെ കിട്ടിയ സന്തോഷാ..."

ഓർക്കാപ്പുറത്ത് അയാളുടെ മുഖത്തേക്ക് ഓടിക്കയറി വന്ന ദുഃഖത്തിന്റെ ഭാരത്താൽ തലകുനിഞ്ഞു. കുറേ നേരത്തേക്ക് ഒന്നും പറയാതെ അങ്ങനെയിരുന്നു.

സാവധാനം തലയുയർത്തി അയാൾ ചോദിച്ചു:

"അത് മിഴാവല്ലെ?"

നമ്പ്യാർ പറഞ്ഞു: "അതെ."

"ആരാ വായന..?"

"ഞാനും ഇവനും.. ഇവനെന്റെ മരുമകൻ.." നമ്പ്യാർ പറഞ്ഞു.

"കണ്ടപ്പോഴേ തോന്നി.. നല്ല മുഖച്ഛായ!"

അയാൾ പറഞ്ഞു: "ഞാനും ഒരു നമ്പ്യാർ കുടുംബത്തിലാ ജനനം. തെണ്ടാനിറങ്ങും വരെ മിഴാവ് വായിച്ചിരുന്നു..."

ഓർക്കാപ്പുറത്തൊരു കർക്കിടകരാത്രിയിൽ നടപ്പ്ദീനം വീട്ടിൽ വന്ന് കയറി.. പിന്നെ സംഹാരതാണ്ഡവം! വാദ്യങ്ങളോ മുഖത്തേപ്പോ കാണികളോ ഇല്ലാത്ത നിറഞ്ഞാട്ടം... അഞ്ചാറ് ജീവൻ പിഴുതെറിഞ്ഞ് കലിയടങ്ങിയപ്പോൾ അത് ഇറങ്ങിപ്പോയി... ഞാൻ... ഞാൻ." ഇടനെഞ്ചിൽ കലത്തിന്റെ കൈയമർന്നപ്പോൾ ശ്വാസതടസ്സം ഞെളിപിരികൊണ്ടു ശ്വാസം നേരെ വന്നപ്പോൾ അയാൾ തുടർന്നു കണ്ണീരിന്റെ ചവർപ്പോടെ. "ഞാൻ മാത്രം ബാക്കിയായി. കത്തിച്ച് നിർത്തിയ പന്തത്തിരികൾക്ക് കീഴെ മൺകുഴികളിലേക്ക് താഴ്ന്നു പോയ അച്ഛൻ, അമ്മ, സഹോദരങ്ങൾ!... ഒഴുക്കാൻ കണ്ണീര് ബാക്കിയില്ലാതായപ്പോൾ നാട് വിട്ടു."

അയാൾ ഉറക്കെയുറക്കെ കരഞ്ഞു.

നമ്പ്യാർ ഉറക്കെയുറക്കെ കരഞ്ഞു.

നമ്പ്യാർ അയാളുടെ പുറംതടവി ആശ്വസിപ്പിച്ചു.

തേങ്ങലടങ്ങിയപ്പോൾ അയാൾ പറഞ്ഞു: "വർഷങ്ങൾ എത്ര കഴിഞ്ഞു.... നാട് നീളെ തെണ്ടി നടന്നപ്പോഴും സത്രത്തിന്റെ അടുക്കളപ്പുകയിൽ ശ്വാസം മുട്ടുമ്പോഴും മനസ്സിൽ ഒരു മിഴാവ് സൂക്ഷിച്ചിരുന്നു." യാചനാസ്വരത്തിൽ അയാൾ ചോദിച്ചു: "നിങ്ങളുടെ മിഴാവിൽ ഞാനൊന്ന് കൈവെച്ചോട്ടെ?.. ഒരാഗ്രഹമാണ്. എഴുപത്തിയഞ്ച് വയസ്സായ ഒരു വൃദ്ധന്റെ ആഗ്രഹം.."

അതുവരെ ഒന്നും പറയാതിരുന്ന കുഞ്ചു ചാടിയെഴുന്നേറ്റ് മിഴാവിന്റെ മേൽത്തുണിയഴിച്ച് വൃദ്ധന്റെ മുന്നിലേക്ക് നീക്കിവെച്ചു.

നാളേറെയായി കാണാതിരുന്ന പ്രിയപ്പെട്ടവളെ ഓർക്കാപ്പുറത്ത് കണ്ടപ്പോഴുള്ള അത്യാവേശത്തോടെ അയാൾ മിഴാവിൽ തുരുതുരാ ചുംബിച്ചു... പിന്നെ തലോടി, കിട്ടിയ സാധനങ്ങൾ കൊണ്ട് കൂട് തീർത്ത് മിഴാവുറപ്പിച്ച് വായന തുടങ്ങി.

മഹാസങ്കടം പോലെ അതിവിളംബത്തിൽ നിന്ന് തുടക്കം...

ക്രമേണ താളത്തിന്റെ പെരുമഴ!!

പെയ്തൊഴുകുന്ന മഴയിൽ കുഞ്ചുവും നമ്പ്യാരും കുളിച്ചു.

താളമഴ പെയ്തൊഴിഞ്ഞ നിമിഷം അയാളുടെ കണ്ണുകൾ പെയ്യാൻ തുടങ്ങി... നിർത്താൻ കഴിയാത്ത കരച്ചിൽ... മിഴാവിലേക്ക് മുഖം ചേർത്ത് തേങ്ങി... എത്രനേരമെന്നറിയില്ല.

രാഘവൻ നമ്പ്യർ വൃദ്ധനെ തൊട്ട് വിളിച്ചു.

മറ്റേതോ ലോകത്തിൽ നിന്നെന്ന പോലെ അയാൾ കണ്ണ് മിഴിച്ചു.

"വരൂ. കിടക്കാം..." നമ്പ്യാർ പറഞ്ഞു.

ശരീരം ആകെ കുഴഞ്ഞ നിലയിലായിരുന്നു ആ വൃദ്ധൻ...

"ചൂരുള്ള പുകയിലയായിരുന്നു. ക്ഷീണം വരും" നമ്പ്യാർ പറഞ്ഞു.

അയാൾ പറഞ്ഞു: "അല്ല നിങ്ങൾ വരുന്നതിന് മുമ്പേ കഴിച്ചിരുന്നു... പനങ്കള്ള്."

നമ്പ്യാർ പറഞ്ഞു: "പനങ്കള്ളും പുകയിലയും.... പറ്റിയ സൗഹൃദം.... വരൂ.... കിടക്കാം..."

നിവർത്തിയിട്ട പുല്ലുപായിൽ പയ്യന്റെ അടുത്ത് അയാൾ ചെന്ന് കിടന്നു. നേരിയ ശബ്ദം കേട്ട് നമ്പ്യാർ കുഞ്ചുവിനെ നോക്കി. അവന്റെ കണ്ണുകൾ നിറഞ്ഞൊഴുകുന്നുണ്ടായിരുന്നു. ഉന്മാദത്തിന്റെ ലക്ഷണമാണ് മുഖത്ത് പ്രകടമായത്.

"നീ കിടക്കുന്നില്ലേ കുഞ്ചോ?" നമ്പ്യാര് ചോദിച്ചപ്പോൾ കുഞ്ചു കൈകൾ രണ്ടും ചെവിക്ക് ചേർത്തവെച്ച് വികൃതമായ ഒരു ശബ്ദം പുറപ്പെടുവിച്ചു. ഭീതിദമായ ഒരു ശബ്ദമായിരുന്നു അത്. ചെവികൾ അടച്ച് പിടിച്ച് കുഞ്ചു ഉറക്കെ പറഞ്ഞു.

"നായ... നായ്ക്കൾ കുരച്ച് ചാടുന്നു. കുഞ്ഞമ്മാമാ നായ..." ആകെ വിയർപ്പിൽ മുങ്ങിയിരിക്കുന്നു.

കുഞ്ചു ഭയന്നിരിക്കുന്നു. കാവൽക്കാരൻ വൃദ്ധന്റെ കരച്ചിലും മിഴാവിനോടുള്ള സ്നേഹവും കുഞ്ചുവിന്റെ മനസ്സിന്റെ താളം തെറ്റിച്ചിരിക്കുന്നു... നമ്പ്യാർ മനസ്സിൽ കണ്ടു.

നമ്പ്യാർ കുഞ്ചുവിനെ ചേർത്ത് പിടിച്ചുകൊണ്ട് പറഞ്ഞു:

"കുഞ്ചോ... വാ.... കിടക്ക്... ഇവിടെ നായ്ക്കളൊന്നുമില്ല..."

നമ്പ്യാർ കുഞ്ചുവിന്റെ കൈ പിടിച്ചുകൊണ്ട് പുല്പായിൽ കിടന്നു. മേൽമുണ്ട് കൊണ്ട് പുതപ്പിച്ചു... കുഞ്ചു മലർന്ന് കിടന്ന് ആഴത്തിൽ ശ്വാസം കഴിച്ചുകൊണ്ടിരുന്നു... നമ്പ്യാർ കുഞ്ചുവിന്റെ മാറത്തും തലയിലും തടവി... മൂർദ്ധാവിൽ സുദർശന മന്ത്രവും വിഷ്ണു സഹസ്രനാമവും ജപിച്ചു... കുഞ്ചുവിന്റെ വിറയൽ അടങ്ങുകയായിരുന്നു.

മയക്കത്തിന്റെ മൂന്നാം പടവിലേക്കിറങ്ങുന്ന കുഞ്ചുവിനെ തടവി

ക്കൊണ്ട് നമ്പ്യാർ പറഞ്ഞു: "കുഞ്ചോ! വെറുതെ ഓരോന്ന് ആലോചിക്കേണ്ട... വേണെങ്കിൽ എന്റെ കോന്തല നിന്റെ കോന്തലയോട് ചേർത്ത് കെട്ടിക്കോളൂ... എഴുന്നേറ്റ് നടക്കരുത്... ഇത് നമുക്ക് മുൻപരിചയമില്ലാത്ത സ്ഥലമാണ്."

കുഞ്ചുവിന്റെ കൂർക്കംവലി ഉയരുന്നതുവരെ അയാൾ ജപിച്ചുകൊണ്ടേയിരുന്നു. ഓം ക്ലീം കൃഷ്ണഗോവിന്ദായ ഗോപിജനവല്ലഭായ..." അയാൾ മനസ്സിൽ പറഞ്ഞു: "ജപം കേട്ട് മന്ത്രമൂർത്തികൾ ഉണർന്ന് വരുമെങ്കിൽ ഇപ്പോൾ വരണം!

പുലർച്ചക്കോഴി കൂവി. അമ്പലത്തിലെ മണിമുഴക്കം കേൾക്കാം. കുഞ്ചുവും രാഘവൻ നമ്പ്യാരും ഉണർന്ന് കിടന്നു. കാവൽക്കാരൻ വൃദ്ധൻ ചക്കരക്കാപ്പിയുമായി വന്ന് ബഹുമാനപുരസ്സരം നമ്പ്യാരെ വിളിച്ചു. നമ്പ്യാർ എഴുന്നേറ്റിരുന്നു.

കുഞ്ചുവും നമ്പ്യാരും അടുപ്പിൽ നിന്ന് കരിക്കട്ടകളെടുത്ത് പൊടിച്ച് ഉപ്പ് കൂട്ടി പല്ല് തേച്ചു. കുളിച്ച് ഈറൻ മാറി. പ്രാതൽ കഴിച്ച് യാത്രയ്ക്കൊരുങ്ങി.

കാവൽക്കാർ പറഞ്ഞു: "ഇവിടെ പലരും വരും പോകും പക്ഷേ ഇത് ഞങ്ങൾക്ക് അപൂർവ്വമായ അനുഭവമാണ്... മറക്കില്ല... ഒരിക്കലും." അയാളുടെ കണ്ണ് നിറഞ്ഞു.

പതിനേഴ്

നേരം പുലർച്ചെയുള്ള യാത്ര! വസ്ത്രം നനയ്ക്കുന്ന ശീതക്കാറ്റ്. കുഞ്ചുവും രാഘവൻ നമ്പ്യാരും മേൽവസ്ത്രങ്ങൾ നേരെയാക്കി. കാൽ നാഴിക നടന്നാൽ പുഴയാണ്. തോണിക്കാർ കാത്തിരിപ്പുണ്ടാകും.

തോണിക്കടവിലേക്കിറങ്ങാൻ പന്ത്രണ്ട് പടികളിറങ്ങണം. വഴിക്കിരുവശവും തിങ്ങിവളർന്ന ചെടികൾ... ഇലത്തുമ്പുകളിൽ തങ്ങിനില്ക്കുന്ന മഞ്ഞുതുള്ളികൾ മേൽമുണ്ട് നനച്ചു... പുലർച്ചയിൽ നനവിന്റെ കുളിര്... ചെറുതായി വിറച്ചു.

തോണിക്കടവിൽ അധികം ആളുകളില്ല. പച്ചക്കറികളുമായി ചന്തയിലേക്ക് പോകുന്ന സ്ത്രീകൾ മാത്രം.

തുരുതുരാ പെയ്യുന്ന മഞ്ഞുതുള്ളികൾ... യാത്രക്കാരുടെ ഓലക്കുടകളിൽ മഞ്ഞുതുള്ളിയുടെ താളം! മിഴാവിന്റേതുപോലെ... പ്രകൃതിയുടെ താളപ്പെരുമ! കുഞ്ചുവും നമ്പ്യാരും തോണിയിൽ കയറി...

ഇടംതണ്ടിൽ ഒരു സ്ത്രീയും പുരുഷനും.. രണ്ടുപേരും ചെവിമൂടി മേൽമുണ്ട് ധരിച്ചിരിക്കുന്നു... പാതിമറഞ്ഞ മുഖം!

തോണിക്കാരൻ വിളിച്ച് ചോദിച്ചു: "അക്കരെയ്ക്കാളുണ്ടോ?..

നിശ്ശബ്ദ യാമങ്ങൾ!

ആളനക്കം കേട്ടില്ല. തോണിക്കാരൻ നീളൻ തണ്ടെടുത്ത് കയത്തിലേക്ക് കുത്തി. തോണി നീങ്ങി. പുഴയുടെ നടുക്കെത്തിയപ്പോൾ മഞ്ഞ് കുറഞ്ഞു...

ലജ്ജയോടെ തോണിയിലേക്ക് എത്തിനോക്കുന്ന സൂര്യപ്രഭ! ചെറിയ ചൂട്.

നേരിയ കാറ്റിൽ പെൺകുട്ടിയുടെ മുഖപടം നീങ്ങി. കുഞ്ചു മുന്നിലിരിക്കുന്ന കണ്ണുകളിലേക്ക് നോക്കി.... രുഗ്മിണി!

രുഗ്മിണിയെ വലംകൈകൊണ്ട് പുണർന്ന് മറ്റൊരാൾ!

ഭർത്താവായിരിക്കും കുഞ്ചു വിചാരിച്ചു.

കുഞ്ചു അയാളെ നോക്കി. മേൽമീശയിൽ അവിടവിടെ വീണുകിടക്കുന്ന വെള്ളിരേഖകൾ!..

രുഗ്മിണി മുഖം താഴ്ത്തി.. മേൽമുണ്ട് കൊണ്ട് മുഖം മറച്ചു. കുഞ്ചു ചോദിച്ചു: "രുഗ്മിണിയുടെ ഭർത്താവാണല്ലേ?"

അയാൾ പറഞ്ഞു: "അതെ ആരാ?"

"ഞാൻ കുഞ്ചു."

പെട്ടെന്നയാളുടെ മുഖം കറുത്തു.. വെളുത്ത കണ്ണുകളിലേക്ക് ചോരയൊഴുകി... പല്ലുകൾ നീലിച്ചതുപോലെ... തെരുപ്പിടിക്കുന്ന കൈകളിൽ പൂർവ്വജന്മത്തിന്റെ വിരോധം..!

അയാൾ പറഞ്ഞു: "ഞാൻ കേശു... കേശവൻ! കേട്ടിട്ടുണ്ട് കുഞ്ചുവിന്റെ മഹത്വം." പല്ലിറുമ്മിക്കൊണ്ട് പുഴയുടെ അനന്തനീലിമയിലേക്ക് നോക്കിയിരുന്നു.

കുഞ്ചു പറഞ്ഞു: "വിവാഹത്തിന് എത്താൻ പറ്റിയില്ല. ക്ഷമിക്കണം."

രുഗ്മിണി മുഖപടം നീക്കി കുഞ്ചുവിനെ നോക്കി... ആ കണ്ണുകളിൽ സ്നേഹഭംഗത്തിന്റെ ചുടുനീർക്കണങ്ങൾ!

കേശവൻ പറഞ്ഞു: "എന്തേ... തലേദിവസം വരാതിരുന്നത്. ഒന്നുടെ ആകാമായിരുന്നില്ലോ?"

നിഷ്കളങ്കമായി കുഞ്ചു ചോദിച്ചു: "എന്ത്?"

കേശവൻ പറഞ്ഞു: "എനിക്കറിയാം എല്ലാം... ഞാനൊരു അലക്കുകാരനാണ്... പഴകിയ വസ്ത്രം അലക്കിയുടുക്കാൻ പോവുകയാണ് ഞാൻ... വൃത്തികേടുകൾ ഈ പുഴയേറ്റുവാങ്ങട്ടെ." അയാൾ വീണ്ടും പല്ല് ഞെരിച്ചു. ക്ഷണിച്ചുവരുത്തിയ പുഞ്ചിരിയോടെ കേശവൻ പറഞ്ഞു: "ഞങ്ങൾ വിരുന്നിന് വന്ന് പോവ്വാണ്... മുറച്ചെറുക്കനെ ക്ഷണിക്കാം... എന്റെ വീട്ടിലേക്ക്... ഞാൻ ക്ഷണിക്കുന്നു നിന്നെയും നിന്റെ അമ്മാവനേയും."

കുഞ്ചു കുഞ്ഞമ്മാമനെ തിരിഞ്ഞു നോക്കി, രാഘവൻ നമ്പ്യാർ ഒന്നും പറയാതെ പുഴയുടെ നീലിമയിലേക്ക് നോക്കിയിരുന്നു. ഓർക്കാപ്പുറത്ത് ആകാശം കറുത്തു. വീശിയടിക്കുന്ന കാറ്റ്. രാഘവൻ നമ്പ്യാർ പറഞ്ഞു: "തോണി തുരുത്തിൽ അടുപ്പിക്കേണ്ടി വരുമോ?.. കാറ്റ് കൂടിയാൽ...? ഒരു മഴയുടെ ലക്ഷണമുണ്ട്. അന്തരീക്ഷം ഇരുണ്ടിരിക്കുന്നു..." തോണിക്കാരൻ പരിഭ്രമിച്ചപ്പോൾ നമ്പ്യാർ പറഞ്ഞു: "നിർത്തണ്ട തുഴഞ്ഞോളൂ... ആളുകൾ അധികമില്ലല്ലോ... എല്ലാവരും നീന്തും."

കേശവൻ വീണ്ടും പറഞ്ഞു: "കഞ്ചുവും കുഞ്ഞമ്മാമനും വരണം ഒരു ദിവസം."

കുഞ്ചുവിന്റെ മുഖം കരുവാളിച്ചു. "ഞാൻ വരും... ഒരു ദിവസം.... സന്ദർഭം വരും. അന്ന് ഞാൻ വരും തീർച്ച.."

കേശവൻ ഉറക്കെച്ചിരിച്ചു. ചിരിയിൽ തികഞ്ഞ പരിഹാസം.

ചെറുചിരിയോടെ രാഘവൻ നമ്പ്യാർ പറഞ്ഞു: "ഞാനീ നാട്ടുകാരനേ അല്ല."

തോണി കരയ്ക്കടുത്തു.. തോണിക്കാരൻ മുളന്തണ്ട് ചെളിയിൽ പൂഴ്ത്തി തോണിയടുപ്പിച്ചു.

യാത്രക്കാർ ചെളിയിലേക്ക് കാലൂന്നിയിറങ്ങി.... സാവധാനം കരയിലേക്ക് നടന്നു... പല മനുഷ്യർ... പല വഴിയിലേക്ക്!

കുഞ്ചു ആരോടും ഒന്നും പറയാതെ മുന്നിൽ നടന്നു... മനസ്സിൽ നഷ്ടപ്രണയത്തിന്റെ മഹാഭാരം! ഒഴുകിത്തീരാത്ത കണ്ണീർ!

ഉറഞ്ഞ തലവേദന! തിരിഞ്ഞുനോക്കാൻ മനസ്സനുവദിക്കുന്നില്ല... കരഞ്ഞാൽ നിലക്കില്ല... ഈ പുഴയോളം വരും കണ്ണീർ.

രുഗ്മിണി രാഘവൻ നമ്പ്യാരോട് ചോദിച്ചു. "ചെറിയച്ഛന് എന്നെ മനസ്സിലായില്ലേ?"

നമ്പ്യാർ പറഞ്ഞു: "മനസ്സിലായി മോളേ... നിന്റെ കണ്ണുകളിൽ പുഴയോളം വെള്ളം... തുഴയുന്നില്ല ഞാൻ... അലയെണ്ണുന്നുമില്ല."

കുഞ്ചുവും രാഘവൻ നമ്പ്യാരും പുഴക്കരയിലെ കുടംപുളി മരത്തിന്റെ തണലിലേക്ക് മാറിനിന്നു. രുഗ്മിണിയും കേശവനും മറുവഴിയിലേക്ക് മാഞ്ഞ് മാഞ്ഞ് പോകുന്നത് കുഞ്ചു നോക്കിനിന്നു. പുഴയിറുമ്പിന്റെ വലം കോണിലെ വളവിലേക്ക് മറയുന്നതിനിടയിൽ രുഗ്മിണി തിരിഞ്ഞു നോക്കി.

പരുക്കൻ മരക്കൊമ്പിൽ തടഞ്ഞ് നൂല് പൊട്ടിയ ഒരു പത്രപട്ടം. അകലെയകലെയെവിടെയോ മാഞ്ഞു പോവുകയാണ്...

കുഞ്ചു അതുതന്നെ നോക്കി നിന്നു.

വിദൂരത്തിൽ സൂര്യാസ്തമയം!... ഛേദിക്കപ്പെട്ട ശിരസ്സുപോലെ രക്തചവിയാർന്ന സൂര്യൻ! താഴേയ്ക്ക്! താഴേക്ക്!

കുഞ്ചു മുഖംതിരിച്ച് എതിർദിശയിലേക്ക് നടന്നു....

കുഞ്ചുവിന്റെ പിറകിൽ നിന്ന് രാഘവൻ നമ്പ്യാർ വിളിച്ച് ചോദിച്ചു. "കുഞ്ചോ... പുഴക്കരയിൽ പ്രഭാതത്തിലാണോ സൂര്യാസ്തമയം?"

പതിനെട്ട്

കൂടമാളൂർ കൊട്ടാരത്തിന്റെ മതിലിന്നപ്പുറത്തെ ആൽച്ചുവട്ടിൽ എത്തിയപ്പോൾ നമ്പ്യാരും കുഞ്ചുവും കുറച്ച് നേരമിരുന്നു. നല്ല ക്ഷീണമുണ്ടായിരുന്നു. അപരിചിതരെ കണ്ടപ്പോൾ കാവൽക്കാരിൽ ഒരാൾ യാത്രക്കാരെ കുന്തമുനയിൽ നിർത്തിക്കൊണ്ടു ചോദിച്ചു: "ആരാണ്? എവിടെ നിന്നാണ്? എന്തിന് വന്നു?"

രാഘവൻ നമ്പ്യാർ ഭാണ്ഡമഴിച്ച് വെറ്റിലമുറുക്കാൻ പൊതിയെടുത്ത് തളിർവെറ്റിലയിൽ ചുരുകളഞ്ഞ ചുണ്ണാമ്പ് തേച്ച് വിരലുകൾക്കിടയിൽ

അമർത്തിപ്പിടിച്ച് കളിയടക്ക വായിലേക്കെറിഞ്ഞ് ചവച്ചുകൊണ്ട് പറഞ്ഞു:

"രാജാവിനെ മുഖം കാണിക്കാൻ."

കാവൽക്കാരൻ വീണ്ടും ചോദിച്ചു: "ആരെ?"

കുഞ്ചു പറഞ്ഞു: "മഹാരാജാവിനെ."

കാവൽക്കാരന്റെ മുഖഭാവം മാറി. കുന്തമുനകൾ താഴ്ന്നു. അയാൾ സാവധാനം ചോദിച്ചു: "എന്തിന്?"

കുഞ്ചു പറഞ്ഞു: "അത് രാജാവിനോട് പറയാം."

കാവൽക്കാരൻ അകത്ത് പോയി തിരിച്ചുവന്നു.

രാഘവൻ നമ്പ്യാർ വെറ്റിലമുറുക്കിന്റെ ചൊരുക്കിലായിരുന്നു.

കുഞ്ചുന്റെ വായ നിറയെ കളിയടക്കയുടെ പശിമയും തളിർവെറ്റിലയുടെ ചവർപ്പുമായിരുന്നു... നാവിന് ഒരു നിയന്ത്രണമുണ്ടായിരുന്നില്ല.

വിശപ്പിന്റെ മീതെ ലഹരിയുടെ ക്ഷീണം!

കുഞ്ചു ചോദിച്ചു: "എന്താണാവോ രാജാവിന്റെ കല്പന?"

കാവൽക്കാരൻ പറഞ്ഞു: "പരദേശികൾ അഭയാർത്ഥികളാണെങ്കിൽ കിടപ്പാടവും ഭക്ഷണവും തരാൻ പറഞ്ഞു.. കിടക്കാൻ മതിലിന്നപ്പുറം സത്രത്തിന്റെ കോലായിൽ രണ്ട് പുൽപ്പായ!"

രാഘവൻ നമ്പ്യാർ നീട്ടിത്തുപ്പിയിട്ട് പറഞ്ഞു: "ഞങ്ങൾ കൂത്തിന്റെ വാദ്യക്കാർ. കലക്കത്ത് രാഘവൻ നമ്പ്യാരും മരുമകനും."

കാവൽക്കാരന്റെ മുഖത്ത് ബഹുമാനത്തിന്റെ പ്രഭാതം... ഒന്നും പറയാതെ അകത്തേക്കോടി തിരിച്ചു വന്നു. കൂടെ രണ്ടുപേർ ഉണ്ടായിരുന്നു. അവർ കുഞ്ചുവിനെയും രാഘവൻ നമ്പ്യാരെയും ആദരിച്ച് അകത്തേക്ക് കൊണ്ടുപോയി.

രാജാവിനെ മുഖം കാണിച്ചു. നിറപുഞ്ചിരിയോടെ രാജാവ് ആദരപൂർവ്വം സ്വീകരിച്ചു.

ചാക്യാർ ഒരു ദിവസം മുമ്പേ എത്തിയിരുന്നു. അദ്ദേഹത്തിന്റെ മുന്നിലേക്ക് കുഞ്ചുവിനെയും നമ്പ്യാരെയും ആനയിച്ചു.

കൂത്തമ്പലത്തിന്റെ മുറ്റത്തേക്ക് ആളുകൾ വന്നുകൊണ്ടിരുന്നു. മുൻനിരയിൽ ബ്രാഹ്മണരും നായന്മാരും. അതിന്റെ പിന്നിൽ മറ്റ് പലരും. ഏറ്റവും മുന്നിൽ അലങ്കരിച്ച ഇരിപ്പിടങ്ങളിൽ രാജാവും രാജ്ഞിയും മറ്റ് പ്രധാനികളും വന്നിരുന്നു.

ചാക്യാർ മുഖമെഴുത്തും മറ്റു ചടങ്ങുകളും കഴിഞ്ഞ് തയ്യാറായി. രാഘവൻ നമ്പ്യാർ മിഴാവിനെ തൊട്ട് വന്ദിച്ചശേഷം കുഞ്ചുവിനെ അടുത്തേക്ക് വിളിച്ച് സ്വകാര്യം പറഞ്ഞു. "മടിക്കരുത് ഒന്നും പറയരുത്.. ഇന്ന് നീയാണ് മിഴാവ് വായന... ഞാൻ പിന്നിലുണ്ടാകും.. കേവലം ഒരു കാഴ്ചക്കാരൻ" കുഞ്ചു ആദ്യം ഒന്ന് മടിച്ചു.. പിന്നെ വെറ്റിലവെച്ച് കുഞ്ഞമ്മാമനെ നമസ്കരിച്ചു.. കുളിച്ച് ശുദ്ധനായി ചന്ദനം പൂശി... മിഴാവിന്റെ മുന്നിലിരുന്നു... കളിയരങ്ങിലെ നിറദീപത്തിൽ കുഞ്ചുവിന്റെ മുഖം നമ്പ്യാർ നോക്കി നിന്നു. "ഭഗവാനേ! സർവ്വേശ്വരാ! കളിയരങ്ങിലേക്ക് അടിയന്റെ സംഭാവനയാണിത്.. സ്വീകരിക്കണം. എനിക്കിതേ തരാൻ കഴിയൂ." നമ്പ്യാർ ഉള്ളുരുകി പറഞ്ഞു:

കുഞ്ചു വായന തുടങ്ങിയപ്പോൾ നമ്പ്യാർ മനസ്സിൽ പറഞ്ഞു:

“കൈലാസനാഥാ... ഞാനെന്താണീ കേൾക്കണത്... അരങ്ങിൽ താളത്തിന്റെ മഹാപ്രപഞ്ചം....!”

കൂത്ത് കഴിഞ്ഞ് ആളുകൾ പിരിഞ്ഞുപോകുന്നതിന് മുമ്പ് രാജാവും രാജ്ഞിയും അരങ്ങിലേക്ക് കയറി വന്നു. രാജ്ഞിയുടെ കണ്ണുകൾ നിലവിളക്കിന്റെ നിറതിരികളേക്കാൾ നിറഞ്ഞ് തെളിയുന്നു.. രാജാവ് സംപ്രീതനായി. കുഞ്ചുവിനെ വിളിച്ച് അഭിനന്ദിച്ചു: “നീ പ്രസിദ്ധനാകും.. തലമുറകൾ പിന്നിടും” രാജാവ് കുഞ്ചുവിനെ അഭിനന്ദിച്ചു. കുഞ്ചു കുഞ്ഞമ്മാമനെ തിരിഞ്ഞുനോക്കി. കുഞ്ഞമ്മാമന്റെ കണ്ണുകൾ മൊഴിഞ്ഞു: “നമസ്കരിക്ക.”

കുഞ്ചു ദേവനാരായണന്റെ കാല്ക്കൽ നമസ്കരിച്ചു... രാജാവ് നെറുകയിൽ കൈവെച്ചു.

രാജ്ഞി കുഞ്ചുവിന്റെ കവിളിലും മാറത്തും തലോടിക്കൊണ്ടിരുന്നു. അവരുടെ മുഖത്തപ്പോൾ നിഴലിച്ച ഭാവമെന്തായിരുന്നു? രാഘവൻ നമ്പ്യാർക്ക് ഒന്നും വായിച്ചെടുക്കാൻ കഴിഞ്ഞില്ല.

കൈയിൽ കരുതിവെച്ച സ്വർണ്ണനാണയങ്ങൾ കുഞ്ചുവിന്റെ കൈയിൽ കൊടുത്ത ശേഷം രാജ്ഞി പൊന്നാട പുതപ്പിച്ചുകൊണ്ട് കുഞ്ചുവിനോട് പതുക്കെ പറഞ്ഞു: “നീ കലാകാരനാണ്, താളത്തിന്റെ രാജാവാണ്... എന്തിനും വേണം ഒരു താളം... അതിവിളംബത്തിൽ നിന്ന് അതിദ്രുതത്തിലേക്ക് കൊട്ടിക്കയറുന്ന താളം... നിനക്കതിനാകും”. സ്വകാരം ചെവിയിൽ മൊഴിഞ്ഞു. “എനിക്ക് വേണം നിന്നെ” കാണുന്നവർക്ക് അമ്മ മകനോട് എന്തോ സ്വകാര്യ സ്നേഹം പങ്കിടുന്നതായേ തോന്നൂ.

പൊന്നാട പുതച്ച് കളിവിളക്കിന്റെ തിരിവെട്ടത്തിൽ നിന്ന കുഞ്ചു ശിവതേജസ്സായി തിളങ്ങി...!

രാഘവൻ നമ്പ്യാരുടെ കണ്ണുകൾ നിറഞ്ഞു.

അരങ്ങത്ത് നിന്ന് പടിയിറങ്ങുമ്പോൾ രാജ്ഞി പറഞ്ഞു: “രാഘവൻ നമ്പ്യാരേ! കൊണ്ടുവരണം ഇവനെ കൊട്ടാരത്തിലേക്കു.” അതൊരു അപേക്ഷയല്ല.. ആജ്ഞയായിരുന്നു.

“കൈകൊട്ടിക്കളിയിലും തിരുവാതിരക്കളിയിലും തല്പരയാണ് രാജ്ഞി. അല്പം കവിതയുമുണ്ട്. നല്ല കലാകാരന്മാരെ കാണുമ്പോൾ ഇഷ്ടം തോന്നും സാധാരണയാണ്” നമ്പ്യാർ പറഞ്ഞു.

അരങ്ങിൽ നിന്ന് താഴെ ഇറങ്ങിയപ്പോഴും രാജ്ഞി കുഞ്ചുവിനെ ത്തന്നെ നോക്കുന്നുണ്ടായിരുന്നു. ഭരണാധിപയ്ക്കു കലാകാരനോടുള്ള മമത!.. അതായിരിക്കും. നമ്പ്യാർ വിചാരിച്ചു.

മിഴാവ് സഞ്ചിയിലൊതുക്കി അണിയറയിൽ നിന്നപ്പോൾ രാഘവൻ നമ്പ്യാർ ചാക്യാരുടെ മുഖത്ത് നോക്കി... വാടിക്കരിഞ്ഞ ഒരു തളിരില!

“ഇതാദ്യാനുഭവമാണ്. താളവാദ്യത്തിന് ഇത്രയേറെ ആദരം” അനുമോദനമാണ് ചാക്യാരുടേത്. പക്ഷേ വാക്കുകളിൽ നിറഞ്ഞ അസൂയ നമ്പ്യാർ വായിച്ചെടുത്തു.

എല്ലാവരും അണിയറയിൽനിന്ന് പുറത്തേക്കിറങ്ങുമ്പോൾ കാര്യക്കാരൻ വന്ന് തൊഴുത് നിന്നു.. ചാക്യാർ ചോദിച്ചു: “ഊം എന്താണ് കാര്യക്കാരേ?”

കാര്യക്കാരൻ പറഞ്ഞു: "ചാക്യാർക്ക് അന്തിയുറക്കത്തിന് സൗകര്യമൊരുക്കിയിട്ടുണ്ട്. ഭക്ഷണം അവിടെയെത്തിക്കും. കുഞ്ചുവിനെയും നമ്പ്യാരെയും രാജ്ഞി അകത്തേക്ക് ക്ഷണിച്ചിരിക്കുന്നു. ഭക്ഷണം രാജാവിന്റെ കൂടെ."

ചാക്യാരുടെ മുഖം വീണ്ടും കറുത്തു.

ചാക്യാർ പറഞ്ഞു: "ഞാൻ കൂലിക്കാരനല്ല" കാവൽക്കാരൻ ഒന്നും മിണ്ടിയില്ല. തൊഴുത് പിൻവാങ്ങുമ്പോൾ ഒരിക്കൽക്കൂടി പറഞ്ഞു: "നമ്പ്യാർക്കും കുഞ്ചുനും എന്റെ കൂടെ വരാം".

നമ്പ്യാരും കുഞ്ചുവും കാവൽക്കാരന്റെ കൂടെ അകത്തേക്ക് നടന്നു.

പതിനെട്ട് നിറദീപങ്ങൾക്ക് മുമ്പിൽ തെളിഞ്ഞ് നില്ക്കുന്ന രാജ്ഞി! അടുത്ത് ദേവനാരായണ മഹാരാജൻ!

രാജാവ് പറഞ്ഞു: "രാജ്ഞിക്കു കുഞ്ചുവിനെ നന്നെ പിടിച്ചു. ഇവൾ അങ്ങനെയാണ്. കലാകാരന്മാർ ഒരു ലഹരിയാണ്."

ഭക്ഷണം കഴിക്കുമ്പോഴും കുഞ്ചുന്റെ തൊട്ടുപിറകിൽ രാജ്ഞിയുണ്ടായിരുന്നു. കുഞ്ചുന്റെ തോളിൽ കൈവെച്ചുകൊണ്ട് രാജ്ഞി പറഞ്ഞു: "കഴിക്കൂ വേണ്ടുവോളം... ഭക്ഷണം കുറഞ്ഞുപോയ ക്ഷീണമൊന്നും പാടില്ല.. രാഘവൻ നമ്പ്യാർ പറഞ്ഞതനുസരിച്ച് നിന്റെ കവിത.. അതിന്റെ താളം ഒന്നും പിഴയ്ക്കണ്ട."

കൊട്ടാരത്തിന്റെ അകത്തളത്തിൽ ആദ്യമായിട്ടാണ് കിടക്കുന്നത്... അണയാതെ കത്തുന്ന ദീപങ്ങൾ... ചുമരുകളിൽ കൊളുത്തിയ ലോഹച്ചിരാതുകൾ... തിരശ്ശീലകൾക്ക് പിന്നിലൂടെ വരുന്ന മന്ദമാരുതൻ!.. ഇളം കാറ്റിലൊഴുകിയെത്തുന്ന മുല്ലപ്പൂമണം! അന്തരീക്ഷത്തിൽ കാമദേവന്റെ വിലാസം! കുഞ്ചു മലർന്ന് കിടന്ന് മുല്ലപ്പൂമണം ആസ്വദിക്കുകയാണ്. മുഖത്ത് പുഞ്ചിരി!

നമ്പ്യാർക്ക് ഉറക്കം വന്നില്ല

മനസ്സിലെ മുല്ലപ്പൂ...! വർഷങ്ങൾക്ക് മുമ്പ് വാടിക്കരിഞ്ഞതാണത്. കിടപ്പറയിലേക്ക് എന്റെ മാലു കയറിവന്ന ദിവസം! ഒരിക്കലും മായില്ല ആ രാത്രിയുടെ ഗന്ധവിശേഷം!. കുഞ്ചുവിനപ്പുറം നമ്പ്യാർക്കായി ഒരുക്കിയ മഞ്ചത്തിൽ നടുനിവർത്തി. കൈകൾ തലയ്ക്ക് താങ്ങായി വെച്ച് മലർന്ന് കിടന്നു.

സ്മൃതികളിൽ നിശാഗന്ധികൾ പൂക്കുന്നു... പൂക്കളിൽ പരതിനടക്കുന്ന രാത്രി ശലഭങ്ങൾ! അന്തരീക്ഷത്തിൽ ചതഞ്ഞ മുല്ലപ്പൂവിന്റെ കാമോദ്ദീപക ഗന്ധം... കാച്ചിയ എണ്ണയുടെയും മഞ്ഞളിന്റെയും മണം... സിരകളിൽ അഗ്നി പടരുന്ന നിമിഷം... ഞാനും മാലുവും പരസ്പരം അറിയാനും പങ്കിടാനുമുള്ള ഒരുക്കം...

പാതി തുറന്ന ജനലഴികളിലൂടെ അഞ്ച് ഫണമുള്ള കരിനാഗങ്ങൾ തലയുയർത്തുകയാണ്. ഫണങ്ങൾ ചുരുട്ടി ചെവിയിൽ പറഞ്ഞു: "എനിക്ക് വേണം അവളെ" ഫണം വിടർത്തി അത് ആടാൻ തുടങ്ങി... മകുടിയുടെ ഈണം! ശീൽക്കാരങ്ങൾ... പഞ്ചഫണങ്ങളും ചേർന്ന് നെറ്റിത്തടത്തിൽ ഒരു ചുംബനം! പിടഞ്ഞുപോയി....

ഞെട്ടിയുണർന്ന് ചുറ്റും നോക്കിയപ്പോൾ കെടാവിളക്കിന്റെ മങ്ങിയ വെളിച്ചത്തിൽ തിരശ്ശീലയ്ക്കപ്പുറം മുടിയഴിച്ചിട്ട് നില്ക്കുന്ന ഒരു നിഴൽ രൂപം... നമ്പ്യാർ കമിഴ്ന്ന് കിടന്നു... നിശ്ശബ്ദം!

പത്തൊൻപത്

കുഞ്ചുവിനെ അന്വേഷിച്ച് കൃഷ്ണനും ഗോപാലനും പുറപ്പെട്ടു. കുഞ്ചുവിന്റെ ബാല്യകാല സുഹൃത്തുക്കളാണവർ... പരസ്പരം മനസ്സിന്റെ കതക് ചാരാത്തവർ... അമ്പലപ്പറമ്പിന്റെ ഒഴിഞ്ഞ മൂലയിലിരുന്ന് തമ്മിൽ പറഞ്ഞ് കലഹിച്ചവർ.. പറിച്ചെടുത്ത നെല്ലിക്കയും വീണ്കിട്ടിയ മാമ്പഴവും പങ്കിട്ടെടുത്ത് കടിച്ചു തിന്നവർ.

രുഗ്മിണിയുടെ അവസ്ഥ കണ്ടറിഞ്ഞ് മനസ്സ് നൊന്തപ്പോൾ അത് കുഞ്ചുവിനെ അറിയിക്കാനായി പുറപ്പെടുകയായിരുന്നു.

പലരോടും ചോദിച്ചും വഴി തിരിഞ്ഞും മലകയറിയും അവർ കുടമാളൂരെത്തി.

കൊട്ടാരത്തിന്റെ പടിവാതിലിൽ കാവൽക്കാർ തടഞ്ഞ് നിർത്തി... നേരം കുറേ കാത്തിരുന്നപ്പോൾ രാഘവൻ നമ്പ്യാർ വന്നു. കൃഷ്ണനെയും ഗോപാലനെയും അകത്തേക്ക് വിളിച്ചു.

ഗോപാലൻ പറഞ്ഞു: "രുഗ്മിണി പ്രസവിച്ചു... ആൺകുട്ടിയാണ്. മൂന്നാം ദിവസം കേശവൻ രുഗ്മിണിയെ ഉപേക്ഷിച്ചുപോയി. രുഗ്മിണിയുടെ കുഞ്ഞിന് കുഞ്ചൂന്റെ മുഖഛായയാണ് പോലും..."

നമ്പ്യാർ പറഞ്ഞു: "ഞാനിവിടെ ഒരധികപ്പറ്റാണ്... രാജാവിനും രാജ്ഞിക്കും കുഞ്ചുവിനെ ഇഷ്ടപ്പെട്ടു. പ്രത്യേകിച്ച് രാജ്ഞിക്ക്. രാജ്ഞിയുടെ കവിതാഭ്രമം കൊണ്ടാകും... കുഞ്ചുവിനെയിപ്പോൾ എനിക്ക് കാണാൻ തന്നെ കിട്ടാറില്ല... വിവരം ഞാൻ കുഞ്ചുവിനെ അറിയിക്കാം... നിങ്ങൾ പോയക്കോളൂ.."

കൃഷ്ണനും ഗോപാലനും തിരിച്ച് നടന്നു. പടിപ്പുര വാതിൽ കടക്കുമ്പോൾ നമ്പ്യാർ പറഞ്ഞു: "നാളെയോ മറ്റന്നാളോ ഞാനും ഇറങ്ങും.... പഴകിയ സാമ്പാർ എനിയ്ക്കു ശീലമില്ല. പട്ടിണി കിടന്ന് നല്ല ശീലമുണ്ട്... അതാ നല്ലത്." നമ്പ്യാരുടെ കൺകോണിൽ നനവൂറിയത് ഗോപാലൻ സൂക്ഷിച്ച് നോക്കി.

ഗോപാലന്റെ തോളിൽ കൈവെച്ച് നമ്പ്യാർ പറഞ്ഞു: "എനിക്ക് മനസ്സ് നിറഞ്ഞു. അടക്കാനാവാത്ത സന്തോഷം. എന്തായാലും കുഞ്ചൂന്റെ ജീവിതം ഇവിടെ തളിർക്കും... തഴയ്ക്കും... എനിക്കതുമതി."

സന്ധ്യമയങ്ങി... അകത്തളങ്ങളിൽ വിളക്കുകൾ തെളിഞ്ഞു... ഇടനാഴിയിലും അകത്തളത്തിലും ആളുകൾ തലങ്ങും വിലങ്ങും തിരക്കിട്ട് നടക്കുന്നു. നമ്പ്യർ ഊട്ടുപുരയിലേക്കു നടന്നു. കല്ലടുപ്പുകളിൽ ചെമ്പ് കിടാരങ്ങൾ. ഓട്ടുരുളികൾ! തിളച്ച് വേവുന്ന വിഭവങ്ങൾ! ഒരു സദ്യയ്ക്കുള്ള ഒരുക്കങ്ങൾ.

ആസ്ഥാന മന്ദിരത്തിൽ അഷ്ടഗന്ധവും ചന്ദനത്തിരിയും പുകയുന്ന സുഗന്ധം!... അന്തരീക്ഷത്തിൽ പരിമള സുകൃതം!

കാവൽക്കാരിൽ ഒരാളുമായി നമ്പ്യാർ സൗഹൃദത്തിലായിരുന്നു. ഏതാണ്ട് നാല്പത്തിയഞ്ച് കഴിഞ്ഞ ഒരു ഭീമകായൻ... വെറ്റിലമുറുക്കിലൂടെ വന്നുചേർന്ന സൗഹൃദം... മുറുക്കാൻ പഠിച്ചാൽ എരക്കാൻ പഠിക്കും എന്നതാണ് പ്രമാണം. അങ്ങനെയാണ് ബന്ധം.

നമ്പ്യാർ ഇടത്തൂണ് ചാരിയിരുന്ന് വെറ്റില മുറുക്കുമ്പോൾ കാവൽക്കാരൻ എതിരേ വന്ന് നമ്പ്യാരോട് ചിരിച്ചു. "എന്താ ഒന്ന് ചവയ്ക്കണോ?" നമ്പ്യാർ ചോദിച്ചു.

കാവൽക്കാരൻ പറഞ്ഞു: "ഞാൻ തെരെഞ്ഞ് നടക്ക്വായിരുന്നു... ഒന്ന് ചവച്ചാൽ ഒരു ഉഷാറാ.." അയാൾ വെറ്റിലയെടുത്ത് ഞരമ്പ് നുള്ളിക്കളയുന്നതിനിടയിൽ പറഞ്ഞു: "ഇന്ന് കേമായിരിക്കും... പാട്ടും കവിതയും പക്കമേളവും... മാത്രമല്ല നല്ല സദ്യയും... ഇത് പതിവാ... ആഴ്ചയിൽ ഒരു ദിവസം വിദ്വൽ സദസ്സാ... രാജാവ് ഇതിലൊക്കെ തല്പരനാണേ... കേട്ടുകാണും ഇല്ലേ?"

"കേട്ടിട്ടുണ്ട് ഒരുപാട് ദേവനാരായണന്റെ കലാപ്രേമം" നമ്പ്യാർ പറഞ്ഞു. വെറ്റിലനീർ നീട്ടിത്തുപ്പിയ ശേഷം നമ്പ്യാർ തുടർന്ന് പറഞ്ഞു: "വന്നു ചേർന്ന ഇടം നന്നായി. എന്നോടും മരുമകനോടും ഇവിടെ താമസിച്ചോളാനാണ് രാജകല്പന. പക്ഷേ എനിക്ക് പോകണം. അടങ്ങിയിരുന്ന് തിന്ന് തടിച്ച് ഭൂമിക്ക് ഭാരമാകാൻ താല്പര്യോല്ല. ശീലിച്ചിട്ടില്ല."

"അന്വേഷിച്ച് വരാനും അന്വേഷിച്ച് ചെല്ലാനും ആരൂല്യാച്ചാൽ ഇവിടെ സുഖാണ്. പ്രത്യേകിച്ച് കലാകാരന്മാർക്ക്. നേരത്തിന് കുളി, ജപം, വിശ്രമം, വേണ്ടപ്പോൾ ഭക്ഷണം." കാവൽക്കാരന്റെ ഇടം കവിളിലൂടെയൊലിച്ച മുറുക്കാൻ നീര് കൈകൊണ്ട് തുടച്ചുകൊണ്ട് അയാൾ പറഞ്ഞ് തീർത്തു.

"നോക്കാനും കാണാനും ഓർക്കാനും സ്നേഹിക്കാനുമുള്ളത് എന്റെ കുഞ്ചുവാണ്. അവനിവിടെ വേരുറച്ചാൽ എനിക്ക് യാത്രയാകാം. യാത്രയാണ് സുഖം... വിവിധ ദേശങ്ങൾ... ഭക്ഷണം... ആളുകൾ... അതൊരു രസമാണ്." നമ്പ്യാർ കൈകൾ രണ്ടും കൂട്ടിത്തിരുമ്മിയൊന്ന് ചിരിച്ചു. ചിരിയവസാനിച്ചത് നേരിയ ഒരു തേങ്ങലിലാണ്. പുകയുന്ന നെരിപ്പോടിൽ വെള്ളം തളിച്ച നേരിയ ഒരു ശീൽക്കാരം..!

കാവൽക്കാരൻ എഴുന്നേറ്റ് പോയി. നമ്പ്യാർ കൽത്തൂണിന്റെ ചുവട്ടിൽ മെയ് നിവർത്തിക്കിടന്നു. പക്കവാദ്യക്കാർ ഉപകരണങ്ങളുമായി നടന്നു പോകുന്നത് പാതിയടഞ്ഞ മിഴികളാൽ അയാൾ നോക്കിക്കിടന്നു.

കുഞ്ചൂനെയൊന്ന് കാണണം. സ്വകാര്യം! രുഗ്മിണിയുടെ കാര്യം പറയണം. വേദനിപ്പിക്കാനല്ല. അവന്റെ ഓർമ്മകളുടെ നിലവറയിലേക്ക് ഒരിക്കൽക്കൂടി അവളെ കടത്തിവിടണം. രുഗ്മിണിയുടെ കുഞ്ഞ് ആൺകുട്ടിയാണത്രെ. അവന് കുഞ്ചൂന്റെ മുഖച്ഛായയാണെന്ന് കേശവൻ കുറ്റപ്പെടുത്തിപോലും.

ഇല്ല, അങ്ങനെയാകാനിടയില്ല. കുഞ്ചു അത്തരക്കാരനല്ല. ഇരുട്ടിന്റെ പാളികൾക്കപ്പുറം പെണ്ണിന്റെ കതകിൽ തട്ടുന്ന സ്വഭാവം ഞാനിതുവരെ

അവനിൽ കണ്ടിട്ടില്ല. നമ്പ്യാർ സ്വയം പറഞ്ഞ് നിർത്തി. പിന്നെ കുറേ നേരം ആലോചനയിൽ മുഴുകി.

ഇനി ചിലപ്പോൾ? ഇല്ല അങ്ങനെയില്ല. തീർച്ച! ഗർഭിണികൾ മന സിൽ പേറുന്ന രൂപം കുട്ടികൾക്കുണ്ടാകുമെന്ന് ഹർഷചരിതത്തിലോ മറ്റോ വായിച്ച ഓർമ്മയുണ്ട്... ഒരു പക്ഷേ അങ്ങനെയാണെങ്കിലോ?.. അതിന് കുഞ്ചു എന്തു പിഴച്ചു.

കാവൽക്കാരൻ നെഞ്ചിൽ തട്ടി വിളിച്ചു. "എഴുന്നേല്ക്വാ. രാജാവ് അന്വേഷിക്കുന്നു. സദസ്സ് തുടങ്ങാറായി."

നമ്പ്യാർ മുഖം കഴുകി സദസ്സിലേക്ക് ചെന്നു.

എല്ലാവരുമുണ്ട്... രാജാവും രാജ്ഞിയും പാട്ടുകാരും കവികളും. കുഞ്ചു പുതിയ വേഷത്തിലാണ്. കുംഭകോണം മുണ്ടും വേഷ്ടിയും. വീതിയുള്ള കസവിന്റെ തിളക്കം.

രാജ്ഞിക്കടുത്ത് ഉയർന്ന പീഠത്തിൽ കുഞ്ചുവിനെ കണ്ടപ്പോൾ മനസ്സ് നിറഞ്ഞു.

'അവൻ വളർന്നിരിക്കുന്നു' നമ്പ്യാർ സ്വയം പറഞ്ഞു.

സമ്പുഷ്ടമായ സദസ്സ്...!

ആദ്യം പാട്ടുകാരുടെ ഊഴമാണ്.

നീണ്ട് മെലിഞ്ഞ്, ചുട്ടുപഴുത്ത തങ്കത്തിന്റെ നിറമുള്ള ഒരു യുവാവാണ് പാട്ടുകാരൻ.

ദേവസ്തുതിയും രാജസ്തുതിയും കഴിഞ്ഞ ശേഷം അയാൾ കീർത്തനങ്ങൾ പാടാൻ തുടങ്ങി.

പാടിത്തെളിഞ്ഞ ശബ്ദം! ആലാപനത്തിന്റെ ശുദ്ധി! സദസ്യർക്ക് മനസ്സ് നിറഞ്ഞു. കരഘോഷം!

ശേഷം രാജാവ് കുഞ്ചുവിനെ പരിചയപ്പെടുത്തി. "മിഴാവ് വായനയിൽ അഗ്രഗണ്യൻ. കാവ്യരചനയിൽ നിപുണൻ, സ്വർണ്ണത്തോട് പവിഴം ചേർത്ത് ആഭരണങ്ങൾ പണിയുമ്പോലെ വാക്കുകളുടെ സമ്യക് സമ്മേളനം.. സ്വർഗ്ഗത്തിലെ കാമധേനുവിനെപ്പോലെ അർത്ഥങ്ങൾ ചുരത്തിക്കൊണ്ടേയിരിക്കുന്ന പദപ്രയോഗങ്ങൾ! കവിതകളിൽ ആക്ഷേപഹാസ്യത്തിന്റെ ചൊരുക്ക്! കിള്ളിക്കുറിശ്ശിക്കാരനാണ്. കലക്കത്ത് ഭവനത്തിലെ പുതുമുറക്കാരൻ. ഇയാളെ കുഞ്ചൻ നമ്പ്യാർ എന്ന് വിളിക്കാനാണ് എനിക്കിഷ്ടം."

രാജ്ഞിയെഴുന്നേറ്റ് കസവ് പുടവ നിവർത്തി കുഞ്ചുവിനെ പുതപ്പിച്ചു. രാജാവ് സദസ്യരെ നോക്കിയപ്പോൾ കരഘോഷം മുഴങ്ങി.

രാഘവൻ നമ്പ്യാരുടെ കണ്ണുകൾ പെയ്തു... നിലയ്ക്കാത്ത ജലപ്രവാഹം. കവിളിലൂടെ മാറത്തേക്ക്...

നമ്പ്യാർ സംതൃപ്തിയോടെ നിലത്തമർന്നിരുന്നു. കുഞ്ചു നിവർന്ന് നിന്ന് പന്ത്രണ്ട് വരി കവിത ചൊല്ലി.

രാജാവ് എഴുന്നേറ്റ് നിന്ന് സദസ്യരോടായി പറഞ്ഞു: "കുഞ്ചൻ നമ്പ്യാർ ഇനിയുള്ള കാലം കുടമാളൂർ കോവിലകത്ത് താമസിക്കും. നമ്മുടെ കൂടെ. എഴുത്തിനുള്ള എല്ലാ സൗകര്യങ്ങളും നാം ഏർപ്പാടാക്കിയിട്ടുണ്ട്."

കുഞ്ചൻ നമ്പ്യാർ സ്ഥാനപീഠത്തിലിരുന്നപ്പോൾ രാഘവൻ നമ്പ്യാരെ നോക്കുമെന്ന് കരുതി... പക്ഷേ..?

മൂന്നോ നാലോ ദിവസങ്ങൾ, കൃത്യമായും എത്ര ദിവസങ്ങളെന്ന് ഓർമ്മയില്ല, കഴിഞ്ഞപ്പോഴാണ് കുഞ്ചൻ നമ്പ്യാരെ രാഘവൻ നമ്പ്യാർ നേരിൽ കണ്ടത്.

രാഘവൻ നമ്പ്യാർ പറഞ്ഞു: “ഗോപാലനും കൃഷ്ണനും വന്നിരുന്നു നിന്നെ കാണാൻ” കുഞ്ചൻ നമ്പ്യാർ സംശയത്തോടെ കുഞ്ഞമ്മാമനെ നോക്കി. രാഘവൻ നമ്പ്യാർ തുടർന്ന് പറഞ്ഞു: “ഒരു വിവരം നിന്നെ അറിയിക്കാനാണ്. നിനക്ക് അകത്തൊരുപാട് ജോലിയുള്ളതിനാൽ അവർ കാത്ത് നിന്നില്ല. പോയി. കാര്യം നിന്നെ അറിയിക്കാൻ എന്നെ ഏല്പിച്ചു. കേൾക്കുമ്പോൾ ഒന്നും തോന്നരുത്. രുഗ്മിണി പ്രസവിച്ചു! കുട്ടി ആൺ പ്രജ. കുഞ്ഞിന് നിന്റെ മുഖച്ഛായയാണെന്ന് പറഞ്ഞ് കേശവൻ കയർത്തുപോലും. അയാൾ ഇറങ്ങിപ്പോയി. എങ്ങോട്ടെന്നറിയില്ല”.

കുഞ്ചൻ നമ്പ്യാർ കുഞ്ഞമ്മാമനെത്തന്നെ ഇമവെട്ടാതെ നോക്കി നിന്നു. പിന്നെ മുഖം താഴ്ത്തി.

രാഘവൻ നമ്പ്യാർ പറഞ്ഞു: “കുറ്റം നിന്റേതല്ല. എനിക്കറിയാം നീയത് ചെയ്യില്ല.”

കുഞ്ചൻ കുഞ്ഞമ്മാമനെ പുണർന്നു. തുളുമ്പിയ കണ്ണുകൾ തുടച്ച് മാറിനിന്നു... “പാവം ആ കുഞ്ഞും അച്ഛനാരാണെന്നറിയാതെ... കാണാതെ, ഇല്ലേ കുഞ്ഞമ്മാമാ? ഇത് വിധിയല്ല. പാരമ്പര്യത്തിന്റെ തുടർച്ചയാണ്.” കുഞ്ചൻ നമ്പ്യാർ തിരിച്ച് നടക്കാൻ തുടങ്ങുമ്പോൾ രാഘവൻ നമ്പ്യാർ തടഞ്ഞു. “ഒരു കാര്യം കൂടി പറയാനുണ്ട്.” കുഞ്ചൻ തിരിഞ്ഞ് നിന്നു. രാഘവൻ നമ്പ്യാർ പറഞ്ഞു. “മൂന്നാല് ദിവസം മുമ്പ് തന്നെ പോകണമെന്ന് കരുതിയതാണ്. യാത്ര പറയാൻ നിന്നെ കണ്ടില്ല”. കുഞ്ചൻ ഒന്നും പറഞ്ഞില്ല.

നമ്പ്യാർ പറഞ്ഞു: “തിരിച്ച് കിള്ളിക്കുറിശ്ശിയിലേക്കല്ല.”

കുഞ്ചൻ ചോദിച്ചു: “പിന്നെ?”

നമ്പ്യാർ പറഞ്ഞു: “എങ്ങോട്ടെന്നറിയില്ല. മിഴാവ് കൊണ്ടുപോകുന്നില്ല. ഇനിയത് നിനക്കുള്ളതാണ്. മിഴാവിൽ കുഞ്ചുവിന്റെ മിഴിവ്! കവിതയിൽ കുഞ്ചുവിന്റെ കഴിവ്. രണ്ടും തെളിയട്ടെ. നീ തങ്കമാണ്. ഞാനത് മികവുറ്റ ഒരു സ്വർണ്ണപ്പണിക്കാരനെ ഏല്പിച്ചു കഴിഞ്ഞു... എപ്പോഴെങ്കിലും കാണാം. പിന്നെ നായ്ക്കളെ ഭയക്കരുത്. വേണ്ടാത്തതൊന്നും ഓർക്കരുത്. ഉറക്കത്തെഴുന്നേറ്റ് നടക്കരുത്. കോന്തലത്തലപ്പിൽ നിന്നെയുറക്കാൻ കുഞ്ഞമ്മാമനുണ്ടാവില്ല. ഒന്ന് കൂടി പറയാം. പാലേ കുടിക്കാവൂ പശുവിനെ തിന്നരുത്.” വാക്കുകളുടെ അകംപൊരുൾ കുഞ്ചന് മനസ്സിലായി. തിരിച്ചൊന്നും പറയാൻ നാവനങ്ങിയില്ല. രാഘവൻ നമ്പ്യാർ കുഞ്ചന്റെ നെറുകയിൽ കൈവെച്ചു. കവിളിലേക്ക് രണ്ടിറ്റ് കണ്ണീർ പടവിറങ്ങി നിന്നു. ചുടുനിശ്വാസം. മനസ്സിന്റെ അകത്തളങ്ങളിൽ നീറ്റിയെടുത്ത ആശിസ്സുകൾ!...

പടികടന്നകലുന്ന കുഞ്ഞമ്മാമനെ കുഞ്ചൻ നമ്പ്യാർ ഏറെനേരം

നോക്കിനിന്നു. കനത്ത കൺപോളകൾ! മനസ്സിൽ കരിമേഘങ്ങൾ, കവിളിൽ കണ്ണീരിന്റെ ചാറ്റൽ മഴ.. പിറകിൽ നിന്നടിച്ച ചെറിയ കാറ്റ് മേഘങ്ങളെ കൊണ്ടുപോയി.

കുഞ്ചുവിന്റെ പിറകിൽ വന്ന് നില്ക്കുന്ന കൊട്ടാരം ദാസി.

"രാജ്ഞി വിളിക്കുന്നു".

കുഞ്ചൻ നമ്പ്യാർ അകത്തേക്ക് നടന്നു.

വഴികാട്ടിയായി ദാസി മുമ്പിൽ നടന്നു.

പതിവില്ലാത്ത വസ്ത്രം കുഞ്ചുവിനെ അലോസരപ്പെടുത്തുന്നുണ്ടായിരുന്നു. ഊർന്നുപോകുന്ന മേൽമുണ്ട് ഇടയ്ക്കിടെ നേരെയാക്കുന്നുണ്ട്.

രാജ്ഞിയുടെ അറയ്ക്ക് മുമ്പിലെത്തിയപ്പോൾ ദാസി ഒതുക്കിച്ചിരിച്ചുകൊണ്ടു പറഞ്ഞു: "കാത്തിരുന്ന് മുഷിഞ്ഞ് കാണും. കവിത കേൾക്കാൻ കാത്തിരിക്കുകയാണ്. രാജ്ഞിക്ക് മതിയാകുമ്പോൾ അകത്ത് നിന്ന് കതകിന് തട്ടിക്കോളൂ. ഞാൻ പുറത്തുണ്ട്."

കുഞ്ചു ദാസിയുടെ മുഖത്തേക്ക് നോക്കിയതേയില്ല. കുഞ്ചൻനമ്പ്യാരുടെ മുഖം കനത്തു. ശബ്ദത്തിന് പരുപരുപ്പ്. കഴിയുമ്പോൾ കതകിന് തട്ടാം. പോയ്ക്കോളൂ."

അധികാരത്തിന്റെ ശബ്ദം. അവകാശത്തിന്റെ ശബ്ദം.

പുറത്തു നിന്ന് വാതിൽ വലിച്ചടച്ചത് ദാസിയാണ്. രാജ്ഞി മഞ്ചത്തിൽ ഇരിക്കുകയാണ്. മുഖത്ത് കാത്തിരിപ്പിന്റെ മടുപ്പ്. ക്ഷീണം. മഞ്ചത്തിനിരുവശവും ഒറ്റത്തിരി എണ്ണവിളക്കുകൾ. മഞ്ഞയും ചുകപ്പും കലർന്ന പ്രകാശത്തിൽ രാജ്ഞിയുടെ ഇരുത്തം കണ്ട് കുഞ്ചുവിന്റെ കണ്ണുകളിൽ അത്ഭുതം. പിന്നെ തീയാളിയതുപോലെ. ആട്ടുമഞ്ചത്തിൽ മദ്ധ്യാഹ്ന സൂര്യൻ!

ഊറിച്ചിരിച്ചുകൊണ്ട് രാജ്ഞി പറഞ്ഞു: "ഇരിക്കൂ". പട്ടുവിരിച്ച പീഠത്തിൽ കുഞ്ചു ഇരുന്നു. രാജ്ഞി കല്പിച്ചു. "അവിടെയല്ല. ഇവിടെ" ആട്ടുമഞ്ചത്തിന്റെ ഇടതുവശത്ത് കൈയമർത്തിക്കൊണ്ടവർ കണ്ണുകളടച്ചു.

"കവിതയെനിക്ക് ആവേശമാണ്. കവിയുടെ സാമർത്ഥ്യം. കവിതയുടെ ആലാപന മധുരിമ. എല്ലാമെനിക്ക് ഇഷ്ടമാണ്. അടുത്തിരുന്ന് കവിതയാലപിക്കൂ." രാജ്ഞി ഇടംകൈകുത്തി അല്പം ചാഞ്ഞിരുന്നു. കുഞ്ചു ആദ്യം ഒന്ന് മടിച്ചു. മുന്നോട്ട ചാഞ്ഞ് കുഞ്ചുവിന്റെ കൈകളിൽ എത്തിപ്പിടിച്ചുകൊണ്ട് രാജ്ഞി പറഞ്ഞു: "സംശയിക്കണ്ട. എത്ര ഉച്ചത്തിൽ വേണമെങ്കിലും പാടാം. തമ്പുരാൻ ചമ്പക്കുളം മൂലക്കാഴ്ചയ്ക്ക് പോയിരിക്കുന്നു. നാലഞ്ച് ദിവസം കഴിഞ്ഞേ തിരിച്ചെഴുന്നള്ളത്തുള്ളൂ".

ചമ്പക്കുളം മൂലക്കാഴ്ചയോ! എന്താണാവോ അത്?

രാജ്ഞി പറഞ്ഞു: "അത് ചരിത്ര കഥ. പിന്നീട് പറയാം. കവിതയുടെ ലഹരി പിടിച്ച ആലസ്യത്തിലാകാം. കഥപറയൽ. ആദ്യം കവിത" കുഞ്ചു രാജ്ഞിയുടെ അടുത്തിരുന്നു.

മഞ്ചത്തിന്റെ തൂക്കുകയറോട് ചേർത്ത് വെച്ച രാമച്ചവിശറിയെടുത്ത് വീശികൊണ്ട് രാജ്ഞി പറഞ്ഞു: "പുറത്ത് മഞ്ഞ് വീഴുന്നെങ്കിലും എനിക്ക് വിയർക്കുന്നു. ഇതിനകത്ത് നിന്ന് കാറ്റും ശബ്ദവും പുറത്ത് പോകില്ല"

അവർ വീശിക്കൊണ്ടിരുന്നപ്പോൾ മാറത്തിട്ട കുംഭകോണം കസവ് പുടവ മടിത്തട്ടിലേക്ക് ഊർന്ന് വീണു.

കുഞ്ചനും വിയർക്കുന്നുണ്ടായിരുന്നു. പളുങ്ക് പാത്രത്തിൽ നിറച്ചു വെച്ച ഒരു പാനീയം കുഞ്ചന്റെ നേർക്ക് നീട്ടിക്കൊണ്ട് രാജ്ഞി പറഞ്ഞു: "കഴിച്ചോളൂ... ഇത് പഴച്ചാറിൽ നിന്ന് മാറ്റിയെടുത്തതാണ്. നേരിയമധുരം... സുഗന്ധം... ശൈത്യത്തിൽ നിന്ന് ഉഷ്ണത്തിലേക്കുയർത്തുന്ന ദൈവീക പാനീയം."

കുഞ്ചു അത് വാങ്ങി ചുണ്ടോടു ചേർത്തു. എളിയിൽ തിരുകിയ താളിയോലകളെടുത്ത് കവിത വായിച്ചുതുടങ്ങി. കൈകൊട്ടിക്കളിപ്പാട്ട്. ആലാപനത്തിൽ ഈണത്തിന്റെ മാധുര്യം. വേണ്ടിടത്ത് ചടുലത. രാജ്ഞി രസിക്കുകയാണ്. ചിലനേരങ്ങളിൽ കൈവിരലുകളിൽ മുദ്രകൾ വിരിഞ്ഞു. തുടകളിൽ താളം പിടിച്ചു.

ഊർന്നു പോയ മേൽമുണ്ട് നേരെയാക്കാൻ നേരം കിട്ടിയില്ല. കവിതയുടെ പാദമദ്ധ്യത്തിൽ യതി വന്നപ്പോൾ കവിയൊന്ന് ദീർഘനിശ്വാസം ചെയ്തു.

കവിതയുടെ ചൂടും ദൈവീക പാനീയത്തിന്റെ ചൂരും. രാജ്ഞിയുടെ കണ്ണുകൾ പാതിയടയുന്നു. സുഖകരമായ ആലസ്യം. സിരകളിൽ മൃദു താളം. ഊർന്ന് പോകുന്ന മേൽമുണ്ടിന്റെ അറ്റം പിടിച്ച് ദൂരത്തേക്കെറിഞ്ഞ് കൊണ്ട് പറഞ്ഞു:

"കുഞ്ചാ എനിക്ക് മക്കളില്ല. ഇത് കന്യാഭൂമി! കുടമാളൂർ കുലത്തിൽ വിത്ത് മുളയ്ക്കില്ലാ എന്ന് ജ്യോത്സ്യവചനം. പക്ഷേ ഒരാൾ മാത്രം സംശയം പ്രകടിപ്പിച്ചു. ഭട്ടതിരി! അദ്ദേഹം ചെറുപ്പന്നേ ത്രികാലജ്ഞാനിയാണ്. വഴിപാടുകൾ ഏറെ നടത്തി. പുത്രകാമേഷ്ടിയൊഴിച്ച് ബാക്കിയെല്ലാം. പായസം കുടിച്ചാൽ വയറ് വീർക്കും. പക്ഷേ അതിന് ഗർഭം എന്നല്ല പേര്. വായുക്ഷോഭം എന്നാണ്. ആര്യവൈദ്യന്റെ ഭാഷയിൽ 'ഗുന്മൻ' അതാണ് തിരുമുൽപ്പാട് പറഞ്ഞത്."

ദൈവീക പാനീയം നിറഞ്ഞ പളുങ്ക് പാത്രം ഒരിക്കൽക്കൂടി കുഞ്ചന്റെ കൈകളിലേക്ക് നീട്ടിക്കൊണ്ട് ഒരു സ്വപ്നത്തിലെന്ന പോലെ പറഞ്ഞു: "തോളറ്റം വീണുകിടക്കുന്ന ചുരുളൻ മുടി. നീലമേഘം കുടിയേറിയ കണ്ണുകൾ. ഒട്ടിയ അരയും വിരിഞ്ഞ് തുടുത്ത മാറും. ദീർഘകായൻ. ഉലയിരുലുരുകിയ സ്വർണ്ണത്തിന്റെ നിറം. മാറിൽ നിരവധി വൃത്തങ്ങൾ വരച്ചു ചേർക്കുന്ന ശ്മശ്രുരാജി. കുഴിഞ്ഞ പൊക്കിൾ. വടിവൊത്ത പാദങ്ങൾ. സർപ്പഫണങ്ങൾ പോലെ കൈത്തലങ്ങൾ. കാൽമടമ്പിൽ പോറലില്ല. വൃത്തിയും വെടിപ്പും. മനസ്സിൽ നിറയെ കവിത. വിരലുകളിൽ താളപ്രപഞ്ചം." രാജ്ഞി കുഞ്ചുവിനെത്തന്നെ നോക്കി.

കുഞ്ചു രാജ്ഞിയെത്തന്നെ നോക്കിയിരുന്നു. കണ്ണിൽ പഴരസത്തിന്റെ നേരിയ കാളിമ! സിരകളിൽ പടരുന്ന അഗ്നിശലാകകൾ. മസ്തിഷ്കത്തിൽ കവിതയ്ക്ക് പകരം അരുത്... അരുത്... കുഞ്ചൻ കൈകൾ രണ്ടും സ്വന്തം മാറത്ത് തടവിലാക്കി.

രാജ്ഞിയും വിയർത്തൊലിക്കുന്നു... ചന്ദനത്തിന്റെയും വെരു

കിൻപുഴുവിന്റെയും ഗന്ധം!

സമൃദ്ധമായ സ്വന്തം മാറിലേക്ക് നോക്കിക്കൊണ്ട് രാജ്ഞി പറഞ്ഞു: “ഇത് പെയ്തൊഴിയാത്ത മേഘം. കുടിച്ചൊഴിയാത്ത മുലകൾ.”

കുഞ്ചനെ മാറോടടുപ്പിച്ചപ്പോൾ കുഞ്ചു സ്വയം മറന്നു. മേഘക്കൂട്ടിൽ നിർവൃതി... മരുഭൂവിൽ വർഷപാതമുണ്ടാകട്ടെ... കന്യാഭൂമി തളിർക്കട്ടെ...

“ബുദ്ധിയും ശക്തിയും കവിതയും... നീയെനിക്കാരാണ് മകനോ ഭർത്താവോ? ഈ നിമിഷം തിരിച്ചറിവിന്റേതല്ല... ജന്മജന്മാന്തര സുകൃതം...! ഭഗവാനേ...”

രാജ്ഞിയുടെ കണ്ണുകൾ അടഞ്ഞുപോകുന്നു... ദാഹം തീർക്കുന്ന കുഞ്ചു! മേഘം മുഴുവനും പെയ്തൊഴിഞ്ഞു. കുഞ്ചു ഞെട്ടിയുണർന്നു.

ഏതോ അഗാധഗർത്തത്തിൽ നിന്നുയർന്നു വന്നതുപോലെ.

അയാൾ പിച്ചും പേയും പറഞ്ഞു അമ്മ! അമ്മ!

വിയർപ്പിന്റെ ചൂടിൽ ചുട്ടുപഴുത്ത മുറിയിൽ ആരുമറിയാതെ എത്ര യാമം?

കുഞ്ചുവിന്റെ തലയെടുത്ത് മടിയിൽക്കിടത്തി മുടിയിഴകൾക്കിടയിൽ വിരലോടിച്ചുകൊണ്ട് രാജ്ഞി താരാട്ട് മൂളി... വാവാവോ...! വാവാവോ...!

കുഞ്ചു മയക്കത്തിന്റെ ആഴങ്ങളിലേക്ക് ഊളിയിട്ടു.

പാതിതുറന്നിട്ട ജനൽപ്പാളിയിലൂടെ രാക്കിളികളുടെ പാട്ട്.

കുഞ്ചു സാവധാനം കണ്ണ് തുറന്നു.

അജ്ഞാതമായ ഏതോ താഴ്‌വരയിലെ കുറ്റിക്കാട്ടിൽ മുഖമമർത്തിക്കിടക്കുന്ന ഒരു മാൻകുട്ടിയാണ് താനെന്ന് കുഞ്ചന് തോന്നി.

അയാൾ രാജ്ഞിയെ തഴുകി വിളിച്ചു. അവരും ഞെട്ടിയുണർന്നു. “ഞാനെവിടെയാണ്?” കുഞ്ചു ചോദിച്ചു.

നെയ് വിളക്കുകളുടെ മങ്ങിയ പ്രകാശത്തിൽ രാജ്ഞിയുടെ മുഖം കണ്ടു. വിടർന്ന ഒരു താമര!

“ഇല്ല നേരം പുലരാൻ ഇനിയുമുണ്ട്... ദാസി പുറത്തു തന്നെയുണ്ടാകും. ഞാൻ പറയുമ്പോൾ മാത്രം കതകിന് മുട്ടിയാൽ മതി” രാജ്ഞി കല്പിച്ചു.

താലത്തിൽ നിന്ന് പഴങ്ങളെടുത്ത് രാജ്ഞി പറഞ്ഞു: “ഇതാ വിശപ്പിന് പഴങ്ങൾ...” കുഞ്ചു വിശപ്പടക്കി പീഠത്തിലേക്ക് മാറിയിരുന്ന് നിറഞ്ഞു ചിരിച്ചു. രാജ്ഞിയും ചിരിച്ചു.

“എനിക്ക് തൃപ്തിയായി. ഇനി പറയാം ചരിത്രകഥ... ചമ്പക്കുളം മൂലക്കാഴ്ച” രാജ്ഞി പറഞ്ഞു.

അകലെയെവിടെയോ ഇണപ്പക്ഷികളുടെ കുറുകൽ. രാജ്ഞി പറഞ്ഞു: “ചരിത്രമാണ് വിരസമായിരിക്കും... എന്നാലും പറയാം നീ കവിയല്ലേ... കേട്ടോളൂ... കൊല്ലവർഷം അഞ്ഞൂറിനും അറുനൂറിനും ഇടയ്ക്ക് ചെമ്പകശ്ശേരിയുടെ അധിപൻ ദേവനാരായണൻ” ചിരിച്ചുകൊണ്ട് തുടർന്നു. “എന്റെ ഭർത്താവല്ല. കഴിഞ്ഞ തലമുറയിലെ ഒരു ദേവനാരായണൻ ക്ഷേത്രം നിർമ്മിച്ചു. പ്രതിഷ്ഠിക്കാൻ ഒരു വിഗ്രഹവും കൊണ്ടുവന്നു. വിഗ്രഹം അശുദ്ധമാണെന്നറിഞ്ഞപ്പോൾ കുറിച്ചിയിൽ നിന്നും ഒരു

വിഗ്രഹം കൊണ്ടുവന്നു. ഭീഷണിപ്പെടുത്തി വാങ്ങിയതാണ്. പാർത്ഥസാരഥി! അതുതന്നെ എരുമേലിയിൽ നിന്നുള്ളതാണത്രെ. ഭീഷണിയോ നയമോ അറിയില്ല. ഏതായാലും കരിംകുളം ക്ഷേത്രത്തിലെ പാർത്ഥസാരഥി ഇങ്ങ് പോന്നു. കൂടെ മഠത്തിൽ പണിക്കരും... പമ്പയാറിലൂടെയായിരുന്നു യാത്ര. പാർത്ഥസാരഥിയുടെ ജലസഞ്ചാരം! ചമ്പക്കുളത്തെത്തിയപ്പോൾ നേരം ഇരുട്ടി. വള്ളങ്ങൾ മാപ്പിളശ്ശേരിക്കടവിലടുത്തു. കുടുംബനാഥനായ ഇട്ടിത്തൊമ്മൻ ഒരു ക്രിസ്ത്യാനി...! അദ്ദേഹം ജാതിയും മതവും ഒന്നും നോക്കാതെ പാർത്ഥസാരഥിയെ എഴുന്നെള്ളിച്ച് പൂജിച്ച് അവിടെയിരുത്തി. പിറ്റേദിവസം നാനാജാതിമതസ്ഥരുടെ ഒരു സംഘം പുലയനും പറയനും തിയ്യനുമടങ്ങുന്ന ഒരു ജനസഞ്ചയത്തിന്റെ അകമ്പടിയോടെയാണ് പാർത്ഥസാരഥി ഇവിടെ വന്നത്".

കുഞ്ചുവിന്റെ വിടർന്ന കണ്ണുകളിലേക്ക് നോക്കി രാജ്ഞി പുഞ്ചിരിച്ചു. "ചരിത്രം വെറുതയല്ല. ഓർക്കണം". രാജ്ഞി പറഞ്ഞു. "സഹായിച്ചവരെ വെറുതെയാക്കാറില്ല ദേവനാരായണൻ അന്നും ഇന്നും".

"പള്ളിക്കാർക്ക് പള്ളിയിരിക്കുന്ന സ്ഥലവും ഏതാണ്ട് മൂന്നേമുക്കാൽ ഏക്കർ കരമൊഴിവാക്കി ചമ്പക്കുളം അംശത്ത് പുല്ലങ്ങാടിമുറിയിൽ സർവ്വേ നമ്പർ 522/1എ6 ഏക്കറ് പതിനാറ് സെന്റ് 522/1ബി 1ഏക്കർ 34 സെന്റ് 525/17 58 സെന്റ് ഉൾപ്പെടെ വേഴക്കുഴി 170 എന്ന പേരിലുള്ള മൊത്തം 15 ഏക്കർ 8 സെന്റ് നിലം പള്ളിക്ക് തിരുവടയാളമായും അമിച്ചകരിച്ചറ കോക്കണംപാടത്ത് സർവ്വേ 253/1, 2 531/7 ൽ പെട്ട 87 പറനിലം വിശേഷാൽ അനുഭോഗമായും കല്ലൂർക്കാട്ട് പള്ളിക്ക് ഓലയിൽ നീട്ടിയെഴുതി തുല്യം ചാർത്തിക്കൊടുക്കുകയും ഇട്ടിത്തൊമ്മന് ചമ്പക്കുളം അംശത്തിൽ കോക്കണംപാടത്ത് 249/3 ൽ 60 പറ നിലം തിരുവടയാളമായി നീട്ടിയെഴുതി തുല്യംചാർത്തിക്കൊടുക്കുകയും ചെയ്തിട്ടുണ്ട്. പള്ളിത്തിരുനാളിനുള്ള കുട, തഴ, ആലവട്ടം, തീവെട്ടി, വെടിക്കുറ്റി എന്നിവ ക്ഷേത്രം വക നല്കാൻ അനുശാസനവുമുണ്ടായി."

കേട്ട് കേട്ട് കുഞ്ചുവിന് ക്ഷീണം തോന്നി. മഞ്ചത്തിൽ രാജ്ഞിയുടെ മടിയിലേക്ക് സാവധാനം ചരിഞ്ഞിരുന്നു. കുഞ്ചുവിന്റെ മുഖം തടവിക്കൊണ്ട് രാജ്ഞി പറഞ്ഞു: "ഉറങ്ങണ്ട നേരം പുലരാറായി. കതകിന് മുട്ടാൻ യാമങ്ങൾ മാത്രം ബാക്കി."

കുഞ്ചു എഴുന്നേറ്റിരുന്നു. രാജ്ഞി പറഞ്ഞു: "സ്ഥലം ചാർത്തിക്കൊടുത്താലും വഴിപാടുകൾ ചെയ്താലും മക്കളുണ്ടാവില്ല... ഉണര് ഇനിയുമുണ്ട് സമയം." കുഞ്ചുവിന്റെ മുഖം മടിയിലേക്കമർത്തിക്കൊണ്ട് രാജ്ഞി ദീർഘനിശ്വാസം ചെയ്തു. വെരുകിൻ പുഴുവിന്റെ ഗന്ധത്തിൽ കുഞ്ചുവിന്റെ സിരകളിൽ രക്തം ചൂടുപിടിച്ചു. പുലർച്ചയുടെ തണുപ്പിലും വിയർപ്പകറ്റാൻ രാജ്ഞി വിശറി കൈയിലെടുത്തു. രാജ്ഞി പറഞ്ഞു: "കവിത തുടരാം. കഴിവതും കൃഷ്ണനാകട്ടെ കഥാപാത്രം... രാസലീലയാകട്ടെ വിഷയം..."

രാജ്ഞിയാണ് കതകിന് മുട്ടിയത്. പറഞ്ഞതുപോലെ ഒന്ന്, രണ്ട്, മൂന്ന്, നാല്... കതക് വലിച്ചുതുറന്നു. ദാസി പുല്പായയിൽ ഉണർന്നിരി

ക്കുന്നു. രാജ്ഞി പറഞ്ഞു: "കുഞ്ചുവിനെ കൊണ്ടുവിടുക. കവിത ഞാനാസ്വദിച്ചു. നിനക്ക് നൂറ് പണം സമ്മാനം. ഇപ്പോൾ വേണമോ അതോ നാളെയോ?"

ദാസി പറഞ്ഞു: "ഇഷ്ടം പോലെ."

"എന്നാൽ ഇപ്പോൾ തന്നെയാകാം" രാജ്ഞി പണക്കിഴിയെടുത്ത് ദാസിക്ക് കൊടുത്തു. കിഴിവാങ്ങി തൊഴുത് നേരിയ ചിരിയോടെ ദാസി നടന്നു. പിറകെ കുഞ്ചുവിനും. കുഞ്ചുവിന് കാലിടറുന്നുണ്ടായിരുന്നു.

പുറംവാതിൽ തുറന്ന് ദാസി മുന്നിൽ നടന്നു....

കുഞ്ചുവിന്റെ വാസസ്ഥലത്തെത്തി. തിരിച്ച് നടക്കാൻ തുടങ്ങുമ്പോൾ ചെറുചിരിയോടെ ദാസി കുഞ്ചുവിനോട് പറഞ്ഞു: "രാജകുലജാതയല്ലെങ്കിലും കവിത കേൾക്കാൻ എനിക്കും ഇഷ്ടമാണ്. എന്നെങ്കിലും ഒരുനാൾ." കുഞ്ചുവിന്റെ മുഖത്ത് നേരിയ ചിരി.

ഇരുപത്

രാജാവ് അനുവദിച്ച മഠത്തിൽ എല്ലാ സൗകര്യങ്ങളുമുണ്ടായിരുന്നു. കുളി, ജപം, മിഴാവ് സാധകം, ഭക്ഷണം. അനുസരിക്കാൻ ആജ്ഞാനുവർത്തികൾ.

വീണുകിട്ടിയ സൗകര്യങ്ങൾ. സുഖഭോഗങ്ങൾ

എല്ലാം മുറപോലെ കുറച്ചുകാലം... മനസിന്നമേൽ ഓർമ്മകളുടെ ചിലന്തികൾ വലനെയ്ത് തുടങ്ങി. ചതഞ്ഞ് ചിലന്തിക്ക് മേൽ നെയ്യുറുമ്പുകൾ ചാലിട്ടു.

സുഖഭോഗങ്ങളുടെ തടവറയിൽ അയാൾ ഏകനായി.

അധികാരത്തിന്റെ കണ്ണുകൾ ജനലഴികളിലൂടെ ചൂഴ്ന്ന് നോക്കുമ്പോലെ തോന്നി. നാരായമുനയിലേക്കും രാജ്ഞിയുടെ ഒളിനോട്ടങ്ങൾ.

അറയ്ക്കകത്ത് നെയ്‌വിളക്കിന്റെ പ്രകാശത്തിൽ കാവ്യരചന തുടങ്ങി. ശൃംഗാരം, വീരം, കരുണം, രൗദ്രം.... രസങ്ങൾ മാറിമാറി വരികയാണ്.

പാതിയടഞ്ഞ ജനൽപ്പാളിയിലൂടെ കാല്പെരുമാറ്റം കേൾപ്പിക്കാതെ കടന്നുവന്ന ശീതക്കാറ്റ്.... കാറ്റിന്റെ താളത്തിൽ നൃത്തം ചെയ്യുന്ന നെയ്ത്തിരികൾ. മുന്നോട്ടാഞ്ഞ് നീലിമയാർന്ന തിരിവെട്ടത്തിലേക്ക് രുഗ്മിണി കടന്നുവന്നു. കസവുമുണ്ടും വേഷ്ടിയും. കാതിൽ ലോലാക്ക്. കൈത്തണ്ടയിൽ സ്വർണ്ണവളകൾ. തലയിൽ മുല്ലപ്പൂവ്. മഷിയിട്ട് കറുപ്പിച്ച കണ്ണുകൾ. ചിരിതൂകുന്ന മുഖം!

അവൾ മനോഹരമായി നൃത്തം ചെയ്യുകയാണ്. കുഞ്ചന്റെ പദരചനയുടെ താളത്തിനൊത്ത് രുഗ്മിണിയുടെ പാദചലനം.

ആഞ്ഞ് വീശിയ കാറ്റിൽ തിരിയണഞ്ഞപ്പോൾ.. കൂരിരുട്ടിന്റെ മേലാപ്പ്. എഴുത്താണി താഴെ വീണു.

കുഞ്ചു രുഗ്മിണിയുടെ ഓർമ്മയിൽ പൊട്ടിക്കരഞ്ഞു. പാതിയെഴുതിയ ഓലകൾ ഇരുട്ടിൽ ചിതറിവീണു. മനസ്സ് നിറയെ ചിതറിക്കിടക്കുന്ന

മഞ്ചാടിക്കുരുക്കൾ.! ഇരുട്ടിൽ എഴുത്താണി തപ്പിയെടുത്ത് നെഞ്ചോട് ചേർത്ത് മലർന്ന് കിടന്നു.

ഇളംകാറ്റിന്റെ സാന്ത്വനശൈത്യത്തിൽ നേരിയ മയക്കം. അടച്ചിട്ട വാതിൽ തുറന്ന് ഉണ്ണൂലി അകത്ത് കടക്കുന്നത് കുഞ്ചുവിന് കാണാമായിരുന്നു. ഉണ്ണൂലിയുടെ കറുത്ത മുഖത്തെ വെളുത്ത പല്ലുകൾ ഇരുട്ടിന്റെ മേലാപ്പിനുള്ളിലേക്ക് വെളിച്ചം പായിച്ചു.

അവൾ മിഴാവിനടുത്ത് ചെന്നിരുന്നു. മിഴാവിന്റെ മുഖത്ത് ഉണ്ണൂലിയുടെ വിരലുകൾ തഴുകി... താളം, ദ്രുതതാളം. ക്രമേണ അതിദ്രുതത്തലേക്ക് പടർന്ന് കയറി.

മലർന്ന് കിടക്കുന്ന കുഞ്ചുവിന്റെയടുത്തേക്ക് നടന്നടുക്കുന്ന ഉണ്ണൂലിയെ തടഞ്ഞില്ല. ഇപ്പോൾ പണ്ടത്തെ വിരോധമില്ല. വേപ്പെണ്ണയുടെ മണമില്ല. അറപ്പില്ല. അകൽച്ചയില്ല.

ഉണ്ണൂലിയുടെ കൈവിരലുകൾ കുഞ്ചുവിന്റെ നെഞ്ചിനെ മിഴാവാക്കി മാറ്റി. അതിവിളംബം.. വിളംബം... മദ്ധ്യമം... ദ്രുതം... അതിദ്രുതം... വിരലുകൾ പടർന്ന് കയറിയപ്പോൾ അവൾക്ക് കൊക്കും ചിറകും മുളച്ചു.

കുഞ്ചുവിനെ കൊത്തിപ്പറക്കുകയാണ്.. ജനൽ വഴി പുറത്തേക്ക്... ശീതക്കാറ്റിന്റെ ഒഴുക്കിലേക്ക്... കുഞ്ചൻ പറഞ്ഞു: "ഉണ്ണൂലി! ഇപ്പോൾ നീയെന്റെ ശത്രുവല്ല... എനിക്ക് നിന്നോട് വെറുപ്പില്ല. ഉള്ളത് ബഹുമാനം! നന്ദി! നീയെന്റെ ഗുരുവാണ്... പ്രണാമം! കോടി പ്രണാമം.! നീയില്ലായിരുന്നെങ്കിൽ ഈ കൊട്ടാരത്തിൽ ഞാനിങ്ങനെയൊന്നും ആകുമായിരുന്നില്ല. രാജ്ഞിക്കെന്നെ ഇഷ്ടമാകുമായിരുന്നില്ല. നന്ദി... നന്ദി!!"

ആരോ കതകിന് മുട്ടിയപ്പോൾ കുഞ്ചു ഞെട്ടിയുണർന്നു. "നമ്പ്യാരേ! കതക് തുറക്കൂ."

കുഞ്ചു കതക് തുറന്നു. പുറത്ത് ശീതക്കാറ്റ് ശമിച്ചിരിക്കുന്നു. നേരിയ നിലാവെളിച്ചത്തിൽ ഭക്ഷണപ്പാത്രവുമായി സേവകൻ നിൽക്കുന്നു.

കുഞ്ചു പറഞ്ഞു: "ഞാൻ അങ്ങോട്ട് വരുമായിരുന്നല്ലോ."

സേവകൻ അകത്ത് ഭക്ഷണപ്പാത്രം വെക്കുന്നതിനിടയിൽ പറഞ്ഞു: "നേരം വൈകിയപ്പോൾ രാജ്ഞി പറഞ്ഞു: ഭക്ഷണം ഇവിടെയെത്തിക്കാൻ. ഇന്ന് പായസം രണ്ട് തരമാണ്. നാളെ വിശേഷാൽപൂജയും എല്ലാവർക്കും സദ്യയും" സേവകൻ നിറഞ്ഞ് ചിരിച്ചു.

"എന്താ വിശേഷം?" കുഞ്ചു ചോദിച്ചു.

സേവകൻ പറഞ്ഞു: "ഇതിലപ്പുറം എന്ത് വിശേഷം വേണം... അറിഞ്ഞില്ലേ? രാജ്ഞി അമ്മയാകാൻ പോകുന്നു. വേളി കഴിഞ്ഞ് വർഷം പതിനാറ് കഴിഞ്ഞു. നേർച്ചകളും വ്രതങ്ങളും എത്രയാ നടന്നത്. ഇപ്പഴാ ഭാഗ്യമുണ്ടായത്. രാജാവ് സന്തോഷം കൊണ്ട് മതിമറക്വാ. നമ്പ്യാരെ നാളെ കാണാമെന്ന് പറഞ്ഞു".

പുറത്തേക്കിറങ്ങുമ്പോൾ സേവകൻ ചോദിച്ചു:

"കതകടയ്ക്കണോ?"

കുഞ്ചൻ നമ്പ്യാർ പറഞ്ഞു: "വേണ്ട."

സേവകൻ പോയ്ക്കഴിഞ്ഞപ്പോൾ കുഞ്ചു പുറത്തിറങ്ങി മഠത്തിന്റെ

മുറ്റത്തെ അശോകമരച്ചുവട്ടിൽ ചെന്നു. ചില്ലകൾ തോറും മൊട്ടിട്ടു നില്ക്കുന്ന അശോകമരം! പൂക്കുന്നശോകം! കുഞ്ചു മനസ്സുകൊണ്ട് പദം മുറിച്ചു... പൂക്കുന്ന 'ശോകം'!

അയാൾ ആകാശത്തേക്ക് നോക്കി. അർദ്ധചന്ദ്രനെ പുടവചുറ്റിക്കുന്ന വെൺമേഘങ്ങൾ... പാതിമുറിഞ്ഞ ചന്ദ്രനെ നോക്കി കുഞ്ചു ചോദിച്ചു.

"ആരാണെന്റെ അച്ഛൻ"? ആരോ പറഞ്ഞു കിള്ളിക്കുറിശ്ശി ക്ഷേത്രത്തിൽ ശാന്തിക്ക് വന്ന ഒരു നമ്പൂതിരിയുടെ കാര്യം.

"എവിടെയാണയാൾ? ഏത് നാട്ടുകാരനാണ്?"

കല്ലമ്പള്ളിയോ... കുടമാളൂരോ, കോഴിക്കോട്ടോ.... ആർക്കറിയാം?

മരമേതെന്നറിയാത്ത പാഴ്‌വിത്ത്... ഇങ്ങനെയീഭൂമിയിൽ പിതൃമരമേതെന്നറിയാത്ത വിത്തുകളെത്ര!

കടന്നുപോയ കുളിർക്കാറ്റ് കുടഞ്ഞിട്ട മഞ്ഞുകണങ്ങളിൽ നനവേറ്റ ശരീരവുമായി കുഞ്ചു അകത്തേക്ക് നടക്കുമ്പോൾ കാൽക്കീഴിൽ ചതഞ്ഞ് കിടക്കുന്ന ഒരുപിടി അശോകപ്പൂക്കൾ വാരിയെടുത്ത് പുറംതിരിഞ്ഞ് വാതിലടച്ചു.

വാഴയിലകൊണ്ട് വായ് മൂടിയ ഭക്ഷണത്തളികകൾ തുറന്ന് കണ്ണോടിച്ചു. ഓരോ പാത്രത്തിലും ഓരോ മുഖങ്ങൾ!... രുഗ്മിണി, ഉണ്ണൂലി... രാജ്ഞി.... ദാസി.

ഭക്ഷണം ഇലകൊണ്ട് മൂടിവെച്ചു. മൺപാത്രത്തിൽ നിന്ന് ഒരു തുടം വെള്ളമെടുത്ത് വായിലേക്കൊഴിച്ചു.

ചിതറിക്കിടന്ന താളിയോലകൾ പെറുക്കിയെടുത്ത ശേഷം ഓലത്തടുക്ക് വിരിച്ച് മലർന്ന് കിടന്നു.

തട്ടിൻപുറത്ത് ഒരു പൂച്ചക്കുഞ്ഞിന്റെ കരച്ചിൽ ഉൾമനസ്സിൽ അലോസരത്തിന്റെ വിത്തുകൾ പാകുന്ന കരച്ചിൽ

താളം പിടിച്ച കരച്ചിലിനൊപ്പം ഇടറിനടക്കുന്ന ഓർമ്മകൾ!

കിള്ളിക്കുറിശ്ശിയിലേക്ക് ഓടിക്കൊണ്ടിരിക്കുന്ന മനസ്സിനെ തിരിച്ച് വിളിച്ച് കൊട്ടാരവാതിലിൽ തളച്ചിടാൻ ശ്രമിച്ചു.

പൂച്ചക്കുഞ്ഞിന്റെ കരച്ചിലിന് ശക്തി കൂടുകയാണ്. കുഞ്ചൻ ഓലത്തടുക്കിൽ തലയിട്ടടിച്ച് ഞെളിപിരി കൊണ്ടു. ചെവി രണ്ടും പൊത്തി ഉറക്കെയുറക്കെ വികൃതശബ്ദം പുറപ്പെടുവിച്ചുകൊണ്ട് എഴുന്നേറ്റിരുന്നു.

പുറത്ത് ചുഴിതീർത്തുവീശുന്ന ശീതക്കാറ്റ്. മഞ്ഞിൽ നനഞ്ഞ കരിയിലകളെ കോരിയെടുത്ത് അമ്മാനമാടിക്കൊണ്ട് കാറ്റ് ജനൽവഴി അകത്തേക്ക് വന്നു.

നനഞ്ഞ കരിയിലകൾ വീണ് നെയ്‌വിളക്കിന്റെ തിരിയണഞ്ഞു. അകം നിറയെ കരിന്തിരിയുടെ രൂക്ഷഗന്ധം. കൈക്കുമ്പിളിൽ തലതാങ്ങി കുഞ്ചു കുമ്പിട്ടിരുന്നു.

കലക്കത്ത് തറവാടിന്റെ വടക്കിനിയിൽ ഒരിക്കൽ ഇങ്ങനെയൊരു മനുഷ്യക്കുഞ്ഞ് കരഞ്ഞിരുന്നു. മുട്ടുശാന്തിക്കാരന്റെ ദാനമായി നങ്ങ്യാരമ്മ സ്വീകരിച്ച ഒരു കുഞ്ഞ്.

'വേണ്ട അതൊന്നും ഓർക്കണ്ട...' അയാൾ സ്വയം പറഞ്ഞു.

നേരം പുലരാൻ യാമങ്ങളെത്രയോ ബാക്കി. ഉറക്കത്തിന്റെ ചരൽക്കല്ല് തറച്ച് ചോരകിനിയുന്ന കണ്ണുകളുമായി കുഞ്ചൻ എഴുന്നേറ്റ് ചെന്ന് കാറ്റ് തുറന്ന ജനൽപ്പാളിയടച്ച് തിരിച്ചുവന്നു.

കാലിടറുന്നു... ഒന്നും വ്യക്തമായി കാണാൻ കഴിയുന്നില്ല. തപ്പിന ടന്ന് വിളക്ക് കത്തിച്ചു. അകലെയെവിടെയോ നായ്ക്കളുടെ കൂട്ടക്കുര. ചെവിക്കകത്തേക്ക് ഉരുക്കിയ ലോഹം വാർന്നൊഴുകുന്നതുപോലെ. ചെവി രണ്ടും കൈപ്പത്തികൊണ്ട് കൊട്ടിയടച്ച് ഓലത്തടുക്കിൽ കമിഴ്ന്ന് കിട ന്നു. പിടിവിട്ടുപോകുന്ന ബോധത്തെ പിടിച്ച് നിർത്താനുള്ള ശ്രമം പരാ ജയപ്പെടുകയാണ്.

പിടിച്ച് വെക്കാനോ ഉടുമുണ്ടിന്റെ കോന്തലയിൽ കെട്ടിനിർത്താനോ കുഞ്ഞമ്മാമൻ അടുത്തില്ല. മനസ്സിന്റെ കയത്തിലേക്ക് വലിച്ചെറിയപ്പെ ടുന്ന കരിങ്കൽച്ചീളുകൾ... ഇളകിമറിയുന്ന ജലം!

കൊട്ടാരത്തിൽ നിന്ന് കാതങ്ങൾക്കപ്പുറം തൊട്ടാവാടികൾ നിറഞ്ഞ വെളിമ്പറമ്പിൽ മുള്ളുകൾ തറച്ച് ചോര വാർന്ന് കിടക്കുന്ന കുഞ്ചുവിനെ കണ്ടത് കാര്യക്കാരിൽ ഒരാളുടെ ഭാര്യയാണ്. അവൾ ഉറക്കെ നിലവിളി ച്ചു. ഓടിക്കൂടിയവർ കുഞ്ചനെ താങ്ങിയെടുത്തു.

ദേവനാരായണരാജൻ കുഞ്ചുവിന്റെ താമസസ്ഥലത്തേക്ക് എഴുന്നെ ള്ളി. രാജനിർദ്ദേശപ്രകാരം വൈദ്യശിരോമണികൾ വന്നു. ശുശ്രൂഷ കൾക്കായി നാലഞ്ചുപേർ മഠത്തിൽ തന്നെ തങ്ങി.. "പച്ചമുത്തങ്ങ ചത ച്ചിട്ട് തിളപ്പിച്ചാറ്റിയ ആട്ടിൻപാല് രാവിലെയും വൈകുന്നേരവും . ഉച്ചയ്ക്ക് ഭക്ഷണത്തിന് മുമ്പ് ചെന്നിനായകം ചേർത്ത പശുവിൻപാല്.... വിശപ്പിന് കുറിയരിക്കഞ്ഞി! ഉപദംശകങ്ങളായി കണ്ണിമാങ്ങ, കരിങ്കാളൻ, കനലിൽ ചുട്ട പപ്പടം... പതിനാലാം ദിവസം മുതൽ ഏഴ് ദിവസം ആട്ടിൻസൂപ്പ്.. ആടിന്റെ നട നാലും ചതച്ചതിൽ കരിങ്കുറിഞ്ഞി വേരും അശ്വഗന്ധവും ദേവദാരുവും മാത്രം ചേർത്ത് കുറുക്കിയതിൽ ചെറിയ ഉള്ളി ചേർത്ത് നറുനെയ്യിൽ വറവ്... രണ്ടാഴ്ച വിശ്രമം.. ശരീരമിളകരുത്" കൃത്യമായ കുറിപ്പടി കൊടുത്ത് പ്രധാന വൈദ്യൻ വിടവാങ്ങി.

ആളൊഴിഞ്ഞ നേരം നോക്കി രാജ്ഞിയും ദാസിയും മഠത്തിലെ ത്തി. നേരം പുലർച്ചെ കുറുക്ക് കഷായം കഴിച്ച് ദേഹത്ത് ബലാശ്വഗ ന്ധാദിതൈലം പുരട്ടി ഒറ്റത്തോർത്തുടുത്ത് വരാന്തയിൽ കണ്ണടച്ച് മലർന്ന് കിടക്കുന്ന കുഞ്ചുവിന്റെ ശരീരത്തിൽ ബാലസൂര്യന്റെ തിരനോട്ടം.

രാജ്ഞി കുഞ്ചുവിന്റെ ദേഹത്ത് നിന്ന് കണ്ണെടുക്കാതെ കുറേനേരം നിന്നു! കുനിഞ്ഞിരുന്ന് വിരിഞ്ഞ മാറിൽ തഴുകിയപ്പോൾ കുഞ്ചു കണ്ണ് തുറന്നു. തൈലത്തിന്റെ കൊഴുപ്പിൽ വിരലുകൾ വഴുതി... വഴുതി... അങ്ങ നെ...!

"എന്തേ ഉണ്ടായത്?" രാജ്ഞി ചോദിച്ചു.

"മനസ്സിടറുമ്പോൾ ചിലപ്പോൾ ഇങ്ങനെയാണ്... ഒരു വിഭ്രാന്തി" കുഞ്ചൻ പറഞ്ഞു.

"ഒന്നും സാരല്യ എല്ലാം ശരിയാകും". രാജ്ഞി പറഞ്ഞു. കുഞ്ചു രാജ്ഞിയെ സൂക്ഷിച്ചു നോക്കി. മുഖത്ത് ആലസ്യം. ശരീരത്തിന് നിറ

ഭേദം. കണ്ണുകളിൽ സായുജ്യം! കുഞ്ചൻ രാജ്ഞിയുടെ കണ്ണുകളിലേക്ക് തന്നെ നോക്കിയപ്പോൾ അവർ ദാസിയെ തിരിഞ്ഞുനോക്കി. ദാസി അകലത്തേക്ക് മാറി നിന്നു. രാജ്ഞി കുഞ്ചുവിന്റെ അടുത്തിരുന്നു. പാതിയുന്തിയ വയറിൽ കാമദേവന്റെ വിരലടയാളം പോലെ നനുത്ത് കറുത്ത രോമരേഖ! കുഞ്ചു അതുതന്നെ നോക്കി.

രാജ്ഞിയുടെ നേരിയ ചിരി വിടർന്നു. കണ്ണുകൾ കൂമ്പി.

രാജ്ഞി പറഞ്ഞു: "ഒന്നും വെറുതെയായില്ല. വിതച്ച വിത്ത് മുളച്ച് കാണാൻ കർഷകനേക്കാൾ സന്തോഷം മണ്ണിനാണ്. ദാസിയെ അയയ്ക്കാം. വേണ്ടതെന്താച്ചാൽ പറയാം" കുഞ്ചൻ ചോദിച്ചു: "അധികം കേൾവിക്കാരില്ല.. പതിയെ ഒരു കവിത ചൊല്ലിയാലോ?"

"വേണ്ട വിശ്രമിച്ചോളൂ... വൈദ്യൻ പ്രത്യേകം പറഞ്ഞില്ലേ... ശരീരമിളകരുത്" രാജ്ഞി പറഞ്ഞു.

നടന്നകലുമ്പോൾ അശോകച്ചുവട്ടിൽ നിന്ന് ഒരിക്കൽക്കൂടി തിരിഞ്ഞുനോക്കി.

ഇരുപത്തിയൊന്ന്

കിഴക്ക് വെള്ളകീറിയിട്ടില്ല. രാപ്പക്ഷികൾ ഇപ്പോഴും മരച്ചില്ലകളിൽ കുറുകുന്നുണ്ട്. മാത്തിന്റെ വാതിൽ പുറത്ത്നിന്ന് വലിച്ചടച്ച് ലോഹത്താക്കോലിട്ട് പൂട്ടി. ഭാണ്ഡം തോളിലിട്ട് പടിയിറങ്ങി നടന്നു... ഭാണ്ഡത്തിൽ നിറയെ മുറിച്ച് പാകപ്പെടുത്തിയ എഴുത്തോലകളും നാരായവും മാത്രം. മനസ്സിൽ എണ്ണിത്തിട്ടപ്പെടുത്താത്ത വ്യഥകളും വലിച്ചെറിയാൻ കഴിയാത്ത ഓർമ്മകളും... ചെറിയ കൂമ്പാളപ്പൊതിയിൽ വെറ്റിലമുറുക്കിനുള്ള ചേരുവകൾ കരുതിയിരുന്നു.

ആദ്യം എടത്വാ വഴി തിരുവല്ലയിലേക്ക് നടന്നു. കൃത്യമായ വഴിയറിയില്ല. വഴിയിൽ കണ്ടവരോട് ചോദിച്ച് ചോദിച്ച് നടത്തം.

ദിവസങ്ങൾ മാസങ്ങൾ...! വഴിയമ്പലങ്ങളും പ്രപായങ്ങളും അയാളുടെ വിശപ്പും ദാഹവുമകറ്റി. ഗായത്രിപ്പുഴയുടെ തീരത്തെത്തിയപ്പോൾ കുളിർകാറ്റ് വന്ന് പൊതിഞ്ഞു. കാലും മുഖവും കഴുകി. കൈനനച്ച് നെഞ്ചും പുറവും തടവി... ആശ്വാസം. കുറേ നേരം പുഴക്കരയിലിരുന്നു.

ക്ഷീണമകന്നപ്പോൾ വീണ്ടു നടന്നു. നല്ല വിശപ്പുണ്ടായിരുന്നു. വാഴക്കുലകൾ തലച്ചുമടായി കൊണ്ടുപോകുന്ന രണ്ടുപേർ. അവരോട് വഴി ചോദിച്ചു. അവരിൽ ഒരാൾ പറഞ്ഞു: "ഇരുട്ടാകാറായി. സത്രമാണ് അന്വേഷിക്കുന്നതെങ്കിൽ ഇരുന്നൂറ് വാര നടന്നാൽ ഭഗവതീ ക്ഷേത്രത്തിനടുത്ത് സത്രമുണ്ട്. ഭക്ഷണം കിട്ടും... തല്ക്കാലം ഇത് കഴിയ്ക്ക്". ഏത്തക്കുലയിൽ നിന്ന് പാതിപഴുത്ത രണ്ട് കായ അടർത്തിക്കൊടുത്തു.

"കൂടെവന്നോളൂ ഞങ്ങൾ സത്രം വഴിക്കാണ്. വീണ്ടും നടന്നാൽ ഭാരതപ്പുഴയുടെ ഒരു ഭാഗം കാണാം. പിന്നെയും പോകണം ഏറെ ദൂരം കല്ലടിക്കോട്ടേയ്ക്ക്."

ക്ഷേത്രമുറ്റത്ത് ചുറ്റുവിളക്കിന്റെ പ്രഭാപൂരം!

“ദേഹം ശുദ്ധമല്ല.. വിയർപ്പും പൊടിയുമുണ്ട്.. അടുത്തേക്ക് വരുന്നില്ല. അകലെ നിന്ന് നമസ്കരിക്കാം” ശ്രീകോവിലിലേക്ക് നോക്കി കുഞ്ചു പറഞ്ഞു.

സത്രത്തിൽ കയറിച്ചെന്ന് ഭാണ്ഡം ഒതുക്കിവെച്ച് കുളിച്ചുവന്ന് തിണ്ണയിലിരുന്നു. കാവൽക്കാരൻ വിളക്കെടുത്ത് മുഖത്തിനടുത്തോളം വെച്ച് സൂക്ഷിച്ച് നോക്കി. “ഭക്ഷണം കമ്മിയാണ് എന്നാലും നോക്കാം. എന്തെങ്കിലും കാണും” അയാൾ അകത്തേക്ക് പോയി. വാർദ്ധക്യം അയാളെയും ബാധിച്ചിട്ടുണ്ട്. കുഞ്ഞമ്മാമന്റെ കൂടെ കുടമാളൂർക്ക് പോകുമ്പോൾ കണ്ട സത്രം കാവൽക്കാരനെയും അനാഥനായ യുവാവിനെയും ഓർമ്മ വന്നു.

ക്ഷേത്രത്തിലെ നിവേദ്യപ്പായസവും കുറച്ച് പുഴുക്കും കിട്ടി. വിശപ്പടങ്ങിയിരുന്നില്ല... വൃദ്ധൻ എടുത്തുതന്ന കീറപ്പുൽപ്പായയിൽ ചുരുണ്ടുകൂടി കിടക്കുമ്പോൾ കുഞ്ഞമ്മാമൻ തന്നെയായിരുന്നു മനസ്സ് നിറയെ. കുഞ്ഞമ്മാമൻ ഇപ്പോൾ എവിടെയായിരിക്കും?

ദൂരെ നിന്ന് നോക്കുമ്പോൾ ആകാശത്ത് നിന്ന് കീഴെ വടിവെച്ച് മുറിച്ചതുപോലെ നെടുങ്ങനെ പടുകൂറ്റൻ പാറ!.. കൂറ്റൻ മലനിര. അധികം വൃക്ഷങ്ങളും ചെടികളുമില്ല. പാറയ്ക്കുമേൽ പുതഞ്ഞ് നില്ക്കുന്ന ഇളം പുല്ലുകൾ മാത്രം.

താഴ്‌വാരത്തിൽ നിന്ന് മേലോട്ട് കയറാൻ കൃത്യമായി വഴികളൊന്നുമില്ല. അടിവാരത്തിലെ കുടിലിന്റെ മുന്നിൽ ചെന്ന് നിന്നു. മുറ്റത്തെ മരച്ചുവട്ടിൽ കളിച്ചുകൊണ്ടിരിക്കുന്ന ഒരു ചെറിയ പെൺകുട്ടി. പാമ്പും കീരിയും തമ്മിലുള്ള സൗഹൃദം കണ്ടാസ്വദിക്കുകയായിരുന്നു ആ കുട്ടി.

ഫണം വിടർത്തി കുഞ്ഞിനെ കളിപ്പിക്കുന്ന പുല്ലാഞ്ഞിമൂർഖൻ! കുഞ്ചു ഒന്ന് ഞെട്ടി. വികൃതമായ ശബ്ദം പുറത്തുവന്നു. കുട്ടി തിരിഞ്ഞുനോക്കി. അപരിചിതനെ കണ്ടപ്പോൾ പാമ്പ് വീണ്ടും പത്തി വിടർത്തി ശീൽക്കാരം പുറപ്പെടുവിച്ചുക്കൊണ്ട് കുഞ്ഞിന്റെ മടിയിലേക്ക് കയറി. കീരിക്കുഞ്ഞ് ഓടിവന്ന് ഒരു രക്ഷകനെപ്പോലെ പെൺകുഞ്ഞിന്റെ ചുമലിൽ കയറിയിരുന്നു.

കുട്ടി കുടിലിന്ന് നേരെ മുഖം തിരിച്ച് എന്തോ വിളിച്ച് പറഞ്ഞു. അതൊരു നിലവിളിയായിരുന്നു.

അകത്തുനിന്ന് അർദ്ധനഗ്നയായ ഒരു സ്ത്രീ പുറത്തേക്ക് ഓടിവന്നു. മുട്ടുമറയാത്ത പഴന്തുണി. കൈകൾ കൂട്ടി മറച്ചിട്ടും ഒളിഞ്ഞുനോക്കുന്ന ഭീമൻ മുലകളുടെ രുദ്രാക്ഷക്കണ്ണുകൾ!

“ആരാ? എന്താ വേണ്ടത്?” തമിഴ് ചുവയുള്ള മലയാളത്തിൽ ചോദിച്ചു. കുഞ്ചൻ നമ്പ്യാർ പറഞ്ഞു. “ഒരു സുഹൃത്ത്. പേര് കുഞ്ചൻ നമ്പ്യാർ. കല്ലടിക്കോടൻ മലയിൽ താമസിക്കാൻ വന്നതാണ് കുറച്ചുകാലം..!

സ്ത്രീക്ക് അതൊട്ടും പിടിച്ചില്ല. “ഈ മല ഞങ്ങൾക്കുള്ളതാണ്. ഞങ്ങളേ തമാസിക്കൂ... ഒരു ഭാഗം കുറവന്മാർ... മറുഭാഗം പറയന്മാർ... ഓട്ടനും... ശീതങ്കനും... വേഗം പോയ്ക്കോളിൻ. ആണ്ങ്ങള് വന്നാൽ കൊല്ലും. ഉം... പോ... പോ... വേഗം” അവൾ അകത്ത് കയറി ഉടനേ

തിരിച്ചുവന്നു. അപ്പോൾ പച്ചിലകൾ കൊണ്ടുള്ള മാർക്കുപ്പായം ധരിച്ചിരുന്നു. കയ്യിൽ മൂർച്ചയേറിയ ഒരായുധം.

കുഞ്ചൻ നമ്പ്യാർ പറഞ്ഞു:

“ഇവിടെ പാമ്പും കീരിയും ചങ്ങാതികളാണ്... ഇളം പൈതലിന്റെ കളിക്കൂട്ടുകാർ... എങ്കിൽ എനിക്കും നിങ്ങൾക്കും എന്തുകൊണ്ടായിക്കൂടാ...?”

സ്ത്രീ ഒന്നും പറഞ്ഞില്ല... അവർ വീട്ടുമുറ്റത്തെ ഉയരം കുറഞ്ഞ പാറയിൽ കയറിനിന്ന് മുഖത്തിന്റെ ഇടതുവശം കൈപ്പടം കൊണ്ട് മറച്ച ശേഷം ‘കൂഹൂയ്.... കൂഹൂയ്’ എന്ന് ഉറക്കെ ശബ്ദമുണ്ടാക്കി.

നിമിഷങ്ങൾക്കകം കുന്നിൻമുകളിൽ നിന്നും മലഞ്ചരുവിന്റെ നാല് കോണുകളിൽനിന്നും പുരുഷന്മാർ ഇറങ്ങി വന്നു.

ചിലരുടെ കഴുത്തിൽ വലിയമാലകൾ. ശരീരം മുഴുവൻ ഭസ്മലേപം. മിക്കവാറും അർദ്ധനഗ്നർ. അവർ ഒടിയന്മാരും ദുർമന്ത്രവാദികളുമാണ്. പറഞ്ഞറിഞ്ഞ കഥകളിലെ ബീഭത്സം നിറഞ്ഞ മുഖങ്ങൾ.

ശത്രുവിന്റെ നേർക്കെന്നപോലെ ആയുധങ്ങളുമായി കുഞ്ചന്റെ നേർക്ക് പാഞ്ഞടുത്തു.

കുഞ്ചൻ പറഞ്ഞു: “നില്ക്കൂ! ഞാൻ നിങ്ങളുടെ ശത്രുവല്ല... കള്ളനുമല്ല... ഒരു സഞ്ചാരി. കുറച്ച് നാൾ നിങ്ങളുടെ കൂടെ താമസിക്കാൻ വന്നയാൾ.”

ചിലർ വിശ്വസിച്ചു. പതിയെ ചിരിച്ചു. ചിലർ അപ്പോഴും സംശയത്തോടെ നോക്കുകയും പിന്നിൽ വന്ന് നില്ക്കുകയും ചെയ്തു.

“കല്ലടിക്കോടൻ മലയടിവാരത്ത് ഏഴ് മല കുറവന്മാർ
മറിയിടുക തുടങ്ങി കാരൊടി നീരൊടി മുള്ളൊടി
എല്ലൊടി.... ഒടിയായ ഒടിയെല്ലാം.........”

പണ്ടെപ്പോഴോ കുഞ്ഞമ്മാമൻ ചൊല്ലിക്കേട്ട ഒരു ഉച്ചാടന മന്ത്രം ഓർമ്മയിൽ തെളിഞ്ഞു.

മുളന്തണ്ടിൽ തീർത്ത ഇരിപ്പിടത്തിലിരുന്നുകൊണ്ട് കുഞ്ചൻ പറഞ്ഞു. “ഞാൻ നിങ്ങളുടെയും പറയന്മാരുടെയും ഓട്ടന്മാരുടെയും ശീതങ്കന്മാരുടെയും സുഹൃത്താണ്. അനാഥനുമാണ്.”

അന്ന് രാത്രി അവിടെക്കിടന്നു. വാറ്റ് ചാരായവും കനലിൽ ചുട്ടെടുത്ത കിഴങ്ങും വാൽമുളകും കാട്ടുതിപ്പല്ലിയും അരച്ച് വേവിച്ച കാട്ടുകോഴിയുടെ ഇറച്ചിയും കഴിച്ച് കുടിലിന്റെ വരാന്തയിൽ കിടന്നു. കാറ്റിൽ ഔഷധികളുടെ ബ്രഹ്മസുഗന്ധം. മനസ്സിലേക്ക് ധന്വന്തരിയുടെ അനുഗ്രഹാശിസ്സുകൾ... മലകയറിയ ക്ഷീണമകുന്നു. ഉറക്കം സുഖം! സ്വസ്ഥം!

കല്ലടിക്കോടൻ കുറവന്മാർക്കും പറയന്മാർക്കുമിടയിൽ എത്രദിവസം കഴിഞ്ഞെന്നോർമ്മയില്ല. അവരുടെ ജീവിതം... ചർമ്മവാദ്യത്തിന്റെ ആസുരതാളം... ഒടിവിദ്യയുടെ നിഗൂഢത... മന്ത്രവാദത്തിന്റെ ഉൾപ്പൊരുൾ!

അവർക്കൊപ്പം വാറ്റുചാരായത്തിന്റെയും വെറ്റിലമുറുക്കിന്റെയും ചൂരിലും ചൂടിലും വിയർത്തുകൊണ്ട് നൃത്തവും..... കവിതയും.....

താളിയോലകളിലേക്ക് ജലപാതം പോലെ വാർന്നൊഴുകിയത് കവി

തയുടെ പ്രാകൃത താളം.... ബോധം!

കുഞ്ചൻ നമ്പ്യാരെ യാത്രയാക്കുമ്പോൾ കല്ലടിക്കോടൻ മലയടിവാരത്തെ കുറവക്കുടിലുകളിൽ കണ്ണീരിന്റെ ചാറ്റൽ മഴ.

എഴുത്തോലകൾ ഇനിയും ബാക്കിയാണ്. കുഞ്ചു നടന്നു. താടിയും മുടിയും നീണ്ട് വളർന്നിരിക്കുന്നു. കൊട്ടാരത്തിലെ പായസത്തിന്റെ രുചിയല്ല മലയടിവാരത്തെ വാറ്റ് ചാരായത്തിന്. അത് അമൃതാണ്.... ഉത്തേജകമാണ്.

പത്തോ പതിനഞ്ചോ ദിവസങ്ങൾ നടന്നിട്ടുണ്ടാകും... പാദങ്ങളിൽ നേരിയ വിള്ളലുകൾ....

അട്ടപ്പാടിയിലെ ആദിവാസിക്കുടിലുകളിലേക്കുള്ള വഴിയിൽ കാലെടുത്തുവച്ചപ്പോൾ നായ്ക്കൾ കുരച്ചുചാടി. ഭീതിയുടെ കരിനാഗങ്ങൾ മനസ്സിൽ പത്തിവിടർത്തി. അർദ്ധബോധാവസ്ഥയിൽ തിരിഞ്ഞോടുമ്പോൾ വണ്ണിച്ച ഒരു ചൂരൽത്തണ്ട് നെഞ്ചിന് കുറുകെ വന്ന് തടഞ്ഞു.

"ആരാണ്" ശബ്ദഗാംഭീര്യം കേട്ട് കുഞ്ചൻ കണ്ണ് തുറന്നു.

"ഞാൻ കുഞ്ചൻ നമ്പ്യാർ! ഒരു വഴിയാത്രികൻ."

നമ്പ്യാർക്ക് കിതയ്ക്കുന്നുണ്ടായിരുന്നു.

താടിയും മുടിയും നരച്ച് അല്പം വളഞ്ഞ ശരീരം ദീർഘകായൻ. കൈയിൽ അറ്റം തടിച്ച നീണ്ട മന്ത്രവടി.

"വരൂ" ശബ്ദം കേട്ടയുടൻ നമ്പ്യാർക്ക് ബോധം ക്ഷയിച്ചു.

ഉണർന്നപ്പോൾ ഈറ്റപ്പുല്ല് കൊണ്ട് മേഞ്ഞ ഏറുമാടത്തിൽ അയാൾ കിടക്കുകയായിരുന്നു. ചുറ്റിലും കുറേ ആളുകൾ. എല്ലാവരും അർദ്ധനഗ്നർ.

എഴുന്നേറ്റിരുന്ന് കുഞ്ചൻ പറഞ്ഞു: "എനിക്ക് പോകണം."

വൃദ്ധൻ പറഞ്ഞു: "ഇല്ല, വിടില്ല നിങ്ങൾ ഞങ്ങളുടെ വിരുന്നുകാരൻ. സുഖം പ്രാപിച്ചിട്ട് മാത്രം യാത്ര."

നന്നായി പനിയുണ്ടായിരുന്നു. പച്ചിലനീര് മൂക്കിലും നെഞ്ചിലും പടർന്നു.

രണ്ടാം ദിവസം വൃദ്ധൻ പറഞ്ഞു: "താഴത്തിറങ്ങാം"

നാലഞ്ചുപേർ ചേർന്ന് കാട്ടുവള്ളിയുടെ കൊട്ടയിലിരുത്തി താഴത്തിറക്കി. കുടിലിന്റെ വരാന്തയിൽ ഈറത്തണ്ടിൽ പണിത കട്ടിലിൽ കിടത്തി. തണുത്തകാറ്റ്!

നല്ല വിശപ്പ്. കാട്ടുകിഴങ്ങും കാട്ടുമുളകരച്ച ചമ്മന്തിയും മുളയരിക്കഞ്ഞിയും.

അവർക്കുമുണ്ട് അവരുടേതായ പാട്ടും നൃത്തവും.

മുളങ്കുറ്റിയിൽ നിറച്ച വാറ്റ് മദ്യം. കാട്ടുകിഴങ്ങും പഴങ്ങളും. മധുരം കിനിയുന്ന വേരുകളും ചതച്ചിട്ട് താതിരിച്ചുവിട്ട് പതപ്പിച്ചിട്ടാണവർ മദ്യം തയ്യാറാക്കുന്നത്. ചുണ്ടോടടുപ്പിക്കുമ്പോൾ ഏലത്തിന്റെ നറുമണം.

ദിവസങ്ങൾ കടന്നുപോയതറിഞ്ഞില്ല.

മുളന്തണ്ടും ഈറക്കുഴലും... മരക്കുറ്റി തുളച്ച് കീരിത്തോല് ചുറ്റിയ ചർമ്മവാദ്യം....

ഇലകൾ കൊണ്ട് അരമറച്ച സ്ത്രീകളുടെ നൃത്തം. ചർമ്മവാദ്യത്തിന്റെ ചടുലതാളം... കുഞ്ചു വിചാരിച്ചു. ഇതാണ് കൈലാസശൃംഗം.. നൃത്തം ചെയ്യുന്നത് ശിവപാർവ്വതിമാർ!

ഭാണ്ഡത്തിലെ എഴുത്തോലകളിൽ അക്ഷരങ്ങൾ നിറയുകയാണ്. നവരസങ്ങൾ നിറഞ്ഞ കാവ്യശകലങ്ങൾ.

ഇവർ കാടിന്റെ മക്കൾ... കൊട്ടാരവാസികൾക്കും നഗരവാസികൾക്കും കാതങ്ങൾക്കപ്പുറം ജീവിക്കുന്നവർ.... രാജാവിന്റെ പ്രജകളിൽ പെടാത്തവർ. പ്രാകൃതമായ ഭക്ഷണം... പ്രാകൃതമായ ചര്യകൾ... പ്രാകൃതകലകൾ... ആചാരങ്ങൾ.... അനുഷ്ഠാനങ്ങൾ... സ്നേഹത്തിന്റെ കാര്യത്തിൽ രാജപ്രജകളേക്കാൾ നിഷ്കളങ്കർ... ധന്യർ! ശീതങ്കനും പറയനും ഓട്ടനും.... നിർമ്മലജലം പോലെ ശുദ്ധമനസ്കർ. ദീർഘായുഷ്മാന്മാർ. ആദ്യംകണ്ട വൃദ്ധന് പ്രായം നൂറ്റിമുപ്പത്. എന്നിട്ടും എന്തൊരു ബലം! എന്തൊരു ഗാംഭീര്യം!

തലവൻ താമസിക്കുന്ന സ്ഥലം ഈറ്റപ്പുല്ലുകൊണ്ട് മേൽക്കൂര പാകിയ ചെറിയ കുടിൽ! അതിന്റെ വരാന്തയിൽ വാറ്റുചാരായം കുടിച്ച് കിഴങ്ങും ചമ്മന്തിയും തിന്ന് ലഹരിയുടെ ചിറകിൽ പറക്കുമ്പോൾ മനസ്സ് പറഞ്ഞു. ഇതാണ് സ്വർഗ്ഗം.

ഇവർക്കായി ഒരു കലാരൂപം മെനയണം. തിരസ്കരിക്കപ്പെട്ടവർക്കായി ഒരു കല...! ഓട്ടനും ശീതങ്കനും പറയനും വേണ്ടി ഒരു കലാരൂപം!

കുഞ്ചു അത് മനസ്സിൽ കുറിച്ചിട്ടു.

തിരിച്ചുപോരുമ്പോൾ അടിവാരത്തിലോളം വൃദ്ധനും കൂട്ടരും വന്നു... വനസീമയിൽ മൗനനൊമ്പരങ്ങൾ.

ഏറെദൂരം നടന്നപ്പോൾ ഒരു തെളിനീർ തടാകം. കരയിലിരുന്ന് ജലപ്പരപ്പിലേക്ക് നോക്കിയപ്പോൾ മുഖം കണ്ടു. താടിയും മുടിയും നീണ്ട ഒരു പ്രാകൃതൻ... കുഞ്ചന് ചിരി വന്നു. തടാകത്തിലിറങ്ങി ശരീരം കഴുകി... നനഞ്ഞതുണി പിഴിഞ്ഞെടുത്ത് യാത്ര!

കാടിന്റെ കുളിർമ്മയിൽ നിന്ന് നാടിന്റ വേനൽച്ചൂടിലേക്ക് കടന്നപ്പോൾ വിശപ്പും ദാഹവും... വഴിയിൽ കണ്ട ഒരു ബാലനോട് ചോദിച്ചു. "എവിടെയാണ് സത്രമുള്ളത്?"

അകലേക്ക് വിരൽചൂണ്ടി ബാലൻ പറഞ്ഞു "അതാ അവിടെ."

"എവിടെ"?

അവിടെയൊന്നും കാണാനുണ്ടായിരുന്നില്ല.

എത്രയോ ദൂരം വീണ്ടും നടന്നിട്ടുണ്ടാകും. വഴിവക്കിൽ ഒരു സംഭാരപ്പുര! വേണ്ടത്ര കുടിച്ചു. ക്ഷീണം മാറി.

പിന്നെയും ഒട്ടുദൂരം നടന്നപ്പോൾ ആൽച്ചുവട്ടിൽ ചൂതു കളിക്കുന്ന നായന്മാർ. രാജാവിന്റെ ആളുകളാണെന്ന് കണ്ടാലറിയാം.

അരയിലും തോളത്തും ആയുധങ്ങളുള്ള സേനാംഗങ്ങളുമുണ്ട് കൂട്ടത്തിൽ. കുഞ്ചു അടുത്ത് ചെന്ന് ചോദിച്ചു.

"അടുത്തെങ്ങാനും സത്രമുണ്ടോ?"

അവരിൽ ഒരാൾ പറഞ്ഞു: "മെനക്കെടാതെ ഉണ്ണാൻ നടക്ക്വാ... രാജാവിന്റേതല്ലേ... ആർക്കെന്ത് ചേതം... തിന്നോട്ടെ..."

തുടർന്നൊരുകൂട്ടച്ചിരി... ചിരിക്കിടയിൽ അവരിലൊരാൾ ചൂണ്ടിക്കാണിച്ചത് ഒരു ചെറിയ ഓലപ്പുരയാണ്.

കുഞ്ചു അകത്തുകയറി... പനങ്കള്ളിന്റെ മണം! ഞണ്ട് കറിയുടെ ആസ്വാദ്യഗന്ധം..! കുഞ്ചു പറഞ്ഞു: "ചെറു പാനിയിൽ കള്ള് വേണം.... എന്റെ കൈയിൽ കാശില്ല.."

വിളമ്പക്കാരൻ കുഞ്ചനെ ആസകലമൊന്ന് നോക്കി... ഒരു ചെറുചിരയോടെ അയാൾ അകത്തേക്കു കയറിപ്പോയി.

"കൊടുക്ക്... അവനും കൊടുക്ക്... ഭ്രാന്ത് മൂക്കട്ടെ..." നിലത്തിരുന്ന് കള്ളു കുടിച്ച് ലക്കുകെട്ട ആരോ വിളിച്ചു പറഞ്ഞു.

കള്ളുപാത്രം മുമ്പിൽ വെച്ച് വിളമ്പക്കാരൻ പറഞ്ഞു: "എത്രവേണമെങ്കിലും കഴിച്ചോ, എന്ത് വേണേലും തിന്നോ പണം അവര് തരും."

"അവരാരാ?"കുഞ്ചു ചോദിച്ചു.

ഞണ്ടുകറിയും പുഴുക്കും കൊണ്ട് വന്ന് കുഞ്ചുവിനെ നോക്കി ചിരിച്ചു കൊണ്ട് വിളമ്പക്കാരൻ പറഞ്ഞു: "രാജാവിന്റെ സൈന്യത്തിൽപ്പെട്ടവരാണ്. ആയുധം പണയംവെച്ച് ചൂത് കളിച്ച് തോറ്റവരും ജയിച്ചവരുമുണ്ട്, കണ്ടില്ലേ ഈ കഴുക്കോലിൽ കെട്ടിത്തൂക്കിയിരിക്കുന്നതെല്ലാം സേനാംഗങ്ങൾ പണയം വെച്ച ആയുധങ്ങളാ... പാവം രാജാവ്."

അനാഥമായി തൂങ്ങിക്കിടക്കുന്ന ആയുധങ്ങളിലേക്ക് കുറേസമയം നോക്കിയിരുന്നശേഷം കള്ളു കുടിക്കാതെ കുഞ്ചു എഴുന്നേറ്റ് നടന്നു. നടക്കുമ്പോൾ കുഞ്ചു വിചാരിച്ചു.

'പാവം രാജാവ്..! കാൽക്കീഴിൽ നിന്ന് മണ്ണൂർന്ന് പോകുന്നു. ആത്മാവിന്റെ പാതിയടക്കം കൊള്ളയടിക്കപ്പെടുന്നു... ഒന്നുമറിയാതെ സിംഹാസനത്തിൽ ശാന്തനായി... സൗമ്യനായി...!'

ജീവൻ നല്കിയും ജന്മനാടിനെ കാത്തുരക്ഷിക്കേണ്ടവർ?

ആയുധം വിറ്റ് കള്ള് കുടിച്ച് മത്തടിക്കുന്നു!... രാജ്യം നല്കിയ തലപ്പാവൂരിവെച്ച് ചൂത് കളിക്കുന്നു!... കുഞ്ചുവിന്റെ മനസ്സിൽ അമർഷം നിറഞ്ഞു...

ഏറെ ദൂരം നടന്നാണ് തോണിക്കടവിലെത്തിയത്... വിശപ്പും ദാഹവും കൈകാലുകളെ തളർത്തിക്കുന്നു.... പുഴവെള്ളത്തിലിറങ്ങി മുഖം കഴുകിയ ശേഷം കരയ്ക്കടുപ്പിച്ചിട്ട തോണിയിൽ കയറിയിരുന്നു.

തോണിക്കടവിലേക്ക് തെരക്കിട്ട് നടന്നെത്തിയ നാലഞ്ചാളുകൾ കുടി തോണിയിൽ കയറി... തോണിയെടുക്കുമ്പോൾ ഓടിക്കയറിയ ചെറുപ്പക്കാരനെ കള്ള് മണക്കുന്നുണ്ടായിരുന്നു. തോണിക്കൊമ്പത്തേക്ക് നീങ്ങിയിരുന്ന ചെറുപ്പക്കാരൻ എന്തൊക്കെയോ പിറുപിറുത്തുകൊണ്ടിരുന്നു. ഒരു മനോരോഗിയുടെ ലക്ഷണങ്ങൾ അയാളിൽ പ്രകടമായിരുന്നു. ചിലപ്പോൾ ഉറക്കെ ചിരിക്കുകയും ചിരിയുടെ അവസാനം വിതുമ്പിക്കരയുകയും ചെയ്യുന്നത് കുഞ്ചു നോക്കിയിരുന്നു..

മുളന്തണ്ട് ജലഹൃദയത്തലേക്ക് കുത്തിയിറക്കുന്നതിനിടയിൽ

തോണിക്കാരൻ കുഞ്ചുവിനോട് ചേദിച്ചു. “കടവിൽ ആദ്യമായിട്ടാണോ?” കുഞ്ചു ഒന്ന് ചിരിച്ചു. നേരിയ ഒരു പുഞ്ചിരി.

“കണ്ട് പരിചയമില്ലാത്ത ആളായതുകൊണ്ട് ചോദിച്ചതാണ്.” തോണിക്കാരൻ പറഞ്ഞു.

കുഞ്ചുവിന്റെ മുഖത്ത് വീണ്ടും നേരിയ ചിരിപരന്നു. കുഞ്ചൻ പറഞ്ഞു: “കുഞ്ഞിക്കോരാ! എന്നെ ആദ്യമായി തോണികടത്തിയത് നീയാണ്.”

തോണിക്കാരൻ ഏറെ നേരം കുഞ്ചനെ നോക്കിയ ശേഷം... വിടർന്ന കണ്ണുകളോടെ പറഞ്ഞു:

“കുഞ്ചാ?”

കുഞ്ചൻ പറഞ്ഞു: “അതെ.”

സ്നേഹത്തിന്റെ അധികാരത്തിൽ തോണിക്കാരൻ പറഞ്ഞു:

“ഇതെന്തൊരു രൂപാണ് കുഞ്ചോ?”

കുഞ്ചു പറഞ്ഞു: “കാലം മാറുമ്പോൾ കോലവും മാറും... അതാണ്. പ്രപഞ്ചനിയമം.”

തോട്ടിറമ്പിലൂടെ... ചെളിനിറഞ്ഞ നടവരമ്പിലൂടെ നടക്കുമ്പോൾ എതിരെ വന്നവരാരും കുഞ്ചുവിനെ തിരിച്ചറിഞ്ഞില്ല. ഏതോ സന്ന്യാസി? ഏതോ പ്രവാസിം!

രാജസന്നിധിയിലേക്ക് നടന്ന കുഞ്ചന്റെ ചുവടുകൾക്ക് ദൃഢതയും വേഗതയും കൂടിയിരുന്നു... മുഖത്ത് നിസ്സംഗത!

കവാടത്തിൽ തടഞ്ഞ കാവൽക്കാരോട് കുഞ്ചു പറഞ്ഞു:

“രാജാവിനെ മുഖം കാണിക്കണം.”

ശബ്ദം കേട്ട് സംശയം തോന്നിയ കാവൽക്കാരൻ ചോദിച്ചു:

“നമ്പ്യാരാണോ?”

കുഞ്ചൻ പറഞ്ഞു “അതെ.”

രാജാവും രാജ്ഞിയും പുറത്തേക്ക് വന്ന് ഇരിപ്പിടത്തിലിരുന്നു. രാജ്ഞിയുടെ മടിയിൽ ഇളം പൈതൽ!

രാജ്ഞിക്ക് ഒറ്റ നോട്ടത്തിൽ കുഞ്ചനെ മനസ്സിലായില്ല. ഒരു നോട്ടപ്പിഴ.. മാറത്തേക്ക് സൂക്ഷിച്ചുനോക്കി ചിരിച്ചുകൊണ്ട് രാജ്ഞി പറഞ്ഞു: “ഇത് കുഞ്ചൻ നമ്പ്യാരല്ലെ?”

കുഞ്ചു പറഞ്ഞു: “അതെ.”

മടിയിലിരുന്ന് കുഞ്ഞ് വാവിട്ട് കരഞ്ഞു.

കുഞ്ചു കുഞ്ഞിന്റെ മുഖത്തേക്ക് സൂക്ഷിച്ചു നോക്കി. അയാൾ മനസ്സിൽ പറഞ്ഞു. ‘മൂക്കിന്റെ നീളം... ചെവിയുടെ വലുപ്പം... കൈവിലലുകളുടെ നീളം... താളപ്പെരുമയുടെ പരമ്പരയിൽ നിന്ന് രാജവംശത്തിലേക്കൊരു കൈവഴി...! ഇല്ല സംശയമില്ല.’

രാജാവ് എഴുന്നേറ്റ് നിന്നു.. മുഖത്ത് ദുഃഖം നിഴലിച്ചിരുന്നു. കുഞ്ചു രാജാവിനെ തൊഴുത് നിന്ന് പറഞ്ഞു: “മാപ്പ്!.. യാത്ര, പ്രവാസം, ഇതൊക്കെയെന്റെ കൂടെപ്പിറപ്പാണ്... ഏറെ ദൂരം നടന്നു. അനുഭവിച്ചു... കണ്ടറിഞ്ഞു... ഇതാ തിരിച്ചെത്തിയിരിക്കുന്നു... ശിക്ഷിക്കാം.. എന്തും സഹി

ക്കാൻ തയ്യാറാണ്." കുഞ്ചു ശിരസ്സ് കുനിച്ചു. രാജാവ് പറഞ്ഞു: "മന സ്സിൽ കറയില്ല. അതുകൊണ്ട് ശിക്ഷയുമില്ല. എനിയ്ക്കറിയാം നമ്പ്യാരുടെ മനസ്സ്..." കുഞ്ചൻ വീണ്ടും രാജാവിനെ തൊഴുതു. തിരിഞ്ഞ് നടക്കാൻ തുടങ്ങുമ്പോൾ രാജാവ് പറഞ്ഞു: "നമ്പ്യാർ ഒന്ന് നില്ക്ക..." കുഞ്ചൻ തിരിഞ്ഞു നിന്ന് കാതോർത്തു. രാജാവ് പറഞ്ഞു: "പറയാൻ എനിക്ക് വിഷമമാണ്.. കിള്ളിക്കുറിശ്ശിയിൽ നിന്ന് രണ്ടു പേർ വന്നിരുന്നു... കൃഷ്ണനനും ഗോപാലനും... ഒരു ദിവസം നമ്പ്യാരെ കാത്തിരുന്നു... അവർ തിരിച്ചു പോയി..." ഒരു നിമിഷം രാജ്ഞിയെ തിരിഞ്ഞു നോക്കിയ രാജാവ് തുടർന്നു. "കുഞ്ചന്റെ കുഞ്ഞമ്മാമന്റെ മരണവിവരം അറിയിക്കാനായി രുന്നു അവർ വന്നത്." കുഞ്ചൻ പറഞ്ഞു: "വഴിയിൽ നിമിത്തങ്ങളുണ്ടാ യിരുന്നു... കാക്കകൾ പറഞ്ഞു... കാക്കകളുടെ മുന്നൂറ് വിധം ശബ്ദ ങ്ങളും എനിക്ക് തിരിച്ചറിയാൻ കഴിയും... ഞാൻ പോകുന്നു... ഉദയക്രി യകൾ ചെയ്യണം."

രാജ്ഞിയുടെ മടിയിൽ ഇളം പൈതൽ അപ്പോഴും കരയുന്നുണ്ടാ യിരുന്നു.

കുഞ്ചു മുഖം താഴ്ത്തി തിരിച്ചുനടന്നു.

പിറകിൽ നിന്ന് രാജാവ് വിളിച്ച് ചോദിച്ചു: "ആരെങ്കിലും കൂടെവ രണോ?" തിരിഞ്ഞുനോക്കാതെ കുഞ്ചൻ പറഞ്ഞു: "വേണ്ട."

ഇടവഴിൽ നിന്ന് മുറ്റത്തേക്ക് കയറുന്ന നാല് പടിയുള്ള മരക്കോ ണിയെ ചിതല് പുതഞ്ഞിരിക്കുന്നു. പടിയിൽച്ചവിട്ടിയപ്പോൾ കോണിയി ളകി. ചില ഭാഗം ചിതല് കൊഴിഞ്ഞു. ചിതലൊഴിഞ്ഞഭാഗം ഞരമ്പ് നടിച്ച് കാലു പോലെ മരപ്പലക!

മുറ്റം നിറയെ പുല്ലും തൊട്ടാവാടിയും നിറഞ്ഞിരിക്കുന്നു... അവിട വിടെ വീണു മുളച്ച തുളസിച്ചെടികൾ കുലച്ചിരിക്കുന്നു... ഒതുക്കുകല്ലിന്റെ കീഴിൽ ഭൂശർക്കരച്ചെടി തഴച്ച് വളർന്നിരിപ്പുണ്ട്... അമ്മയുടെ ചൂല് തൊടാത്ത ഖേദമുണ്ട് മുറ്റത്തിന്.

വരാന്തയിൽ കയറിയപ്പോൾ ചിലന്തിവലകൾ മുഖംതഴുകി. മച്ചിൻ പുറത്ത് മാറാലകൾ നിറഞ്ഞിരിക്കുന്നു. ചാണകം മെഴുകിയിരുന്ന നിലത്ത് ചിതൽപ്പുറ്റുകൾ തലയുയർത്തിയ കാഴ്ച.

അടഞ്ഞ് കിടന്ന വാതിലിന് മുമ്പിൽ കുറേനേരം നിന്നു. ഉള്ളിന്റെ യുള്ളിൽ പെരുങ്കൊല്ലന്റെ ഉലപഴുക്കുകയാണ്. കണ്ണുകൾ പെയ്തപ്പോൾ മേൽമുണ്ട് നനഞ്ഞു...

കുഞ്ചു കുഞ്ഞമ്മാമന്റെ കുഴിമാടത്തിലേക്ക് നടന്നു... കനലടങ്ങാത്ത ചിതയ്ക്ക് മുമ്പിൽ മുട്ടുകുത്തി പ്രണമിച്ചു.. 'അസുഖ വിവരമറിഞ്ഞിട്ടും എനിക്ക് വരാൻ കഴിഞ്ഞില്ല... ഇപ്പോൾ കുഞ്ഞമ്മാമന്റെ കുഞ്ചു ശരിയ്ക്കും അനാഥനാണ്... അനാഥനായ ഈ മരുമകന്റെ അശ്രുപൂജ സ്വീകരിക്കണം...' കുഞ്ചു നിവർന്ന് നിന്ന് ചിതയിലേയ്ക്ക് നോക്കി നെഞ്ച ത്തടിച്ചുകൊണ്ട് ഉറക്കെപ്പറഞ്ഞു: "ചിതയിലെ കനൽ എരിഞ്ഞടങ്ങും പക്ഷെ അടങ്ങില്ലാ ഈ നെഞ്ചിലെ കനലൊരിക്കലും..." പിറകിൽ കൃഷ്ണനനും ഗോപാലനും വന്ന് നില്ക്കുന്നത് അയാൾ അറിഞ്ഞിരുന്നില്ല.

കൃഷ്ണൻ പറഞ്ഞു: "കുഞ്ചോ മതി."

അടച്ച വാതിൽ തുറന്നത് ഗോപാലനാണ്... കുഞ്ചു അകത്ത് കടന്നു. മച്ചകത്ത് ചെറിയ വവ്വാലുകൾ ചിറകിട്ടടിച്ചു. വായുവിൽ പൂപ്പലിന്റെ രൂക്ഷഗന്ധം! കുഞ്ഞമ്മാമൻ കിടന്ന മുറിക്കകത്ത് കയറി പുല്ലുപായ വിരിച്ച് മലർന്ന് കിടന്നു.

മയക്കത്തിന്റെ പിടിയിലമരുമ്പോൾ അയാൾ പാക്ക് പലകയിലേക്ക് നോക്കി... വലയിൽ കുരുങ്ങിയ വലിയ പാറ്റയെ കെട്ടിവരിയുന്ന ചിലന്തി. ചിലന്തിയുടെ പിടിയിൽ ഞെരിഞ്ഞമരുന്ന പാറ്റയുടെ ശിരസ്സറ്റ് വീണത് കുഞ്ചന്റെ നെഞ്ചിലേക്കാണ്.

മയക്കത്തിന്റെ ചിറകിൽക്കിടന്ന് അയാൾ ദുസ്വപ്നങ്ങൾ കണ്ടു.... മച്ചകത്തെ ഭഗവതി... തെക്കേത്തറയിലെ ഗുണികൻ... ഭണ്ഡാരമൂർത്തി... എല്ലാവരും ഉറഞ്ഞ് തുള്ളുകയാണ്.

അവർക്കിടയിൽ നൃത്തച്ചുവടുകളുമായി രുഗ്മിണി.!...

കതകടച്ച് താക്കോൽ കൈയിലെടുത്തു... വരാന്തയിൽ കൃഷ്ണനും ഗോപാലനുമുണ്ടായിരുന്നു. ഗോപാലൻ പറഞ്ഞു: "ഒടുവിലായപ്പോൾ ദുരിതായിരുന്നു. ഭക്ഷണം കഴിയ്ക്കാൻ പോലും കഴിയാത്ത ഒരവസ്ഥ... പാട്ടില്ല. എഴുത്തില്ല. നെഞ്ചിൽ കഫത്തിന്റെ എട്ടുകാലികൾ വലനെയ്തിരുന്നു... രുഗ്മിണിയായിരുന്നു ഏക ആശ്രയം."

കുഞ്ചൻ പറഞ്ഞു: "ഞാൻ പാപിയാണ്. മഹാപാപി... അറിയാം" താക്കോൽ കൃഷ്ണന്റെ കയ്യിൽകൊടുത്തിട്ട് കുഞ്ചു പറഞ്ഞു. "സന്ദർഭം വരുമ്പോൾ താക്കോല് രുഗ്മിണിയ്ക്ക് കൊടുക്കണം. ഈ വീട് അവൾക്കുള്ളതാണ്..."

തൊണ്ടയിടറി... ശരീരം വിയർത്തു.

കുത്തുകല്ലിറങ്ങുമ്പോൾ പിറകിൽ നിന്ന് കൃഷ്ണൻ വിളിച്ചു.

"കുഞ്ചോ!"

കുഞ്ചു തിരിഞ്ഞ് നോക്കാതെ പടിയിറങ്ങി നടന്നു.

ഇരുപത്തിരണ്ട്

രാജാവിനെ കാണണം കുഞ്ചു മനസ്സിൽ കരുതി! പലതും ചെയ്യാനുണ്ട്. പലതും എഴുതാനുണ്ട്. കീഴ്ജാതിക്കാരായി, ഉപേക്ഷിക്കപ്പെട്ടവരായി പുറന്തള്ളപ്പെട്ടവരായി, ഭരണ വൃത്തത്തിന്റെ അതിർത്തി രേഖയ്ക്കപ്പുറത്ത് കഴിയുന്ന അർദ്ധ നഗ്നരും അരപ്പട്ടിണിക്കാരുമായ ഒരു കൂട്ടം മനുഷ്യജിവികൾ! വിശപ്പിനെ കലയാക്കിമാറ്റിയ ഒരു ജനസഞ്ചയം! അവരുടെ പാട്ടും നൃത്തവും താളവും അതായിരുന്നു കുഞ്ചുവിന്റെ മനസ്സ് നിറയെ.

മനസ്സിന്റെ ഉൾക്കോണിലെവിടെയോ എരിഞ്ഞു തീരാത്ത ഒരു കനലായി കുഞ്ഞമ്മാമൻ!.. പാഴ്മണ്ണിലേക്ക് വലിച്ചെറിയപ്പെട്ട മഞ്ചാടിക്കുരുക്കൾ!... അശരണയായി, കരുവാളിച്ച മുഖവുമായി രുഗ്മിണി... ദുഃസ്വപ്നമായി കയറിവരുന്ന ഉണ്ണൂലി... രാജ്ഞിയുടെ അറയിൽ തളം കെട്ടിയ

വിയർപ്പിന്റെ ഗന്ധം... രാജാവിന്റെ കണ്ണിലൂറുന്ന നിഷ്കളങ്കത... സ്നേഹം!

കാതങ്ങൾ ഓരോന്ന് പിന്നിടുന്തോറും ക്ഷീണം കാലുകളിലേക്ക് താഴ്ന്നിറങ്ങി നീർക്കെട്ടായി കനക്കുന്നു...

നാട്ടുവഴിയിൽ ധാരാളം യാത്രക്കാർ. സ്ത്രീകളും പുരുഷന്മാരും കുട്ടികളും. അടുത്തെങ്ങാനുമുള്ള ക്ഷേത്രത്തിൽ ഉത്സവമുണ്ടാകും. അല്ലെങ്കിൽ ആഴ്ചച്ചന്ത.

കണ്ടവരിൽ ചിലർ ചോദിച്ചു: "കുഞ്ചൻ നമ്പ്യാരാണോ?" ചിലരോട് മാത്രം തലയാട്ടി... ചിലരോട് ഒന്നും പറയാതെ മുഖം തിരിച്ചു.

കവിതകൾ നാട്ടുകാരും അറിഞ്ഞുതുടങ്ങിയിരിക്കുന്നു. സ്ത്രീകൾക്ക് ചിലപ്പോൾ അറിയാവുന്നത് കൈകൊട്ടിക്കളിപ്പാട്ടായിരിക്കും. രാജ്ഞിക്ക് വേണ്ടി ഒറ്റ രാത്രികൊണ്ട് എഴുതിയതാണത്...

നല്ലവെയിലുണ്ട് പക്ഷെ ചൂടില്ല. ദാഹിക്കുന്നുണ്ടെങ്കിലും തൊണ്ട വരണ്ടില്ല. അടുത്തൊന്നും സംഭാരപ്പുരകളിലെന്ന് തോന്നുന്നു... വിശപ്പും ദാഹവും ഏറിവന്നു. വിശപ്പ് വയറ്റിൽ നിന്ന് തലയിലേക്ക് കയറി. തലകനക്കുന്നു. നടക്കണമെങ്കിൽ വെള്ളം കുടിക്കണം.

മേയാൻവിട്ട പശുക്കൾക്കായി വഴിയരികിൽ വെള്ളം നിറച്ച കൽത്തൊട്ടി!... വെള്ളം കണ്ട ആവേശത്തിൽ കുരുവികൾ ആർത്തുല്ലസിക്കുന്നു. കാക്കകളും മൈനകളും മുങ്ങിക്കുളിക്കുന്നു... എന്തായാലും ശരി ദാഹം മാറ്റണം. കൽത്തൊട്ടിയിൽ നിന്ന് വെള്ളമെടുത്ത് മുഖം കഴുകി. കൈക്കുമ്പിളിൽ വെള്ളം കോരി കാല് നനച്ചു. കൈക്കുടന്ന നിറയെ കോരിയെടുത്ത് ദാഹം തീർത്തു.

അകലനിന്നേ ക്ഷേത്രത്തിന്റെ കൊടിമരം കാണാമായിരുന്നു. ആൽമരച്ചില്ലകളിൽ ഹൃദയമർമ്മരം! കുഞ്ചു തലയുയർത്തി നോക്കി ഏത് കൊമ്പിലിരുന്നായിരിക്കും ശ്രീകൃഷ്ണൻ പുല്ലാങ്കുഴൽ വായിക്കുന്നത് അന്ന് വില്വമംഗലസ്വാമി കണ്ടത്? കണ്ടോ കണ്ടില്ലയോ ആർക്കറിയാം. ഏതായാലും അന്നും ഇന്നും നാട്ടുകാർ വിശ്വസിക്കുന്നുണ്ട് ആലിൻ കൊമ്പിലിരുന്ന് ശ്രീകൃഷ്ണൻ പറഞ്ഞിട്ടാണ് ക്ഷേത്രംപണിതതെന്ന്... മണ്ണിൽ നിന്ന് പൊന്നരിച്ചെടുക്കുമ്പോലെ ചരിത്രം അരിച്ചെടുക്കണം എന്നല്ലേ കുഞ്ഞമ്മാമൻ പറഞ്ഞത്.

അമ്പലത്തിന്റെ കിഴക്കേനടയ്ക്കു നേരെയെത്തിയപ്പോൾ ക്ഷേത്രമുഖത്തേക്ക് തിരിഞ്ഞുനിന്ന് ഇടതുവശത്തെ കളത്തിൽനിന്ന് കൈകാൽ കഴുകി. ശ്രീകോവിലിന് നേർക്ക് നടക്കുന്ന ഒന്നോ രണ്ടോ ഭക്തന്മാർ. ശ്രീകോവിലിന് നേർക്ക് കൈകൂപ്പിനിന്ന് കുഞ്ചു പറഞ്ഞു. "ഞാനടുത്തേക്ക് വരുന്നില്ല. അമ്മാമന്റെ പുലയുണ്ട്... അശുദ്ധമാക്കുന്നില്ല ഞാൻ."

ഭൂമിയിൽ തൊട്ട് നമസ്കരിച്ച ശേഷം നടന്നകലുന്ന കുഞ്ചുവിന് നേർക്ക് ഒരു ഭ്രാന്തൻ ഓടി വരുന്നു.

നേർക്ക് നേരെ നിന്നപ്പോൾ ഒന്ന് ചിരിച്ചു. അവ്യക്തമായ ഭാഷയിൽ എന്തൊക്കെയോ പറഞ്ഞുകൊണ്ടിരുന്നു. കൈകളിൽ ഇതൾ വിരിയുന്ന മുദ്രകൾ... അർത്ഥവത്തായ ആംഗ്യങ്ങൾ!

കുഞ്ചു അയാളെത്തന്നെ നോക്കിനിന്നു.

ചരിത്രകഥയുടെ ഏതോ ഏടിൽ നിന്ന് പുനർജനിച്ചെത്തിയ വിഭ്രാന്തജീവിതം!

കൈയിൽ കരുതിയ ഒരു വലിയ ഉരുളൻകല്ല് കുഞ്ചുവിന്റെ കൈയിൽ കൊടുത്തിട്ട് ഭ്രാന്തൻ പറഞ്ഞു: "ഈ കല്ലല്ലാതെ മറ്റൊന്നും തരാനില്ല. മേലോട്ട് ഉരുട്ടിക്കോളൂ... മനസ്സ് ശാന്തമാകും."

പൊട്ടിച്ചിരിച്ചും മുദ്രകൾ കാട്ടിയും അയാൾ നടന്നകന്നപ്പോൾ കുഞ്ചൻ ആ ചെറുകല്ലിൽ തന്നെ നോക്കി.... നാറാണത്ത് ഭ്രാന്തനെ ഓർമ്മവന്നു. പ്രതിഷ്ഠയുടെ സത്യം!... ഭ്രാന്തിന്റെ മാഹാത്മ്യം!

അഷ്ടബന്ധത്തിലുറയ്ക്കാത്ത വിഗ്രഹം ഒറ്റക്കൈകൊണ്ട് ഉറപ്പിച്ച നാറാണത്ത് ഭ്രാന്തൻ! ആലോചനയിൽ മുഴുകിക്കൊണ്ട് നടന്നു. ചിന്തകൾ ഓടിച്ചെന്നത് ചരിത്രകഥയുടെ ചിതലരിക്കാത്ത പഴഞ്ചൻ താളിയോലകളിലേക്ക്...

കുടമാളുരെത്തെ മഠത്തിൽച്ചെന്ന് കയറി. മുറ്റത്തും വരാന്തയിലും കരിയിലകൾ ചതഞ്ഞ് പറ്റിക്കിടക്കുന്നു. ചവിട്ടുപടിയിൽ, മായാത്ത ഓർമ്മകൾപോലെ പറ്റിപ്പിടിച്ച പൂപ്പലുകൾ.

വാതിൽ തുറന്ന് അകത്ത് കടന്നു. ഇറങ്ങിപ്പോയ ദിവസം കൊട്ടിയടച്ച മുറിയിൽ കത്തിയമർന്ന കരിന്തിരിയുടെ ഗന്ധം ഇപ്പോഴും നിറഞ്ഞ് നില്ക്കുന്നുണ്ടോ?

ജനൽപ്പാളികൾ തുറന്നിട്ടപ്പോൾ അകത്തേക്ക് വെളിച്ചം കടന്നുവന്നു. ക്ഷണിക്കാതെ വന്ന ശീതക്കാറ്റ്... ആശ്വാസം!

കുഞ്ചൻനമ്പ്യാർ ഓലത്തടുക്കിൽ, തലയ്ക്ക് കൈവെച്ച് മലർന്ന് കിടന്നു. മച്ചിൻപാളിയിൽ പാറ്റയെ പിടിക്കുന്ന ഗൗളി.

പ്രാണനുവേണ്ടി പിടയുന്ന പാറ്റയുടെ അവസാന ശ്രമവും നിലച്ചു... നിശ്ചലം! ഗൗളിയുടെ അടഞ്ഞവായ്ക്കകത്ത് ഇരുവശങ്ങളിലേക്കും എറിച്ച് നീണ്ട പാറ്റച്ചിറകുകൾ. കത്തിവേഷത്തിന്റെ ചുട്ടിപോലെ! അയാൾ അതുതന്നെ നോക്കിക്കിടുന്നു.

ചുറ്റും പടയണിക്കോലങ്ങൾ തുള്ളുന്നതുപോലെ തോന്നി. പിന്നാലെ അസുരവാദ്യത്തിന്റെ ദ്രുതതാളം!...

ഏതോ സ്ത്രീയുടെ കൈകൾ തനിക്കുനേരെ നീങ്ങിവരുന്നതുപോലെ... മഞ്ചാടിക്കുരുക്കൾ മുറ്റത്തേക്കു വലിച്ചെറിഞ്ഞ് മുഖം കൂർപ്പിച്ച് നില്ക്കുന്ന വല്യമ്മായി... വാതിൽപ്പാളിക്കപ്പുറം രുഗ്മിണിയുടെ നനഞ്ഞൊട്ടിയ കൺപീലികൾ.... ഒറ്റത്തിരിയിട്ട നിലവിളക്കിന് മുമ്പിൽ.

ഭട്ടതിരി പറഞ്ഞു: "എല്ലാരും പിരിഞ്ഞുപോയി.. പ്രമാണികളിൽ രണ്ടാൾക്ക് മൂത്രശങ്ക.. അവർ വീണ്ടും അടുക്കളയ്ക്ക് ഓരം ചേർന്നുള്ള മൂത്രപ്പുരയിലേയ്ക്ക് നടന്നു.. പാത്രം കഴുകി നിന്ന് പണിക്കാരത്തികൾ പോയതിനാൽ രണ്ടുപേരും ഉടനെ തിരിച്ചുവന്നു.."

കുഞ്ചൻനമ്പ്യാർ ചോദിച്ചു: "മൂത്രം പോയില്ലേ?"

പ്രമാണികളിൽ ഒരാൾ പറഞ്ഞു: "ഒരു ശങ്കയേ ഉണ്ടായിരുന്നുള്ളൂ. ചെന്നപ്പോൾ വേണ്ടാന്ന് തോന്നി..." ഒരു ഇളിഭ്യച്ചിരിയോടെ അയാൾ തല

കുനിച്ച് നടന്നു.

മുഖം മറയെ കോടി പുതച്ചുറങ്ങുന്ന അമ്മ!.... പച്ചവിറകിന്റെ കട്ടിലിൽ അഗ്നിയെക്കാത്ത് കിടക്കുന്ന കുഞ്ഞമ്മാമൻ.... വെളുത്ത കഴുത്തിൽ നാഗഫണത്തിന്റെ നീലിച്ച തിണർപ്പുമായി വിറങ്ങലിച്ച് കിടക്കുന്ന ചെറിയമ്മായി...... ആരെയോ ഓടിച്ചിട്ട് കടിക്കാൻ ശ്രമിക്കുന്ന നായ്ക്കൾ!

കുഞ്ചു വികൃതമായ ഒരു ശബ്ദം പുറപ്പെടുവിച്ചു... കണ്ണടച്ച് ഇടത്തോട്ട് ചരിഞ്ഞ് കിടന്നു. അന്തരീക്ഷത്തിൽ കുഞ്ഞമ്മാമന്റെ വിയർപ്പിന്റെ ഗന്ധം!.... ഉടുമുണ്ടിന്റെ കോന്തലയിൽ ഒരു കുരുക്ക് വീഴുന്നു.... മയക്കം വരികയാണ്.... എവിടെ നിന്നോ ഒഴുകിയെത്തുന്ന ഈറക്കുഴൽ നാദം..... ആൽമരത്തിന്റെ കൊമ്പുകൾ ഇളകുന്നുണ്ടാകുമോ?

ആരോ കതകിന് മുട്ടിയപ്പോൾ കുഞ്ചൻനമ്പ്യാർ കാതോർത്തു. "ആരാണ്?" അയാൾ വിളിച്ച് ചോദിച്ചു.

"ഞാൻ രാജസേവകൻ." പുറത്ത് ശബ്ദം കേട്ടപ്പോൾ കുഞ്ചൻ എഴുന്നേറ്റിരുന്നു.

"വന്നോളൂ!... സേവകനോ, രാജാവോ, മന്ത്രിയോ ആരാണെങ്കിലും അകത്തേയ്ക്കു വന്നോളൂ" കുഞ്ചൻ പറഞ്ഞു.

സേവകൻ അകത്തേയ്ക്ക് വന്നു. സേവകന് തലപ്പാവും രാജചിഹ്നവും മെയ് വസ്ത്രങ്ങളും കൈയിൽ കുന്തവും.

"കുഞ്ചൻനമ്പ്യാർ രാജസന്നിധിയിലെത്തി രാജാവിനെ മുഖം കാണിക്കണമെന്ന് കല്പനയായിരിക്കുന്നു."

സേവകൻ പറഞ്ഞു.

ഉറക്കച്ചടവിന്റെ അസ്വസ്ഥതയോടെ.... ചങ്കിൽ നിറഞ്ഞ കഫത്തിന്റെ ഇടർച്ചയോടെ കുഞ്ചു ചോദിച്ചു. "വിശേഷിച്ചെന്തെങ്കിലും?"

സേവകൻ പറഞ്ഞു: "അറിയില്ല.. കൂട്ടിക്കൊണ്ട് ചെല്ലാനാണ് കല്പന."

കുഞ്ചൻ പറഞ്ഞു: "വരാം."

പുറത്തിറങ്ങി കിണറ്റിൻകരയിൽ ചെന്ന് ശരീരശുദ്ധിവരുത്തി, പതിവുപോലെ ഒരു കെട്ട് എഴുത്തോല കൈയിലെടുത്ത് നാരായം എളിയിൽ തിരുകി. സേവകന്റെ പിന്നാലെ നടന്നു.

"കാര്യമായി എന്തെങ്കിലുമില്ലെങ്കിൽ ആളയച്ച് വിളിപ്പിക്കാറില്ല. എന്താണ് കാര്യം?" കുഞ്ചൻ സേവകനോട് വീണ്ടും ചോദിച്ചു.

തിരിഞ്ഞു നോക്കാതെ സേവകൻ പറഞ്ഞു: "ഭട്ടതിരിപ്പാടും മാത്തൂർ പണിക്കരും സന്നിധിയിലെത്തിയിട്ടുണ്ട്...... രാജഭടന്മാരുടെ ഒരു സംഘവും അവിടെ കാത്തിരിപ്പുണ്ട്.... മറ്റൊന്നും എനിക്കറിയില്ല."

കുറച്ച് ദൂരം നടന്നപ്പോൾ ഉറക്കച്ചടവ് മാറി... കുഞ്ചു ഊർജ്ജസ്വലനായി... കൊട്ടാര കവാടത്തിൽ പതിവില്ലാത്തവിധം ആൾക്കൂട്ടമുണ്ടായിരുന്നു.

കുഞ്ചൻനമ്പ്യാർ അകത്ത് കടന്നു.....രാജാവിന് സമീപം മാത്തൂർ പണിക്കരും ഭട്ടതിരിപ്പാടും ഇരിക്കുന്നു. ഇരുവശങ്ങളിലുമായി രാജഭടന്മാർ.....!

കുഞ്ചു രാജാവിനെ മുഖം കാണിച്ച് തൊഴുതുവണങ്ങി മാറിനിന്നു....

രാജാവ് പറഞ്ഞു: "കുഞ്ചൻനമ്പ്യാർക്ക് ഇരിക്കാം..."

കുഞ്ചു പറഞ്ഞു: "വേണ്ട, നില്ക്കാം."

രാജാവ് വീണ്ടും പറഞ്ഞു: "നമ്പ്യാരോട് ഇരിക്കാൻ പറഞ്ഞില്ലേ?"

കുഞ്ചു പറഞ്ഞു: "കവികൾ രാജദാസന്മാർ. ഇരിക്കാനവകാശമുണ്ടോന്നറിയില്ല...."

രാജാവൊന്ന് ഇരുത്തി മൂളി..... പിന്നെ നേരിയ ചിരി......

"കുഞ്ചൻനമ്പ്യാരേ, പതിവുകൾ തെറ്റിക്കുന്ന രാജാവാണ് ദേവനാരായണൻ...... കുഞ്ചൻനമ്പ്യാർക്ക് ഇരിക്കാം."

നമ്പ്യാർ ഇരുന്നു.

രാജാവ് ചോദിച്ചു. "കുഞ്ഞമ്മാമന്റെ ഉദകക്രിയകളെല്ലാം കഴിഞ്ഞു കാണും ഇല്ലേ?"

കുഞ്ചു പറഞ്ഞു: "ക്രിയകളൊന്നുമില്ല..... തിലോദകം മാത്രം. ചിതയ്ക്ക് മുമ്പിൽ രണ്ടിറ്റ് കണ്ണീർ.... ഓർമ്മകൾക്ക് മുമ്പിൽ ഒരു നെടുവീർപ്പ്! അത്രയേ കഴിയുമായിരുന്നുള്ളൂ... അതേ വേണ്ടിയിരുന്നുള്ളൂ."

രാജ്ഞി ചോദിച്ചു: "ഈ നാട്ടിൽ ക്ഷുരകന്മാരുടെ കുലം മുടിഞ്ഞിട്ടില്ല. ഒന്ന് സമീപിച്ചുകൂടെ."

ഒന്ന് പുഞ്ചിരിച്ച ശേഷം കുഞ്ചു പറഞ്ഞു: "മാറത്ത് മുട്ടുമ്പോൾ മുറിക്കാമെന്ന് കരുതി.... ഇത് ദീക്ഷയൊന്നുമല്ല. ക്ഷുരകന്ന് കൊടുക്കാൻ സമയമില്ല... അത്രയ്ക്കുണ്ട് മനസ്സിൽ, കൂത്തായും പടയണിയായും.."

രാജാവ് ചിരിച്ചുകൊണ്ട് പറഞ്ഞു "താനാണ് കവി..... ഭേഷ്" രാജ്ഞി പറഞ്ഞു: "എനിക്ക് കവിതകൾ കേൾക്കാൻ തിടുക്കമായി..... കുഞ്ചന്റെ കവിതയുടെ താളം.. മനോഹരം! അതിവിളംബത്തിൽ നിന്ന് തുടങ്ങി അതി ദ്രുതത്തിലേക്കുള്ള കൊട്ടിക്കയറ്റം..!"

കുഞ്ചൻ രാജ്ഞിയുടെ മുഖത്ത് നോക്കാതെ പറഞ്ഞു: "വരാം.. കവിത തരാം.. ക്ഷീണം മാറട്ടെ.... മനസ്സ് ശാന്തമാകട്ടെ." ഇടം കണ്ണാലെ രാജ്ഞിയെ നോക്കി... പ്രസവം കഴിഞ്ഞപ്പോൾ മഞ്ഞളിച്ചിരിക്കുന്നു... പ്രായത്തിന്റെ ചുളിവുകൾ മാഞ്ഞിരിക്കുന്നു."

കുഞ്ചുവിനെ രാജ്ഞി അടുത്തേക്ക് വിളിച്ചു...

രണ്ടടി മുന്നോട്ട് നടന്ന്.. നിറഞ്ഞ് ചിരിച്ചു കൊണ്ട് തൊഴുതു.

"... അമ്മേ ജഗദംബികേ..കാമസ്വരൂപിണീ..." മനസ്സിൽ പറഞ്ഞു.

നിറഞ്ഞ്പൂത്ത മാവിൻചുവട്ടിൽ നില്ക്കുന്ന ഒരനുഭൂതി.... ഭടന്മാരിൽ ഒരാൾ പറഞ്ഞു: "മഹാരാജനെ പരാതി കേൾപ്പിക്കാൻ സന്മനസ്സുണ്ടാകണം."

രാജാവ് പറഞ്ഞു: "നാം മറന്നു ഭട്ടതിരീ, കുഞ്ചൻനമ്പ്യാർക്കെതിരെ ഭടന്മാരുടെ പരാതിവായിക്കൂ."

ഭട്ടതിരിപ്പാട് എഴുന്നേറ്റ് നിന്ന് സദസ്സിനെ വണങ്ങിയ ശേഷം... പത്രിക നിവർത്തി പരാതി വായിച്ചു തുടങ്ങി.

"മഹാരാജാവ് ദേവനാരായണൻ തിരുമനസ്സിലേക്ക് അറിയുന്നതിന് രാജഭടന്മാർ ബോധിപ്പിക്കുന്നത്..

എന്തെന്നാൽ, കൊട്ടാരം കവിയായ കുഞ്ചൻനമ്പ്യാർ രാജാവിനെയും രാജഭടന്മാരെയും അപകീർത്തിപ്പെടുത്തുകയും അപവാദങ്ങൾ പ്രചരിപ്പിക്കുകയും ചെയ്യുന്നു... വിശ്വസ്ത രാജഭടന്മാരായ ഞങ്ങൾ മദ്യാസക്തരാണെന്നും ചൂതുകളി ഭ്രമക്കാരാണെന്നും രാജ്യരക്ഷയ്ക്കും നീതിനടത്തിപ്പിനുമായി മഹാരാജൻ കല്പിച്ചു നല്കിയ രാജചിഹ്നമുള്ള ആയുധങ്ങൾ കള്ളുപുരയിൽ പണയംവെച്ച് മദ്യം കഴിക്കുന്നുവെന്നും ആയുധങ്ങൾ പണയം വെച്ച് ചൂതുകളിക്കുന്നുവെന്നുമാരോപിച്ച് കവിതകൾ എഴുതുകയും... കവിതകൾ ഏറ്റുപാടി നാട്ടുകാർ രാജാവിനെയും ഭടന്മാരെയും അധിക്ഷേപിക്കുകയും..... നിന്ദിക്കുകയും ചെയ്യുന്നു... ആയതിനാൽ കുഞ്ചൻനമ്പ്യാരെ രാജസദസ്സിൽ നിന്ന് പുറത്താക്കി തക്കതായ ശിക്ഷ നല്കിയശേഷം നാടുകടത്തണമെന്നും ഈ വിവരം നാടുനാടാന്തരം തകില് കൊട്ടി വിളംബരം ചെയ്യണമെന്നും തിരുമനസ്സ് മുമ്പാകെ ബോധിപ്പിക്കുകയാണ്....."

വായന കഴിഞ്ഞ് പത്രിക മടക്കി ഭട്ടതിരി ഇരുന്നു.

രാജാവ് മാത്തൂർ പണിക്കരോട് പറഞ്ഞു: "മാത്തൂർപണിക്കർ! താങ്കളല്ലേ സേനാനായകൻ.. പറയൂ, എന്താണ് നാം വേണ്ടത്? പരാതിയിൽ കഴമ്പുണ്ടോ എന്നാണ് ആദ്യം അറിയേണ്ടത്..."

പണിക്കർ എഴുന്നേറ്റ് നിന്ന് പറഞ്ഞു: "തിരുമനസ്സിന് പ്രണാമം.. കുഞ്ചന്റെ കവിത ഞാൻ വായിച്ചു. പരാതിയിൽ പറഞ്ഞതെല്ലാം കവിതയിലുണ്ട്... ഭാഷ രൂക്ഷവുമാണ്. കവി നേരിൽ കണ്ടതുപോലെയാണ് വിവരണം."

"കാര്യത്തിൽ കഴമ്പുണ്ടോ... അതോ കേവലം കവിഭാവനയോ എന്ന് കുഞ്ചു തന്നെ പറയുന്നതാണ് നല്ലത് എന്ന് ഞാൻ കരുതുന്നു."

കുഞ്ചു പറഞ്ഞു: "കവിതന്നെയാണ് കവിത! കവിതയിൽ ഭാവനയാകാം... പക്ഷെ സത്യത്തിന്റെ നിറവുണ്ടാകണം... അതാണ് കവിത... ഞാനനുഭവിച്ചതേ ഞാൻ എഴുതിയിട്ടുള്ളൂ... ഭടന്മാർ കള്ളുപുരയിൽ പണയം വെച്ച ആയുധങ്ങളുമായി കള്ളുപുരയുടമ പുറത്ത് കാത്തുനില്ക്കുന്നുണ്ട്. തിരുമനസ്സിന്ന് വിളിപ്പിക്കാം...."

രാജാവിന്റെ മുഖത്ത് കരി മേഘങ്ങൾ പടർന്നു കയറി... ചുണ്ടുകൾ വിറച്ചു... അധികാര ദണ്ഡിൽ മുറുകെപ്പിടിച്ചു കൊണ്ട് രാജാവ് കിതച്ചു... രാജ്ഞി മേൽമുണ്ട് മടക്കി രാജാവിനെ വീശിക്കൊണ്ടിരുന്നു...

രാജ്ഞിയുടെ വിയർത്ത മാർക്കച്ചയിൽ നിന്ന് വിയർപ്പുതുള്ളികൾ നടുവയറിന്റെ രോമ വരകളിലൂടെ കീഴോട്ടൊഴുകി... പൊക്കിൾക്കുഴി നിറഞ്ഞു... മുലത്തടത്തിൽ മുത്തുമണികൾ തിളങ്ങി...അധികാരദണ്ഡിൽ മുറുകെപ്പിടിച്ചുകൊണ്ട് രാജാവ് പറഞ്ഞു. "പണിക്കരേ! വിളിക്കൂ അയാളെ..." അതൊരു ഗർജ്ജനമായിരുന്നു.

സേവകൻ കള്ള്കച്ചവടക്കാരനെ കൂട്ടി വന്നു... ഭാണ്ഡം നിറയെ ആയുധങ്ങളുമായി അയാൾ രാജാവിന്റെ മുമ്പിലെത്തി ഉപചാരപൂർവ്വം തൊഴുതുവണങ്ങി. കള്ളുപുരയുടമയോട് പണിക്കർ പറഞ്ഞു.

"കുഞ്ചൻനമ്പ്യാരുടെ കവിതകളിൽ പറയുന്നത് ശരിയാണെങ്കിൽ

കാണട്ടെ. രാജഭടന്മാർ പണയം വെച്ച ആയുധങ്ങൾ." കള്ളുപുരയുടമ രാജാവിനെയും പണിക്കരെയും ഭട്ടതിരിയെയും തൊഴുതുവണങ്ങിയ ശേഷം തോളിൽ നിന്ന് ഭാണ്ഡമിറക്കി താഴെവെച്ച് രാജമുദ്രയുള്ള ആയുധങ്ങൾ ഓരോന്നായി പുറത്തിറക്കി. രാജസന്നിധിയിൽ നിരത്തിവെച്ച ശേഷം തൊഴുകൈകളോടെ പറഞ്ഞു: "തിരുമനസ്സിന് പരിശോധിക്കാം... ഇതൊന്നും രാജസദസ്സിൽ പരിശോധനക്ക് എത്തിക്കരുതെന്നും പകരം ധനമോ, ധാന്യമോ തരാമെന്നും ഇവർ പറഞ്ഞിരുന്നു... ഭീഷണിയുമുണ്ടായിരുന്നു... ഇതെല്ലാം രാജമുദ്രയുള്ള ആയുധങ്ങളാണെന്ന് തിരിച്ചറിഞ്ഞാൽ.. അടിയന്റെ ജീവിതം അപകടത്തിലാകും.. എന്നെ രക്ഷിക്കണമെന്ന് താണപേക്ഷിക്കുകയാണ്."

അയാൾ മുട്ടുമടക്കി രാജാവിന് മുമ്പിൽ നമസ്കരിച്ചു. രാജാവ് കല്പിച്ചു.

"ഭട്ടതിരിയും ആയുധങ്ങൾ പരിശോധിക്കൂ."

ഭട്ടതിരിയും പണിക്കരും ഇറങ്ങിവന്ന് ആയുധങ്ങൾ ഒന്നൊന്നായി പരിശോധിച്ച് മാറ്റിവെച്ചു. കുഞ്ചൻ നമ്പ്യാർ ഒരു ഭാഗത്തേക്ക് മാറിനിന്ന് ചിരിക്കുന്നത് രാജാവ് ശ്രദ്ധിക്കുന്നുണ്ടായിരുന്നു.

ആയുധപരിശോധന കഴിഞ്ഞ് ഭട്ടതിരിയും പണിക്കരും രാജാവിനെ വന്ദിച്ചശേഷം പറഞ്ഞു: "മഹാരാജൻ! കുഞ്ചന്റെ വാക്കുകളിൽ പതിരില്ല... എല്ലാം രാജമുദ്രയുള്ള ആയുധങ്ങൾ തന്നെ."

രാജാവ് ദേഷ്യം കൊണ്ട് വിയർത്തു... മേൽക്കൂരപൊട്ടുമാറുച്ചത്തിൽ ദേവനാരയണൻ പറഞ്ഞു: "പണിക്കരെ... അടയ്ക്കൂ ഇവരെ കൽതുറുങ്കിൽ... കാണരുത് ഇനിയിവർ സൂര്യപ്രകാശം..."

മറ്റ് ഭടൻമാർ ഓടിവന്ന് കുറ്റവാളികളായ ഭടന്മാരെ കയ്യാമംവെച്ച് കൊണ്ടുപോകാനൊരുങ്ങി.

കുഞ്ചൻ നമ്പ്യാർ മുന്നോട്ട് വന്ന് രാജാവിനെ വണങ്ങിയശേഷം പറഞ്ഞു:

"മഹാരാജൻ! തിരുമനസ്സ്കൊണ്ട് ക്ഷമിക്കണം..... മദ്യവും മദിരാക്ഷിയും അധികാരവും ധനവും ആരെയും മയക്കും..... ചിലപ്പോൾ ആനയെപ്പോലും..... വെറുതെയിരുന്ന് മടുക്കുന്ന ഭടൻമാർക്ക് ഇതൊക്കെയേ നിവൃത്തിയുള്ളു..... ക്ഷമിക്കണം ഒരുവട്ടം... മാപ്പാക്കണം... ഭടന്മാരെ, അടിയൻ അപേക്ഷിക്കുകയാണ്. ഓർക്കണം അവരുടെ കുടുംബത്തെ..... ഹൃദയം തകർന്ന് അനാഥമായിപ്പോകുന്ന കുഞ്ഞുമക്കളെ."

രാജാവിന്റെ വിയർപ്പാറി..... മിഴിച്ച കണ്ണുകൾ കുഞ്ചുവിന്റെമേൽ തറച്ചുനിന്നു.. അതൊരു നമസ്കാരമായിരുന്നു. രാജാവ് മനസ്സുകൊണ്ട് പ്രജയ്ക്കു മുമ്പിൽ സാഷ്ടാംഗപ്രണാമം... ബുദ്ധിക്ക് മുമ്പിൽ അധികാരത്തിന്റെ പ്രണാമം....

ഭാവംമറച്ച് ചിരിച്ചുകൊണ്ട് രാജാവ് ചോദിച്ചു: "കുഞ്ചൻനമ്പ്യാർ.... കവി കുഞ്ചൻനമ്പ്യാർ!.. കൈക്കൂലിപ്പണമായി സ്വർണ്ണനാണയങ്ങൾ എത്ര കൈപ്പറ്റി?"

കുഞ്ചു പറഞ്ഞു: "കവികൾ..... കലാകാരന്മാർ!.... അവർ ദരിദ്ര

രാണ്..... സമ്മതിക്കുന്നു... കൈക്കൂലി വാങ്ങാൻ എനിക്ക് കിരീടവും ചെങ്കോലുമില്ല." പറഞ്ഞു കഴിഞ്ഞശേഷം ഒന്നുംപറയാതെ കൈകൂപ്പി നിന്നു. രാജാവും ഒന്നും പറഞ്ഞില്ല.

പണിക്കരോടും ഭട്ടതിരിയോടുമായി രാജാവ് പറഞ്ഞു: "കവിയുടെ വാക്കുകൾ ഞാൻ ബഹുമാനിക്കുന്നു... ഇവരെ തൽക്കാലം വെറുതെവിടുന്നു. ഇനിയും ഇതാവർത്തിച്ചാൽ ശിക്ഷ കഠിനം."

കുറ്റവാളികൾ രാജാവിനെ തൊഴുതുവണങ്ങി തിരിഞ്ഞ് നടക്കുമ്പോൾ അവരിൽ ഒരാൾ കുഞ്ചൻനമ്പ്യാരെ തിരിഞ്ഞുനോക്കി. ആ കണ്ണുകൾ നിറഞ്ഞൊഴുകുന്നുണ്ടായിരുന്നു.... കഴുമരത്തിൽനിന്ന് താഴെ ഇറങ്ങിയവന്റെ ആശ്വാസമായിരുന്നു ആ കണ്ണുകളിൽ.കുഞ്ചൻ രാജാവിനെ തൊഴുതുവണങ്ങി തിരിഞ്ഞു നടന്നു.

തിരിഞ്ഞു നടക്കുന്ന കുഞ്ചുവിനെ നോക്കി രാജാവ് ദീർഘശ്വാസം ചെയ്തു.....

കുഞ്ചു അകന്നകന്ന് പോയപ്പോൾ രാജാവ് പറഞ്ഞു: "എഴുത്തുകാർ കാവൽക്കാരാണ്, രാജാവിന്റെ ശമ്പളം പറ്റാത്ത കാവൽക്കാർ... അവർ നേരറിയുന്നവരും വിളിച്ചു പറയുന്നവരുമാണ്..... തെറ്റുകൾ തിരുത്തുന്നവരും നിയമങ്ങൾ സൃഷ്ടിക്കുന്നവരുമാണ്."

രാജ്ഞി രാജാവിനെ നോക്കിച്ചിരിച്ചു...ഒരു നിറഞ്ഞ ചിരി! രാജ്ഞിയുടെ അടുത്തായി നിന്ന ദാസിയുടെ തോളിലിരുന്ന് കുഞ്ഞ് ചിരിച്ചു...... രാജ്ഞി കുഞ്ഞിനെ നോക്കിച്ചിരിച്ചു..... ചിരിയിൽ അഭിമാനത്തിന്റെ തിളക്കം!

ഇരുപത്തിമൂന്ന്

സമയം സന്ധ്യ.!

ഉമ്മറത്ത് വിളക്ക് കൊളുത്തി... കുഞ്ചു വരാന്തയിലിരുന്ന് എന്തോ ആലോചിക്കുകയായിരുന്നു... വായിൽനിറയെ വെറ്റില മുറുക്ക്... ജാപ്പാണപ്പുകയിലയുടെ സുഖസാന്ദ്രമായ ചൊരുക്കിൽ കുഞ്ചൻ ചാരുപടിയിൽ ചാരിയിരുന്നു.

പുറംവഴിയിൽ കാൽപ്പെരുമാറ്റവും ഒതുക്കിയ സംസാരവും കേട്ട് കുഞ്ചൻ തിരിഞ്ഞുനോക്കി.. ഉമ്മറത്തെ നിലവിളക്കിന്റെ തിരിവെട്ടത്തിൽ ഇലഞ്ഞിമരച്ചുവട്ടിൽ കാണാവുന്ന കാലുകൾമാത്രം!

കുഞ്ചു തിരിഞ്ഞിരുന്ന് ചോദിച്ചു. "ആരാണാവോ ഈ ത്രിസന്ധ്യയ്ക്ക് അജ്ഞാത ദൂതുമായി രണ്ട് മനുഷ്യക്കോലങ്ങൾ?... ആരായാലും കയറിവരാം."

കുഞ്ചൻനമ്പ്യാർ ലഹരിയുടെ ആലിംഗനത്തിൽ ഉന്മാദിയായിരിക്കുകയായിരുന്നു. പനങ്കള്ളിന്റെയും ജാപ്പാണപ്പുകയിലയുടെയും ചിറകിൻപുറത്ത് പറക്കുന്ന നിമിഷങ്ങൾ.!.. കുഞ്ചൻ കുടുകുടാ ചിരിച്ചു... അലയലയായി പടർന്ന് കയറുന്ന ചിരി.... മന്ത്രിയും, സേനാനായകനും..

വെളിച്ചത്തിലേക്ക് നടന്നടുത്ത പണിക്കരും ഭട്ടതിരിയും പൂമുഖത്തേക്ക് കയറി, കുഞ്ചന്റെ സമീപം ചാരുപടിയിലിരുന്നു.

ലഹരിയുടെ കിങ്കരന്മാർവന്ന് ഇടയ്ക്കിടെ തഴുകിയടയ്ക്കുന്ന കണ്ണുകൾ വിരൽകൊണ്ടുയർത്തി പണിക്കരെയും ഭട്ടതിരിയെയും സൂക്ഷിച്ചു നോക്കിയശേഷം പറഞ്ഞു: "ഓ!.. ചെമ്പകശ്ശേരി മഹാരാജൻ ദേവനാരായണന്റെ പ്രധാനമന്ത്രി ബഹുജനസമക്ഷം അഭിനന്ദിച്ച് വിട്ടയച്ച കവിയെ ഇരുട്ടിന്റെ മറവിൽ ആരും കാണാതെ പിടിച്ചുകൊണ്ടുപോയി തുറുങ്കിലടയ്ക്കാൻ വന്നതായിരിക്കും... ആയ്ക്കോളൂ... കൊണ്ടുപോയ്ക്കോളൂ... സത്യം വിളിച്ച് പറയുന്ന എഴുത്തുകാരന്റെ വിധി അതാണ്... കൽത്തുറുങ്കിന്റെ അന്ധകാരസുഖം.!"

"അല്ലെങ്കിൽ പിന്നെ നട്ടെല്ല് വളയ്ക്കണം... ഓച്ഛാനിച്ച് നില്ക്കണം! രാജാവിന്റെ പാദധൂളികളെടുത്ത് നെറ്റിയിൽ ചാർത്തണം..."

വയ്യ... കുഞ്ചൻനമ്പ്യാർക്കത് വയ്യ.. വിളിച്ചോളൂ ഭടന്മാരെ. ഇലഞ്ഞി മരത്തിന്റെ ഇരുട്ടിനപ്പുറം കാത്തുനില്ക്കുന്നുണ്ടവർ.. സേനാധിപന്റെ ഒരു വിരലനക്കത്തിനായി. എനിക്കറിയാമത്... പക്ഷെ അതിന്മുമ്പ് ഒരു നിമിഷം എനിക്കായി തരണം... ഒരു സ്വകാര്യത്തിന്... മറ്റൊന്നുമല്ല.. കോണകമെടുത്തുടുക്കണം. കുളിക്കുമ്പോൾ അലക്കിയിട്ടതാണ്. ഉണങ്ങിക്കാണും" കുഞ്ചു ഉറക്കെയുറക്കെ ചിരിച്ചു കൊണ്ടിരുന്നു.

ഭട്ടതിരി കുഞ്ചന്റെ മുഖത്ത് തന്നെ നോക്കിയിരുന്നു. നെയ്വിളക്കിന്റെ തിരിവെളിച്ചത്തിൽ കുഞ്ചന്റെ മുഖത്ത് തെളിയുന്ന ആക്ഷേപവും ഹാസ്യവും!

നെയ്വിളക്കെടുത്ത് ചാരുപടിയിൽ കുഞ്ചന്റെ സമീപത്തായി വെച്ചുകൊണ്ട് ഭട്ടതിരി പറഞ്ഞു: "കുഞ്ചാ.. ഞാൻ നിനക്ക് അന്യനല്ല. നിനക്കോർമ്മയില്ലാഞ്ഞിട്ടാണ്... എന്റെ അച്ഛനാണ് നിന്റെ നാവിന്മേലെഴുതിയത്... അത് മുജ്ജന്മനിയോഗം... നീ ഓർക്കണമെന്നില്ല... എങ്കിലും ഞാൻ നിനക്ക് ശത്രുവല്ല... കള്ളിന്റെ കലിയിറങ്ങുമ്പോൾ നിനക്കത് മനസ്സിലാകും.." കുഞ്ചു ഭട്ടതിരിയുടെ കണ്ണുകളിലേക്ക് നോക്കിയിരുന്നു... പിന്നെ കൈകൾ കൂട്ടിപ്പിടിച്ച് പ്രണമിച്ചു. "ക്ഷമ, ക്ഷമ! സർവ്വാപരാധം ക്ഷമ!"കുഞ്ചു മന്ത്രിച്ചു.

മാത്തൂർപണിക്കർ പറഞ്ഞു. ''കുഞ്ചൻനമ്പ്യാർ!.. ഞാനും നിങ്ങൾക്ക് അന്യനല്ല.. നിങ്ങളുടെ പിതൃപരമ്പരയുടെ ശൃംഖലയിൽ ഏതോ ഒരുകണ്ണിക്ക് എന്റെ പൂർവ്വസൂരികളുമായി ഒരു ചാർച്ചയുണ്ട്.. കോഴിക്കോട്ടെ ധർമ്മോത്ത് കുടുംബത്തിന്റേതായി നീണ്ട് നീണ്ട് കിടക്കുന്ന ചരടിൽ ഒരിഴ!.. ഇപ്പോൾ കുടിപ്പാർപ്പ് നെടുമുടിയിൽ!ചെമ്പകശ്ശേരി രാജാവിന്റെ ഹൃദയ വിശാലത കാരണം സേനാനായകനായി അത്രയേയുള്ളൂ...."

മുൻവരിപ്പല്ലുകൊണ്ട് ചിരിച്ച് കാണിച്ച് അണപ്പല്ലുകൊണ്ട് കടിച്ച് കീറി കാര്യം നേടുന്നവരല്ല ഞങ്ങൾ.. വരും കാലം പറയും അതെല്ലാം കുഞ്ചനോട്."

നമ്പ്യാർ എഴുന്നേറ്റ് നിന്ന് രണ്ടു പേരെയും നമസ്കരിച്ചശേഷം

പറഞ്ഞു... "തെറ്റിദ്ധരിച്ചു... ക്ഷമിക്കണം... ഞാൻ രാജസദസ്സിൽ പറഞ്ഞത് കളവല്ല.. ഭാവനയുമല്ല... രാജ്യത്തിന്റെ ആയുധം സുരക്ഷയുടെ അക്ഷരങ്ങളാണ്... അക്ഷരം പണയം വെക്കുന്നത് ആത്മാവ് പണയപ്പെടുത്തലാണ്. രാജ്യസുരക്ഷയ്ക്കുള്ള ആയുധങ്ങളിൽ കള്ളം കാണിക്കുന്നത് ചതിയാണ്... ചതിയന്മാരെ സൂക്ഷിക്കണം."

ഭട്ടതിരി പറഞ്ഞു: "നല്ലത്.. നിന്റെ ഉള്ളിലെ അഗ്നിയുടെ ചൂട് ഞങ്ങൾ അനുഭവിക്കുന്നു... നിന്റെ മനസ്സിലെ അമർഷവും ദുഃഖവും തിരിച്ചറിഞ്ഞിരിക്കുന്നു, ദേവനാരായണൻ. വന്നോളു ഞങ്ങളുടെ കൂടെ ചെമ്പകശ്ശേരിക്ക്.. നാളെ പുറപ്പെടാം... രാമായണവും മഹാഭാരതവും തർജ്ജമ ചെയ്യണം. ബഹുജനങ്ങൾക്ക് വേണ്ടി.. സംസ്കൃതം കലർന്ന എന്റെ ഭാഷ ജനങ്ങൾക്ക് ദഹിക്കില്ലാന്നാണ് രാജാവിന്റെയും രാജ്ഞിയുടെയും അഭിപ്രായം... അപ്പോൾ തന്റെ പേരാണ് മനസ്സിൽ വന്നത്." ഭട്ടതിരി ചിരിച്ചു. കുഞ്ചൻനമ്പ്യാർ പറഞ്ഞു: "ഗുരുവചനം, ബഹുവചനം! ബഹുവചനത്തിലെ ബഹുവിന് അർത്ഥം ഏറെയുണ്ടല്ലോ?.. ആയിക്കോട്ടെ."

ഭട്ടതിരിയും പണിക്കരും ഇറങ്ങുമ്പോൾ കുഞ്ചു കൂടെയിറങ്ങി. ഇലഞ്ഞിമരച്ചുവട്ടിലോളംചെന്നു. ഭട്ടതിരി തിരിഞ്ഞ് നിന്ന് കുഞ്ചുവിനോടായി പറഞ്ഞു: "നാളെ പ്രഭാതത്തിൽ പുറപ്പെടണം.. ഞങ്ങൾ കടവത്ത് കാത്തിരിക്കും.. മറക്കണ്ട."

കുഞ്ചു പറഞ്ഞു: "മറക്കില്ല."

നേരം പുലർച്ചെ സൂര്യരശ്മികൾ ഭൂമിയെ തഴുകുന്നതിന് മുമ്പു തന്നെ ഭട്ടതിരിയും മാത്തൂർ പണിക്കരും കുഞ്ചൻനമ്പ്യാരും ചെമ്പകശ്ശേരിയ്ക്ക് പുറപ്പെട്ടു.

മേൽഭാഗം പാതിയിരുട്ടിന്റെ മേലാപ്പ്!... കീഴ്ഭാഗം ജലനീലിമ!.. ജലവിതാനത്തിൽ ചിറ്റോളങ്ങൾ!.. പുലർകാല മഞ്ഞിന്റെ സൗഹൃദ സ്പർശം!..

തോണി സാവധാനം നീങ്ങിത്തുടങ്ങി.. കുഞ്ചൻനമ്പ്യാർ ഒന്നും പറയാതെ.. ഒന്നും കേൾക്കാതെ, തോണിക്കമ്പിൽ മുഖം താഴ്ത്തിയിരുന്നു...

ഇടയ്ക്കിടെ തോൾ സഞ്ചിയിൽ തഴുകി കൊണ്ടിരുന്ന കുഞ്ചൻ ജലപ്പരപ്പിന്റെ മധ്യത്തിലെത്തിയപ്പോൾ ചോദിച്ചു. "രാജ്ഞി എവിടെയാണ്?.. കുടമാളൂരോ? ചെമ്പകശ്ശേരിയിലോ?"

ഒരു ചെറുചിരിയോടെ മാത്തൂർ പണിക്കർ പറഞ്ഞു: "രാജ്ഞിക്ക് ചെമ്പകശ്ശേരിയിലേക്ക് വിലക്കാണ്."

കുഞ്ചു തലതാഴ്ത്തിയിരുന്നു.

തുഴക്കാരൻ പറഞ്ഞു: "നന്നായി പിടിച്ചിരുന്നോളു.. ഇനിയുള്ള യാത്ര ചുഴികൾക്ക് മീതെയാണ്... കാറ്റുണ്ട്... കരുതണം."

കാറ്റിന്റെ ഗതിക്ക് ശക്തി കൂടിക്കൊണ്ടിരുന്നു.. തോണി ഇരുവശത്തേക്കും ഉലയാൻ തുടങ്ങി... ഭട്ടതിരിയും പണിക്കരും ഭഗവാന്റെ പേരുകൾ ഉച്ചത്തിൽ ഉരുവിട്ടുകൊണ്ടിരുന്നു... കുഞ്ചൻനമ്പ്യാർ അക്ഷോഭ്യനായി മുഖം താഴ്ത്തിയിരുന്നു. കരയ്ക്കടുക്കാറായപ്പോൾ കാറ്റ് ക്രമേണ ശമിക്കുന്നുണ്ടായിരുന്നു.

തോണിയിൽ നിന്ന് കരയ്ക്കിറങ്ങിയപ്പോൾ ഭട്ടതിരി പറഞ്ഞു: "പാർത്ഥസാരഥി നമ്മളെ തുണച്ചു."

പണിക്കർ പറഞ്ഞു. "അല്ലാഞ്ഞാൽ എന്തായിരുന്നു അവസ്ഥ!" കുഞ്ചൻനമ്പ്യാർ ഒന്ന് ചിരിക്കുക മാത്രം ചെയ്തു. ഭട്ടതിരി ചോദിച്ചു: "കുഞ്ചൻ എന്താ മൂകനായത്? യാത്ര ഇഷ്ടപ്പെട്ടില്ലാന്നുണ്ടോ?"

കുഞ്ചു പറഞ്ഞു: "ഞാൻ കണ്ടു... പാർത്ഥസാരഥിയുടെ ചമ്മട്ടി." കുടുകുടാ ചിരിച്ചുകൊണ്ട് തുടർന്നു... "തുഴക്കാരന്റെ കൈയിൽ." ഭട്ടതിരിയും പണിക്കരും നമ്പ്യാരും രാജവീഥിയിലേക്ക് പ്രവേശിച്ചു. രാജവീഥിയുടെ ഇരുവശങ്ങളിലും നിന്ന ആളുകൾ ഭട്ടതിരിയെയും പണിക്കരെയും ബഹുമാനപുരസ്സരം സ്വീകരിക്കുന്നുണ്ടായിരുന്നു. അവരിൽ ചിലർ കുഞ്ചൻനമ്പ്യാരെ വെറുതെ നോക്കുക മാത്രം ചെയ്തു. ബഹുമാന്യരായവർക്കിടയിൽ കണ്ട അപരിചിതനോടുള്ള നേരിയ അനുഭാവം മാത്രം! ദേവനാരായണൻ രാജാധികാരത്തിന്റെ വേഷഭൂഷാദികളോടെ അധികാരക്കസേരയിൽ ഇരിക്കുകയായിരുന്നു. ഭട്ടതിരിയും മാത്തൂർ പണിക്കരും കുഞ്ചൻനമ്പ്യാരും രാജസന്നിധിയിലെത്തി. കുഞ്ചു പതിവുപോലെ രാജാവിനെ തൊഴുത് നമസ്കരിച്ച് മാറിനിന്നു..

നിറഞ്ഞ് ചിരിച്ചു കൊണ്ട് രാജാവ് പറഞ്ഞു: "കുഞ്ചൻനമ്പ്യാർ! നമുക്ക് സന്തോഷമായി ... കാര്യങ്ങൾ ഭട്ടതിരിയും പണിക്കരും പറഞ്ഞു കാണുമല്ലൊ. ചെമ്പകശ്ശേരിയിലെ സ്ത്രീകളും പഠിക്കട്ടെ *രാമായണ*വും *മഹാഭാരത*വുമൊക്കെ ... സംസ്കൃതം അവർക്ക് വശമില്ല."

കുഞ്ചു പറഞ്ഞു: "അറിയാം."

രാജാവ് പറഞ്ഞു: "എങ്കിൽ കാവ്യങ്ങൾ രണ്ടും ജനഭാഷയിലേക്ക് വിവർത്തനം ചെയ്തോളൂ."

ചെറുചിരിയോടെ കുഞ്ചു പറഞ്ഞു: "ഭടജനങ്ങടെ നടുവിലിന്നൊരു കേരളഭാഷ തന്നെ ചിതം വരൂ."

ഭട്ടതിരിയും പണിക്കരും രാജാവും കുലുങ്ങി ചിരിച്ചു.

രാജാവ് പറഞ്ഞു: "ഭേഷ്."

സൂര്യൻ മറയുമ്പോഴേക്കും നിലാവ് വന്നിരുന്നു...

പുറത്ത് വണ്ണാത്തിക്കിളികളുടെ നാമജപം കഴിഞ്ഞു. ഭട്ടതിരി കുഞ്ചന്റെ താമസസ്ഥലത്തെത്തി. നമ്പ്യാർ കുളികഴിഞ്ഞ് ഈറനുടുത്ത് ഭസ്മം ചാർത്തിക്കൊണ്ട് അകത്ത് നില്ക്കുകയായിരുന്നു.

ഭട്ടതിരിയെ കണ്ടപ്പോൾ കുഞ്ചൻ പറഞ്ഞു: "ഗുരുവിന്ന് സ്വാഗതം." ഭട്ടതിരി പറഞ്ഞു: "വന്ദ്ര! നമുക്ക് പാർത്ഥസാരഥിയെ തൊഴുതുവരാം."

മുണ്ടും മേൽമുണ്ടും ധരിച്ച് ഭട്ടതിരിയുടെ പിറകേ ചെന്ന് പാർത്ഥസാരഥിയെ തൊഴുതു.

തിരിച്ച് നടക്കുമ്പോൾ കുഞ്ചു പറഞ്ഞു: "എനിക്ക് പാർത്ഥസാരഥിയുടെ കൈയിലെ ചമ്മട്ടി ഇഷ്ടമായി. വഴി വിട്ട് നടക്കുന്ന നായന്മാരെയും കവിടിയുഴിഞ്ഞ് കള്ളം പറഞ്ഞ് പാവം ജനങ്ങളെ വഞ്ചിക്കുന്ന ജ്യോത്സ്യന്മാരെയും നിലയ്ക്ക് നിർത്താൻ ആ ചമ്മട്ടിമതി."

"കുഞ്ചാ! നിന്റെ കുറുമ്പ് കുറച്ച് കൂടുന്നുണ്ട്.. നാവടക്കിക്കോളൂ

അതാ നല്ലത്"

ഭട്ടതിരി ചിരിച്ചുകൊണ്ട് പറഞ്ഞു:

അത്താഴത്തിന് മുമ്പ് കുഞ്ചൻ എഴുത്തോലകളുമായി നിലവിളക്കിന്റെ മുമ്പിലിരുന്നു... ആദ്യം *രാമായണമോ*, *മഹാഭാരതമോ?*.. രണ്ടായാലും ഇതൊരു വഴിപ്പെടലാണ്. ഭരണാധിപന്റെ ചാട്ടവാറിന് കീഴിൽ ഒരു കാവ്യരചന! പറ്റില്ലാ.. എനിക്കത്. പക്ഷെ വേറെ വഴിയില്ലല്ലോ ഊണിന് വകയില്ലാത്ത കവികൾ, തോന്നാത്ത കവികൾ ക്ഷണിച്ച് വരുത്തുന്നു..

അയാൾ താളിയോലകളും നാരായവും മുമ്പിൽ വെച്ച് പ്രാർത്ഥനയിൽ മുഴുകി. ശൂന്യമായ മനസ്സിൽ അക്ഷരങ്ങൾ മുളച്ചില്ല. നേരം ഏറെ വൈകി... സേവകൻ കൊണ്ടുവെച്ച ഭക്ഷണം തണുത്ത് മരവിച്ചിട്ടുണ്ടാകും.

പുറത്ത് ശീതക്കാറ്റടിക്കുന്നു.. ജനൽ വഴി കടന്നു വരുന്ന കാറ്റിന് ഇലഞ്ഞിപ്പൂവിന്റെ ഗന്ധം! കാറ്റിന് ഗന്ധർവ്വന്റെ സ്വരസാന്നിദ്ധ്യം.. ഇല്ല മനസ്സുണരുന്നില്ല... വിഘ്നേശ്വരനും സരസ്വതിയും അടുത്തേക്ക് വരുന്നേയില്ല.

എഴുത്തോലയും നാരായവും നിലവിളക്കിന്റെ പാദത്തിൽവെച്ച് കുഞ്ചു എഴുന്നേറ്റ് മുറ്റത്തിറങ്ങി... തെക്കും വടക്കും നാലഞ്ചടി നടന്നു നോക്കി ... നടത്തം വടക്കോട്ടാക്കി നീട്ടിനടന്നു.

ഭട്ടതിരിയുടെ കിടപ്പു മുറിയ്ക്ക് മുമ്പിലെത്തി... ആദ്യം ശങ്കിച്ചു. അകത്ത് നിന്നു ഒളിഞ്ഞ് നോക്കുന്ന തിരിവെട്ടം കണ്ടപ്പോൾ കതകിന് മുട്ടി ... ആദ്യം പതിയെ ..പിന്നെ ശക്തിയായി.

ഭട്ടതിരി കതക് തുറന്നു. "ആരാ?"

കുഞ്ചൻ പറഞ്ഞു, "ഞാൻ... കുഞ്ചൻനമ്പ്യാർ"

"കുഞ്ചനോ? എന്താ ഈ അസമയത്ത്... സ്വപ്നാടനമോ?" കുഞ്ചു പറഞ്ഞു: "അല്ല സ്വബോധത്തോടെ തന്നെ"...

മനസ്സിൽ ഒന്നും മുളപൊട്ടുന്നില്ല. നാമ്പെടുക്കുന്നില്ല... തിരയില്ലാത്ത കടലാണ് ഞാൻ... ഗന്ധമില്ലാത്തപൂവാണ് ഞാൻ...നാദം വരാത്ത മിഴിവാണ് ഞാൻ....എനിക്ക് കുറച്ച് പനങ്കള്ള് വേണം... കിട്ടിയേ തീരൂ."

ഭട്ടതിരി ഒന്നും പറഞ്ഞില്ല.

നേരം അസമയം... കരിയിലകൾ മഞ്ഞിൽ കുതിർന്നിരിക്കുന്നു..

"പ്രേത സഞ്ചാരം നടക്കുന്ന സമയം!.. എന്നാലും വന്നോളു... ചേന്നൻ ഉറങ്ങിക്കാണില്ല..."

രണ്ടുപേരും നടന്നു... ഒരുപാട് ദൂരം... ഇലകൊണ്ട് മൂടിയ മൺപാത്രങ്ങൾ തുറന്നു.. ചേന്നന്റെ കൈവിറച്ചു... കുഞ്ചന്റെ മദ്യപാനം വയറ് നിറയെ... വെറും വയറ്റിൽ പനങ്കള്ളിന്റെ തിരയിളക്കം! .ത... ത്തരികിടതോം ...തത്തിത്തോം...

ചടുലതാളങ്ങൾ.. ഭട്ടതിരി കുഞ്ചുവിന്റെ കൂടെ വന്നു..

കുഞ്ചനെ അകത്താക്കി വാതിലടച്ച് ഭട്ടതിരി അടുത്തമുറിയിൽ ചെന്ന് കിടന്നു.

യാമങ്ങൾ കഴിഞ്ഞു... കുഞ്ചൻ നാരായം കൈയിലെടുത്തു.. വാണി ദേവിയുടെ വീണാവാദനം! വിഘ്നേശ്വരന്റെ ഇടം കണ്ണാലുള്ള നോട്ടം!. താളിയോലകളിൽ നാരായത്തുമ്പ് സഞ്ചരിക്കാൻ തുടങ്ങി.

മനസ്സിന്റെ മച്ചിൻപുറത്ത് നിന്ന് കഥാപാത്രങ്ങൾ ഇറങ്ങി വന്നു.. അവർക്കൊപ്പം കുഞ്ചുവിനും സഞ്ചരിക്കാൻ തുടങ്ങി.. സുതപുത്രനായ കർണ്ണൻ!

കുഞ്ചു കർണ്ണനുമായി താദാത്മ്യം പ്രാപിക്കുകയായിരുന്നു. പെറ്റമ്മയാലും പിതാവിനാലും ഗുരുവിനാലും ഋഷിയാലും ബ്രാഹ്മണനാലും ശപിക്കപ്പെട്ട കർണ്ണൻ!.. സഹോദരങ്ങളാൽ ചതിക്കപ്പെട്ട, വധിക്കപ്പെട്ട കർണ്ണൻ!

അറയിലേക്ക് കയറി വന്ന ഭട്ടതിരി കുഞ്ചുവിനെ തന്നെ നോക്കി നിന്നു.. പ്രതിഭയുടെ ബഹിർ സ്ഫുരണം!. നാട്യത്തിന്റെ തികവ്..!

ഭട്ടതിരിക്ക് കണ്ണു നിറഞ്ഞു...

അകലെ കുന്നിൻ ചെരുവിൽ കോഴികൾ കൂവുന്നത് ഭട്ടതിരി ശ്രദ്ധിക്കുന്നുണ്ടായിയിരുന്നു...

എണ്ണ വറ്റി കെടാറായ നിലവിളക്കിലേക്ക് കുഞ്ചന്റെ കണ്ണീരൊഴുകി. വിളക്ക് തെളിഞ്ഞ് കത്തി ... കവിതന്നെ കവിതയായ് കത്തുന്നു..

ഭട്ടതിരി പറഞ്ഞു: "കുഞ്ചാ മതി... ബാക്കി നാളെയാകാം. കോഴി കൂവുന്നു... നേരം പുലരുന്നു.."

കുഞ്ചു ഭട്ടതിരിയുടെ കാലക്കൽ നമസ്കരിച്ചു. ഗുരുവിനെ തൊഴുതു കൊണ്ട് കുഞ്ചു ഓലത്തടുക്കിലേക്ക് മലർന്നു.

ഇരുപത്തിനാല്

നിദ്രയുടെ ജലപാളിക്ക് കീഴെ എല്ലാം മറന്ന് കിടക്കുന്ന കുഞ്ചൻ നമ്പ്യാർ! ഓലത്തടുക്കിന്റെ തലഭാഗത്ത് എണ്ണ വറ്റിയണഞ്ഞ നിലവിളക്ക്!.. വലതുകൈയിൽ അമർത്തിപ്പിടിച്ച നാരായം... ചിതറിക്കിടക്കുന്ന എഴുത്തോലകൾ. കതകടയ്ക്കാൻ മറന്ന നമ്പ്യാരുടെ മുറിയിലേക്ക് ഭട്ടതിരിയും പണിക്കരും കയറിച്ചെന്നു... കൂർക്കം വലിയുടെ താളം അവർ കുറേ നേരം ശ്രദ്ധിച്ചു. പണിക്കർ കുഞ്ചുവിനെ വിളിച്ചുണർത്തി "കുഞ്ചാ! എഴുന്നേല്ക്ക്. എന്തൊരു കൂർക്കംവലിയാണിത്. നേരം എത്രയായീന്നറിയോ?"

കുഞ്ചൻ എഴുന്നേറ്റിരുന്ന് കോട്ടുവായിട്ടു. ഭട്ടതിരിയെയും, പണിക്കരെയും കണ്ടപ്പോൾ മുഖത്ത് ജാള്യത.

"ഇന്നലെ കിടക്കാൻ വൈകി. മച്ചിൻപുറത്ത് നിന്ന് ഇറങ്ങി വന്ന കർണ്ണനും ദുര്യോധനനും എന്നെ ശല്യം ചെയ്തു.

വ്യാസർഷിയെ ഞാൻ ശിരസാനമിച്ചുകൊണ്ട് തിരുത്തുകയാണ്.

മൺകലത്തിൽ സൂക്ഷിച്ച വെള്ളമെടുത്ത് വായിലേക്കൊഴിച്ചു... "ഇന്നലെ മദ്യസേവ കുറച്ച് കൂടിപ്പോയി അല്ലേ?"

ഭട്ടതിരി ചോദിച്ചു:

കുഞ്ചു പറഞ്ഞു: "ക്ഷമിക്കണം എത്രയായിരുന്നു എന്ന് ഓർമ്മയില്ല.. എങ്കിലും ഒന്നും പിഴച്ചില്ല. വേണമെങ്കിൽ ഓലകൾ എടുത്തു നോക്കാം".. കുഞ്ചൻ ഓലകൾ പെറുക്കിക്കൂട്ടി ഭട്ടതിരിയുടെ കൈയിൽ കൊടുത്തു.

ഭട്ടതിരി ഒന്ന് കണ്ണോടിച്ചശേഷം പറഞ്ഞു: "ഭേഷ്! നീയാണ് കവി. പദവിന്യാസം ഗംഭീരം.. ആശയം അതിലേറെ..."

പണിക്കർ പറഞ്ഞു: "കുഞ്ചൻ കുളിച്ച് വരൂ.. ഇന്ന് ചിങ്ങമാസം ഒന്നാണ്. അത്തത്തിരുന്നാൾ കൊടിയേറ്റം.. ക്ഷേത്രോത്സവം..! പത്തുദിവസമാണുത്സവം.. നാട്ടുകാർ ഒരുക്കത്തിലാണ്!"

"ഉം. വേഗമാകട്ടെ കുളിയും ജപവും..."

കുഞ്ചൻ കുളിച്ച് വരും വരെ ഭട്ടതിരിയും പണിക്കരും കവിത വായിച്ച് രസിച്ചു..

"ഉത്സവത്തിന്റെ ആദ്യ ചടങ്ങ് മഠം കെട്ടാണ്. അത് നാല്പത്തൊന്ന് ദിവസം മുമ്പ് കഴിഞ്ഞു." ഭട്ടതിരി പറഞ്ഞു: "ഇനി നിനക്ക് കള്ളിന്ന് കൂട്ടാൻ മത്സ്യവും മാംസവും ഒന്നും കിട്ടില്ല. നിർബ്ബന്ധമാണെങ്കിൽ വാടപ്പുറത്ത് ചെല്ലണം. ക്ഷേത്രത്തിന്റെ നാലതിരുകൾക്കപ്പുറത്തെ സ്ഥലമാണ് വാടപ്പുറം."

പാവുമുണ്ടുടുക്കുന്നതിനിടയിൽ കുഞ്ചു ചോദിച്ചു:

"ഞാനിപ്പഴെന്താ വേണ്ടത്?.. എനിക്കൊന്നും അറിയില്ല... പട്ടിണി കിടക്കണോ എങ്കിൽ ആവാം... അത് നല്ല ശീലോണ്ട്." പണിക്കർ പറഞ്ഞു: "പട്ടിണികിടക്കൊന്നും വേണ്ട.. കള്ള് കുടി കുറയ്ക്ക്യാ... കവിത രചിക്യാ.. മത്സ്യമാംസം കഴിവോളം വജ്ജിയ്ക്ക്യാ."

ഭസ്മം കൈവെള്ളയിലെടുത്ത് വെള്ളം ചേർത്ത് തിരുമ്മി.നെറ്റിയിലും പുറത്തും കൈത്തണ്ടയിലും അംഗനം ചെയ്യുന്നതിനിടയിൽ കുഞ്ചൻ പറഞ്ഞു: "മത്സ്യോം മാംസോം വേണെങ്കില് വർജ്ജിക്കാം പക്ഷെ പനങ്കള്ളും വെറ്റില മുറുക്കും ഉപേക്ഷിക്കാൻ പറ്റില്ല. ദൈവം കോപിയ്ക്യാച്ചാൽ ആയ്ക്കോട്ടെ."

കുഞ്ചു മൺകലത്തിൽ നിന്ന് വീണ്ടും ഒരു കുടം വെള്ളമെടുത്ത് കുടിച്ച ശേഷം പറഞ്ഞു: "ധിക്കരിയ്ക്ക്യല്ല.. ശീലായിപ്പോയി." മുഖത്ത് ക്ഷമാപണം നിഴലിച്ചു.

ഭട്ടതിരി പറഞ്ഞു: "നീയൊരു തോന്ന്യാസിയാ.. എന്നാലും ക്ഷമിക്കുന്നു.. ആയ്ക്കോളൂ.. വേണോന്ന്ച്ചാൽ എല്ലാം സ്വകാര്യം ഞാൻ ഏർപ്പാടാക്കാം. ചേന്നന്റെ കുടിലിൽ ഏല്പിച്ചിട്ടുണ്ട്." ഒന്ന് അമർത്തിച്ചിരിച്ച ശേഷം പറഞ്ഞു: "ഒന്നല്ല എല്ലാം."

പണിക്കർ പറഞ്ഞു: "അറിയില്ലാച്ചാൽ പറഞ്ഞു തരാം. അമ്പലപ്പുഴ ക്ഷേത്രോത്സവത്തിന് കുറേ ചടങ്ങുകളൊക്കെയുണ്ട്."

"ആദ്യം മഠം കെട്ട്! പിന്നെ ഓടവെട്ടും കുളവെട്ടും... കൊടിയേറ്റത്തിന് മുമ്പായി കാരായ്മക്കാരായ കരൂർ വേമ്പനാട്ടില്ലത്ത് നിന്ന് കുറിപ്പ് വാങ്ങിക്കണം... ഇക്കുറിയും വാങ്ങി..."

"ഇല്ലത്തെ ഇളയതാ തന്നത്...ആള് യോഗ്യനാ."

"ഇനിയിപ്പം കൊടിയേറ്റം!.. അത് അടുത്തുവരുന്നു... അടയ്ക്കച്ചേരികൊണ്ട് പിരിച്ച കയറാ കൊടിയേറ്റത്തിന്ന്... ഏല്പിച്ച് കഴിഞ്ഞു." കുഞ്ചു കുടുകുടാ ചിരിച്ചു കൊണ്ട് പറഞ്ഞു. 'അപ്പോൾ അടക്കാച്ചേരിയും കയറാകും ഇല്ലേ?"

പണിക്കരും ഭട്ടതിരിയും ഉറക്കെ ചിരിച്ചിട്ട് പറഞ്ഞു. "പഴഞ്ചൊല്ലിലും പതിരുണ്ടെടോ വന്നോളു വെറും വയറോടെയിരിക്കണ്ട. പനങ്കള്ളിന്റെ മട്ട് കുടലിൽ കിടന്ന് കയ്ക്കണ്ട .... ഊട്ടുപുരയിൽ ഇനിയങ്ങോട്ട് തകൃതിയാണ്."

എല്ലാവരും ഊട്ടുപുരയിലേക്ക് നടന്നു.

പണ്ടു പണ്ടേയുള്ള ചടങ്ങും തീരുമാനവുമനുസരിച്ച് തന്ത്രി തിരുമനനമ്പൂതിരി നേരത്തേയെത്തി.

ഭട്ടതിരി പറഞ്ഞു: "നാളെയാണ് കൊടിയേറ്റം... എല്ലാം ഒരുങ്ങിയോ ആവോ പടിത്തരം വായനയ്ക്ക് സമയമായിവരുന്നു."

കുഞ്ചൻനമ്പ്യാരെ കണ്ടപ്പോൾ കണ്ണ് ചുളിച്ചുകൊണ്ട് തിരുമന നമ്പൂതിരി ചോദിച്ചു: "ഏതാ ഈ ഇളം തണ്ട് കണ്ട് പരിചയോല്ലല്ലോ."

ഭട്ടതിരി ചോദിച്ചു: "ക്ഷമിക്കണം. ഇത് കുഞ്ചൻ നമ്പ്യാർ കലക്കത്ത് തറവാട്ടിലേതാണ്... കൂത്തും കൂടിയാട്ടവും പടയണിയും വേലയും ഒക്കെവശോണ്ട്... കവിതയിലാണെങ്കിൽ ബഹുകേമൻ!.. രാജാവ് ഇവിടെ പാർപ്പിയ്ക്ക്യാ..."

തിരുമനനമ്പൂതിരി ഒന്ന് ഇരുത്തിമൂളി. "ആവാം.. ഒക്കെയാവാം..കാഴ്ചയിൽ ഇത്തിരി ഭ്രാന്തുണ്ടെന്ന് തോന്നുന്നു."

കുഞ്ചൻനമ്പ്യാർക്കത് രസിച്ചു. നമ്പ്യാർ പറഞ്ഞു: "എഴുത്തച്ഛനും ഉണ്ടായിരുന്നു ഇച്ചിരിഭ്രാന്ത് ... പനങ്കള്ളിന്റെ ഭ്രാന്തേ... വ്യാസമുനിക്ക് സോമരസോം ... അതൊന്നും ഇല്ലാണ്ട് പറ്റില്ല തിരുമേനീ.."

തിരുമേനി ചിരിച്ചുകൊണ്ട് പറഞ്ഞു: "ധിക്കാരം എനിക്കിഷ്ടായി. തുറന്ന് പറയാനുള്ള തന്റേടം കുതിച്ചോളു ഇഷ്ടം പോലെ."

പണിക്കർ പറഞ്ഞു: "സ്വന്തമായി ഒരു കലാരൂപം ഉണ്ടാക്കാനുള്ള ശ്രമത്തിലാ... ഇവൻ. കേൾക്കണോ കാര്യം ഓട്ടനും പറയനും ശീതങ്കനും വേണ്ടി ഒരു കലാരൂപം!"

നമ്പൂതിരി നിവർന്നിരുന്ന് കണ്ണടച്ച് ധ്യാനിച്ചശേഷം പറഞ്ഞു. "അടുത്തുവരൂ!".. കുഞ്ചു അടുത്ത് ചെന്നു.

"അധികൃതന്റെ കല!.. നല്ലത്.. നന്നാവും തീർച്ചയായും നന്നാവും" നമ്പൂതിരി കുഞ്ചന്റെ നെറുകയിൽ കൈവച്ചു....

'പടിത്തരം വായനയ്ക്ക്' നാട്ടുപ്രമാണികളും മറ്റ് ആളുകളും വന്നിരുന്നു. ഉത്സവത്തിന്റെ ഒരുക്കങ്ങൾ വിവരിക്കുന്ന പടിത്തരം വായനകഴിഞ്ഞു... നാട്ടുപ്രമാണികൾ കാര്യങ്ങൾ ഏറ്റെടുത്ത് നമസ്കരിച്ചു.

വെടിക്കെട്ട് പരിശോധനയ്ക്കായി എല്ലാവരും പുറത്തേക്ക് നടന്നു... തെക്കും പുറം മുതൽ പടിഞ്ഞാറ്റ സ്രാമ്പികുലോളം അച്ചിമാർ അടിച്ച് തളിച്ചു...ശുദ്ധികലശത്തിനുള്ള ഏർപ്പാടുകൾ ചെയ്തു...

ഉച്ച ഭക്ഷണത്തിനായി എല്ലാവരും പണിയിലേക്ക് നടന്നു... പരിപ്പും

നെയ്യും തൊട്ട് നാല് കൂട്ടം പായസങ്ങളടങ്ങിയ സദ്യ!.....

ഉത്സവത്തിനായി വന്നെത്തുന്നവർക്കായി കഞ്ഞി പാർച്ചയ്ക്കുള്ള തയ്യാറെടുപ്പുകൾ അപ്പോൾ തന്നെ പണിക്കരും ഭട്ടതിരിയും പറഞ്ഞേല്പിച്ചു ....

ഭക്ഷണം കഴിഞ്ഞ് നേരിയമയക്കത്തിന്ന് ശേഷം തട്ടിലിരുന്ന് വെറ്റില മുറുക്കുമ്പോൾ ഭട്ടതിരി പറഞ്ഞു:

"കൊടിയേറ്റത്തിന് ആരൊക്കെ എന്തൊക്കെയാണ് സമർപ്പിക്കേണ്ട തെന്ന് ഒരിക്കൽ കൂടിപ്രമാണികളെയും മറ്റുള്ളവരെയും ഓർമ്മിപ്പിക്കണം... എല്ലാവരും പിരിഞ്ഞു പോകുന്നതിന് മുമ്പ് വിളിച്ചേല്പിക്കണം."

പണിക്കർ പുറത്തേക്ക് പോയി ... പോകുമ്പോൾ കുഞ്ചനെ കൂടെ വിളിച്ചു. "വരൂ.. എല്ലാവരേയും കാണാം. പറയുന്നത് കേൾക്കാം." കൂടെ നടന്നു കൊണ്ട് കുഞ്ചൻ ചോദിച്ചു: "എന്തിനാണത്? ചടങ്ങുകളുടെ വിശദാംശമറിഞ്ഞിട്ട് ഞാനെന്താ കാര്യക്കാരനാവാൻ പോകുന്നോ?"

പണിക്കർ പറഞ്ഞു: "തനിക്ക് ബുദ്ധിയുണ്ട്... എന്നാൽ ചിലപ്പോൾ ഇല്ലതാനും.. എടോ നമ്പ്യാരേ. . ലോകം എന്താണെന്നറിഞ്ഞാല്ലേ നിനക്ക് എഴുതാൻ പറ്റൂ... കളിയാക്കാനും കാര്യങ്ങൾ അറിയണമല്ലോ..."

കുഞ്ചുവിന് ബോദ്ധ്യം വന്നു. "പണിക്കരദ്ദേഹവും കവിയാണല്ലോ" കുഞ്ചൻ ചോദിച്ചു... പണിക്കർ ഒന്ന് പുഞ്ചിരിച്ച ശേഷം പറഞ്ഞു: "മോഹണ്ടായിരുന്നു... നടന്നില്ല... തൊഴുത് നില്ക്കേണ്ട കീഴുദ്യോഗത്തേക്കാൾ നല്ലത്... നിവർന്ന് നിന്ന് എതിർക്കലാണ്..."

"ആറ് ദിവസം നായായി നിന്ന് വാലാട്ടുന്നതിനേക്കാൾ നല്ലത് ഒരു ദിവസമെങ്കിലും നരിയായ് നിന്ന് ഗർജ്ജിക്കലാണെടോ... കഴിഞ്ഞില്ലാ എനിക്ക്... തന്റെ ഗുരുനാഥൻ ഭട്ടതിരിക്കും കഴിഞ്ഞില്ല... രാജകുടുംബത്തിൽ നിന്ന് കല്യാണംകൂടി കഴിഞ്ഞപ്പോൾ നശിച്ചുപോയീ ആ മനുഷ്യൻ ... ഇപ്പോൾ നനഞ്ഞ വെടിമരുന്നാണയാൾ... അതാണ് തന്നോടിത്ര ഇഷ്ടം."

നമ്പ്യാർ പറഞ്ഞു: "ഏതായാലും കാണാം... പ്രമാണിമാരെ നായന്മാരുടെയും പട്ടന്മാരുടെയും വളഞ്ഞനട്ടെല്ലും ലാലാ ജലമൊഴുകുന്ന വയും... രസാണേ... നടക്വാ..."

പ്രമാണികളിരുന്ന് വെടിവട്ടം നടത്തുന്നിടത്തേക്ക് പണിക്കർ കടന്നു ചെന്നപ്പോൾ എല്ലാവരും ചിരി നിർത്തി. എഴുന്നേറ്റ് നിന്ന് ബഹുമാനിച്ചു.

തളത്തിനപ്പുറം പാത്രം കഴുകുന്ന പുറംപണിക്കാരത്തി പെണ്ണിന്റെ കയറ്റിക്കുത്തിയ മുണ്ടിനിടയിലൂടെ അകം തുടയുടെ മിനുപ്പ് നോക്കി വെള്ളമിറക്കുന്ന നായന്മാർ പണിക്കരെ കണ്ടില്ല.

പണിക്കർ കൈകൊട്ടിവിളിച്ചപ്പോൾ തിരിഞ്ഞുനോക്കി ഇളിഭ്യൻ ചിരിയോടെ അവർ ഓടിവന്ന് ഓച്ഛാനിച്ച് നിന്നു.

പണിക്കർ എല്ലാവരോടുമായി പറഞ്ഞു: "വന്നോളൂ അപ്പുറത്തേക്ക്... ഭട്ടതിരിയും പുതുമന നമ്പൂതിരിയും കാത്തിരിക്കുന്നു... സമർപ്പണ വസ്തുക്കൾ ഓർമ്മപ്പെടുത്തൽ കേട്ടോളൂ...

എല്ലാവരും മുണ്ടും വേഷ്ടിയും കുടഞ്ഞ് എഴുന്നേറ്റു... അടുക്കള

ക്കാരികളിൽ കണ്ണുനട്ടിരുന്നവർ ഏറ്റവും പിറകിലായി നടന്നു... കുഞ്ചു അവരെ തിരിഞ്ഞു നോക്കി. അവർ മൂത്രപ്പുരയിലേക്കോടുന്നത് കണ്ട് കുഞ്ചുവിന് ചിരിവന്നു.

നിലത്ത് വിരിച്ചിട്ട... പുൽപ്പായയിൽ എല്ലാവരും പതിഞ്ഞിരുന്നു. സമർപ്പണ വസ്തുക്കൾ തെര്യപ്പെടുത്താനായി ഭട്ടതിരി പണിക്കരോട് പറഞ്ഞു... പണിക്കർ എഴുന്നേറ്റ് നിന്ന് സമർപ്പണ വസ്തുക്കളുടെ പേര് വായിക്കാൻ തുടങ്ങി.

പാർത്ഥസാരഥിയുടെയും ദേവനാരായണന്റെയും പേരുകൾ ബഹുമാന പുരസ്സരം ഉച്ചരിച്ചശേഷം പണിക്കർ സമർപ്പണ വസ്തുക്കളുടെ പേരും സമർപ്പിക്കേണ്ടവരുടെ പേരും വായിച്ചു.

"നെയ്ത്ത് ചെട്ടികൾ ഇരുപത് മുഴം പുടവ വന്ന് ദിവസം മുമ്പ് ഏല്പിക്കണം... നായന്മാർ പത്തു പടല വീതം വിളഞ്ഞ വാഴയ്ക്ക അമ്പത് കെട്ട് വാഴയില.. പിന്നെ പശുവിൻ നെയ്യ് അല്ലെങ്കിൽ നാല്പത്തിനാല് പണം വീതം..നുകംവച്ച എരുമ ഒന്നിന്ന് എന്ന കണക്കിൽ പതിനഞ്ച് നാഴിതൈരും .. ഈഴവർ ചെത്തുതെങ്ങിന്റെ കണക്കനുസരിച്ച് രാശിയും പണവും നല്കണം.....

അടക്കയും വെറ്റിലക്കെട്ടും ചാക്കുണ്ണി മാപ്പിളകുടുംബവും തോമാപണിക്കരും നല്കണം. മലരും പുഷ്പങ്ങളും കാക്കഴത്ത് നിന്ന് കൊണ്ടുവരണം. മുളയിടുന്ന ദിവസം കടുകും കർപ്പൂരവും പുറക്കാട് നിന്നായിരിക്കണം കൊണ്ടുവരേണ്ടത്.. രാജാവിന്റെ കുലഗൃഹമായ കുടമാളൂരിൽ നിന്ന് കൊണ്ടു വരേണ്ടത് എള്ളാണ്.

പനച്ചിക്കാട്ട് മഠത്തിൽ നിന്ന് നെയ്യ്, അരി, തേങ്ങ, വെളിച്ചെണ്ണ എന്നിവയും.

അരയനും മണ്ണാനും ചാക്കാല നായരും വേണ്ടതുപോലെ ചെയ്യണം. മാരാന്മാർ പാണിക്കൊട്ടണം. ഉത്സവം ഒന്നാം ദിവസം വേലകളിലാണ്.. ഒമ്പതാം ദിവസം വരെ വേണം കളികൾ.. യോദ്ധാക്കൾ ഒരുങ്ങണം. രണ്ടാം ദിവസം കൂത്താണ്.".. ഭട്ടതിരി കുഞ്ചുവിനെ ഒളിഞ്ഞ് നോക്കി ചിരിച്ചു.

"പിന്നെ പടയണിയാണ്. പടയണിയിൽ കോലം തുള്ളലാണ് മുഖ്യം എന്നറിയാലോ.."

പടിത്തര വായന കഴിഞ്ഞ് ഭട്ടതിരി ഇരുന്നു.. പണിക്കരും.

പ്രമാണികൾ പരസ്പരം നോക്കി.. ആരും എതിരൊന്നും പറഞ്ഞില്ല.

"എതിരുണ്ടെങ്കിൽ പറയാം..."പണിക്കർ എഴുന്നേറ്റ് നിന്ന് പ്രമാണികളോടായി പറഞ്ഞു.

ആരും എതിർന്നൊന്നും പറഞ്ഞില്ല.

"എങ്കിൽ പിരിയാം."

ഇരുപത്തിയഞ്ച്

മഹാഭാരത തർജ്ജമയ്ക്കിടയിൽ മനസ്സുഴറുമ്പോൾ കുഞ്ചൻ ഭട്ടതിരിയുടെ വീട്ടിലേക്ക് കയറിച്ചെല്ലും..

ഭട്ടതിരിയുടെയും പണിക്കരുടെയും വീട്ടിൽ ഏതുസമയത്തും കയറിച്ചെല്ലാനുള്ള സ്വാതന്ത്ര്യമുണ്ട്.

കുഞ്ചു ഭട്ടതിരിയുടെ വീട്ടിലേക്ക് കയറിച്ചെന്നു.. അദ്ദേഹം ഏഴ് തിരിയിട്ട നെയ്‌വിളക്കിന് മുമ്പിൽ ധ്യാനനിർവൃതിയിലായിരുന്നു. ലോകം തന്നെ മറന്ന ഒരവസ്ഥയിൽ! ചുണ്ടുകൾ മാത്രം അനങ്ങി..

മങ്ങിയ വെളിച്ചത്തിൽ ഭട്ടതിരിയുടെ തലയ്ക്ക് ചുറ്റും പ്രഭാരേണുക്കൾ! കുഞ്ചു ഒന്നും പറയാതെ... കാലടിയൊച്ച പോലും കേൾപ്പിക്കാതെ.. ഭട്ടതിരിക്ക് മുമ്പിൽ ചമ്രം പടിഞ്ഞിരുന്നു. യാമങ്ങൾ ഏറെ കഴിഞ്ഞു.. ഭട്ടതിരി കണ്ണ് തുറന്നു..

ഭട്ടതിരി ചോദിച്ചു: "കുഞ്ചൻ വന്നുവോ? മനസ്സിൽ കണ്ടിരുന്നു ഞാൻ. എന്താണ് കുഞ്ചേ വിശേഷം? ചേന്നൻ വന്നില്ലേ?" കുഞ്ചു പറഞ്ഞു. "വന്നു പനങ്കള്ള് കിട്ടി.. ജാപ്പാണപ്പുകയിലയുടെ ചൂര് സിരകളിൽ അഗ്നിപടർത്തി.. തർജ്ജമ നിർത്തി.. എനിയ്ക്ക് ഗുരുവിനെ കാണണമെന്ന് തോന്നി.. വന്നു."

"ഉം.. പറഞ്ഞോളൂ" ഭട്ടതിരി പറഞ്ഞു.

കുഞ്ചു പറഞ്ഞു: "പടയണിക്കോലം തുള്ളി ശീലമുണ്ട്.. ഇടറില്ല പാദം..! പിഴയ്ക്കില്ല താളം.!. തീർച്ച.. കൂത്തിന് താളം പിഴയ്ക്കില്ല.. കുഞ്ഞമ്മാമന്റെ ആത്മാവുണ്ട് കൂടെ.. ഞാൻ മിഴാവിന്റെ കൂട്ടിലിരിക്കുമ്പോൾ.. കുഞ്ഞമ്മാമന്റെ ആത്മാവ് എന്റെ കൈകളിൽ.. വിരലുകളിൽ നിറയും .. സത്യം!"

"പിന്നെ എന്താണ് കാര്യം?" ഭട്ടതിരി ചോദിച്ചു.. "വേലകളി, അതെനിക്കറിയില്ല അറിയണമെന്നുണ്ട്".. ഭട്ടതിരി പറഞ്ഞു. "ആകാം..! പക്ഷെ ഒരു കാര്യം അത് മെയ്യ്യാഭ്യാസമാണ്.. ആനപ്പുറത്ത് തിടമ്പെഴുന്നെള്ളിക്കുമ്പോൾ.. കളിക്കാർ കളി തുടങ്ങും.... അരത്താളം.. ഒരു താളം.. മുഴുത്താളം.. ഒന്നരത്താളം.. കരയിലെ കളികഴിഞ്ഞാൽ കുളത്തിലിറങ്ങും.. കളിമുറുകുമ്പോൾ ആർപ്പ് വിളിയുയരും.

വായ്ത്താരിമുഴങ്ങും.. വേലത്തകിൻ, ശുദ്ധമദ്ദളം, ഇലത്താളം, കൊമ്പ്, കുഴമ്പ്.. എന്നിവ വാദ്യങ്ങൾ. വാദ്യക്കാരുടെ താളത്തിനനുസരിച്ച് കളിമുറുകും!.. തുടക്കം.. 'അടന്തയിൽ'.. ഞാൻ പറയാം. കേട്ടോളൂ.. കേട്ട് പഠിച്ചോളൂ...

താ.. താ.. താ.. താ..

തീ.. തീ.. തീ.. തീ..

താതീ.. താതീ.. താം..

അങ്ങനെ മുറുകും..."

അടന്തമുറുകുമ്പോൾ കളിക്ക് വേഗതകൂടും... ജന്മസിദ്ധമായ ചുവ

ടിൽ നീ ആടിയ്ക്കോളൂ..."

കുഞ്ചൻ ഗുരുപാദങ്ങളിൽ നമസ്കരിച്ച് എഴുന്നേറ്റ് മുറ്റത്തിറങ്ങി.

ഭട്ടതിരി പറഞ്ഞു: "കുഞ്ചാ!.. നിനക്ക് മെയ്വഴക്കത്തിന്റെയും നേത്ര സാധകത്തിന്റെയും കുറവുണ്ട്.. മാറ്റണം നമുക്കത്." ഞാൻ പറഞ്ഞു വിടും നിന്നെ.. നന്ദിക്കാട്ട് ഉണ്ണി രവിക്കുറുപ്പിനെയും നെടുമുടിയിൽ ദ്രോണമ്പള്ളി നായ്ക്കനെയും ചെന്ന് കാണണം.. അഭിനയത്തിന് പണിക്കർ മതി.. അറിയില്ല നിനക്ക്... പറയാം മാത്തൂർ പണിക്കർക്ക് 'ഏക ലോചനം' വരെ വശമുണ്ട്... ക്ഷയിക്കും മുമ്പേ വാങ്ങണം നമുക്കത്."

ഭട്ടതിരി മുറ്റത്തേക്കിറങ്ങി.. കുഞ്ചുവിന്റെ തോളിൽ കൈവെച്ച് മാറോട് ചേർത്തു. "ഉണ്ണീ! എനിക്കും പണിക്കർക്കും നീ വിരുന്നുകാരനല്ല... കണ്ടുമുട്ടിയ പരിചയക്കാരനുമല്ല.. പിറക്കാതെ പോയമകനാണ്. മക്കളില്ലാത്ത ഞങ്ങൾക്ക് നീ സ്വന്തം ഉണ്ണിയാണ്.. തരും ഞങ്ങൾ ഉള്ളതെല്ലാം..."

ഭട്ടതിരിക്ക് കണ്ണ് നിറഞ്ഞു.

കുഞ്ചു പറഞ്ഞു: "അറിയാം എനിക്കത്.. നാളെക്കഴിഞ്ഞ് തുടങ്ങാം നമുക്ക് പഠനം... നാളെ ഒരു ദിവസം അവധി.."

"എന്താണ് നാളത്തെ ദിവസത്തിനൊരുകുഴപ്പം?" അർത്ഥം വെച്ച് ഭട്ടതിരി ചോദിച്ചു.

നമ്പ്യാർ തല താഴ്ത്തിക്കൊണ്ട് പറഞ്ഞു: "ഇന്ന് രാത്രി ഞാൻ പോകും... കുടമാളൂർക്ക്.. രാജ്ഞി പറഞ്ഞിരിക്കുന്നു. ചെല്ലാൻ... കവിതകേൾക്കണം പോലും.. രാജാവിന്റെ മകനേയും എനിക്കൊന്ന് കാണണം... ഒരാഗ്രഹമാണ്.."

ഭട്ടതിരി ഒന്നും പറയാതെ വരാന്തയിലേക്ക് കയറി... കുഞ്ചു നടന്ന് തുടങ്ങിയിരുന്നു.

ഭട്ടതിരി പറഞ്ഞു: "കുഞ്ചാ!.. ചില പശുക്കൾ അങ്ങനെയാണ് ഇളം പുല്ല് തിന്നാലേ നിറയൂ..!.. പിന്നെ രാജാവിന്റെ കുഞ്ഞ്? മോനേ.! എനിക്ക് നിന്നോട് വാത്സല്യം കൂടുന്നു.."

"പിതാവിനേ പിതൃഹൃദയത്തിന്റെ പിടച്ചിലുണ്ടാവൂ.. അറിയില്ല മറ്റാർക്കുമത്... അമ്മ പത്തുമാസം കുഞ്ഞിനെ വയറ്റിൽ ചുമക്കുന്നു അച്ഛൻ.. സ്വന്തം കുഞ്ഞിനെ ആയുഷ്കാലം മനസ്സിൽ ചുമക്കുന്നു... അതാണ് രക്തബന്ധം!.. എന്റെ മോൻ ചെല്ല്... ഇഷ്ടമുള്ളപ്പോൾ തിരിച്ചുവാ...

എനിക്ക് മക്കളില്ലല്ലോ കുഞ്ഞേ..."

ഭട്ടതിരിപ്പാടിന്റെ നെഞ്ച് കീറി കരയുന്ന ശബ്ദം കുഞ്ചു ഒരുപാട് ദൂരത്തോളം കേട്ടു..! വിതച്ച വിത്തുകൾ പാഴായി പോകുന്ന കർഷകന്റെ തേങ്ങൽ.. താനല്ലാത്ത മറ്റാരോടും പങ്കിടാൻ കഴിയാത്ത ഉൾവേദന!..

വാർന്നൊഴുക്കിയാലും തീരാത്ത കടൽ ജലം!.. ഗുരുവിന്റെ കണ്ണീർ പ്രളയത്തിൽ ശിഷ്യ മനസ്സിന്റെ ജലശയനം!

ഓലത്തടുക്കിൽ കുഞ്ചൻ തിരിഞ്ഞും മറിഞ്ഞും കിടന്നു. പോകണം... പോകണ്ട.. പോകണം.. പോകണ്ട. മനസ്സ് ഊഞ്ഞാലാടുകയാണ്.

ഓർമ്മകളിൽ നിറയുന്ന ചന്ദനഗന്ധം!.. കക്ഷത്തെ വിയർപ്പിന്റെ വശ്യ ഗന്ധം... കസവ് വേഷ്ടി നീക്കിയ മാറത്തെ കാക്കപ്പുള്ളി! ഊരുസന്ധിയിലെ ശ്യാമ മേഘം... കുരുത്തംകെട്ട വിരലുകൾ നിയന്ത്രണത്തിൽ നില്ക്കുന്നില്ല... നാവിൽ മിതമായ ഉപ്പ് രസം.

നാഗങ്ങൾ ചീറ്റുകയാണ്... നാഭിയിൽ കരിനാഗങ്ങൾ പിണയുന്നു. കുറുക്കിയ പാലിന്റെ അരുചി വീണ്ടും വീണ്ടും വായിലേക്ക് ഛർദ്ദിക്കാൻ വരുന്നു.

"നിനക്ക് മടുത്തോ."

'ഇല്ല..." കുഞ്ചു പറഞ്ഞു.

"നീ ഏതോ മുൻ കാമുകിയെ സ്വപ്നം കാണുന്നുണ്ട് അല്ലേ?"

"അതെ.. സാക്ഷാത്ക്കരിക്കപ്പെടാതെപോയ ഒരു സ്വപ്നമായിരുന്നു അത്."

ദേഷ്യം കൊണ്ട് കണ്ണുകൾ ചുമന്ന രാജ്ഞി പറഞ്ഞു.

"ചന്ദനമരത്തിൽ പടരുന്ന പടുവള്ളികൾ എത്ര ദിവ്യമായാലും ഞാൻ നനയ്ക്കാറില്ല."

കുഞ്ചു ചോദിച്ചു: "കുഞ്ഞ് ഉറങ്ങിയോ?"

"ഉറങ്ങി... അത് രാജപുത്രനാണ്... കാണാനും കേൾക്കാനും നിനക്കവകാശമില്ല? പോ പുറത്ത്." കുഞ്ചൻ തിരശ്ശീല നീക്കി പുറത്തേക്കിറങ്ങുമ്പോൾ പിറകിൽ ഒരുസ്ത്രീ ശബ്ദം കേട്ടു: "ഓർത്തോളൂ. നീ ചെന്ന് കിടക്കാൻ പോകുന്നത് പട്ടുമെത്തയിലല്ല... ഞെരിഞ്ഞിൽ കിടക്കയിലാണ്."

കുഞ്ചു ഇറങ്ങി നടന്നു.. തോണിക്കടവിൽ കെട്ടിയിട്ട തോണിയഴിച്ച് തുഴഞ്ഞു.. ഇരുട്ടിന്റെ ചുഴികളിലൂടെ ജലപിശാചുക്കളുടെ കൈകളിലൂടെ... പുഴയുടെ ജലഹസ്തങ്ങൾ കുഞ്ചുവിനെയെടുത്ത് അമ്മാനമാടി.. പ്രജ്ഞയുടെ തകിടം മറിച്ചിൽ.

കുഞ്ചു കണ്ണ് തുറന്നപ്പോൾ മാത്തൂർ പണിക്കരുടെ മടിയിൽ തല വെച്ച് കിടക്കുകയാണ്. അടുത്തു തന്നെ ഭട്ടതിരിയുണ്ട്.

കുഞ്ചു എന്തോ പറയാൻ തുടങ്ങി.

ഭട്ടതിരി പറഞ്ഞു: "വേണ്ട വൈദ്യർ ഇപ്പോൾ വന്ന് പോയതേയുള്ളു വീണ്ടും വരും വന്നിട്ട് പറയാം കിടന്നോളൂ."

കുഞ്ചു വീണ്ടും മയക്കത്തിലേക്ക് മടങ്ങി.

ഭട്ടതിരിയുടെ മന്ത്രജപങ്ങൾ കേട്ടാണുണർന്നത്... ഭട്ടതിരിയെ തന്നെ നോക്കിക്കൊണ്ട് മുന്നിൽ ചമ്രം പടിഞ്ഞിരുന്നു.

ജപത്തിനിടയിൽ കണ്ണ് തുറന്ന ഭട്ടതിരി പറഞ്ഞു: "ചെന്ന് കുളിച്ച് വരൂ".

കുഞ്ചു കുളിക്കാൻ പോയി..

ഭട്ടതിരി വീണ്ടും കണ്ണടച്ചു. പാൽക്കഞ്ഞിയും ഇളനീർ ജലവുമായി പണിക്കരും ഒരു കാവൽക്കാരനും വന്ന് വരാന്തയിലിരുന്നു.

ജപം കഴിഞ്ഞുണർന്ന ഭട്ടതിരി പണിക്കരോട് പറഞ്ഞു: "കുഞ്ചൻ കുളിക്കുന്നു ഇപ്പോൾ വരും.."

കുഞ്ചു കുളികഴിഞ്ഞ് ഈറൻ മാറ്റി വന്നപ്പോൾ പണിക്കർ പറഞ്ഞു: "ആദ്യം ഇളനീർ വെള്ളം കഴിക്ക് മൃത്യുഞ്ജയം ജപിച്ചതാണ്... പിറകെ അല്പം പാൽക്കഞ്ഞി. ശേഷം നെന്മണി തൂക്കം ഗോരോചനം! വൈദ്യ വിധിയാണ്."

കുഞ്ചൻ ഓലത്തടുക്കിലിരുന്നു... ഇളനീരും പാൽക്കഞ്ഞിയും കഴിച്ച് ഗോരോചനം കൈയിൽ വാങ്ങി ഭട്ടതിരിയെയും പണിക്കരെയും നോക്കി.

ഭട്ടതിരി പറഞ്ഞു: "ജീവൻ കിട്ടിയത് ഭാഗ്യം... മുജ്ജന്മ സുകൃതം!"

"തോണിമറിഞ്ഞു.. നീ പുഴക്കരയിലടിഞ്ഞു... ആരുടെ പുണ്യമാണാവോ."

പണിക്കർ പറഞ്ഞു: "നീ കുറ്റക്കാരനല്ലെന്നറിയാം.. പക്ഷേ ഒരുകാര്യം ഓർക്കണം പാല് ചുരത്തുന്ന എല്ലാ പശുക്കളുടേയും പേര് നന്ദിനിപ്പശു എന്നല്ല.. ഓർത്താൽ നല്ലത്."

കുഞ്ചു തലകുനിച്ചു.

ഭട്ടതിരി പറഞ്ഞു: "ഉം ഗോരോചനം കഴിക്കൂ.. ഇതാ ജീരകവെള്ളം.. ഒരു പാത്രം ജീരകവെള്ളം കുഞ്ചുവിന് നേരെ നീട്ടി...

കുഞ്ചു ഗോരോചനം നാക്കിലിട്ട്.. അലിഞ്ഞതിന്ശേഷം വെള്ളം കുടിച്ച് കുനിഞ്ഞിരുന്നു.

ഭട്ടതിരി പറഞ്ഞു: "നല്ല വിത്തുകൾക്ക് വേണ്ടി മണ്ണ് കൊതിക്കും, കർഷകനെ ധ്യാനിക്കും.. പൂജിക്കും.. നല്ല വിളയാകുമ്പോൾ വിതച്ചവനെ ആട്ടിയോടിക്കും... അത് പ്രകൃതി നിയമം... കുഞ്ചാ... നീ ചെറുപ്രായമാണ്."

സ്നേഹപൂർവ്വം തലോടിക്കൊണ്ട് ഭട്ടതിരി ചോദിച്ചു: "ഉണ്ണീ നീ ഒതളങ്ങത്തിന്റെ ചെടികണ്ടിട്ടുണ്ടോ?"

കുഞ്ചു പറഞ്ഞു: "ഇല്ല"ഏതോ ഗുഹയിൽ നിന്ന് വരുന്ന ശബ്ദം പോലെയായിരുന്നു അത്.

ഭട്ടതിരി പറഞ്ഞു: "കുഞ്ഞേ അതിന്റെ പൂവ് കാണാൻ ഭംഗിയുള്ളതാണ്. സുഗന്ധപൂരിതമാണ്.. കായോ നല്ല ഭംഗിയുള്ളതും... പക്ഷെ ഒരു കായയുടെ പകുതി മതി ഒരു ജീവനെടുക്കാൻ."

പണിക്കർ പറഞ്ഞു: "സൗന്ദര്യം എന്ന് നീ കേട്ടിട്ടുണ്ടോ? ഫണം വിടർത്തിയാടുന്ന സർപ്പം ലോകത്തിലെ ഏറ്റവും സുന്ദര ദൃശ്യങ്ങളിൽ ഒന്നാണ്. പക്ഷെ ഒരു പല്ല് മതി.. ഒരു ജീവനൊടുക്കാൻ. പല്ല് രണ്ടേയുള്ളു വിഷം നിറഞ്ഞത്. പക്ഷേ വിഷത്തിന്റെ തോതനുസരിച്ച് വിഷവൈദ്യന്മാർ അത് നാലാക്കി. അകാളി, മഗരി,കളരാത്രി, യമഭൂതി.. എന്നിങ്ങനെ. വേണ്ട വേണ്ട ഒന്നും പറയണ്ട കുഞ്ഞേ നിന്നെയുപേക്ഷിക്കാൻ ഞങ്ങൾക്ക് കഴിയില്ല."

പണിക്കർക്ക് സമനിലതെറ്റിയതുപോലെ കരയാൻ തുടങ്ങി.

ഇരുപത്തിയാറ്

കോഴികൂവും മുമ്പ് കുളിയും ജപവും കഴിഞ്ഞ് കസവ് മുണ്ടും വേഷ്ടിയും ധരിച്ച് കുഞ്ചു മാത്തൂർ പണിക്കരെയും ഭട്ടതിരിയെയും കാണാൻ ചെന്നു.. നിറഞ്ഞ ചിരി, ഊർജ്ജസ്വലമായ ഭാവം, ഒതുങ്ങിയ പെരുമാറ്റം. കുഞ്ചൻ പറഞ്ഞു: "ഞാൻ വേലയിൽ പങ്കെടുക്കും. മെയ്യ ഭ്യാസമറിയില്ല എന്നാലും.. നാളെ പടയണിയിൽ കോലം തുള്ളും..."

പണിക്കർ കുഞ്ചനെ മാറോട് ചേർത്തു. ഭട്ടതിരി കുഞ്ചന്റെ ശിരസ്സിൽ കൈവച്ച് കണ്ണടച്ച് പ്രാർത്ഥിച്ചു. ഗുരുവിന്റെ കൈകളിൽ നിന്ന് ശിഷ്യന്റെ ശിരസ്സിലേക്ക് ശക്തിപ്രവാഹം. ആശിസ്സുകളുടെ നീരൊഴുക്ക്.

കളികാണാൻ ദേവനാരായണനും വന്നിരുന്നു..

"പണിക്കരെ ഇയാൾ ഒരു സർവ്വകലാവല്ലഭനാണ്... പക്ഷെ ഇടഞ്ഞ കൊമ്പനാണ്. ചട്ടത്തിനിടാൻ പറ്റില്ല" ദേവനാരായണൻ പറഞ്ഞു.

മറുപടി പറഞ്ഞത് ഭട്ടതിരിയാണ്. "പറഞ്ഞിട്ട് കാര്യമില്ല. അവൻ കവിയാണ്. ഒതുങ്ങില്ല ഒരു വൃത്തത്തിലും..."

ഇയാളിപ്പോൾ പുതിയൊരു കലാരൂപമുണ്ടാക്കുന്നുണ്ട്. പാരമ്പ്യ രത്തെ തകിടം മറിക്കുന്ന ഒന്ന്. ഒരു ദിവസം ഒളിഞ്ഞ് നിന്ന് കുറച്ച് ഭാഗം ഞാൻ കണ്ടു... പദങ്ങൾ കുറേ കേട്ടു.. കാകളിയും കളകാഞ്ചിയം തരം ഗിണിയും.. അവന്റെ ഇഷ്ടം പോലെ പ്രയോഗിച്ചിരിക്കുന്നു."

പണിക്കർ പറഞ്ഞു: "ആക്ഷേപം കുറച്ച് കൂടുതലാ.. നായന്മാരെയും പട്ടന്മാരെയും കണക്കറ്റ് കളിയാക്കുന്നുണ്ട്.. ദശരൂപകങ്ങളിൽ നിന്ന് പുറത്താ അവന്റെ കലാരൂപം.. ഒരു കാര്യം ഉറപ്പാ.. അവനൊരു തച്ചനാ വാക്കുകൾ വീതുളിയാക്കി സമൂഹത്തിന്റെ ദുർമ്മേദസ് ചെത്തുന്ന പെരുന്തച്ചൻ." കളികഴിഞ്ഞ് പോകുമ്പോൾ ദേവനാരായണൻ പറഞ്ഞു: "ഇങ്ങനെയൊരുമകനുണ്ടായിരുന്നെങ്കിൽ എന്ന് ഞാനാശിച്ചു പോകുന്നു"

ഭട്ടതിരി പറഞ്ഞു: "ആറ്റുനോറ്റൊരുണ്ണി പിറന്നിട്ടുണ്ടല്ലോ ദൈവ നീതിയ്ക്ക് ദാക്ഷിണ്യമില്ലെങ്കിൽ അവൻ ഒരു കലാകാരൻ തന്നെ ആയിരിക്കും.. മുളച്ചിട്ടല്ലേയുള്ളു വളരട്ടെ." രാജാവ് പറഞ്ഞു: "ഭട്ടതിരീ ഈ പറഞ്ഞത് ശരിയാകുമെങ്കിൽ ഞാൻ ഭാഗ്യവാൻ."

ഭട്ടതിരി പറഞ്ഞു: "ദൈവം നേരുകാരനാണ്.. ചതിക്കില്ല."

പണിക്കരുടെ മുഖത്തൊരു ചിരി വിടർന്നു..

രാജാവ് കൊട്ടാരത്തിലേക്ക് തിരിയുമ്പോൾ ഭട്ടതിരിയോട് പറഞ്ഞു:

"കോപ്പഴിച്ച് മുഖം തുടച്ചശേഷം കുഞ്ചനെയും കൂട്ടി കൊട്ടാരത്തിലേക്ക് വരൂ...നമുക്കൊന്ന് സല്ക്കരിക്കാം അയാളെ."

കോപ്പുകളഴിച്ച്... മുഖം തുടച്ച് കുഞ്ചു ഭട്ടതിരിയുടെയും പണിക്കരുടെയും കാല്ക്കൽ നമസ്കരിച്ചു.

ഇടതും വലതും നിന്ന് രണ്ടു പേരും കുഞ്ചുവിന്റെ നെറുകയിൽ മുകർന്നു. "വേലകളി ഗംഭീരമായി.. മെയ് വഴക്കം നിനക്ക് ജന്മസിദ്ധം.

പോകാം നമുക്ക് കൊട്ടാരത്തിലേക്ക്.. രാജാവ് കാത്തിരിക്കുന്നു."

കൊട്ടാരത്തിൽ അപരിചിതരായ കുറേ വിരുന്നുകാരുണ്ടായിരുന്നു.. രാജാവിനെ കാണാൻ വന്നവരാണ്. ഭട്ടതിരിയും പണിക്കരും കുഞ്ചനും പുറത്ത് കാത്തിരുന്നു. ഭടന്മാരിൽ ഒരാൾ പറഞ്ഞു: "കുറച്ചു നേരമായി വന്നിട്ട്. വിരുന്നുകാർ വിദേശീയരാണെന്ന് തോന്നുന്നു. നിറവും ഭാഷയും വേഷവും കണ്ടിട്ട് തോന്നിയതാണ്."

ഇറങ്ങി പ്പോകുന്ന വിരുന്നുകാരോട് പരിചാരകൻ പറഞ്ഞു: "ഇതാണ് സേനാനായകൻ... നാരായണ ഭട്ടതിരിപ്പാട്." വിരുന്നുകാരിൽ നെടുപ്പം കൂടിയ ആൾ ഭട്ടതിരിക്ക് ഹസ്തദാനം ചെയ്ത് ചിരിച്ച ശേഷം ഇറങ്ങിപ്പോയി. എന്തുകൊണ്ടോ ഭട്ടതിരിക്കും പണിക്കർക്കും കുഞ്ചനും അവരെ തീരെ രസിച്ചില്ല.

ഭട്ടതിരിയും പണിക്കരും കുഞ്ചനും രാജാവിനെ മുഖം കാണിച്ചു. കുഞ്ചനെ വാതോരാതെ പ്രശംസിച്ചശേഷം ദേവനാരായണൻ കുഞ്ചനൊരു തങ്കമോതിരം സമ്മാനിച്ചു.

മധുര പാനീയവും പഴങ്ങളും കൊടുത്തശേഷം രാജാവ് പറഞ്ഞു: "നാം മറന്നു. ക്ഷേത്രത്തിൽ നാളെയാണ് കൂത്ത്. ചാക്യാർ വന്നിരുന്നു. മിഴാവ് വായനക്കാരൻ കിടപ്പിലാണത്രേ. പകരം കുഞ്ചനെ അയയ്ക്കാൻ അപേക്ഷിച്ചു.. കുഞ്ചന്റെ ഒരു അരങ്ങേറ്റവും ആകട്ടെ. വേണമെങ്കിൽ അടുത്ത ദിവസം ഇയാളുടെ പുതിയ കലയുമാകാം.. നമുക്കൊന്ന് കാണാമല്ലോ കുഞ്ചന്റെ കുസൃതിത്തരം."

കുഞ്ചൻ കൈകൂപ്പിനിന്ന് പറഞ്ഞു: "മഹാത്മൻ! അങ്ങനെയെങ്കിൽ ചാക്യാര് ഈയുള്ളവനോട് ചോദിച്ചോട്ടെ." രാജാവ് ചിരിച്ചു കൊണ്ട് പറഞ്ഞു: "കൊള്ളാം.. സാത്വികമായധികാരം എനിക്കിഷ്ടായി. പറയാം നാം ചാക്യാരോട്."

മഠത്തിൽ ചെന്ന് ശരീര ശുദ്ധിവരുത്തി കുഞ്ചൻ ഉറങ്ങാൻ കിടന്നു.. വാതിലടയ്ക്കാൻ മറന്നിരുന്നു. ആരുടേയോ കാൽപ്പെരുമാറ്റം കേട്ട് വരാന്തയിലേക്ക് വന്നു. അപരിചിതനായ ഒരാൾ! കുഞ്ചു ചോദിച്ചു: "ആരാ?" അയാൾ പറഞ്ഞു: "ചാക്യാരാണ്. നാളെ കൂത്തുണ്ട് ക്ഷേത്രത്തിൽ. മുടക്കാൻ പറ്റില്ല. മിഴാവ് വായനയക്ക് ആളില്ല. കുഞ്ചൻ വരണം വായിക്കാൻ.. രാജാവിനെ മുഖം കാണിച്ച് ഉണർത്തിച്ചിരുന്നു."

കുഞ്ചു ചിരിച്ചു: "ശുപാർശ അതും കലാപ്രകടനത്തിന്.. അത് വേണ്ടിയിരുന്നില്ല.. എങ്കിലും വരാം. പക്ഷെ ഒരു കാര്യം ഞാൻ മിഴാവ് വായിച്ചാൽ പിഴച്ചേക്കും.. പിഴച്ചാൽ അസുഖമരുത്."

ധിക്കാരത്തോടെ ചാക്യാർ പറഞ്ഞു: "എടോ താനതങ്ങ് വായിച്ചാൽ മതി. എനിക്ക് പിഴയ്ക്കില്ല ചുവടുകൾ. പ്രായം അറുപത് കഴിഞ്ഞു.. ദേവനാരായണന്ന് അറിയാം എന്നെ നന്നായിട്ട്."

ചാക്യാർ തിരിച്ചിറങ്ങിപ്പോയി.

കുഞ്ചു കതകടച്ച് അകത്ത് കയറി മിഴാവിന്റെ മുന്നിലിരുന്നു. പുതിയ താളത്തിൽ വായന തുടങ്ങി.. കൈ മെയ്യ് മറന്നുള്ള താള രചന. നെഞ്ചിൽ

നിന്ന് ഊർന്നിറങ്ങിയ വിയർപ്പിൽ ഉടുമുണ്ട് നനഞ്ഞു. മേൽ മുണ്ടിന്റെ അറ്റം കൊണ്ട് വിയർപ്പ് തുടച്ച്.. താളിയോലകൾ പരതി.. ചാക്യാർ പറയാൻ പോകുന്ന പ്രബന്ധത്തിന്റെ വരികൾ തെരഞ്ഞു.. കിട്ടി...

"അങ്കേ കൃത്വോത്തമാംഗം പ്ലവഗകുലപതേ
പാദരക്ഷസ്യഹന്തഃ
കൃത്വോത്സം ഗേസലീലം ത്വചികനകമൃഗ
സ്യാംഗമാധായ ശേഷം..."

കുഞ്ചു വീണ്ടും മിഴാവിൽ കൈവച്ചു.. "എന്താ ഇതിന്റെ താളം?" ആലോചിച്ചു.. ഓ അങ്ങനെ.... താളം ഒന്ന് പുതുക്കിയാലെന്താ.. മനസ്സിലുറച്ചു... ഒരു വട്ടം വായിച്ചു നോക്കി.. ശരിയാകുന്നുണ്ട് വരികൾക്ക് ചേരുന്നുണ്ട്...

ചേന്നൻ കൊണ്ടു വന്ന പനങ്കള്ള് പാത്രം കൈയിലെടുത്തു. പാത്രം ഉയർത്തിപ്പിടിച്ച് ചുണ്ടു തൊടാതെ നേരെ തൊണ്ടയിലേക്ക്.. നെഞ്ചിലൂടെ ഒഴുക്കിയത് കസവ് വേഷ്ടിയിൽ തുടച്ച് ദൂരത്തേക്ക് വലിച്ചെറിഞ്ഞു. എരിവ് മണക്കുന്ന ജാപ്പാണപ്പുകയില കൂട്ടിവെറ്റില മുറുക്കി... സിരകളിൽ ലാവാ പ്രവാഹം.

ഷഡാധാരങ്ങളിലേക്ക്.. മൂലാധാരം മുതൽ സഹസ്രാര പത്മദളങ്ങൾ വരെ പനങ്കള്ളും ജാപ്പാണപ്പുകയിലയും സർപ്പകുഞ്ഞുങ്ങളെപ്പോലെ തത്തിയിഴയാൻ തുടങ്ങി..അത്താഴപ്പാത്രം ദൂരത്തേക്ക് മാറ്റിവെച്ച് മിഴാവിന്റെ മുമ്പിലിരുന്നു. മിഴാവിന്റെ ചർമ്മത്തിൽ തലയിട്ടടിയ്ക്കുന്ന അഷ്ടവർഗ്ഗ നാഗങ്ങൾ.... പുലരും വരെ.. സിരകളിൽ അഗ്നിയണയും വരെ..

പുലരാൻ നേരം കൈതളർന്ന് കിടന്നു...

മയക്കത്തിലേക്ക് കാലെടുത്തു വയ്ക്കുമ്പോൾ.. കാര്യക്കാരൻ കതകിന് മുട്ടി.

"നമ്പ്യാരെ രാജാവ് അന്വേഷിക്കുന്നു..."കാര്യക്കാരൻ പറഞ്ഞു: "കൗപീനം നനച്ചിട്ടിരിയ്ക്കുന്നു. ഉണങ്ങട്ടെ. എന്നിട്ട് വരാം."കുഞ്ചു പറഞ്ഞു. നേരം ഉച്ചയോടടുത്ത് രാജാവിനെ മുഖം കാണിച്ചു. രാജാവ് ചോദിച്ചു. "ഇന്ന് കൂത്തിന്ന് വായിക്കുന്നില്ലേ?"

നമ്പ്യാർ പറഞ്ഞു: "അടിയൻ.. പിഴച്ചാൽ കുറ്റം പറയരുതെന്ന് പറഞ്ഞിട്ടുണ്ട്."

രാജാവ് പറഞ്ഞു: "പിഴയ്ക്കില്ല നിനക്ക്."

സായാഹ്നത്തിന്ന് മുമ്പ് തന്നെ കുഞ്ചു ചാക്യാരെ ചെന്ന് കണ്ടു. എവിടെയും പോകാതെ നേപഥ്യത്തിലിരുന്നു.. മുഷിയുമ്പോൾ വെറ്റിലപ്പൊതിയഴിഞ്ഞ് മുറുക്കി.

ദീപാരാധന കഴിഞ്ഞ്.. അരങ്ങിൽ വിളക്ക് തെളിയിച്ച് കുഞ്ചൻ മൃദംഗപദത്തിലേക്ക് നടന്നു. മിഴാവിന്റെ കൂട്ടിൽകയറിയിരുന്ന് മിഴാവൊച്ചപ്പെടുത്തി. ചാക്യാരും നങ്ങ്യാരും രംഗപ്രവേശം ചെയ്തു. ചാരിയും വിദൂഷകസ്തോഭവും ഈശ്വര പ്രാർത്ഥനയും കഴിഞ്ഞ് പ്രബന്ധത്തിലേക്ക് പ്രവേശിച്ചു.

കുഞ്ചു കണ്ണടച്ച് മിഴാവ് വായിക്കുകയാണ്.. കുഞ്ചൻ തന്നെ മിഴാവും മിഴാവ് തന്നെ കുഞ്ചനുമായി പകർന്നാട്ടം നടക്കുകയാണ്.. പുതിയ താളത്തിന്റെ പേമാരിയിൽ കുഞ്ചൻ നനഞ്ഞ് കുളിർക്കുകയാണ്.

ചാക്യാർക്ക് ചുവടുകൾ പിഴച്ച് അണിയറയിലേക്ക് പോയി. അപ്പോഴും അരങ്ങിൽ താളപ്പെരുമഴ!

രണ്ട് തവണ ചാക്യാർ അണിയറയിലേക്ക് പോയി തിരിച്ച് വന്നു. കാഴ്ചക്കാർ ക്ഷോഭിച്ച് മുറുമുറുത്തു.

സഹികെട്ട ചാക്യാർ അരങ്ങിൽ വെച്ച് കുഞ്ചുവിന്റെ കഴുത്തിൽ പിടി മുറുക്കി..

തിരശ്ശീല വീണു

തെറിവാക്കുകളുടെ കരിമഴയിൽ കുഞ്ചു നനഞ്ഞ് നിന്നു. ഒന്നും ഉരിയാടാതെ.. മിഴിയനക്കാതെ....

അപ്പോഴും വിരലുകളിൽ താളം പിടിക്കുന്നുണ്ടായിരുന്നില്ല. കളികഴിഞ്ഞ് പ്രേക്ഷകർ പിരിഞ്ഞു.

ചാക്യാർ രാജാവിന് മുമ്പിൽ ചെന്ന് നെഞ്ചത്തടിച്ച് പരാതി പറഞ്ഞു.

രാജാവിന്റെ മുഖത്ത് കോപത്തിന്റെ പടയണിക്കോലങ്ങൾ കാവൽക്കാരനെ വിട്ട് കുഞ്ചുവിനെ വിളിപ്പിച്ചു...

കുഞ്ചൻ സന്നിധിയിലെത്തി തൊഴുതു നിന്നു.

ദേഷ്യത്തിന്റെ കരിയും മഞ്ഞളും ചാക്യാരുടെ മുഖത്തുണ്ടായിരുന്നു. പണിക്കരും ഭട്ടതിരിയും രാജാവിന് ഇരുവശത്തുമായി ഇരുന്നു. രാജാവ് പറഞ്ഞു: "കുഞ്ചൻ നമ്പ്യാർ എന്റെ സ്നേഹവും ദയയും നിങ്ങൾ ചൂഷണം ചെയ്യുന്നു.. ചാക്യാർ വർഷങ്ങളായി ·ഇവിടെ കൂത്ത് നടത്തുന്നുണ്ട്. പിഴയ്ക്കാറില്ല പ്രബന്ധവും ചുവടുകളും... നമ്പ്യാർ കള്ളിന്റെ ലഹരിയിൽ ഉറക്കം തൂങ്ങി തെറ്റിച്ചു. താളം മുഴുവനും.. സഹിക്കില്ല നാമിത്.. പാർത്ഥസാരഥിയും.. ഇനി മുതൽ നമ്മുടെ മുമ്പിൽ കണ്ടു പോകരുത് നമ്പ്യാരെ."

നമ്പ്യാർ ഒന്ന് ചിരിച്ചശേഷം പറഞ്ഞു: "ആകാം.. പക്ഷെ അടിയൻ പറയുന്നതും കേൾക്കണം."

രാജാവ് പറഞ്ഞു: "നമുക്കൊന്നും കേൾക്കണ്ട."

കുഞ്ചൻ നമ്പ്യാർ പറഞ്ഞു: "എങ്കിൽ ഞാൻ പാർത്ഥസാരഥിയോട് പറയാം മഹാരാജൻ കേട്ടാൽ മതി..അടിയൻ താളവാദ്യത്തിൻ പരീക്ഷണങ്ങൾ നടത്താൻ തുടങ്ങിയിട്ട് വർഷങ്ങൾ ഒമ്പതായി... ചാക്യാർ ചൊല്ലിയ പദങ്ങൾക്ക് താളങ്ങൾ ഏഴെണ്ണം ചേരും... ഞാൻ സൃഷ്ടിച്ച പുതിയ താളം ഏറെച്ചേരും.. അടിയൻ പറഞ്ഞിരുന്നു പിഴച്ചാൽ കോപിക്കരുതെന്ന്. എനിക്ക് ഉറക്കം തൂങ്ങിയതല്ല... പനങ്കള്ളിന്റെ ചൊരുക്ക് അരങ്ങിലേക്ക് കൊണ്ടു പോകാറില്ല. മിഴാവിൽ കൈവച്ചാൽ ഞാൻ ഉണർന്ന് തന്നെയിരിക്കും... സർവ്വലോകവും മറക്കും... അത് എന്റെ കുഞ്ഞമ്മാമന്റെ അനുഗ്രഹം... ചാക്യാർ പണ്ടേ ആടിശ്ശീലിച്ച താളമല്ല കുഞ്ചൻ

നമ്പ്യാർ വായിച്ചത്... എന്റെ പുതിയതാളം എന്റെ ആത്മാവിന്റെ താളമാണ്... അതറിയുന്നത് രണ്ടാൾക്ക് മാത്രം കുഞ്ഞമ്മാമന്റെ ആത്മാവിനും.. സാക്ഷാൽ പാർത്ഥസാരഥിക്കും! സരസ്വതിയും പരമേശ്വരനും തുണ.

എന്റെ താളത്തിനൊത്താടാൻ ചാക്യാർക്ക് കഴിഞ്ഞില്ല. പദങ്ങൾ ഞാൻ തെറ്റിച്ചിട്ടില്ല... ക്ഷമിക്കണം... മാപ്പാക്കണം... കൽത്തുറുങ്കാണ് വിധിയെങ്കിൽ സ്വീകരിക്കാം... വെറുതെ വിടുന്നുവെങ്കിൽ അടിയൻ പോകുന്നു." നമ്പ്യാർ തിരിച്ച് നടന്നു... ഉറച്ച കാലടികൾക്ക് കീഴിൽ. കൊട്ടാരത്തിന്റെ അടിത്തറ വിറച്ചു..

ഭട്ടതിരിയും പണിക്കരും ഒന്നും പറയാതെ മുഖം താഴ്ത്തിയിരുന്നു. പണിക്കരുടെ തേങ്ങൽ ഒരു എക്കിൾ പോലെ പുറഞ്ഞേയ്ക്ക് വന്നു.

ഭട്ടതിരി മേൽമുണ്ട് കൊണ്ട് കണ്ണീര് തുടച്ചു.

രാജാവത് കണ്ടു.... കുഞ്ചനെ തിരിച്ച് വിളിച്ചു... പക്ഷേ കുഞ്ചൻ നിന്നില്ല...

രാജാവ് പറഞ്ഞു: "ഭട്ടതിരീ വിളിക്കൂ കുഞ്ചനെ." ഭട്ടതിരിയും പണിക്കരും രാജാവിനെ നമസ്കരിച്ച ശേഷം ഒന്നും പറയാതെ ഇറങ്ങി നടന്നു... യാത്ര പറയുമ്പോൾ ഭട്ടതിരി പറഞ്ഞു: "എനിക്കറിയാം കുഞ്ചനെ.. കുഞ്ചന് പിഴയ്ക്കില്ല.. ചാക്യാർക്ക് പിഴച്ചെങ്കിൽ തെറ്റ് ചാക്യാരുടേതാണ്."

പണിക്കർ പറഞ്ഞു: "കഴിഞ്ഞ മുപ്പത് വർഷക്കാലം ക്ഷേത്രമുറ്റത്ത് ചാക്യാർ ആടിയത് ഒരേകഥ... പദങ്ങളും രാഗങ്ങളും താളങ്ങളും ഒന്ന് തന്നെ. പുതിയ താളം ചാക്യാരുടെ ചുവടുകൾ പിഴപ്പിച്ചുവെങ്കിൽ അത് പുതിയ കാലത്തേക്കുറിച്ചുള്ള അറിവില്ലായ്മ... അതിന് കുഞ്ചൻ തെറ്റുകാരനല്ല... കുഞ്ചൻ പോയ്ക്കോട്ടെ... അതാണ് നല്ലത്... പുതിയ താളം ചാക്യാർക്ക് ചേരില്ല.. ചമ്പകശ്ശേരിക്കും."

ദേവനാരായണൻ മൂകനായി കുറേ നേരമിരുന്ന ശേഷം അന്തപ്പുരത്തിലേക്ക് പോയി... രാജഹൃദയത്തിൻ കരിമേഘങ്ങൾ വന്നടിഞ്ഞു... പ്രിയപ്പെട്ട എന്തോ ഒന്നിനെ താല്കാലിക ദേഷ്യത്തിൽ പറിച്ചെറിഞ്ഞുകളഞ്ഞ ദു:ഖം. രാജാവ് ആലോചിച്ചു. "എനിക്കവൻ ആരായിരുന്നു..?" മനസ്സിന്റെ കവാടം തള്ളി തുറന്ന് അകത്തേക്ക് കടന്നു വന്ന ഒരു താന്തോന്നി.! ധിക്കാരി, കള്ളു കുടിയൻ.. പക്ഷെ എനിക്കവനെ ഇഷ്ടമായിരുന്നല്ലോ.. എന്റെ മകനെപ്പോലെ.. ആർക്കുവേണ്ടിയാണ് ഞാനവനോട് പോകാൻ പറഞ്ഞത്... ഭരണാധിപന്റെ ഗർവ്വം? സ്തുതി വചനങ്ങൾ കേൾക്കുന്നവന്റെ അഹന്ത! ദേവനാരായണൻ ഉറങ്ങിയില്ല.

നേരം പുലർച്ചെ രാജാവും ഭട്ടതിരിയും പണിക്കരും രണ്ട് സൈനികരും കുഞ്ചുവിന്റെ പാർപ്പിടത്തിലെത്തി.

കുഞ്ചു മാറാപ്പ് തോളിലേറ്റി പുറത്തിറങ്ങി നില്കുകയായിരുന്നു. രാജാവിനെ കണ്ടപ്പോൾ കുഞ്ചു നിന്നു. ബഹുമാനപുരസ്സരം തൊഴുത് വന്ദിച്ച് പറഞ്ഞു: "രാജശാസനയ്ക്ക് വിപരീതമായി എന്തെങ്കിലും

ചെയ്തു പോയിട്ടുണ്ടെങ്കിൽ മാപ്പ്. പാടിപ്പതിഞ്ഞതാവർത്തിയ്ക്കാനും അർത്ഥശൂന്യമായി രാജാവിനെ പുകഴ്ത്തി പൊന്നാടയും പട്ടുവളയും വാങ്ങാനും കുഞ്ചു തയ്യാറല്ല. സ്വർണ്ണ വളപോലെ നട്ടെല്ല് വളയ്ക്കാൻ എനിക്കാവില്ല.. അതാണ് ശീലം. ക്ഷമിച്ച് മാപ്പാക്കണം."

രാജാവ് പറഞ്ഞു: "കുഞ്ചൻ! നിങ്ങൾ പോകരുത്.. അമ്പലപ്പുഴയ്ക്ക് നിങ്ങളെ വേണം. ചാക്യാരെ ഞാൻ ബോദ്ധ്യപ്പെടുത്തിയിട്ടുണ്ട്. കുഞ്ചനെ എനിക്ക് വേണം."

കുഞ്ചു രണ്ടടി മുന്നോട്ട് നടന്നിട്ട് പറഞ്ഞു... "കുഞ്ചുവിനെ ആരും ദത്തെടുക്കണ്ട.. കുഞ്ചു സ്വതന്ത്രനാണ്... കുഞ്ചുവിന്റെ കലയും, കവിതയും സ്വതന്ത്രമാണ്... അമ്പലപ്പുഴയ്ക്ക് വേണ്ടത് കുഞ്ചുവിനെയല്ല.. ചാക്യാരെയാണ്... പോയകാലത്തിന്റെ പൂപ്പൽ മണക്കുന്ന കലയും കവിതയുമാണ്... കുഞ്ചുവിനെ വെറുതെ വിടണം."

കുഞ്ചുവിനെ രാജാവിനെ നമസ്കരിച്ചു... ഭാണ്ഡത്തിൽ നിന്ന് ഒരു എഴുത്തോലക്കെട്ടെടുത്ത് രാജാവിന് നീട്ടിക്കൊണ്ട് പറഞ്ഞു: "ഇത് തിരുമനസ്സിലേക്ക് സ്വീകരിക്കണം.. ആജ്ഞ പ്രകാരം ചെയ്ത *മഹാഭാരത* തർജ്ജമയാണ്... ഇന്നലെ പുലരുവോളമിരുന്ന് പൂർത്തീകരിച്ചു... സ്വീകരിക്കണം.. *രാമായണം* പിന്നീടാകാം.. ചെയ്യും. എന്തായാലുമത് പാവങ്ങൾക്കായി അടിയൻ തർജ്ജമ ചെയ്യും.. വാക്ക് തെറ്റിക്കില്ല. ഒരു ദിവസം കുഞ്ചു വരും *രാമായണം* തർജ്ജമ തിരുമനസ്സിനെ ഏല്പിക്കാൻ." ബന്ധത്തിന്റെ വാതിൽ പാതി ചാരി ഭാണ്ഡവും തോളിലേറ്റി കുഞ്ചു നടന്നു...

ഭട്ടതിരിയും പണിക്കരും കുഞ്ചനെ തന്നെ നോക്കി നിന്നു... കുഞ്ചൻ പടിപ്പുര വാതിൽ കടന്ന് മറഞ്ഞപ്പോൾ.. പണിക്കർക്ക് സഹിക്കാനായില്ല. ഒതുക്കിവെച്ചതെല്ലാം തട്ടിത്തുറന്നു. മനസ്സിൽ നിന്ന് കണ്ണീർത്തടാകം കവിഞ്ഞൊഴുകി... പണിക്കർ മാറി നിന്ന് കരഞ്ഞു... രാജാവ് പണിക്കരെ നോക്കി. മനസ്സിൽ തിരയടങ്ങിയപ്പോൾ പണിക്കർ പറഞ്ഞു "മഹാരാജൻ വേണ്ടായിരുന്നു... അകന്നകന്ന് പോകുന്നത് ഒരു രത്നമാണ്."

ഭട്ടതിരി പറഞ്ഞു: "കുഞ്ചൻ എനിക്ക് മകനാണ്.. ജന്മം കൊണ്ടല്ല ബന്ധംകൊണ്ട്... ഇപ്പോൾ ഓർമ്മവരുന്ന ഒരുകഥയുണ്ട്." ഭട്ടതിരി സമ്മതത്തിനായി രാജാവിന്റെ മുഖത്ത് നോക്കി. രാജാവിന്റെ മുഖത്ത് നിന്ന് സമ്മതം വായിച്ചറിഞ്ഞ ഭട്ടതിരി പറഞ്ഞു:

"മയിലിന്റെ പൃഷ്ഠഭാഗത്താണ് മനോഹരവും ദിവ്യവുമായ പീലികളുള്ളത്. പ്രകൃതിയുടെ പച്ചപ്പും മാരിവില്ലിന്റെ നിറ ശോഭയും ഇന്ദ്രനീലവും ചേർന്ന മയിൽപ്പീലികൾ... മയിൽ അതിനെ കുടഞ്ഞ് തെറിപ്പിച്ചപ്പോൾ... പീലി തിരിഞ്ഞ് നിന്ന് മയിലിനോട് പറഞ്ഞു. അല്ലയോ മയൂരമേ നിന്റെ ഭംഗിക്ക് വേണ്ടി... നിന്റെ പൃഷ്ഠഭാഗത്ത് ഒതുങ്ങി നിന്നവനാണ് ഞാൻ... എന്നിട്ടും നീ നിന്റെ അഹന്തകൊണ്ട്.. ഞാനാരെന്നറിയാതെ എന്നെ കുടഞ്ഞ് തെറിപ്പിക്കുകയാണ്... പക്ഷേ മയൂരമേ, ഞാൻ പോയി നില്ക്കുന്നത് ഭഗവാൻ ശ്രീകൃഷ്ണന്റെ തിരുമുടിയിലാണ്." ഭട്ടതിരിയുടെ കണ്ണ് നിറഞ്ഞു... കണ്ണീർ പ്രവാഹത്തെ തടയാൻ കഴിയാതെ

അയാൾക്ക് ശ്വാസം മുട്ടി...

രാജാവ് ചോദിച്ചു: "ഭട്ടതിരിക്ക് വല്ലാതെ നൊന്തോ കുഞ്ചനോട് ഞാൻ പറഞ്ഞു പോയത്."

ഭട്ടതിരി പറഞ്ഞു: "മഹാരാജൻ ക്ഷമിക്കണം.. നൊന്തത് എനിക്കല്ല. കുഞ്ചനാണ്.. കുഞ്ചനിലെ കവിക്കാണ്... കലാകാരനാണ്."

പണിക്കർ പറഞ്ഞു: "കാലമേറെയായി കുഞ്ചൻ ഇത് തുടങ്ങിയിട്ട് താളത്തിന്റെ പുതിയ പാഠങ്ങൾ കണ്ടെത്താനുള്ള ശ്രമം... അതാണ് കുഞ്ചൻ കാണിച്ചത്." രാജാവ് വിഷണ്ണനായി ചോദിച്ചു: "നമുക്ക് പിഴച്ചോ ഭട്ടതിരീ?" ഭട്ടതിരി പറഞ്ഞു: "പാദസേവകർക്ക് എന്നും പട്ടും വളയും കിട്ടിയിരുന്നു... അതിന്റെ തുടർച്ചയായേ എനിക്കിത് കാണാൻ കഴിയൂ... ചാക്യാർക്ക് കരയാനും യാചിക്കാനുമറിയാം.. കുഞ്ചനതറിയില്ല.. അത്രയേ ഭേദമുള്ളൂ... എന്തായാലും ഒരു കാര്യം തീർച്ചയാണ് ചെറുതോണിക്ക് കടൽ മുറിച്ച് കടക്കാൻ പറ്റില്ല... അതിന് കപ്പൽ തന്നെ വേണം... കപ്പൽ നമുക്ക് പുതുമയാണ്. അതുപോലെ കുഞ്ചന്റെ താളവും."

രാജാവിന്റെ മുഖം വിവർണ്ണമായി... വാടിയ മുഖത്തോടെ ഭട്ടതിരിയോട് പറഞ്ഞു: "ഭട്ടതിരി നാം ഖേദിക്കുന്നു. നമുക്ക് തെറ്റിയെങ്കിൽ പരിഹാരം എന്തു വേണമെങ്കിലുമാകാം."

ഭട്ടതിരിയും പണിക്കരും അവരുടേതായ ഗൃഹങ്ങളിലേക്ക് പോയി. മഞ്ചൽക്കാരും ചേടികളും അവരെ അനുഗമിച്ചു. നേരം ഇരുട്ടിയിരുന്നു. ഇരുട്ടിന്റെ കട്ടിയെ ഭേദിച്ച് കൊണ്ട് മഞ്ചൽക്കാർ ചെനക്കി... വഴിയിൽ കുറുകെ വന്ന കുറുക്കൻ മഞ്ചൽക്കാരുടെ ശബ്ദം കേട്ട് പരുങ്ങി.. പന്തത്തിരിയുടെ വെട്ടത്തിലേക്ക് നോക്കി കുറുക്കൻ ഓലിയിട്ടു... ഇരുട്ടിൽ പേടിച്ചവന്റെ പാട്ട്!

മഞ്ചൽക്കാരുടെ താളാത്മകമായ ചെനക്കൽ കേട്ടു കൊണ്ടവൻ വലതുവശത്തെ കുറ്റിക്കാട്ടിലേക്ക് സാവധാനം നടന്നു...

കുറുക്കൻ സമർത്ഥനാണ്. അവന്റെ ഓലിയിടൽ ശുഭലക്ഷണമാണ്... നായ്ക്കളാണെങ്കിൽ ഭയപ്പെടണം...

അവർ അന്തകനെ കണ്ടാലേ ഓലിയിടൂ...

ഇടവഴികൾ ഇടത്തോട്ടും വലത്തോട്ടും പിരിയുന്നിടത്തെത്തിയപ്പോൾ ഭട്ടതിരിയുടെയും പണിക്കരുടെയും മഞ്ചൽ വലത്തോട്ടും ഇടത്തോട്ടും പിരിഞ്ഞു... പരസ്പരം യാത്രാ മൊഴികളില്ല.. അഭിവാദ്യങ്ങളില്ല. മനസ്സിൽ പെയ്തൊഴിയാൻ കിടക്കുന്ന മേഘങ്ങളുണ്ടായിരുന്നല്ലോ.

പണിക്കരെ ചുമന്ന മഞ്ചൽക്കാർ വീട്ടുപടിക്കലെത്തി പണിക്കരെയിറക്കി പന്തങ്ങളുമായി തിരിച്ചുപോയി.

പണിക്കർ വരാന്തയിൽ കയറി നേരെ ഇടതുവശത്തേക്ക് നടന്ന് കിണറ്റിൻ കരയിൽ ചെന്ന് ദേഹശുദ്ധി വരുത്തി.. മെതിയടിപ്പുറത്ത് കയറി... അകത്ത് നിന്ന് നെയ്‌വിളക്കുമായി ഭാര്യ വന്ന് അലക്കിയുണക്കിയ മുണ്ടും വേഷ്ടിയും കൊടുത്ത് തിരിച്ച് അകത്തേക്ക് തന്നെ പോയി..

പണിക്കർ വലത് തിരിഞ്ഞ് കളരി ഭഗവതിയെ തൊഴുത് വണങ്ങിയ

ശേഷം അകത്ത് പൂജാമുറിയിലേക്ക് പോയി...

മണികിലുക്കവും മന്ത്രോച്ചാരണവും ജനൽ വഴി പുറത്തേക്ക് വന്നു... അകിലും ചന്ദനവും എരിയുന്നു. ദ്വീപക്കോരിയിലെ കനലേറ്റു വാങ്ങിയ സാമ്പ്രാണിയുടെ ഹൃദയ വ്യഥ പുറത്തേക്ക് കടന്ന് വായുവിൽ അഭയം പ്രാപിച്ചു.

പൂജ കഴിഞ്ഞ് തൃപ്പടികളിൽ നമസ്കരിച്ച് പുറം തിരിഞ്ഞ് ദീർഘ ശ്വാസം ചെയ്ത് നിന്ന പണിക്കരോട് ഭാര്യ പതുക്കെ പറഞ്ഞു: "അത്താഴത്തിന് സമയമായെങ്കിൽ കഴിക്കാം." പണിക്കർ കുല ദൈവങ്ങളെ പേരെണ്ണി വിളിച്ച് പ്രാർത്ഥിച്ചശേഷം അത്താഴത്തിന്നിരുന്നു.

"അത്താഴം കഴിഞ്ഞ് നാലും കൂട്ടിയൊന്ന് മുറുക്കണം വാസന പുകയില ഒരു പേരിന്ന് മാത്രം... മുറുക്കിച്ചുവന്നാൽ രണ്ടറ്റം സ്വർണ്ണത്തിൽ കെട്ടിച്ച ചൂരൽ വടിയും കുത്തിപ്പിടിച്ച് വരാന്തയിൽ തെക്കും വടക്കും പത്ത് ചാൽ നടക്കണം.. അതൊരു പതിവാണ്."

പാക്ക് പലകയുടെ കൊളുത്തിൽ തൂക്കിയ റാന്തൽ വിളക്കിന്റെ മങ്ങിയ വെളിച്ചത്തിൽ നാല് ചാൽ നടന്നപ്പോൾ പണിക്കർ തിരിഞ്ഞു നോക്കി... മൂന്നാം തൂണിന്റെയടുത്തൊരു നിഴൽ രൂപം

പണിക്കർ പെട്ടെന്ന് ചുവട് മാറ്റി ചൂരൽ ചുഴറ്റിക്കൊണ്ട് തിരിഞ്ഞ് നിന്ന് ചോദിച്ചു: "ആരാണ്?"

ഉത്തരമൊന്നും കിട്ടാതായപ്പോൾ ഒരടിപിറകോട്ട് മാറി മുൻകാലില മർന്ന് നടുഞെളിച്ച് ചൂരൽ ചുഴറ്റി കണ്ണ് വിടർത്തി വീണ്ടും ചോദിച്ചു: "ആരാണ് ചിത്രത്തൂണിന്റെ മറവിൽ?"

കുഞ്ചു പതുക്കെ പറഞ്ഞു: "ശത്രുവല്ല"

പണിക്കർ ശൗര്യം വെടിഞ്ഞ് ശ്വാസം നേരേയാക്കി... അടുത്ത് ചെന്ന് ചോദിച്ചു: "കുഞ്ചനോ?.. എന്താ മോനേ ഇത് ഭൂമിപോലും അറിഞ്ഞില്ലല്ലോ നിന്റെ കാൽപ്പെരുമാറ്റം." പണിക്കരെ തൊഴതുവണങ്ങിയ ശേഷം കുഞ്ചു പറഞ്ഞു: "ക്ഷീണിച്ചിരുന്നു മനസ്സും ശരീരവും.. എന്റെ ഹൃദയമാണെന്റെ താളവാദ്യം... എന്റെ ചിന്തയാണെന്റെ ഭാഷ! തിരിച്ചറിഞ്ഞില്ല അതാരും... ഖേദമുണ്ടതിൽ സ്നേഹമാണെന്റെ മുദ്രകൾ.. എല്ലാവരാലും പുറത്താക്കപ്പെട്ടവനാണ് കുഞ്ചു."

"ഇനി ഞാൻ പുറത്തു തന്നെയാണ്... കൊട്ടാരത്തിന്റെ മതിൽക്കെട്ടുകൾക്കപ്പുറത്തുള്ള ലോകമാണെന്റെ ലോകം." "മൂന്ന് കലകളും പ്രേക്ഷകരും... എനിക്കതുമതി."

പണിക്കർ പറഞ്ഞു: "കുഞ്ചാ! ചാക്യാർ ശ്ലാഘ്യാനാണ്.. വാഴ്ത്തപ്പെട്ടവനാണ്." കുഞ്ചു പറഞ്ഞു: "അറിയാം സ്വന്തം ജീവിതത്തിൽ ശാന്തിയെന്തെന്നറിയാത്ത, ദൈവത്തിന്റെ ശാന്തിക്കാരനായിരുന്നു പോലും എന്റെ അച്ഛൻ... കണ്ടിട്ടില്ല ഞാനാ മുഖം.."കുഞ്ചുവിന്റെ കണ്ണീരിനെ തടയാൻ പണിക്കർ ആവുന്നതും ശ്രമിച്ചു... പക്ഷെ കഴിഞ്ഞില്ല.. അണപ്പൊട്ടിയ പുഴയൊഴുക്കിനെ ഇരു കൈ കൊണ്ടു തടയാനാകുമോ?

"വിശക്കുന്നുണ്ടോ നിനക്ക്?" കുഞ്ചുവിന്റെ പുറത്തും നെറുകയിലും

തടവിക്കൊണ്ട് പണിക്കർ ചോദിച്ചു...

"ഇല്ല, ഒരു ഇളനീരും രണ്ട് പിടിയവിലും മൂന്ന് കദളിപ്പഴങ്ങളും കഴിച്ചിരുന്നു..." പറയന്റെ കുടിയിലെ സദ്യ അത് മതി... ധാരാളം. വിശപ്പെനിക്ക് പുത്തരിയല്ല... എത്രയോ സഹിച്ചതാണ്... കുടുംബം പേരു കേട്ടതായിരുന്നു.

"എന്നിട്ടും വിശപ്പടക്കാൻ പടച്ചോറും തൈരും മാത്രം.. വയറൊട്ടിയത് അഭ്യാസമികവു കൊണ്ടല്ല... ചെറുപ്പത്തിൽ നിറച്ചുണ്ണാതെ ചുരുങ്ങിപ്പോയതാണ് .. എല്ലാം എന്റെ ശിരോവിധി."

"വരൂ.. നമുക്ക് പുറന്തിണ്ണയിലിരിക്കാം... ഞാൻ നെയ്‌വിളക്കെടുത്തുവരാം." പണിക്കർക്ക് അകത്തു ചെന്ന് നെയ്‌വിളക്കുമായ് വന്ന് ഓലത്തടുക്കിലിരുന്നു. മുന്നിൽ കുഞ്ചൻ നമ്പ്യാർ ചമ്രം പടിഞ്ഞിരുന്നു.

"ആകാശത്തിന്റെ ദ്വാരങ്ങളാണ് നക്ഷത്രങ്ങൾ! എപ്പഴോ ഒരു കുട്ടി പറഞ്ഞതാണത്. എനിക്കും തോന്നി അത് ശരിയാണെന്ന്.. നവ ഗ്രഹങ്ങളുടെ രഹസ്യം ചോരുന്ന ദ്വാരങ്ങൾ."

കുഞ്ചു ആകാശത്തേക്ക് നോക്കി... ദ്വാരങ്ങൾ മായ്ക്കുന്ന കരിമേഘങ്ങൾ.

പണിക്കർ പറഞ്ഞു: "ഒരു കടൽ ചോരാൻ ഒരു ദ്വാരം മതി... ഉം പറഞ്ഞോളൂ."

കുഞ്ചൻ, പണിക്കരുടെ കണ്ണുകളിലേക്ക് ചൂഴ്ന്ന് നോക്കി. ചെവിയിൽ കഥകളി വാദ്യം!... കുഞ്ചു ചെവി പൊത്തി പറഞ്ഞു.

കഥകളിയുടെ ആടയാഭരണങ്ങളും പദങ്ങളും വാദ്യങ്ങളും എല്ലാം നല്ലത്... രുചിരം... ബഹുരുചിരം കൂത്തും കൂടിയാട്ടവും എല്ലാം അങ്ങനെ തന്നെ പക്ഷേ..." കുഞ്ചു പാതി പറഞ്ഞ് പണിക്കരുടെ മുഖത്തേക്ക് നോക്കി. പണിക്കർ ചോദിച്ചു: "എന്തേ പാതി പറഞ്ഞത് നിർത്തിയത്?" ഒരു നെടുവീർപ്പിന് ശേഷം കുഞ്ചു പറഞ്ഞു: "കഥകളിപ്പദങ്ങൾ സംസ്കൃത ബഹുലം... മുദ്രകൾ വ്യംഗ്യം... വികാരങ്ങളും വിചാരങ്ങളുമെല്ലാം ദൈവത്തിന്റേതും രാജാവിന്റേതും മാത്രം... പറയനും പുലയനും ഓട്ടനും ശീതങ്കനുമില്ലേ ജീവിതവും പ്രണയവും ദുഃഖവുമെല്ലാം... അവർക്കും വേണ്ടേ ഒരു കലയും കാവ്യവും മനുഷ്യരല്ലേ അവരും."

പണിക്കർ പറഞ്ഞു: "കഥകളിയും കൂത്തും കൂടിയാട്ടവുമൊക്കെ കാണാൻ അണിഞ്ഞൊരുങ്ങിവരുന്ന മാന്യന്മാരിൽ പലർക്കും ഒന്നും മനസ്സിലാകാറില്ല.. വെറുതേയിരുന്ന് കാണും.. അത്ര തന്നെ. ചിലപ്പോൾ അക്ഷരമറിയാവുന്ന ചില സേവകർ പിറകിലിരുന്ന് പറഞ്ഞ് കൊടുക്കും."

"ക്ഷമിക്കണം, ഞാനൊരു കലാരൂപം മെനഞ്ഞിട്ടുണ്ട്. ഒളിഞ്ഞ് നിന്ന് കണ്ടിട്ടുണ്ടല്ലോ കുറച്ചൊക്കെ പച്ച മലയാളം. കൂത്തിലെ ഹരികഥയിലെ ആക്ഷേപരസം. അതാണെനിക്കിഷ്ടം. കാട്ടിലകൾ പറിച്ചെടുത്ത് നാണം മറയ്ക്കുന്നവന്റെ വേഷം കെട്ടിയാടും ഞാൻ..."

പണിക്കർ ഒരു പുഞ്ചിരിയോടെ ചോദിച്ചു: "എന്താ നിന്റെ ഭാവം രാജകോപം ഏറ്റുവാങ്ങി നശിക്കാൻ തന്നെയാണോ?"

കുഞ്ചു പറഞ്ഞു: "കോപം രാജാവിന്റേതായാലും ഋഷിയുടെതായാലും ദൈവത്തിന്റേതായാലും ഫലം ഒന്നു തന്നെ... ദരിദ്രന്റെ ശാപമാണ് അസഹനീയം.. അതെനിക്ക് വേണ്ട.. ഭരണാധിപന് കലയും സാഹിത്യവും ഒരലങ്കാരമാണ്. സദസ്സിന്റെ നിറക്കൂട്ടിനൊരു ഉപാധി. പട്ടിണിപ്പാവങ്ങൾക്ക് കലയൊരനുഭവമാണ്.. അന്നമാണ്, അഗ്നിയാണ്, അമൃതാണ്.. ചിലപ്പോൾ ആയുധവുമാണ്."

കുഞ്ചു പണിക്കരുടെ മുഖത്തേക്ക് നോക്കി... മുഖം തിരിച്ച് ആരോടെന്നില്ലാതെ ഉറക്കെപ്പറഞ്ഞു: "കുഞ്ചു! ജന്മം കൊണ്ട് നമ്പ്യാർ! ഏതോ ബ്രാഹ്മണന്റെ ബീജം. നങ്ങ്യാരമ്മ കടമെത്ത് തന്ന ജന്മം... വേണ്ട ആരും നല്ലവാക്കൊന്നും പറയണ്ട.. പിഴച്ച് പെറ്റതാണെന്നെ. അത്രയേ ഞാൻ കരുതുന്നുള്ളൂ... അപ്പോൾ അധഃകൃതൻ!.. അടിച്ചു തളിക്കാരൻ.. അധഃകൃതരുടെ കലയാണെന്റെയും കല. അതേ കുഞ്ചൻനമ്പ്യാർക്ക് ചേരൂ."

അധഃകൃതന്റെ കല കൊണ്ട് ഞാൻ അടിച്ച് തളിക്കും... ഈ സമൂഹത്തിന്റെ ദുർമ്മേധസ് ഞാനില്ലാതാക്കും. അതെന്റെ തീരുമാനമാണ്. രാജകോപമോ ദൈവകോപമോ എന്തായാലുംശരി.. പേടിയില്ല കുഞ്ചന്."

അകലെയെവിടെയോ കോഴി കൂവി... പറച്ചാളകളിൽ നിന്ന് പട്ടികൾ ഓലിയിട്ടു.

പണിക്കർ പറഞ്ഞു: "നേരം പുലരാറായി..വരൂ.." കുറച്ചു നേരം കിടന്നോളൂ.. വേണമെങ്കിൽ കുളിയും ജപവുമാകാം.. നമുക്കൊരിടം വരെ പോകാനുണ്ട് ... കുളി കഴിഞ്ഞ് മാറ്റിയുടുക്കാനില്ലെങ്കിൽ തരാം."

കുഞ്ചു കുളി കഴിഞ്ഞ് വന്ന് വരാന്തയിൽ കയറി ഈറനോടെ തൂണുംചാരിയിരുന്നു. പണിക്കരുടെ ഭാര്യ അലക്കി മടക്കിയ മൽമൽ മുണ്ടുമായി വന്നു. ഇതാ ഈറൻ മാറ്റിക്കോളൂ. കുഞ്ചു ഒന്ന് മടിച്ച് നിന്നു.

പണിക്കരുടെ ഭാര്യ പറഞ്ഞു: "മടിക്കണ്ട. ഞാൻ നിനക്ക് അന്യയല്ല. നിനക്കെന്നെ അറിയില്ലെങ്കിലും എനിക്ക് നിന്നെ അറിയാം." തിരിഞ്ഞു നടക്കുമ്പോൾ അവൾ പറഞ്ഞു: "നെറ്റിത്തടത്തിൽ മൂന്നാം കണ്ണുള്ളവരെ എനിക്കിഷ്ടമാണ്... നീയെന്റെ മകനാണ്. ഈറൻ മാറ്റിക്കോളൂ.. പ്രാതൽ തരാം." അവർ അകത്തേയ്ക്കു പോയി.

കുഞ്ചു വരാന്തയിൽ ഓലത്തടുക്കിൽ ചമ്രം പടിഞ്ഞിരുന്ന് പ്രാതൽ കഴിച്ചു. ഉണങ്ങലരിയരച്ച് നേർപ്പിച്ച് ചുട്ട ദോശ... പച്ചക്കുരുമുളകും മാങ്ങാമഞ്ഞളും ചേർത്തരച്ച ചമ്മന്തി. നാവിൽ സ്നേഹത്തിന്റെ രുചിഭേദം. മനസ്സിൽ മാതൃവാത്സല്യത്തിന്റെ കൈപ്പുണ്യം... നാലാം വയസ്സിലെ നട്ടപ്രാന്തിനിടയിലെ വിശപ്പ്. ഇല്ലത്തെ ആത്തോലമ്മയോട് ഉരല്ക്കുണ്ടിൽ നിന്ന് കൈ കാണിച്ചപ്പോൾ എറിഞ്ഞു തന്ന ദോശക്കഷ്ണത്തിന്റെ ഓർമ്മയിൽ ദോശയുടെ അവസാനത്തെത്തുണ്ടും ചവച്ചിറക്കി വെള്ളം കുടിച്ചു.

പണിക്കർ ഉടുത്തൊരുങ്ങി പുറത്തേക്ക് വന്നു... രാജകീയ ചിഹ്നങ്ങളില്ല .. കേവലം മുണ്ടും വേഷ്ടിയും മാത്രം.

പണിക്കർ പറഞ്ഞു: "കുഞ്ചൻ വരൂ."

എങ്ങോട്ടെന്ന് ചോദിച്ചില്ല.. പണിക്കരുടെ കൂടെ മുറ്റത്തിറങ്ങി.

പിന്നിൽ നിന്ന് പണിക്കരുടെ ഭാര്യ വിളിച്ചു. "കുഞ്ചന് ഏതു സമയത്തും ഈ വീട്ടിൽ വരാം. ഇവിടെ ഞാനുണ്ട് .. നിന്റെ അമ്മ.. എല്ലാ സ്ത്രീകൾക്കും പ്രസവിക്കാനാവില്ല.. മാതൃത്വം മനസ്സിലുണ്ട് ശങ്കിയ്ക്കാതെ കയറി വരാം. ഒരു പിടി ചോറും കിടക്കാനിടവും തരും."

കുഞ്ചൻ തിരിച്ച് പടികയറി.. ആ കാലുകളിൽ നമസ്കരിച്ചു. കാൽ വിരലുകളിൽ രണ്ടിറ്റ് കണ്ണീരർപ്പിച്ച് എഴുന്നേറ്റ് കണ്ണ് തുടച്ചു. കിട്ടാതെ പോയ സ്നേഹം!

കൈയും മനസ്സും വിളമ്പിത്തന്നതത്രയും അമൃത്... മറക്കില്ല കുഞ്ചു.

പണിക്കരും കുഞ്ചുവും ഭട്ടതിരിയുടെ വീട്ടിലെത്തി. പണിക്കർ പറഞ്ഞു: "ഇവൻ നമ്മുടെ കുട്ടിയാണ്.. ഇവൻ എഴുതട്ടെ, കളിക്കട്ടെ, ഒറ്റു കൊടുക്കരുതാരും."

ഭട്ടതിരി പറഞ്ഞു: "എഴുതിക്കോളൂ.. ആടിക്കോളൂ.. വരട്ടെ പുതിയ കഥയും കലയും..."

തിരിച്ച് നടക്കുമ്പോൾ പണിക്കർ സംതൃപ്തനായിരുന്നു. രണ്ടു പേരും പറഞ്ഞും ചിരിച്ചും തോളിൽ കൈകെട്ടിയും നടന്നു.

വഴിയരികിലൊരു കള്ളുപുര കണ്ടപ്പോൾ കുഞ്ചൻ തിരിഞ്ഞു നോക്കി... പണിക്കർക്ക് ചിരി വന്നു. "വായിൽ വെള്ളം പെരുകുന്നെങ്കിൽ അടക്കാം."പണിക്കർ മടിശ്ശീലയിൽ നിന്ന് പണമെടുത്ത് കൊടുത്തു... കുഞ്ചൻ കള്ളുപുരയിൽ കയറി ദാഹം തീർത്ത് പുറത്തിറങ്ങി. മടിയിൽ നിന്ന് മുറുക്കാൻ പൊതിയെടുത്ത് സുഖമായൊന്ന് മുറുക്കി.

രാജചിഹ്നങ്ങളൊന്നുമില്ലാതെ പെരുവഴിയിലൂടെ നടക്കുന്ന പണിക്കരെ കണ്ട ചിലർ സംശയത്തോടെ നോക്കി... "ഇത് മാത്തൂർ പണിക്കരല്ലേ" ഒരു നമ്പൂതിരിയാണത് ചോദിച്ചത്.

പണിക്കർ പറഞ്ഞു: "അല്ല ചാർച്ചയിൽപ്പെട്ട ഒരാളാണ്" അയാൾ വീണ്ടും വീണ്ടും പണിക്കരെ തിരിഞ്ഞ് നോക്കി.

വീട്ടിലെത്തിയ പണിക്കർ ഭാര്യയെ വിളിച്ചു. "ഇവൻ ഇന്നു മുതൽ പടിഞ്ഞാറ്റയിൽ കിടക്കട്ടെ.. കൃത്യസമയത്ത് ഭക്ഷണം, കൊടുക്കണം.. ചേന്നന്റെ സേവനത്തിന്ന് ഇടയ്ക്കെങ്ങാനും ഇടവഴിയിലേക്കിറങ്ങിക്കോട്ടെ... തടയണ്ട... എഴുതട്ടെ".

ഭാര്യ പറഞ്ഞു: "സന്തോഷം പടിഞ്ഞാറ്റയിലെ ഒറ്റത്തിരി വിളക്ക് ആയിരം തിരിയിലേക്ക് പടരട്ടെ."

കുഞ്ചു പടിഞ്ഞാറ്റയിലേക്ക് പോയി.

പണിക്കർ കാലും മുഖവും കഴുകി രാജചിഹ്നങ്ങളണിഞ്ഞ് കൊട്ടാരത്തിലേക്ക്.

കൊട്ടാര മതിലുകൾക്കപ്പുറം ആയിരം കൈകളുയർത്തി സൂര്യരശ്മിയെ തടയുന്ന ആൽമരച്ചുവട്ടിൽ ആളുകൾ തിങ്ങിക്കൂടി നില്ക്കുകയാണ്. പറയനും പുലനും ഓട്ടനും.. അവരെ തീണ്ടാതെ മാറി നില്ക്കുന്ന നായന്മാരെ വളരെയകലെ പട്ടന്മാരും... പിൻ പാട്ടുകാർ.. വരികൾ ആവർത്തിക്കുന്നു. ഇലത്താളത്തിന്റെയും മദ്ദളത്തിന്റെയും താളക്കൊഴുപ്പിൽ കുഞ്ചു

ആയുകയാണ്.

കരിയും പാളത്തൊപ്പിയും കൈകാലുകളിൽ വളകളും അരയിൽ അമ്പലപ്പുഴകോണകവും... ആഢ്യ കലയ്ക്ക് ചേരാത്ത വേഷം! വികൃത വേഷം!

ആവർത്തിച്ച് വരുന്ന പദങ്ങൾ അന്തരീക്ഷത്തെ പ്രകമ്പനം കൊള്ളിച്ചു. കണ്ടു പരിചയമില്ലാത്ത വേഷം.. കേട്ട് പരിചയമില്ലാത്ത കഥയും കവിതയും.. പരിഹാസത്തിന്റെ സൂചിബാണങ്ങൾ പട്ടന്മാരുടെയും നായന്മാരുടെയും രാജസേവകരുടെയും ഹൃദയത്തിൽ തറച്ച് ചോര കിനിഞ്ഞു.

കുഞ്ചു കഥ പറഞ്ഞ് നിർത്തി കാണികളെ തൊഴുതു. മുമ്പിൽ വിരിച്ചിട്ട തുണിയിലേക്ക് നാണയത്തുട്ടുകൾ വർദ്ധിച്ചു.

കുഞ്ചൻ വിയർപ്പാറ്റി വെള്ളം കുടിക്കുന്നതിനിടയിൽ വാദ്യക്കാരോട് പറഞ്ഞു: "പണമെടുത്ത് എണ്ണി നോക്കൂ." അയാൾ നാണയങ്ങളെണ്ണി... മൊത്തം നൂറ്റമ്പത് രൂപ.

തലയാകെ തുണികൊണ്ട് മൂടി വടികുത്തിപ്പിടിച്ച് നിന്ന രണ്ട് വൃദ്ധന്മാർ.. കളി ഗംഭീരം.. പണം അതിശയം.! അതിശയം! കഥകളിയാശാനും, ചാക്യാർക്കും ഇത്രയും കിട്ടില്ല. അത്രയും പറഞ്ഞ് കുഞ്ചുവിന്റെ നേർക്ക് കൈകളുയർത്തി. ദൂരെ നിന്ന് അനുഗ്രഹിച്ചശേഷം തിരിച്ച് നടന്നു. ഓട്ടന്മാരും പറയന്മാരും പിരിഞ്ഞു പോകാതെ കുഞ്ചുവിന്ന് ചുറ്റും ആരാധനയോടെ വട്ടം കൂടി നിന്നു.

ആദ്യമായി നേരിൽ കണ്ട കളി...അവർ അവരെത്തന്നെ കാണാനിടയാക്കിയ തുള്ളൽ..അവർക്ക് സന്തോഷം സഹിക്കാനായില്ല.

വേഷം മാറി.. മുഖം തുടച്ച്.. കിരീടവും അമ്പലപ്പുഴ കോണകവും ഭാണ്ഡത്തിൽ ഒതുക്കിക്കെട്ടിയശേഷം നാണയക്കിഴിയുമായി എഴുന്നേറ്റു നിന്ന വാദ്യക്കാരനോട് കുഞ്ചൻ പറഞ്ഞു: "പണക്കിഴി കൊണ്ടുപോകണ്ട. ചേന്നനും കാരിക്കും മാതേവനും ചെറിയാത്തനുമായി പങ്കിട്ട് കൊടുത്തേക്ക്... പട്ടിണിമാറട്ടെ... ഒരാഴ്ചത്തേക്കെങ്കിലും."

വാദ്യക്കാരൻ യുവാവ് മനസ്സിൽ തൊട്ടചിരിയോടെ പണം പങ്കിട്ടു.... പറയനും, പുലയനും, ഓട്ടനും.. പണം വാങ്ങി.. കണ്ണീരൊഴുകി.

വാദ്യങ്ങളും വേഷങ്ങളുടെ ഭാണ്ഡവുമായി കുഞ്ചൻ മാത്തൂർ പണിക്കരുടെ വീട്ടിലെത്തി. ശീതങ്കൻ തുള്ളിയപ്പോൾ ദൂരെ നിന്ന് അനുഗ്രഹങ്ങൾ ചൊരിഞ്ഞ വൃദ്ധന്മാർ വരാന്തയിലിരിക്കുന്നുണ്ടായിരുന്നു. പണിക്കരുടെ ഭാര്യ തളികയിൽ കൊണ്ടുവെച്ച മെഴുക്കെടുത്ത് മുഖത്ത് പുരട്ടുകയാണവർ.

കുഞ്ചു ഭാണ്ഡങ്ങളുമായി പടിഞ്ഞാറ്റയിലേക്ക് നടക്കുമ്പോൾ പണിക്കരുടെ ഭാര്യയുടെ ചിരിക്കുന്ന മുഖം കുഞ്ചു പ്രത്യേകം ശ്രദ്ധിച്ചു.

അവർ ചോദിച്ചു: "കളി നന്നായോ?"

കുഞ്ചു തിരിഞ്ഞ് നിന്ന് പറഞ്ഞു: "എനിക്ക് തൃപ്തിയായില്ല... വിചാരിച്ചത്രയും ആയിട്ടില്ല. എന്നാലും അധഃകൃതരുടെ മുഖപ്രസാദം എനിക്ക് പട്ടും വളയുമായി."

അപ്പോഴേക്കും വൃദ്ധന്മാർ മുഖം തുടച്ചിരുന്നു. കുഞ്ചു ആകെ സ്തംഭിച്ചു പോയി.. ഭട്ടതിരിയും മാത്തൂർ പണിക്കരും!

കുഞ്ചു ഭാണ്ഡങ്ങൾ താഴെ വെച്ച് ഓടിച്ചെന്ന് രണ്ടു പേരുടേയും കാലുകളിൽ നമസ്കരിച്ചു.

ഭട്ടതിരി പറഞ്ഞു: "ദീർഘായുഷ്മാൻ ഭവ."

കുഞ്ചു എഴുന്നേറ്റ് നിന്ന് തൊഴുകൈകളോടെ പറഞ്ഞു: "അനുഗ്രഹം സ്വീകരിച്ചു... മനസ്സ് കുളിർത്തു.. ദീർഘായുസ്സുണ്ടാവേണ്ടത് എനിക്കല്ല.. എന്റെ കലയ്ക്ക്... എനിക്കതുമതി."

കവിളിലൂടെ കണ്ണീർ പ്രവാഹം... ശബ്ദമില്ലാതെ മുഖം പൊത്തി. ആഴങ്ങളിൽ നിന്നുയർന്നു വന്ന ഒരു തേങ്ങൽ. പണിക്കരുടെ ഭാര്യ കുഞ്ചന്റെ മുഖത്ത് നിന്ന് കൈകൾ പിടിച്ച് മാറ്റി കണ്ണീർ തുടച്ച് പറഞ്ഞു: "ഞാനും പണിക്കരും ഭട്ടതിരിയും വന്നിരുന്നു. വേഷം മാറി... കളി കാണാൻ. കണ്ടു. അറിഞ്ഞു. എനിക്ക് തൃപ്തിയായി.

"നീയാണ് കവി. നിന്റേതാണ് കല... ദീർഘായുസ്സ്.. ദീർഘായുസ്സ് നിനക്കും നിന്റെ കലയ്ക്കും" അത് പറഞ്ഞപ്പോൾ അവരുടെ കണ്ണ് നിറഞ്ഞു.. സംതൃപ്തിയുടെ കണ്ണീർ!

ഇരുപത്തിയേഴ്

കൊട്ടാര കവാടത്തിൽ സാധാരണയില്ലാത്ത ജനക്കൂട്ടം... സ്ഥലത്തെ പ്രമാണി നായന്മാരും പട്ടന്മാരും അതിരാവിലെ തന്നെ വന്നു തുടങ്ങിയിരുന്നു.

ആരോടും ഒന്നും ചോദിക്കാതെ കൈകൾ വീശി ക്രുദ്ധരായി അകത്തേക്ക് കടത്താൻ ശ്രമിച്ചവരെ കാവൽക്കാർ തടഞ്ഞുനിർത്തി. എല്ലാവരുടേയും മുഖത്ത് ക്രൗര്യത്തിന്റെ മേഘപടലങ്ങൾ. രാജാവ് ആസ്ഥാന മണ്ഡപത്തിലേക്കെത്തിയപ്പോൾ കാവൽക്കാരൻ പറഞ്ഞു: "ആവശ്യങ്ങൾക്ക് അകത്ത് പ്രവേശിക്കാം."

ഒരു നീണ്ട നിരതന്നെയായിരുന്നു അകത്തേക്ക് പ്രവേശിച്ചത്.

നായന്മാർ കിടന്നുരുണ്ടും പട്ടന്മാർ മുട്ടു കുത്തിയും ഉറക്കെ നിലവിളിച്ചുകൊണ്ട് പറഞ്ഞു: "ഏതോ ഒരു നമ്പ്യാർ.. ആലിൻ ചുവട്ടിൽ എന്തൊക്കെയോ ചെലച്ചു കൊണ്ട് തുള്ളിയാടി... മ്ലേഛന്മാരായ ശീതങ്കന്റെ കലയാണെന്നും പറഞ്ഞ് ആഢ്യന്മാരായ നായന്മാരെയും ബ്രാഹ്മണ പ്രവരരെയും പുലഭ്യം പറഞ്ഞു."

നിലത്തുരുണ്ട് നിലവിളിക്കുന്ന നായന്മാരിൽ ഒരാൾ എഴുന്നേറ്റ് മൂക്കിളയൊലിപ്പിച്ചുകൊണ്ട് പറഞ്ഞു: "ഇവിടെ മാത്രമല്ല നാട്ടിൽ പലേടത്തും ആ ഏഭ്യൻ ഇങ്ങനെ കൊട്ടിപ്പാടുന്നുണ്ടത്രേ... സഹിക്കാനാവുന്നില്ല. രാജാവിനേയും മന്ത്രിയെയും ഞങ്ങളെയും കണക്കറ്റ് അധിക്ഷേപിക്യാ വഷളൻ. മാനോക്കെപോയി.."

രാജാവ് പറഞ്ഞു: "അങ്ങനെയാണെങ്കിൽ അയാളെ ശിക്ഷിക്കുക

തന്നെ വേണം. തൂക്കുമരമോ.. പുലിക്കൂട്ടിലിടലോ അല്ല കൈവെട്ടല്ലോ ഏതാണ് വേണ്ടത്.?"

നായർ പറഞ്ഞു: "കൈയും കാലും ഒന്നും വെട്ടിയാൽ പോര, തല തന്നെ വെട്ടണം.. അധികപ്രസംഗീന്റെ ശബ്ദം ഇനി ആരും കേൾക്കാനിടവരരുത്."

എല്ലാവരും അത് തന്നെ പറഞ്ഞു.

ഇത് കേട്ടു കൊണ്ടാണ് പണിക്കരും ഭട്ടതിരിയും വന്നത്.

രാജാവ് ഭട്ടതിരിയോട് ചോദിച്ചു: "എന്താ ഭട്ടതിരീ, ഈ കേൾക്കുന്നത്. കുഞ്ചൻ എന്തൊക്കെയോ കാണിച്ച് കൂട്ടുന്നുണ്ട്."

ഭട്ടതിരി പറഞ്ഞു: "അസത്യത്തിന്റെ തോട് പൊട്ടുന്നു.. സത്യം വെളിച്ചത്താവുന്നു.. അത് തന്നെ."

രാജാവ് പറഞ്ഞു: "ശിക്ഷ ഒളിവാക്കാൻ പറ്റില്ലാന്നായി."

പണിക്കരും ഭട്ടതിരിയും മുഖത്തോട് മുഖം നോക്കിയശേഷം പറഞ്ഞു: "വിധിക്കാം."

രാജാവ് പറഞ്ഞു: "പ്രമാണികൾക്കും ബ്രാഹ്മണർക്കും പോകാം."

എല്ലാവരും പിരിഞ്ഞ് പോയ്ക്കൊണ്ടിരിക്കുന്നതിനിടയിൽ രാജാവ് പറഞ്ഞു: "നാം ഒരു കുറ്റം ചെയ്തു. കുഞ്ചുവിനെ അധിക്ഷേപിച്ചു. ചാക്യാരുടെ നിലവിളികേട്ട് മനസ്സലിഞ്ഞ് പോയി... വേണ്ടീരുന്നില്ല.. നാടിന്റെ അകമാണ് കുഞ്ചൻ കാണിക്കുന്നത്.. കുഞ്ചൻ എങ്ങും പോകണ്ട. അയാൾ മഠത്തിലിരുന്ന് എഴുതട്ടെ.. അത്രയേ നമുക്ക് ശിക്ഷിക്കാൻ കഴിയൂ."

പിരിഞ്ഞ് പോകുന്ന പ്രമാണിമാരിൽ ചിലരത് കേട്ടു.. അവർ പിറുപിറുത്തു. ശപിച്ചു പല്ലിറുമ്മി. കടന്നുപോകുന്ന വരെ നോക്കി ഭട്ടതിരിയും പണിക്കരും ചിരിച്ചു.

ഓട്ടനും ശീതങ്കനും പറയനും.. തുള്ളൽക്കളികളിൽ ഓരോന്നിന്റെയും താളക്രമങ്ങളും വാദ്യവൈവിധ്യങ്ങളും ശീലുകളുടെ വൃത്തവൈചിത്രവും മനസ്സിലോർത്ത് മഠത്തിനകത്ത് നിലവിളക്കിന് മുമ്പിൽ ഏകനായി... ശീതങ്കന്ന് വൃത്തം കാകളിയും കളകാഞ്ചിയും.. മുറുകിയ മന്ദഗതിയിലുള്ള താളം.. പുലയർക്കിടയിലെ തുള്ളൽ...

പതിഞ്ഞ മട്ടിലാണ് പറയൻ.. അത് അങ്ങനെയേ ചേരൂ.. ഓട്ടന്മാരുടെ ജീവിതത്തിനും ചലനത്തിനും വേഗത കൂടുതലാണ്. വൃത്തം തരംഗിണി തന്നെ വേണം... വേഗമേറിയ താളവും.

അവരവരുടെ ജീവിതത്തിന്റെ താളമാണ് ഓരോന്നിനും... എണ്ണ വറ്റിത്തുടങ്ങിയ വിളക്കിലേക്ക് എണ്ണ പകർന്ന് വീണ്ടും ആലോചനയിൽ മുഴുകി... മുട്ടയ്ക്കുമേൽ അടയിരിക്കുന്ന തള്ളപ്പക്ഷി... അനുധ്യാനം ചെയ്തുറപ്പിച്ചെടുക്കുന്ന പദങ്ങൾ... നെരിപ്പോടിൽ ഊതിയുരുക്കിയെടുക്കുന്ന സ്വർണ്ണമണികൾ.. ഒന്ന് ഒന്നിനോട് ചേർത്ത് വിളക്കിയെടുക്കുന്നു... സ്വർണ്ണം പവിഴത്തോട് ചേർന്ന് ആഭരണമായിത്തീരുന്നു. വാക്കുകൾ സ്വർഗ്ഗത്തിലെ കാമധേനുവിനെപ്പോലെ അർത്ഥങ്ങൾ ചുരത്തിക്കൊണ്ടേ

യിരിക്കുന്നു..

വെട്ടിയുണക്കി പതം വരുത്തിയ എഴുത്തോലകൾ കവിയുടെ നാരായ സ്പർശമേറ്റ് ധന്യമാകുന്നു.

കഥകളിൽ ദേവലോകവും ബ്രാഹ്മലോകവും സ്വർഗ്ഗവും ഭൂമിയും പാതാളവും നിറഞ്ഞു നിന്നു... നായന്മാരും പ്രമാണികളും പട്ടന്മാരും ചിത്തഭ്രമത്തിന്റെ വക്കിലോളം എത്തിനിന്നു... ഭരണാധിപന്മാർ കോമാളികളായി.. ദേവന്മാരും അപ്സരസുകളും അമ്പലപ്പുഴയിലും പരിസരങ്ങളിലുമായി അലസസഞ്ചാരം തുടങ്ങി. രാവിലെ കുളി... ഭക്ഷണസമൃദ്ധി.. ധനനഷ്ടം സ്ത്രീ സുഖം... മാനഹാനി... ഉച്ചയുറക്കത്തിന് ശേഷം ഉദരസ്തംഭനം... കുടുംബ കലഹം." എന്നിങ്ങനെ... ജ്യോത്സ്യന്മാരുടെ കുറിപ്പടിയെഴുത്തിനെ കുഞ്ചൻനമ്പ്യാർ പരിഹസിച്ചു. എന്നിങ്ങനെ ജ്യോത്സ്യന്മാരുടെ കുറിപ്പടിയെഴുത്തിനെ കുഞ്ചു പരിഹസിച്ചു

തിരിയുഴിച്ചിലും, എണ്ണ ജപവും മന്ത്രച്ചരട് കെട്ടലും കണ്ണേറുമാറ്റലുമായി കാലം കഴിക്കുന്ന മന്ത്രവാദികൾ കുഞ്ചന്റെ എഴുത്താണിത്തുമ്പിൽ കിടന്ന് നിലവിളിച്ചു. പറയനും പുലയനും ഓട്ടനും കുഞ്ചന്റെ കവിതകൾ പാടി നടന്നു...

പടനായന്മാർ പാതയോരങ്ങളിൽ ശണ്ഠകൂടി അമർഷം തീർത്തു. പറയനെയും പുലയനെയും തെറിവിളിച്ചും മർദ്ദിച്ചും കൈത്തരിപ്പ് മാറ്റി. കോണകമഴിച്ച് കഴുത്തിൽ കെട്ടി കാര്യമേതുമില്ലാതെ പറയന്മാരെ തല്ലുന്ന നായന്മാരെ നോക്കി നമ്പ്യാർ പുലഭ്യം പറഞ്ഞു.

സഹികെട്ട നായർ പല്ലിളിച്ചു കൊണ്ട് നമ്പ്യാർക്ക് നേരെ ഓടിയടുത്തു. ഇടം വലം തലവെട്ടിച്ച് നോക്കിയശേഷം അയാൾ കുഞ്ചന്റെ മുഖത്ത് ആഞ്ഞടിച്ചു. അരയൻ തിരുകിയ നാരായമെടുത്ത് തട്ടിതടുത്തു..

നാരായത്തുമ്പ് തുളച്ചേറിയ ഉള്ളംകൈയിൽ നിന്ന് ചോര വാർന്നൊലിച്ച നായർ... തെറി വിളിക്കാൻ തുടങ്ങി. "നെറികേട്ടവനെ തോന്ന്യാസീ." ഉടുമുണ്ടിന്റെ വക്കിൽ ചോര തുടച്ചുകൊണ്ടയാൾ തിരിച്ച് നടന്നു.

നാരായപ്പിടിയിലോളം വാർന്നൊഴുകിയ ചോരയുമായി കുഞ്ചു കൊട്ടാരത്തിലേക്ക് നടന്നു.

അകത്ത് രാജ്യകാര്യങ്ങൾ ചർച്ച ചെയ്യുന്നതിനായി സഭ ചേരുകയായിരുന്നു. മന്ത്രിമാരും ഭട്ടതിരിയും മാത്തൂർ പണിക്കരും നാട്ടുപ്രമാണികളുമുണ്ടായിരുന്നു.

കാവൽക്കാർ കുഞ്ചുവിനെ കൊട്ടാര വാതിൽക്കൽ തടഞ്ഞെങ്കിലും ക്രുദ്ധനായി സഭയിലേക്ക് കയറിച്ചെന്നു.

ചോരയുണങ്ങാത്ത നാരായം ഉയർത്തിപ്പിടിച്ച് കുഞ്ചു ചോദിച്ചു: "മഹാരാജൻ! ഇതാണോ രാജനീതി.?.. കലിപൂണ്ട നായന്മാർ കോണകമഴിച്ചിട്ട് കഴുത്തിൽ കെട്ടി വഴിപോക്കരായ പാവം പറയനെയും പുലയനേയും മരത്തിൽ കെട്ടി അടിക്കുന്നതാണോ നീതിപാലനം? മതിഭ്രമം വന്ന നായന്മാരെയും ഊട്ടുപുരകാലിയാക്കുന്ന പട്ടന്മാരെയും ചോദ്യം ചെയ്തതാണോ കുഞ്ചൻ നമ്പ്യാരുടെ കുറ്റം?

ഈ നാരായം കൊണ്ട് കുഞ്ചുവാരെയും കുത്തിയിട്ടില്ല കുഞ്ചുവിനെ കുത്തിയ നായരെ നാരായം കൊണ്ട് തടുത്തതേയുള്ളു... ഈ ചോര കൊണ്ട് ഒരു വരി കവിതയെഴുതാൻ പറ്റില്ല... ഇത് എഴുതുന്നവന്റെ ഹൃദയരക്തമല്ല... എഴുത്തിനെ തടയുന്നവന്റെ കെട്ടു രക്തമാണ്..

"ഞാൻ ഈ എഴുത്താണി ഇവിടെ ഉപേക്ഷിക്കുന്നു" എഴുത്താണി വലിച്ചെറിഞ്ഞ് കുഞ്ചു തിരിച്ച് നടന്നു. പണിക്കരും ഭട്ടതിരിയും കുഞ്ചന്റെ പിറകെ ചെന്നു ശാസിച്ചു പിന്നെ ആശ്വസിപ്പിച്ചു.

കുഞ്ചു തിരിഞ്ഞു നോക്കാതെ നടന്നു.

മാഞ്ചൽപ്പണിക്കാരും ഭട്ടതിരിയും തിരിച്ച് ചെന്നപ്പോൾ സഭ പിരിഞ്ഞ് രാജാവ് അന്തപ്പുരത്തിലേക്ക് പോയ്ക്കഴിഞ്ഞിരുന്നു. അനുവാദം വാങ്ങിയശേഷം രണ്ടു പേരെയും രാജാവിനെ മുഖം കാണിച്ചു. ഇരിക്കാൻ പറഞ്ഞിട്ടും പണിക്കരും ഭട്ടതിരിയും ഇരുന്നില്ല. രാജാവ് പറഞ്ഞു: "ഭട്ടതിരീ കുഞ്ചന്റെ ധിക്കാരം കൂടുന്നുണ്ടോ എന്നോരു സംശയം.. വലിച്ചെറിഞ്ഞ എഴുത്താണി നമ്മുടെ വലം കാൽ പുറവടിയിലാണ് തറച്ചത്... ക്ഷമ കെട്ടു പോയി... നമുക്ക്.."

ഭട്ടതിരി അപേക്ഷിച്ചു: "ക്ഷമിക്കണം... അത് ഞാൻ ശ്രദ്ധിച്ചില്ല... കുഞ്ചുവും ശ്രദ്ധിച്ചുകാണില്ല.. അവിടുത്തേ പാദങ്ങൾ നൊന്തെങ്കിൽ കുഞ്ചന് വേണ്ടി മാപ്പ്!, മഹാത്മൻ! കുഞ്ചൻ രാജ്യദ്രോഹിയല്ല രാജ്യസ്നേഹിയാണ്. നമ്മുടെ പടയാളികൾക്ക് ദുർന്നടപ്പ് കൂടുന്നുണ്ട്." പണിക്കർ പറഞ്ഞു: "മദ്യാസക്തിയും സ്ത്രീലംബടത്തവും ഏറുന്നു. ആയുധം പണയം വെച്ച് കള്ളുകുടിക്കലും ചൂതീടുകയും ചെയ്യുന്ന പടയാളികളെ വിശ്വസിച്ചുകൂട രാജ്യത്തെ ഒറ്റ് കൊടുത്തേക്കും." തക്കം നോക്കി കള്ളം പറയുകയും മുഖസ്തുതിനടത്തുകയും ചെയ്യുന്ന ജ്യോത്സ്യമ്മാരും അപകടകാരികളാണ്... അത് ചൂണ്ടിക്കാണിക്കുകമാത്രമേ കുഞ്ചൻ ചെയ്തിട്ടുള്ളു... ഓലയും നാരായവും മനസ്സിലേക്കെത്തുന്നവന്റെ ധർമ്മമാണിത്... കുഞ്ചന്റെ അമർഷം അവഗണിക്കാവുന്നതല്ല..." "കുഞ്ചന്റെ അറിവ് നമുക്ക് മുറിവായിത്തീർന്നു ഇപ്പോൾ. എന്റെ മുറിവ് പാദങ്ങളിൽ മുന്നോട്ടുള്ള നടത്തം സൂക്ഷിക്കണം.. എന്നൊരു ഓർമ്മപ്പെടുത്തൽ! അല്ലേ പണിക്കരെ?" രാജാവ് ചോദിച്ചു പണിക്കർ ഒരു ചെറു ചിരിയൊടെ പറഞ്ഞു "അതേ."

രാജാവ് തുടർന്നു: "പണിക്കരെ? നമുക്ക് കുഞ്ചനെയൊന്ന് കാണണം."

ഒരു നിമിഷ നേരത്തെ ആലോചന!

ഭട്ടതിരി പറഞ്ഞു: "നാളെ കഴിഞ്ഞ് മുഖം കാണിക്കാൻ പറയാം."

"അപ്പോൾ ഇന്നും നാളെയും എന്താണമാന്തം... നമ്മോടുള്ള കോപമോ അതോ രാജാവിന് തീണ്ടാൻ പറ്റാത്ത അപൂർവ്വ വ്രതമോ!"

പണിക്കർ പറഞ്ഞു: "കുഞ്ചൻ കുടമാളൂർക്ക് പോയി... രാജ്ഞി ആളെ അയച്ചിരുന്നു."

ചിരിച്ചു കൊണ്ട് രാജാവ് പറഞ്ഞു: "ഓ! നമ്മുടെ പ്രിയപത്നിയുടെ

കവിതാഭ്രമം.! നടക്കട്ടെ.. നടക്കട്ടെ."

തിരുമനസ്സിനെ വണങ്ങി തിരിച്ച് കവാടം കടക്കുമ്പോൾ "മഹാരാജാവിന്റെ മനസ്സ്!" പണിക്കർ പാതിപറഞ്ഞ് നിർത്തിയത് ഭട്ടതിരിയാണ് പൂർത്തിയാക്കിയത്.. "ശുദ്ധം! സ്ഫടിക ശുദ്ധം!"

ഇരുപത്തിയെട്ട്

ഇരുൾ പാകിയ നാട്ടുവഴിയിൽ ആൾ സഞ്ചാരം കുറഞ്ഞിരുന്നു. അങ്ങിങ്ങായി കാണുന്ന പറച്ചാളകൾ.. നിലാവുദിക്കുന്നേയുള്ളൂ.. തെങ്ങോലച്ചീന്തുകൾക്കിടയിലൂടെ വാർന്ന് വീഴുന്ന വെളിച്ചത്തിന്റെ ചീളുകൾ.

അപരിചിത ഗന്ധം വിഴുങ്ങിയ പുലപ്പട്ടികൾ വെറുതെ കുരച്ച് ചാടുന്നു.

പട്ടികളെ പണ്ടേ ഭയമാണ്. ഇഹ ജന്മത്തിനക്കരെ നിന്ന് ഓടിയെത്തി ഉൾമനസ്സിനെപ്പുണർന്ന അജ്ഞാതഭയം!

പൊട്ടക്കിണറ്റിൽ പൊങ്ങിക്കിടന്ന ജഡം! ആരോ പറഞ്ഞ് കേട്ട കഥയിലെ ശാന്തിക്കാരൻ നമ്പൂതിരി ... ജന്മം നല്കിയ മനുഷ്യൻ!

കുഞ്ചുവിന്റെ നടത്തത്തിന് വേഗത വർദ്ധിച്ചു... തോളിൽ മാറാപ്പില്ല. എതിർക്കാനും എഴുതാനും കൈയിൽ എഴുത്താണിയില്ല... സുഖം.. സ്വതന്ത്രം. കൈകൾ രണ്ടും വീശി നടന്നു... ഇടയ്ക്കിടെ ഭീതിയോടെ ഇരുളിന്റെ മുഖത്തേക്ക് നോക്കി. ഇരുളിൽ തിളങ്ങുന്ന നായ്ക്കളുടെ കണ്ണുകൾ രത്നങ്ങൾ പോലെ.

മഞ്ഞു വീഴുന്നുണ്ടെങ്കിലും കുളിരറിഞ്ഞില്ല... വിയർപ്പാണ്. തോൾമുണ്ടെടുത്ത് ഇടയ്ക്കിടെ മുഖത്തും നെഞ്ചത്തും തുടച്ചു... വേഗം നടന്ന് ദൂരം പിന്നിട്ടു.

കുടമാളൂർ മഠത്തിന്റെ വരാന്ത!..

കത്തുന്ന നെയ്‌വിളക്കിന്റെ തിരിവെട്ടത്തിൽ കുഞ്ചുവിന്റെ നെഞ്ചിലെ വിയർപ്പ് കണങ്ങൾ രത്നം കണക്കെ തിളങ്ങി.

"കുഞ്ചു വന്നിരിക്കുന്നു." അകത്തേ നേരിയ വെളിച്ചത്തിനോടായി പതുക്കെ പറഞ്ഞു.

അകത്തുനിന്ന് ദാസിയാണ് പുറത്തേക്ക് വന്നത് "എന്തേ വൈകി ദാസി ചോദിച്ചു?"

"തോണിക്കാരന്റെ അലസത" കുഞ്ചു പറഞ്ഞു.

"വന്നോളൂ കാത്തിരുന്ന് മുഷിഞ്ഞു ദേഷ്യം മുഴുവൻ എന്നോടാണ്" ഇളം ചിരിയോടെ ദാസി പറഞ്ഞു....അവൾ അന്തപ്പുരത്തിന്റെ ഇടനാഴിയിലേക്ക് നടന്നു. "ഏറെനാളായല്ലൊ വന്നിട്ട്." "അതെ" കുഞ്ചൻ പറഞ്ഞു. "കള്ളും കവിതയും ഭ്രാന്തുമൊന്നുമില്ലേ." ദാസി ചോദിച്ചു.

"ആരാണ് പറഞ്ഞത്" കുഞ്ചു ചോദിച്ചു... ദാസി പറഞ്ഞു "രാജ്ഞിയാണ്.. ദൂതന്മാർ പറഞ്ഞ് കാണും". അവർ അമർത്തി ചിരിച്ചു.

"ഇന്ന് പുലരും വരെ കവിതയായിരിക്കും ഇല്ലേ?" കുഞ്ചൻ ഒന്നും

പറഞ്ഞില്ല കോണിപ്പടിയിൽ കയറുമ്പോൾ കുഞ്ചൻ ചോദിച്ചു "രാജ്ഞിയുടെ കുഞ്ഞ്.?"

ദാസി പറഞ്ഞു: "ഇന്ന് നേരത്തേ ഉറങ്ങി. "ഒട്ട് നേരത്തെ മൗനത്തിന് ശേഷം അവർ തുടർന്ന് പറഞ്ഞു. "അവൻ ഇന്ന് എന്റെടുത്തായിരിക്കും.."

ദാസിയാണ് കതകിന് മുട്ടിയത്... വാതിലിന്റെ ഒറ്റപ്പാളിമാത്രം തുറക്കപ്പെട്ടു... പാതിയിരുട്ടിൽ രാജ്ഞിയുടെ മുഖം അവ്യക്തമായിരുന്നു.

ദാസി പുറത്ത് നിന്ന് അകത്തേക്ക് കൈകൾ നീട്ടി. കുഞ്ഞിന്റെ കൈത്തണ്ടയിലെ സ്വർണ്ണവളകൾ കിലുങ്ങി... ദാസി ഇടനാഴിയിലേക്ക് നടന്ന് മറഞ്ഞു.

കുഞ്ചു അകത്ത് കടന്നപ്പോൾ വാതിലടഞ്ഞു. സാക്ഷകൾ ചേർന്നു "എന്തിത്രവൈകി?" ചോദ്യത്തിൽ കാത്തിരിപ്പിന്റെ അമർഷം. കുഞ്ചൻ മറുപടിയൊന്നും പറഞ്ഞില്ല.

"എഴുത്താണി എഴുതാൻ മാത്രമല്ല.. എതിർക്കാനുമാണ്. നല്ല അഭിപ്രായം.. ഞാനറിഞ്ഞു. കവിയിലെ ധിക്കാരിയോ.. ധിക്കാരിയിലെ കവിയോ ഏതാണ്" രാജ്ഞി ചോദിച്ചു.

"രണ്ടും" കുഞ്ചു പറഞ്ഞു. കൈപിടിച്ച് മഞ്ചത്തിലിരുത്തി. മുടിയിൽ പരതിക്കൊണ്ട് രാജ്ഞി ചോദിച്ചു. "എന്തെങ്കിലും കഴിച്ചതാണോ വയറ് ഒട്ടിക്കിടക്കുന്നുണ്ടല്ലോ."

അവർ പതിയെ ചെവിയിൽ ചോദിച്ചു: "എന്താണ് ഉത്തരമില്ലാത്തത്?"

വിയർപ്പിന്റെ ചന്ദനഗന്ധം കുഞ്ചുവിന്റെ തലച്ചോറിലേക്ക് പാഞ്ഞ് കയറി...

"ഇതിൽ പനങ്കള്ളോ പുകയിലച്ചാറോ." പൊക്കിളിന്ന് കീഴെ വിരലുകളുടെ മൃദുസ്പർശമേറ്റപ്പോൾ കുഞ്ചുവിന് രോമാഞ്ചമുണ്ടായി. വിശപ്പും ദാഹവുമുണ്ടെങ്കിൽ ആദ്യം ദാഹം തീർത്തോളൂ."

തിരശ്ശീല നീക്കി കുഞ്ചനെ മടിയിലേക്ക് കിടത്തി.

ചുണ്ടിൽ ത്രിമധുരം! കവി സ്വയം ആർത്തിപൂണ്ട ശിശുവായി മാറി.. തലമുറകൾ പങ്കിട്ടെടുക്കുന്ന മഹാമധുരം ദിവ്യാമൃതം.. മനസ്സിൽ കവിതയൂറുന്നു.

അരങ്ങൊരുങ്ങുകയാണ്.. കൂത്തരങ്ങിന്റെ തിരശ്ശീല മാറുകയാണ്. മിഴാവിൽ പാണിവാദന്റെ വിരൽ സ്പർശം... പിഴയ്ക്കാത്ത മുദ്രകൾ.. നങ്ങ്യാരുടെ ഇലത്താളം വിറയ്ക്കുന്നു.. കവിതയുടെ വഴികൾ തുറക്കുന്നു. ഇടവഴിയിൽ ചവച്ചരച്ച കറുകപ്പുല്ലിന്റെ ആസ്വാദ്യ ഗന്ധം.!

താളം മുറുകയാണ്. അതി വിളംബരത്തിൽ നിന്ന് വിളംബത്തിലേക്ക്.. ദ്രുതത്തിൽ നിന്ന് അതിദ്രുതത്തിലേക്ക്...

ഒന്നാമങ്കം കഴിഞ്ഞു... നങ്ങ്യാരമ്മ മുഖം തുടച്ച് ജലപാനം ചെയ്തു... ആട്ടവിളക്കിന്റെ തിരിയണയ്ക്കാതെ അരങ്ങ് വീണ്ടും സജീവം..

രാവേറെ ചെന്നു... അകലെയകലെ മരച്ചില്ലകളിൽ രാകിളികൾ ചില

ച്ചു... പുലരാൻ നാഴികകൾ മാത്രം ബാക്കി..

കുഞ്ചു കവിതാ പാരായണം നിർത്തി,. മിഴാവിൽ തൊട്ട് നമസ്കരിച്ച്... വിളക്കിന്റെ തിരിയണഞ്ഞു.

കുളി കഴിഞ്ഞ് ഈറൻ മാറ്റി പ്രാതലിന് മരപ്പലകയിലിരുന്നു.. വിളമ്പുന്നതിനിടയിൽ ദാസി പറഞ്ഞു: "വേണ്ടത്ര കഴിക്കാം."

കുഞ്ചു ഒന്ന് മൂളുക മാത്രം ചെയ്തു. കുഞ്ചു ഭക്ഷണം കഴിക്കുന്നത് ദാസി ദൂരെ മാറി നിന്ന് കാണുകയായിരുന്നു. സാവധാനമാണ് കുഞ്ചു ഭക്ഷണം കഴിച്ചത്.. ദാസി അടുത്ത് വന്ന് ചോദിച്ചു:

"ഇന്നലെ കവിത വായന എപ്പഴാണ് കഴിഞ്ഞത്?"

തലയുയർത്താതെ കുഞ്ചു പറഞ്ഞു: "പുലച്ചെ."

"ചിലർ അങ്ങനെയാണ് നല്ല കവിത എത്ര ആസ്വദിച്ചാലും മതിവരില്ല." ദാസി പറഞ്ഞു.

കുഞ്ചൻ കൈ കുടഞ്ഞ് എഴുന്നേല്ക്കുമ്പോൾ പറഞ്ഞു: "നല്ല ആസ്വാദകർ അങ്ങനെയാണ്"..

പുറം തിണ്ണയിലെ ഓട്ടു കിണ്ടിയിൽ നിന്ന് വെള്ളം പകർന്ന് കൈ കഴുകി തിരിച്ചു വരുന്ന കുഞ്ചനോട് ദാസി പറഞ്ഞു:

"ഒരു നിമിഷം നില്ക്കൂ.. ഇവിടെ ഇവിടെ തന്നെ" അവൾ തിരക്കിട്ട് നടന്നു പോയി. രാജ്ഞിയുടെ കുഞ്ഞിനേയുമെടുത്ത് തിരിച്ചു വന്നു. "ഇന്നലെ എന്റെ കൂടെയാണ് കിടന്നത്. പുലർച്ചെയുണർന്ന് കരഞ്ഞു... വീണ്ടുമുറങ്ങി. ഇപ്പോഴാണ് ഉണർന്നത്... ഇതാ.. നല്ലപോലെ കണ്ടോളൂ."

കുഞ്ചൻ കുഞ്ഞിനെത്തന്നെ നോക്കി... മിഴിയടയ്ക്കാതെ.. മനസ്സടയ്ക്കാതെ.. ഇടമുറിയാത്ത പ്രപഞ്ചതാളം, തിരയടങ്ങാത്ത കടലിന്റെ സംഗീതം .. കാതുകളിൽ താരാട്ടിന്റെ ഈണം..

കുഞ്ചൻ കൈ നീട്ടി .. വെറുതെ ഒന്നെടുക്കാൻ.. ഒന്ന് ചുംബിക്കാൻ! ദാസി പറഞ്ഞു "വേണ്ട.. കണ്ടാൽ മതി.. അത്രയേ വേണ്ടൂ.. എന്നാണ് കല്പന."

"ആരുടെ കല്പന?" കുഞ്ചൻ ചോദിച്ചു "വഹിച്ച പാത്രത്തിന്റെ" ദാസി പറഞ്ഞു.

കുഞ്ചു കുറേ സമയം ദാസിയുടെ കൈകളിലെ പുഷ്പത്തെ നോക്കി... 'ചെടിയറിയാതെ പൂത്ത നിശാഗന്ധി!.' മനസ്സ് പറഞ്ഞു. പാണിവാദന്റെ കരങ്ങൾ.. ചർമ്മ വാദ്യത്തിന്റെ അശുദ്ധി?. രാജകുലത്തിന് ചേരാൻ പ്രയാസം.

കുഞ്ഞ് ഉറക്കെ കരയാൻ തുടങ്ങി... കരച്ചിലടയ്ക്കാൻ ശ്രമിക്കുന്നതിനിടയിൽ ദാസി പറഞ്ഞു: "വേണ്ടി വരും... അമ്മിഞ്ഞ.. കൊണ്ടു പോയ് കൊടുക്കട്ടെ."

തിരിച്ച് നടക്കുമ്പോൾ അല്പം ദുഃഖത്തോടെ കുഞ്ചു പറഞ്ഞു: "ഓ, അത് ഞാനോർത്തില്ല.. ബാക്കി വെച്ചേനെ. കുറച്ചെങ്കിലും."

കുഞ്ഞിനോടെങ്കിലും പറയാതെ വയ്യ... മാപ്പ്... മാപ്പ്...

കുഞ്ചൻ അതിവേഗം നടന്നകന്നു.

മഠത്തിന്റെ പടിയിറങ്ങുമ്പോഴും കുഞ്ഞിന്റെ കരച്ചിൽ കാതിൽ മുഴങ്ങുന്നുണ്ടായിരുന്നു.

മാത്തൂർ പണിക്കർ സന്ധ്യാവന്ദനവും ഭാഗവതം വായനയും കഴിഞ്ഞ് പൂമുഖത്ത് ചാരുകസേരയിലിരുന്നു.

ഓട്ട് ചെല്ലത്തിൽ നിന്ന് തളിർ വെറ്റിലയെടുത്ത് ഞെട്ടും നാക്കും നുള്ളിയെറിഞ്ഞ് നടുവിരൽ കൊണ്ട് ചൂരുകളഞ്ഞ് ചുണ്ണാമ്പ് തൊടുമ്പോൾ പടികടന്നെത്തുന്ന നിഴൽ രൂപത്തെ സൂക്ഷിച്ചു നോക്കി. ആളെ മനസ്സിലായെങ്കിലും പണിക്കർ ചോദിച്ചു: "ആരാണ്?"

"ഇരിക്കൂ" അല്പം കനത്ത ശബ്ദത്തിൽ പണിക്കർ പറഞ്ഞു.

കുഞ്ചുവിരുന്നു.

വെറ്റിലയും കളിയടയ്ക്കയും ഒരുനുള്ള് വാസനപ്പുകയിലയും വായിലേക്കിട്ട് ചവച്ചൊതുക്കിയ ശേഷം പണിക്കർ ചോദിച്ചു:

"കവിത ചൊല്ലൽ കഴിഞ്ഞോ?"

തലയുയർത്താതെ കുഞ്ചു പറഞ്ഞു: "കഴിഞ്ഞു."

"നന്നായി ആസ്വദിച്ചിട്ടുണ്ടാകും... പുകഴ്ത്തിയിട്ടുമുണ്ടാകും ഇല്ലേ?"

പണിക്കർ ചോദിച്ചു.

നേരിയ ഒരു ചിരിമാത്രമായിരുന്നു മറുപടി.

"വല്ല സമ്മാനവും തന്നോ ആവോ?" മറുപടിയൊന്നും വരാതായപ്പോൾ പണിക്കർ വെറ്റില നീര് നീട്ടിത്തുപ്പി മുഖം തുടച്ചു കൊണ്ട് പറഞ്ഞു: "താൻ സമ്മാനം വാങ്ങാറില്ലല്ലോ കൊടുക്കാറല്ലേയുള്ളൂ. അത് നിയോഗം.. കൈ നീട്ടി പിടിച്ചു വാങ്ങി, അത്ര തന്നെ ഭിക്ഷാം ദേഹികളുടെ മനം കെടുത്തരുതല്ലോ."

കുഞ്ചു പറഞ്ഞു:

"ഏതായാലും ഇയാളെ രാജാവിന് കാണണം എന്ന് പറഞ്ഞിരിയ്ക്കുന്നു... നാളെ ചെന്ന് മുഖം കാണിക്കണം... മറക്കണ്ട." ചാരു കസേരയിൽ നിന്ന് എഴുന്നേറ്റ് പണിക്കർ പറഞ്ഞു.

കുഞ്ചുവിനും എഴുന്നേറ്റു.

"നാളെ പറയൻ തുള്ളലുണ്ട്. പറയന്മാർക്കിടയിൽ തന്നെ... വരാൻ വൈകും. തരപ്പെട്ടാൽ മുഖം കാണിക്കും."

"ഇല്ലെങ്കിൽ?" അല്പം ദേഷ്യത്തിലായിരുന്നു പണിക്കരുടെ ചോദ്യം. കുഞ്ചു സ്വരം താഴ്ത്തിപ്പറഞ്ഞു: "മറ്റന്നാൾ രാവിലെ."

"ഇവിടെ കിടക്കുന്നോ അല്ല മഠത്തിലേക്ക് പോകുന്നോ? " പണിക്കർ ചോദിച്ചു.

കുത്തുപടിയിറങ്ങിക്കൊണ്ട് കുഞ്ചു പറഞ്ഞു: "മഠത്തിലേക്കാണ്" "ഇരുട്ടാണ് വഴിയിൽ സൂക്ഷിക്കണം... ശത്രുക്കളുണ്ട് നിനക്ക്.. ശാസിക്കുകയില്ല.. അനുസരിപ്പിക്കുകയുമല്ല. സ്നേഹം കൊണ്ടാണ്." പണിക്കർ പറഞ്ഞു. മൃദുവായ ശബ്ദത്തിലായിരുന്നു പണിക്കരുടെ സംസാരം. ഒടുവിൽ ശബ്ദമിടറി. "കുഞ്ചാ മുന്നിൽ മാത്രമല്ല .പിന്നിലും വേണം കണ്ണ്." കുഞ്ചൻ ഇരുട്ടിലേക്ക് ഊളിയിട്ടു!

ഇരുപത്തിയൊൻപത്

ദേശാതിർത്തിയിലായിരുന്നു പറയൻ തുള്ളൽ. നാട്ടുറുതിക്ക്പ്പുറത്ത് നിന്നും ഓട്ടനും പറയനും പുലയനും എത്തിയിരുന്നു . കഥയും കളിയും എന്തെന്നറിയാൻ നായന്മാരും പട്ടന്മാരും വേഷം മാറി ദൂരെ മാറി നില്ക്കുന്നുണ്ടായിരുന്നു.

ഉടുത്ത് കെട്ടും മുഖം മിനുക്കും കഴിഞ്ഞ് കുഞ്ചു കളിവിളക്കിന് മുമ്പിലെത്തി. സദസ്യരെ തൊഴുതു വന്ദിച്ചശേഷം കുഞ്ചു പറഞ്ഞു. "ഇത് നിങ്ങൾക്കായുള്ള കഥയും കലയുമാണ് ... ഇത് നിങ്ങളുടെ ജീവിതമാണ് ... തെറ്റ് പറ്റിയാൽ ക്ഷമിക്കുക..."

ക്ഷമിക്കണം എന്ന് ഉന്നത കുലജാതനായ ഒരാൾ അപേക്ഷിക്കുന്നത് പറയന്മാർ ആദ്യമായി കേൾക്കുകയാണ്...

പറയന്മാർക്ക് കണ്ണും മനസ്സും നിറഞ്ഞു ...

കളികഴിഞ്ഞപ്പോൾ പറയന്മാരും പുലയന്മാരും ഓട്ടന്മാരും നമ്പ്യാരുടെ മുന്നിലേക്ക് നാണയത്തുട്ടുകൾ നിവേദിച്ചു ... ഓടച്ചീളുകൾ കൊണ്ട് മെനഞ്ഞെടുത്ത മുറവും കുട്ടയും വട്ടിയും ആഢ്യ കുലജാതർക്ക് വിറ്റ് കിട്ടിയ തുച്ഛനാണയങ്ങൾ!.. ഒരായുഷ്കാലത്തിന്റെ സമ്പാദ്യം!

കളികഴിഞ്ഞ് പിരിഞ്ഞു പോകുമ്പോൾ പറയന്മാർ സമ്മതിച്ചില്ല അവർ വീണ്ടും വീണ്ടും കളിവിളക്കിന് മുമ്പിൽ തൊഴുതു പ്രാർത്ഥിച്ച് നിലവിളിച്ചു.

നാണയത്തുടുകൾ പെറുക്കിയെടുത്ത് വാദ്യക്കാരിൽ ഒരാൾ സാധു പറയന്മാർക്കായ് വീതിച്ചുകൊടുത്തു. അവരിൽ ചിലർ വാദ്യക്കാരുടെ കാലുകൾ തൊട്ട് വന്ദിച്ചു...

നേരം ഏറെയിരുട്ടിയിരുന്നു. അമാവാസി കഴിഞ്ഞിട്ട് ഒന്നോ രണ്ടോ ദിവസമേ ആയിട്ടുള്ളു... നടവഴികളിൽ നേരിയ വെളിച്ചം മാത്രം.. കളികഴിയുമ്പോഴേക്കും നിലാവ് മങ്ങിയിരുന്നു.. മഠത്തിലെത്താൻ പത്തു കാതം നടക്കണം...

മുക്കോലയിൽ വെച്ച് വാദ്യക്കാർ വഴി ചൊല്ലിപ്പിരിഞ്ഞു.

തോളിൽ ഭാണ്ഡവും ഇടംകൈയിൽ പന്തത്തിരിയുമായി കുഞ്ചൻ നമ്പ്യാർ നടന്നു. ഇരുട്ടിന്റെ കണ്ടാമൃഗങ്ങൾ മേയുന്ന നാട്ടുവഴികളിൽ പന്തത്തിരിയുടെ മഞ്ഞ വെളിച്ചത്തിൽ ഒരുപാട് ദൂരം... കാലടിയൊച്ച കേട്ട് മാളങ്ങളിലേക്ക് തല വലിക്കുന്ന കരിനാഗങ്ങളുടെ ശീൽക്കാരങ്ങൾ മാത്രം...

കാലടികളിൽ കരിയിലകൾ ഞെരഞ്ഞു...

മനസ്സിൽ അടുത്ത ദിവസം അവതരിപ്പിക്കാനുള്ള ഓട്ടൻതുള്ളലിന്റെ ദ്രുതതാളം!..

നടത്തത്തിൽ മനസ്സിൽ നിറയെ അരങ്ങ്! അരങ്ങത്തുതിരുന്ന കവിതകൾ!.. ആക്ഷേപവും ഹാസ്യവും.. ഇരുട്ടിൽ ഇടവഴികളിൽ.. ഇടംവലം ശ്രദ്ധിക്കാതെ ... ഇടനെഞ്ചിൽ അരഞ്ഞരഞ്ഞ് പരുവപ്പെടുന്ന സാരസ്വത

ത്തിന്റെ നിറവിൽ ചിരിച്ചും പരിഹസിച്ചും കോപിച്ചും കുഞ്ചു നടന്നു കൊണ്ടേയിരുന്നു.

പിന്നിൽ കരിയിലകൾ ഞെരിയുന്ന ശബ്ദം കേട്ടിട്ടും അയാൾ ശ്രദ്ധിച്ചില്ല... എപ്പോഴോ ഒരിക്കൽ തിരിഞ്ഞു നോക്കിയപ്പോൾ പിന്നിൽ നാലഞ്ച് നിഴൽ രൂപങ്ങൾ...

പന്തത്തിരി വെളിച്ചത്തെ കാറ്റുലച്ചപ്പോൾ.. മരച്ചില്ലകളുടെ നിഴലാണെന്ന് ധരിച്ച് വീണ്ടും നടന്നു..

മരച്ചില്ലകളുടെ നിഴൽ.. അന്ധകാരത്തിന്റെ മറ! കാറ്റടങ്ങിയ നിശ്ശബ്ദത!

തലയ്ക്ക് പിന്നിലും മുതുകിലുമായി.. ഉരുക്കുദണ്ഡിന്റെ പ്രഹരം!

താഴ്ന്ന് കിടന്ന ഇലഞ്ഞിമരക്കൊമ്പിൽ പിടിച്ചത് മാത്രം ഓർമ്മയുണ്ട്. കണ്ണിൽ ഒരായിരം വൃത്തങ്ങൾ.. വൃത്തപരിധിയിൽ നിന്ന് കേന്ദ്രബിന്ദുവിലേക്കും കേന്ദ്രബിന്ദുവിൽ നിന്ന് പരിധിയിലേക്കും ദ്രുതതാളത്തിൽ സഞ്ചരിക്കുന്ന നൂറു നൂറായിരം ആവർത്തികൾ... വിസ്മൃതിയുടെ ചുഴി... ചുഴികൾക്കടിയിൽ മഹാഗർത്തം..!

രാത്രി നേരം ഏറെ വൈകിയാണ് രാജസഭ പിരിഞ്ഞത്. മഞ്ചത്തിലേറി യാത്രയാകുമ്പോൾ മാത്തൂർ പണിക്കരുടെ മനസ്സ് ഭട്ടതിരി സദസ്സിൽ ചൊല്ലിയ ഒരു സംസ്കൃത ശ്ലോകത്തിന്റെ ഉൾപ്പൊരുൾച്ചുഴിയിലായിരുന്നു.

മുന്നിലും പിന്നിലും .. ഇടതും വലതുമായി ആയുധധാരികളായ കാവൽക്കാർ... ഇടയ്ക്കെങ്ങാനും പണിക്കർ എന്തെങ്കിലും പറഞ്ഞാൽ അമലന്മാർ മൂളുകയോ വെറുതേ ചിരിക്കുകയോ മാത്രം ചെയ്തു...

ഇളം കാറ്റിലുലയുന്ന പന്തത്തിരിയുടെ വെളിച്ചത്തിൽ, ഇടവഴിയിൽ കമിഴ്ന്നു കിടക്കുന്ന മനുഷ്യരൂപം ആദ്യം കണ്ടത് മുന്നിൽ നടക്കുന്ന അമാലനാണ്. അയാൾ ഭയന്ന് വിറച്ച് വികൃതമായ ശബ്ദം പുറപ്പെടുവിച്ചു.. കൈയിൽ നിന്ന് പന്തത്തിരി നിലത്തു വീണു.. കരിയിലകൾക്ക് തീപ്പിടിച്ചു.

കരിയിലകൾ കത്തുന്ന വെളിച്ചത്തിൽ മുന്നിൽ വീണു കിടക്കുന്ന മനുഷ്യനെ പണിക്കർ കണ്ടു. "നോക്കു ആരാണെന്ന്?. ബോധക്ഷയമോ.. അല്ല...മര?"

പണിക്കർ ആ പദം പൂർത്തിയാക്കിയില്ല. "വേണ്ട.. നാവിൽ നിന്നൊരു അശുഭപദം വരണ്ട.." പണിക്കർ പറഞ്ഞു.

ഇരുവശങ്ങളിലും പിന്നിലുമായി നടന്ന പരിചാരകർ മുന്നോട്ടോടി. വീണു കിടക്കുന്ന ശരീരത്തെ മലർത്തിക്കിടത്തി... അവർ ഒന്നിച്ച് നിലവിളിച്ചു: "അയ്യോ ഇത് കുഞ്ചൻനമ്പ്യാരാണല്ലൊ."

നിലത്തൊഴുകിയ രക്തവും കുഞ്ചന്റെ പാതിയടഞ്ഞ കണ്ണുകളും പണിക്കർ ഒന്നേ നോക്കിയുള്ളൂ... പണിക്കർ വിയർപ്പിൽ കുളിച്ചു. നേരിയ മേൽമുണ്ട് ശരീരത്തിൽ ഒട്ടിക്കിടന്നു.

പണിക്കർ മുട്ടുകുത്തി കുഞ്ചന്റെ നെറ്റിയിൽ തടവി. കൈപ്പത്തി മൂക്കി

ന്നടുത്ത് വെച്ചു.... "ജീവനുണ്ട്... എടുത്തോളൂ" പണിക്കർ പറഞ്ഞു: പരിചാരകർ കുഞ്ചുവിനെയെടുത്ത് മുന്നിൽ നടന്നു.

പിന്നിൽ പണിക്കരും..

മഞ്ചൽക്കാർ ചെനക്കുന്നു.. ഭീതിതമായ ശബ്ദം ഇരുട്ടിനെ കീറിമുറിക്കുന്നു... ഇടവഴികൾക്കിരുവശം ജനൽപ്പാളികൾ കണ്ണു തുറക്കുന്നു.

പണിക്കരുടെ ഇടനെഞ്ചിൽ ആളിപ്പടരുന്ന അഗ്നികുണ്ഡങ്ങൾ! പേരറിയാത്ത വേദനയിൽ അയാൾ സ്വയമുരുകി വിയർത്തു...

പണിക്കരുടെ വീട്ട് വരാന്തയിൽ കിടത്തി മുഖത്ത് വെള്ളം തളിച്ചപ്പോൾ... കുഞ്ചു ഒരുവട്ടം കണ്ണ് തുറന്നു... വീണ്ടും കണ്ണടച്ചു.

പണിക്കരുടെ ഭാര്യ കുഞ്ചുവിന്റെ മുഖവും നെഞ്ചും തടവിക്കൊണ്ട് ഉറക്കെക്കരഞ്ഞു..

കൈകാൽ തിരുമ്മിയും രാമച്ച വിശറി കൊണ്ട് വീശിയും അവർ കുഞ്ചുവിന്റെ അടുത്ത് തന്നെയിരുന്നു.

നേരം പാതിരയായിക്കാണും കുഞ്ചു കണ്ണു തുറന്ന് സാവധാനം എഴുന്നേല്ക്കാൻ ശ്രമിച്ചു.. പണിക്കരുടെ ഭാര്യ പറഞ്ഞു: "വേണ്ട മോൻ കിടന്നോളൂ". നേരം പുലർച്ചെയായപ്പോൾ വൈദ്യന്മാരും സഹായികളും വന്നു. ദേഹ പരിശോധന കഴിഞ്ഞ് മടങ്ങുന്നതിന്ന് മുമ്പ് വൈദ്യർ പറഞ്ഞു: "ശിരോവസ്തിവേണം... മുതുകിനും ഇടുപ്പിനും ഇലക്കിഴിയും ഏഴ് ദിവസം നെന്മണിത്തൂക്കം ഗോരോചനവും... ആട്ടിൻപാൽ കറന്നെടുത്ത ചൂടോടെ രണ്ടുനേരം ഭക്ഷണത്തിന്ന് മുമ്പ്... മർമ്മാണി ഗുളിക പുളിയിലചേർത്ത് അരിക്കാടി വെള്ളത്തിലരച്ച് ചാലിച്ച് നെഞ്ചത്തും പുറത്തും... ആറും തോറും.. വടിക്കണം..

ഭദ്രവേരാദി കഷായം.. ധാന്വന്തരം ഗുളികചേർത്ത് രണ്ടുനേരം.."

കുറുപ്പടിയെഴുതി പണിക്കരെ വിളിച്ച് വൈദ്യർ പറഞ്ഞു: "ഇരുമ്പ് ദണ്ഡ് കൊണ്ടാണടി... ഏറ്റില്ല വേണ്ട വിധം മർമ്മങ്ങളിൽ.. ഒരിഞ്ച് താഴെയായിരുന്നെങ്കിൽ ചികിത്സ വേണ്ടിയിരുന്നില്ല... ദൈവം തുണച്ചു."

പണിക്കർ ദക്ഷിണകൊടുത്ത് ഓല ഏറ്റുവാങ്ങി.. പോകുമ്പോൾ വൈദ്യർ പറഞ്ഞു: "ശിഷ്യന്മാർ ഇവിടെ നില്ക്കട്ടെ.. അവർ ചെയ്യും കിഴിയും തടവും വടിപ്പും... മുറതെറ്റിക്കരുത്."

കഴുത്തിലെ രുദ്രാക്ഷമാലയിൽ തടവി മന്ത്രാക്ഷരങ്ങൾ ഉരുവിട്ടുകൊണ്ട് വൈദ്യർ പടിയിറങ്ങി...

മുപ്പത്

ചികിത്സയും നല്ലോരിക്കയും കഴിഞ്ഞു... തുടർന്ന് പതിനാല് ദിവസം വിശ്രമം ... അപ്പോഴും പാലിക്കണം ചില ചിട്ടകൾ..

തേങ്ങാപ്പാല് ചേർത്ത് പൊടിയരിക്കഞ്ഞി രണ്ടുനേരം.. രാത്രിയിൽ ചന്ദനമരച്ച് ചേർത്ത് ഇളനീർവെള്ളവും മൂന്ന് കദളിപ്പഴവും മാത്രം...

മാത്തൂർപ്പണിക്കരുടെ വീടിന്റെ പൂമുഖത്തിണ്ണയിലിരുന്നു.

മടിത്തട്ടിൽ എഴുത്തോലയും കൈയിൽ നാരായവും ... കണ്ണടച്ചിരുന്ന് ധ്യാനത്തിലമർന്ന്.. കവി! ഋഷി! ഷഡാധാരങ്ങളിലും സഹസ്രാര പത്മദളങ്ങളിലും ഒഴുകി നടക്കുന്ന ചിന്തയുടെ അഗ്നി സ്ഫുലിംഗങ്ങൾ.

മസ്തിഷ്കത്തിന്റെ ശ്ലേഷ്മ സ്തരത്തിൽ ഇണ ചേരാൻ കൊതിയ്ക്കുന്ന അക്ഷരങ്ങളുടെ ഭാവ സാന്ദ്രിമ...നാരായം ചലിക്കുകയാണ്... വാണീ സുകൃതാനുഭവത്തിൽ പുളകം കൊള്ളുന്ന താളിയോലകൾ...

അക്ഷരങ്ങൾ വാക്കുകളായിത്തീരുന്നു. വാക്കുകൾ ജീവിതങ്ങളായി മാറുന്നു.. കുത്തുപടിയിൽ കാൽപ്പെരുമാറ്റം കേട്ട് കുഞ്ചു ഞെട്ടിയുണർന്നു... "ആരാണ്" കുഞ്ചു ചോദിച്ചു.

"ഞാൻ സേവകൻ കുടമാളൂർ മഠത്തിൽ നിന്നാണ് ... രാജ്ഞി പറഞ്ഞയച്ചതാണ്".

കുഞ്ചു ഒന്നും പറയാതെ കുറച്ച് നേരം തല താഴ്ത്തിയിരുന്നു.

കുത്തുപടിയിൽ വീണ്ടും കാൽപ്പെരുമാറ്റം...

കുഞ്ചു തലയുയർത്തി.. മുന്നിൽ പണിക്കർ നില്ക്കുന്നു.

കുഞ്ചു എഴുന്നേറ്റ് നിന്നു.

വരാന്തയിൽ കുഞ്ചുവിന്റെ സമീപം നിന്ന സേവകനോട് പണിക്കർ ചോദിച്ചു "ഊം... ആരാണ്."

സേവകൻ പറഞ്ഞു: "സന്ദേശവാഹകൻ.. കുടമാളൂരിൽ നിന്നാണ്. സുഖം പ്രാപിച്ചെങ്കിൽ കൊണ്ടു ചെല്ലാൻ പറഞ്ഞു."

പണിക്കർ പുരികമുയർത്തി... നെറ്റി ചുളിച്ചു. കണ്ണുകളിൽ അഗ്നി നിറഞ്ഞു.

"കവിത കേൾക്കണമായിരിക്കും അല്ലേ?"

സേവകൻ പറഞ്ഞു: "ആയിരിക്കും... കൂടുതലൊന്നും അറിയില്ല." പണിക്കർ പറഞ്ഞു. "ഒടിഞ്ഞ ഉടലും ശിരസ്സും നേരേയാകുന്നതേയുള്ളൂ... കുഞ്ചനെ അയയ്ക്കുന്നില്ലാന്ന് പറഞ്ഞേക്കൂ... ഉഷ്ണം സഹിക്കുന്നില്ലെങ്കിൽ മാറത്തും നെറ്റിയിലും നല്ലചന്ദനം പുരട്ടി കിടക്കാൻ പറയൂ ശമിച്ചോളും."

"ഉം പോയ്ക്കൊള്ളുക.".

സേവകൻ മറിച്ചൊന്നും പറയാതെ തിരിച്ചുപോയി.

അകത്തേക്ക് കടക്കുന്നതിനിടയിൽ പണിക്കർ പറഞ്ഞു.

"വിശ്രമ സമയം കഴിയാറായി... ഇനി പഠനം തുടങ്ങാം... അഭിനയം.. നാളെപ്പുലർച്ചെ മുദ്രകൾ തുടങ്ങണം.. ക്രമേണ നേത്രസാധകവും ശബ്ദസാധകവും ഒരഭിനേതാവിന് വേണം ഇതെല്ലാം.. ഏതായാലും കോലം കെട്ടി.. മേലിൽ മികവൊത്ത് തന്നെയാകട്ടെ ഓട്ടനും പറയനുമൊക്കെ ആടുന്നത്."

പണിക്കർ അകത്തേയ്ക്ക് കയറിപ്പോയി.

കുഞ്ചു താളിയോലയും നാരായവും ഒതുക്കിപ്പിടിച്ച് തൂണും ചാരിയിരുന്നു.. കണ്ണുകളടച്ചു... ധമനികളിൽ ശ്രീരാമന്റെ പാദചലനം..

ചെവി രണ്ടിലും മുഴുങ്ങുന്ന വിലാപ സ്വരങ്ങൾ.. അപഹരിക്കപ്പെട്ട സീതയെത്തേടി.. വക്ഷസി താഡിച്ച്താഡിച്ച് പൊട്ടിക്കരയുന്ന രാമന്റെ

വിളികൾ നെഞ്ചോളം ചെന്ന് മുട്ടുകയാണ്. ചിറകറ്റ് കിടക്കുന്ന ജടായുവിന്റെ ദീനസ്വരങ്ങൾ.. രാവണന്റെ പുഷ്പക വിമാനം പോയ ദിക്കിലേയ്ക്ക് കൊക്കും തിരിച്ച് വെച്ച് രാമനാമം ജപിച്ചു കൊണ്ടിരിക്കുന്ന ജടായു!.

താളിയോലകൾ എത്രയെണ്ണം തീർന്നെന്നറിയില്ല... കവി ഭാവനയുടെ നിരന്തര പ്രവാഹം എഴുതിയൊഴിഞ്ഞ താളിയോലകൾ മടിയിൽ നിന്ന് താഴത്തേക്ക് വീണു കിടന്നു.

"എന്താ കിടക്കുന്നില്ലേ?"

പണിക്കരുടെ ശബ്ദം കേട്ട് തിരിഞ്ഞു നോക്കി... നെയ്‌വിളക്കിന്റെ തിരി നീട്ടി പണിക്കർ കുഞ്ചുനെ നോക്കി.. വീണു കിടക്കുന്ന ഓലകളിൽ ഒന്നെടുത്ത് കണ്ണോടിച്ചു.. "നല്ലത് ഇങ്ങനെ വേണം എഴുത്ത്"പണിക്കർ കുഞ്ചുവിന്റെ ശിരസ്സിൽ കൈവെച്ചനുഗ്രഹിച്ചു. സംതൃപ്തിയുടെ നിറവോടെ അകത്തേക്ക് നടന്നു.

കുഞ്ചു ഓലത്തടുക്ക് നിവർത്തിയിട്ട് .. നെയ്‌വിളക്കിന്റെ തിരി താഴ്ത്തി.. മലർന്ന് കിടന്നു.

ഉറക്കം വരുന്നില്ല. ലങ്കയിലെ ശിംശപാവൃക്ഷച്ചുവട്ടിൽ,രാക്ഷസികളായ കാവൽക്കാർക്ക് നടുവിൽ രാമനെയോർത്ത് കണ്ണീരൊഴുക്കിക്കൊണ്ടിരിക്കുന്ന സീത!

സീതയുടെ മുഖത്തേക്ക് സൂക്ഷിച്ച് നോക്കി...തെറ്റി.. അത് സീതയല്ല.. രുഗ്മിണിയാണ്..

മനസ്സിലെ ചിത്രപുസ്തകത്തിൽ കാലത്തിന്ന് മായ്ക്കാൻ കഴിയാതെ കിടക്കുന്ന ചിത്രം.. രുഗ്മിണി.! വല്യമ്മാമന്റെ മരണശേഷം അവളെ അന്വേഷിക്കാൻ ആരും ചെന്നില്ല..

കുഞ്ചൻ തിരിഞ്ഞു കിടന്നു.. അകലെ രാപ്പാടികൾ ശബ്ദിക്കുന്നു.. ചെവിയിൽ രുഗ്മിണിയുടെ പാദസരത്തിന്റെ കിലുക്കം..

കുഞ്ചൻ കമിഴ്ന്ന് കിടന്നു.. ഉറക്കം വരുന്നേയില്ല.. സാവധാനം എഴുന്നേറ്റ് വരാന്തയുടെ മൂലയിൽ ചെന്നു. കഴുക്കോലിൽ കെട്ടിയിട്ട ഭാണ്ഡമെടുത്തു കെട്ടഴിച്ചു .. ആരും കാണാതെ സൂക്ഷിച്ചു വെച്ച മഞ്ചാടിക്കുരുകളെടുത്തു. പിൻനിലാവിന്റെ അരണ്ട വെളിച്ചത്തിൽ കൈവെള്ളയിൽ മഞ്ചാടിക്കുരുക്കൾ പവിഴം കണക്കെ തിളങ്ങി.. നിറം മങ്ങാതെ അന്നത്തേപോലെ തന്നെ ഇന്നും!.. ഓർമ്മയിലൂറുന്ന രുധിരമണികൾ.!

മഞ്ചാടിക്കുരുക്കൾ ഭദ്രമായി പൊതിഞ്ഞ് ഭാണ്ഡത്തിൽ തന്നെ തിരുകി വെച്ചു.

പിന്നാമ്പുറത്ത് കോഴികൂവി.. കിഴക്ക് വെള്ള കീറിത്തുടങ്ങുകയാണ്... ചൊട്ടിക്കരയൻ തോർത്തു മുണ്ടുമായി കുഞ്ചൻ കിണറ്റിൻകരയിലേക്ക് ചെന്നു. നാല് കുടം വെള്ളം കോരി തലയിലൊഴിച്ചു.

പണിക്കർ മെതിയടിപ്പുറത്തേറി വരാന്തയിലേക്ക് നടന്നു വന്നു.. നിലവിളക്കിൽ തിരികൊളുത്തി... തളിർവെറ്റിലയിൽ പഴുക്കടക്കയും നാണയവും വെച്ച് കുഞ്ചു ഗുരുവിന്റെ പാദങ്ങളിൽ പ്രണമിച്ചു. പണിക്കർ പറഞ്ഞു: "ആദ്യമുദ്രകൾ നോക്കിക്കോളൂ..."

പണിക്കർ തള്ളവിരലുകളും മോതിരവിരലും ചെറുവിരലുകളും പരസ്പരം ചേർത്തു "ഇത് പ്രാണമുദ്ര.!. മൊത്തം ആരോഗ്യത്തിന്... ജ്ഞാനമുദ്ര... ധ്യാനമുദ്ര... വരുണമുദ്ര... ജീവമുദ്ര... സൂര്യമുദ്ര.... വായുമുദ്ര... പൃഥ്വീമുദ്ര.."മുദ്രകൾ ഓരോന്നായി ശിഷ്യനിലേക്ക് പകർന്നുകൊണ്ട് പണിക്കർ പാഠങ്ങൾ പറഞ്ഞു കൊടുത്തു... രണ്ട് പേർക്കും വിയർക്കുന്നുണ്ടായായിരുന്നു... അനുധ്യാനത്തിന്റെ സ്വേദകണങ്ങൾ!

ഓട്ടുപാത്രത്തിൽ പാത്രത്തണിഞ്ഞ ജീരകവെള്ളവുമായി പണിക്കരുടെ ഭാര്യ വന്നു... കുഞ്ചനും പണിക്കരും വെള്ളം കുടിച്ചു. തിണ്ണയിലിരുന്ന് പണിക്കർ പറഞ്ഞു: "ഒന്ന് വെറ്റില മുറുക്കാം... വേണമെങ്കിൽ തനിക്കുമാകാം."

കിഴക്കോട്ട് നോക്കി പണിക്കർ പറഞ്ഞു: "വരുന്നുണ്ട്."

കുഞ്ചുവും അങ്ങോട്ട് നോക്കി... കുഞ്ചുവിന്റെ മുഖത്ത് ബഹുമാനം നിഴലിച്ച് എഴുന്നേറ്റു നിന്നു.

ഭട്ടതിരിപ്പാട് ദൂരെ നിന്നേ ചിരിച്ചു കൊണ്ടാണ് കയറി വന്നത്. "ഇരിക്കാം" പണിക്കർ ഭട്ടതിരിയെ ക്ഷണിച്ചിരുത്തി.

"എന്തായിപ്പം ഇത്?" ഭട്ടതിരി ചോദിച്ചു.

പണിക്കർ പറഞ്ഞു: "പഠനം! ഇയാളെ ഞാൻ അഭിനയം ശാസ്ത്രീയമായി പഠിപ്പിയ്ക്കാംന്ന് വെച്ചു.. ഏകലോചനം വരെ ആയിട്ടേ നിർത്തു. അയാളുടെ തുള്ളലിന്ന് അത് വേണമെന്ന് എനിക്ക് തോന്നി."

ഭട്ടതിരി പറഞ്ഞു: "നന്നായി, വളരെ നന്നായി... അല്പം മെയ്യഭ്യാസം കൂടി വശമാക്കിയാൽ വളരെ നല്ലത്... പടയണി തുള്ളിയും വേലകളിയിൽ പങ്കെടുത്തും ശീലമുണ്ടല്ലൊ. തികയണമെങ്കിൽ ഇതും വേണം."

പണിക്കർ പറഞ്ഞു: "അയയ്ക്കും ഞാനിയാളെ നന്ദിക്കാട്ടേക്കും നെടുമുടിക്കും."

ഭട്ടതിരി പറഞ്ഞു: "പഠനം നടക്കട്ടെ.. ഭരണകാര്യങ്ങൾക്കായി ഞാൻ ശ്രീ പത്മനാഭന്റെ മണ്ണിലേക്ക് പോവ്വാണ് .. തിരിച്ച് വരാൻ കുറച്ച് നാൾ കഴിയും."പണിക്കർ പറഞ്ഞു "അപ്പോഴേയ്ക്കും ഞാനിയാളുടെ നോട്ടവും ഭാവവും ശരിയാക്കിയിരിക്കും."

ഭട്ടതിരിയെഴുന്നേറ്റ് .. കുഞ്ചുവിനെ മാറോട് ചേർത്ത് മകനെയെന്ന പോലെ പുറം തടവി നെറുകയിൽ ചുംബിച്ച് യാത്ര പറഞ്ഞു. കുഞ്ചു ഭട്ടതിരിയെത്തന്നെ നോക്കി നിന്നു..

നാഴികമണിയിൽ നിമിഷ നേരത്തെ നിശ്ചലത... അകന്നകന്ന് പോകുന്ന ഭട്ടതിരിയെ കുഞ്ചു കണ്ണിമയ്ക്കാതെ നോക്കിനിന്നു... ആത്മബന്ധുവിന്റെ അകൽച്ച .. അസഹനീയമാണ് ..

നേരം പുലരുമ്പോൾത്തന്നെ പണിക്കർ കുഞ്ചനെ വിളിച്ചുണർത്തി.. എഴുന്നേറ്റിരുന്നപ്പോൾ കുഞ്ചൻ മറ്റൊരാളായിരുന്നു. പാറിപ്പറഞ്ഞ തലമുടി .. തലയിണയിൽ വീണു കിടക്കുന്ന മുടിയിഴകൾ ആരോ ചിന്നിപ്പറച്ചിട്ടതുപോലെ..

കണ്ണുകളിൽ വിഭ്രമം.. മുമ്പൊരിക്കലും കാണാത്ത ഓരാളേപ്പോലെ പണിക്കരെ മിഴിച്ചു നോക്കി.. ഭ്രാന്തമായ നോട്ടം..

പണിക്കർ ആകെ പകച്ചുപോയി.. പണിക്കർ കുഞ്ചുവിന്റെയടുത്ത് ഓലത്തടുക്കിൽ പടിഞ്ഞിരുന്നു.

"എന്താ കുഞ്ചോ നിനക്ക് പറ്റിയത്?"

കുഞ്ചൻ മറുപടിയൊന്നും പറയാതെ പണിക്കരെ മിഴിച്ചു നോക്കി.

പണിക്കർ കുഞ്ചുവിന്റെ മുഖത്ത് ജലം തളിച്ചു... കുഞ്ചു മുഖം കുടഞ്ഞു.

"കുഞ്ചാ നിനക്കെന്താണ് പറ്റിയത്?" പണിക്കർ വീണ്ടും ചോദിച്ചു: കുഞ്ചുവിന്റെ ഭാവമാറ്റം കണ്ട് പണിക്കർക്ക് കണ്ണ് നിറഞ്ഞിരുന്നു.

സ്വപ്നത്തിൽ നിന്നെഴുന്നേറ്റതുപോലെ കുഞ്ചൻ പറഞ്ഞു: "ഗുരോ.. പിതാവേ.. സാഷ്ടാംഗ പ്രണാമം എനിക്ക് തീരെ ഉറങ്ങാൻ കഴിഞ്ഞില്ല... നിറയെ ദുഃസ്വപ്നങ്ങൾ.."

സ്വപ്നത്തിൽ ഭ്രാന്തൻ നായ്ക്കൾ എന്നെ വേട്ടയാടി... വേദന, അസഹ്യമായ വേദന.. ചുട്ടുനീറുന്ന അനുഭവം.." പണിക്കർ കുഞ്ചുവിന്റെ മുഖവും പുറവും തടവി... മാറോട് ചേർത്ത് നെറുകയിൽ ചുംബിച്ചു.

കുഞ്ചു പണിക്കരുടെ മടിയിലേക്ക് ചരിഞ്ഞു. കുഞ്ചു പറഞ്ഞു: "ഇതെന്നെ വിട്ട് മാറില്ല. കുരച്ച് ചാടുന്ന നായ്ക്കൾ... അവരെന്റെ ശത്രുക്കളാണ്... എന്റെ പിതാവിനെ കൊന്നവർ. പറഞ്ഞുകേട്ടകഥയാണ്. എനിക്കറിയില്ല എത്രത്തോളം ശരിയാണെന്ന്.. എന്നാലും ഓർമ്മകളിൽ നായ്ക്കൾ നിറഞ്ഞ് നില്ക്കുന്നു."

പണിക്കർ ഒന്നും പറയാതെ കുഞ്ചുവിന്റെ നെറ്റിയിൽ സാവധാനം തടവുകമാത്രം ചെയ്തു.

പണിക്കർ പറഞ്ഞു: "കുഞ്ചാ, ഓർമ്മകളുടെ വേലിക്കെട്ടിന്നപ്പുറം ഒരു ലോകമുണ്ട്... മുള്ളുതറച്ചാലും പാദം കീറിയാലും ചോരയൊലിച്ചാലും സഹിച്ചേക്കുക. എഴുന്നേല്ക്ക്.. ഇന്ന് ഏകലോചനത്തിന്റെ ഒടുവിലത്തെ സാധകമാണ്.. ഓർക്കണം അതൊരു ലബ്ധിയാണ്... ദൈവം തരുന്നത്... പോയ് കുളിച്ച് വരൂ."

കുഞ്ചു കുളിച്ച് വന്ന് ഈറനോടെ പൂജാമുറിയിൽ പണിക്കരുടെ മുമ്പിൽ ചമ്രം പടിഞ്ഞിരുന്നു.

പണിക്കരുടെ പൂജാമുറിയിൽ കുഞ്ചു പ്രവേശിക്കുന്നത് ആദ്യമായിട്ടാണ്... അതൊരനുഭവം തന്നെയാണ്...

"ക്ലീം...ഹ്രീം... ശ്രീം... ഗം... ഗണപതയെ വര വരദ
സർവ്വജനംമേ വശമാനയ സ്വാഹ."

പണിക്കർ ഗണപതി വന്ദനം ചെയ്ത്... നേത്രങ്ങൾ പിന്നോട്ട് മറച്ച് ദേവസന്നിധിയിലേക്ക് നീട്ടി. കൈവിരലുകളിൽ മുദ്രകൾ. നെറ്റിത്തടത്തിൽ ദിവ്യാഗ്നിയുടെ തിളക്കം...

യാമങ്ങൾ കടന്ന് പോകുന്നു.

കുഞ്ചു കണ്ണടച്ചിരുന്ന് കൈകൾ നീട്ടി.. പണിക്കർ കണ്ണ് തുറന്നു.. തലയ്ക്ക് ചുറ്റും ദിവ്യ രശ്മികൾ..

"കുഞ്ചാ എന്നെ നോക്കൂ.. എന്റെ കണ്ണുകളിലേക്ക് നോക്കൂ".. ഇടം കണ്ണിൽ ശോകം... വലം കണ്ണിൽ ശൃംഗാരം! കുഞ്ചൻ ഗുരു നേത്രങ്ങളി

ലേക്ക് ഉറ്റു നോക്കി...

ഭാവ പ്രപഞ്ചത്തിന്റെ മഹാസാഗരം .. ഞാനെന്താണീ കാണുന്നത്... കുഞ്ചൻ സ്വയം ചോദിച്ചു.

പണിക്കർ പറഞ്ഞു: "നേരം പുലരുന്നതേയുള്ളു.എന്റെ കണ്ണിൽ നോക്കിക്കോളു.. എന്നിട്ട് ചെയ്യൂ... ഇതു പോലെ."

കുഞ്ചു മൂന്ന് തവണ ശ്രമിച്ചു... നാലാം തവണ.

കുഞ്ചുവിപ്പോൾ പഴയ കുഞ്ചുവല്ല.. നാട്യത്തികവിന്റെ ഉത്തംഗശൃംഗങ്ങളിൽ കയറിയിറങ്ങുന്ന ഒരാളാണ്.

കുഞ്ചുവിന്റെ ഇടം കണ്ണിൽ ശോകം... വലംകണ്ണിൽ ശൃംഗാരം! യാമങ്ങൾ വിറങ്ങലിച്ച് നിന്നു... നാഴികച്ചിരട്ടകളിൽ വെള്ളം നിറഞ്ഞില്ല.

കുഞ്ചുവിന്റെ മുഖത്ത് ശംഖിൽ നിന്ന് ജലം പകർന്ന് തളിച്ച് പണിക്കർ എഴുന്നേറ്റു.

ഗുരുവിന്റെ മുമ്പിൽ കുഞ്ചുവിന്റെ സാഷ്ടാംഗ പ്രണാമം... വിളക്കുകൾ തെളിഞ്ഞു കത്തി.. അന്തരീക്ഷത്തിൽ ശിവഗന്ധം. കുഞ്ചുവിന്റെ ശിരസ്സിൽ ഗുരുവിന്റെ കൈവിരലുകൾ!

പണിക്കരുടെ സജലനേത്രങ്ങൾ തുളുമ്പി..!

ഇത് സായുജ്യം ... ബ്രഹ്മാനന്ദ! സദൃശം..

കുഞ്ചൻ എഴുന്നേറ്റു.

"ഗുരുദക്ഷിണയായി ഒന്നും തരാനില്ല... തരാനുള്ളത് ഈ മനസ്സും ശരീരവും മാത്രം... ഞാൻ നിർധനനാണ്..."

കുഞ്ചുവിന്റെ കണ്ണ് നിറഞ്ഞു.

പണിക്കർ പറഞ്ഞു .. "മതി.. എനിക്ക് നിന്റെ ധനം വേണ്ട.. നിന്റെ മനസ്സും കലയും മതി.. നീയീ ലോകം കീഴടക്കും."

കുഞ്ചു എഴുന്നേറ്റു... പണിക്കരുടെ ഭാര്യ കുഞ്ചുവിന് ഭക്ഷണം വിളമ്പി.. അവർ കുഞ്ചുവിന്റെ നെറുകയിൽ ചുംബിച്ച് പറഞ്ഞു: "മോനേ നീ ഭാഗ്യവാനാണ് നിന്റെ കല ത്രിലോകത്തെ വെല്ലും."

പണിക്കർ പറഞ്ഞു: "ഇനി നിനക്ക് വേണ്ടത് തികഞ്ഞ മെയ്യഭ്യാസമാണ്... ഇന്നല്ല.. നാളെയുമല്ല. അടുത്ത മുഹൂർത്ത ദിവസം നീ യാത്ര തിരിക്കണം."

തൈക്കാട്ടിനടുത്ത് കരുമാടിത്തോട്ടിൽ ചെന്നു ചേരുന്ന അമ്പലപ്പുഴ തോട്ടിലൂടെ പമ്പയാറ്റിലെത്തി.

കിഴക്കോട്ട് കണ്ടങ്കരിയിലേക്ക് വള്ളത്തിൽ യാത്രയാകുമ്പോൾ നമ്പ്യാരുടെ മനസ്സിൽ ഒന്നേ ഉണ്ടായിരുന്നുള്ളു. നന്ദിക്കാട്ട് ഉണ്ണിരവിക്കുറുപ്പിന്റെ വീട്.

തോണിയിറങ്ങി നടന്നപ്പോൾ... നാൽക്കവലയിൽ വഴിതെറ്റിയോ എന്നൊരു സംശയം.. ഇല്ല വഴി ഇതുതന്നെ .. പണിക്കരുടെ വീട്ടിൽ നിന്നിറങ്ങുമ്പോൾ ചകോരങ്ങൾ ശബ്ദിച്ചിരുന്നു... ശുഭസൂചകം!

നടവഴി പിന്നിട്ട് മുറ്റത്ത് കയറി... തലയുയർത്തി നില്ക്കുന്ന നാല് കെട്ട്! ചിന്തേരിട്ട് മിനുക്കിയ തേക്കു പലകകൾ പതിച്ച ചുമരുകൾ!. തെക്കുഭാഗത്ത് നാല്പത്തെട്ടീരടിക്കളരി! വീരഭദ്രസങ്കല്പം!

കളരിയ്ക്ക് മുമ്പിൽ തൊഴുകൈകളോടെ നിന്ന കുഞ്ചുവിനെ നോക്കി ഉണ്ണിരവിക്കുറുപ്പിന്റെ ശിഷ്യരിലൊരാൾ ചോദിച്ചു, "ആരാണ്?"

"ഞാൻ കുഞ്ചൻനമ്പ്യാർ."

"എന്തുവേണം?" ശിഷ്യൻ ചോദിച്ചു.

കുഞ്ചു പറഞ്ഞു: "ഗുരുവിനെ കാണണം."

കുഞ്ചുവിനെ സ്വീകരിച്ച് ശിഷ്യൻ കളരിമുഖത്തേക്ക് നടന്നു. വാതിൽ തുറന്ന് ശിഷ്യൻ അകത്ത് കടന്നു... ഉടനെ തിരിച്ചു വന്നു... മുമ്പിൽ ദീർഘകായനായ ഒരു മനുഷ്യൻ..

നന്ദിക്കാട്ട് ഉണ്ണിരവിക്കുറുപ്പ്!

പാതിയടഞ്ഞ വലിയ കണ്ണുകൾ.. സമൃദ്ധമായ മേൽപ്പുരികം.. വരിഞ്ഞ് കെട്ടിയ കച്ചയ്ക്ക് മേൽ ഒറ്റക്കസവ് മുണ്ട്... നിറഞ്ഞ ചിരിയോടെ കുറുപ്പ് ചോദിച്ചു "എപ്പഴാണ് എത്തിയത്?"

കുഞ്ചു പറഞ്ഞു: "ഇപ്പോൾ."

കുറുപ്പ് പറഞ്ഞു: "കലക്കത്ത് കുഞ്ചൻ നമ്പ്യാർ.. കവി! തുള്ളൽ വിദഗ്ധൻ! മിഴാവിൽ പഞ്ചരത്നം! കേട്ടിട്ടുണ്ട് വിശേഷങ്ങൾ പലത്... ധൈഷണികധിക്കാരം എനിക്കിഷ്ടമാണ്.. പറഞ്ഞിരുന്നു മാത്തൂർ പണിക്കർ."

കുഞ്ചു തൊഴുകൈകളോടെ നിന്നു. പിന്നെ പാദങ്ങളിൽ സാഷ്ടാംഗ പ്രണാമം.

കുഞ്ചുവിനെ പിടിച്ച് എഴുന്നേല്പിച്ച്, നെറുകയിൽ കൈവെച്ചനുഗ്രഹിച്ചശേഷം കുറുപ്പ് പറഞ്ഞു "യോഗ്യനാകണം.. വരൂകളരിയ്ക്കകത്തേക്ക്."

കളരിവാതിൽക്കലിൽ നിന്ന് കുഞ്ചു ചുറ്റുപാടും നോക്കി.. നാല്പത്തെട്ടീരടി കുഴിക്കളരി! ഇടതു മൂലയിൽ പൂത്തറ! ഏഴുതട്ടിലും നിറദീപങ്ങൾ! മീതെ കെടാവിളക്ക്... ശരീരത്തിലെ മർമ്മസ്ഥാന പ്രതീകങ്ങൾ.

കളരിയിൽ ശിഷ്യന്മാർ അനേകം .. മുച്ചാൺ.. ചെറുവടി, കുറുവടി, കെട്ടുതാരി.. മറപിടിച്ച് കുന്തം, ഒറ്റക്കോൽ.. വാളും പരിചയവും... ആയുധങ്ങളോരോന്നും പയറ്റിത്തെളിയുന്ന വീരന്മാർ.

എല്ലാവരും കുഞ്ചുവിനെ നോക്കി.

ഗുരുക്കൾ ചോദിച്ചു: "ശരീരം ശുദ്ധമാണോ?"

കുഞ്ചു പറഞ്ഞു "മനസ്സും ശരീരവും ശുദ്ധം.. പരമശുദ്ധം. മനസ്സ് ഏകാഗ്രം.. ഗുരുഭക്തി.. ബ്രഹ്മമയം.."

"എങ്കിൽ വലതുകാൽവെച്ചിറങ്ങൂ" ഗുരു പറഞ്ഞു.

വലതുകാൽ അമർത്തിച്ചവിട്ടി കളരിയിലേക്ക്... "കൈതൊഴുത് മാറിന് പിടിച്ച് പതുക്കെതൊണമർന്ന്... അമർച്ചയിലിടതുവെച്ച് കൈയ്ക്ക് നോക്കി, വലതു വെച്ച് കെട്ടി നോക്കി ഇടതും വലതും കൂട്ടി വൈവാങ്ങിയമർന്ന്.. നിന്ന് വെള്ളനോക്കി ചാടിക്കെട്ടി ചവിട്ടി വലിഞ്ഞമർന്ന്.."

ഗുരു വായ്ത്താരി പറഞ്ഞു: "വായ്ത്താരി, കോൽത്താരി, അങ്കത്താരി വെറുംകൈ... ഇതാണ് മുറകൾ.."

കുഞ്ചു ഗുരുപാദങ്ങളിലും പൂത്തറയിലും നമസ്കരിച്ചു..

"നാളെ മുതൽ മുറകൾ തുടങ്ങാം .. മാളികത്തട്ടിലേക്ക് ചെന്നോളു വിശ്രമിക്കാം.. ശിഷ്യർ വഴികാണിക്കും" ഗുരുക്കൾ പറഞ്ഞു: കളരിവിട്ട് പുറത്തിറങ്ങുമ്പോൾ ഉണ്ണിരവിക്കുറുപ്പ് പറഞ്ഞു:

"പണിക്കരും ഭട്ടതിരിയും നിനക്ക് സഹായകമാകും."

മാസങ്ങൾ കടന്നുപോയി.. രണ്ടു തവണ പണിക്കർ വന്ന് തിരിച്ചു പോയി... ഗജവടിവ്, സിംഹവടിവ്, സർപ്പ വടിവ്, മാർജ്ജാരവടിവ്... ചുവടുകൾ ചവിട്ടിയുറപ്പിച്ച് കുഞ്ചു ഉണ്ണിരവിക്കുറുപ്പിന്റെ മികച്ച ശിഷ്യർക്കൊപ്പമെത്തി. ശരീരം മെലിഞ്ഞിരിക്കുന്നു. കണ്ണുകളിൽ തീവ്രത.. നടത്തയ്ക്ക് നേരിയ മാറ്റം. ഗുരുദക്ഷിണ നല്കുന്ന ദിവസം മാത്തൂർപ്പണിക്കർ നേരത്തേ എത്തിയിരുന്നു. കസവ് മുണ്ടും വേഷ്ടിയും.. നൂറ്റൊന്ന് സ്വർണ്ണ നാണയങ്ങൾ.

തളിർ വെറ്റിലയും പഴുക്കടക്കയും പണിക്കരുടെ സേവകൻ കൊണ്ടുവന്നിരുന്നു.

കുഞ്ചു ദക്ഷിണവെച്ച് നമസ്കരിച്ചു... ഉണ്ണിരവിക്കുറുപ്പ് കുഞ്ചന്റെ ശിരസ്സിൽ കൈവെച്ച് കണ്ണടച്ചു, കളരി പരമ്പര ദൈവങ്ങളെയും ഗുരു കാർണവന്മാരെയും കളരിയിലേക്ക് വിളിച്ചു.

കുറുപ്പ് പറഞ്ഞു: "പണിക്കരേ ഇതത്ഭുതമാണ്. ഇത്രയും വേഗം എന്നിൽ നിന്ന് ദിവ്യ വിദ്യകൾ ചോർത്തിയെടുത്ത ശിഷ്യൻ വേറെയില്ല ഇയാൾ ലോകം കീഴടക്കും."

പണിക്കരുടെ കണ്ണുകൾ സന്തോഷം കൊണ്ട് നനഞ്ഞു.

യാത്ര തിരിക്കുമ്പോൾ കുഞ്ചു ഗുരുവിന്റെ പാദങ്ങളിൽ ഒരിക്കൽ കൂടി നമസ്കരിച്ച് പറഞ്ഞു: "വരും കുഞ്ചൻ... ഇനിയും കാണണം എനിക്കീ കണ്ണുകൾ ... നിറഞ്ഞൊഴുകുന്ന സ്നേഹജലം കൊണ്ട് ദാഹം തീർക്കണം."

പടിയിറങ്ങി വടക്കോട്ട് നടക്കുമ്പോൾ പണിക്കർ പറഞ്ഞു: "ഇവിടം കൊണ്ട് തീർന്നില്ല... യാത്ര തുടരണം."

പണിക്കരും സേവകനും വഴി പിരിഞ്ഞ് നടന്നകലുന്നത് കുഞ്ചു നോക്കി നിന്നു.

പെരുവഴിയിൽ തനിച്ചായതു പോലെയൊരു തോന്നൽ.. "അല്ല.. ഞാനനാഥനല്ല.." കുഞ്ചു ഒരായിരം തവണ മനസ്സിൽ പറഞ്ഞു.

കണ്ടങ്കരിയിൽ നിന്ന് നെടുമുടിയിലേക്ക് അധിക ദൂരമില്ല. പണിക്കരുടെ വാക്കുകൾ മനസ്സിൽ തികട്ടി വന്നു.

കുഞ്ചൻ ദ്രോണമ്പള്ളി നായ്ക്കരെ തേടിച്ചെന്നു. ഉടുപ്പിക്കാരനായ ദ്രോണമ്പള്ളിനായ്ക്കർ ശാന്തിവൃത്തിക്ക് പകരം കളരിയഭ്യാസം തുടങ്ങിയതും ദ്രോണമ്പള്ളി സമ്പ്രദായം രൂപപ്പെടുത്തിയതും പണിക്കരും ഭട്ടതിരിയും പറഞ്ഞിരുന്നു... തോണിക്കടവിലേക്ക് നടന്നു.

നെടുമുടിയിലേക്കുള്ള യാത്ര! വിശക്കുന്നുണ്ടായിരുന്നു.. കത്തിക്കാളുന്ന വിശപ്പ്. അടിവയറ്റിൽ ജഠരാഗ്നിയുടെ പഞ്ചശിഖ.

വിശപ്പടക്കാൻ ഭാണ്ഡത്തിൽ നിന്ന് മുറുക്കാൻ പൊതിയഴിച്ച് പുക

യിലകൂട്ടി മുറുക്കി.. പുകയിലച്ചൂര് സിരകളിൽ അഗ്നിയൊഴുകി.

സപ്തനാഡികളിലും ലഹരിപകർന്നു.. ഛർദ്ദിക്കാൻ തോന്നിയപ്പോൾ മേൽമുണ്ട് കൊണ്ട് വായപൊത്തി.

തോണിത്തണ്ടിൽ ചരിഞ്ഞ് കിടന്നു.

ദ്രോണമ്പള്ളി നായ്ക്കർ ഉച്ചയൂണ് കഴിഞ്ഞ്. ചാരുകസേരയിൽ ഇരിക്കുകയായിരുന്നു. ചുറ്റും ശിഷ്യന്മാർ... അവർക്കായി മർമ്മസ്ഥാനങ്ങളുടെ നേർവഴികൾ പറയുകയായിരുന്നു.

ചിലർ താളിയോലയിലേക്ക് പകർത്തുന്നു, ചിലർ ചെവിക്കൂർപ്പിച്ച് മനസ്സിലേക്ക് ആവഹിക്കുകയാണ്.

കുഞ്ചു മുറ്റത്തേക്ക് കാല്വെച്ചു. കണ്ണുകൾ അടഞ്ഞു പോകുന്നു. നടക്കുമ്പോൾ പുകയിലച്ചൊരുക്കിൽ ആടുന്ന കുഞ്ചുവിനെ കണ്ട് ദ്രോണമ്പള്ളി എഴുന്നേറ്റു. "മദ്യപിച്ചവർക്ക് മുറ്റത്ത് ചവിട്ടാൻ അനുവാദമില്ല". ഇടിവെട്ടുന്ന ശബ്ദം!.. കണ്ണുകളിൽ ചുരികത്തലപ്പ് .. ഉടലാകെ വിറയ്ക്കുന്നു.

കുഞ്ചു കുത്തുപടിയിലിരുന്നു. "മദ്യമില്ല.. അകം ശുദ്ധം!.. വിശപ്പാണ്. നാഡികളിൽ പുകയിലച്ചൊരുക്കുണ്ട്.. ഛർദ്ദിച്ചിരുന്നു.. ആട്ടം അരങ്ങത്തേയുള്ളൂ.. വഴിയിലില്ല.."

"ആരാണ്?" നായ്ക്കർ ചോദിച്ചു. "ഞാൻ കുഞ്ചൻ.. കുഞ്ചൻനമ്പ്യാർ!.. മാത്തൂർ പണിക്കരും നാരായണ ഭട്ടതിരിയും അയച്ചതാണ്".

നായ്ക്കർ ചെറു ചിരിയോടെ കസേരയിലേക്ക് ചാഞ്ഞു.

"ഓ! കുഞ്ചൻനമ്പ്യാർ.. ആട്ടുക്കാരൻ! സന്തോഷം... കയറിയിരിക്ക്." നായ്ക്കർ ശിഷ്യരിൽ ഒരാളെ വിളിച്ച് കുഞ്ചുവിന്ന് ഭക്ഷണം കൊടുക്കാൻ പറഞ്ഞു.

ഭക്ഷണം കഴിച്ച് മുഖം കഴുകി വന്ന് കുഞ്ചൻ പൂമുഖപ്പടിയിലിരുന്നു. പുകയിലച്ചൊരുക്ക് കെട്ടടങ്ങാത്ത ശിരസ്സോടെ കുഞ്ചൻ പറഞ്ഞു: "പഠിക്കണം അതിനാണ് വന്നത്."

നായ്ക്കർ പറഞ്ഞു: "ആവാം.. നാളെ മുതൽ.. പുലർച്ചെ ഏഴരനാഴിക പുലരുമ്പോൾ കുളിച്ച് ശുദ്ധമായി കളരിയിലേക്ക് വരൂ''. ഗുരുപാദങ്ങളിൽ നമസ്കരിച്ച്... പൂത്തറ വന്ദനം ചെയ്ത് കളരിയിൽ നിറഞ്ഞ് നിന്നു.

വായ്ത്താരിയ്ക്കനുസരിച്ച് ചുവടുകൾ... അഭ്യാസി! ശരീരത്തിൽ മുഴുവനും കണ്ണുകൾ! നാല് ഭാഗത്തേക്കും തിരിഞ്ഞ് മാറ്റാന്റെ കൈതടുത്ത് പൊരുതി .. വലത് വീതമമർന്ന് ഭൂമിയെ നമസ്കരിച്ച് കുഞ്ചൻ എഴുന്നേറ്റ് നിന്നു. ദ്രോണമ്പള്ളിക്ക് അത്ഭുതം... ഒറ്റത്തവണ വായ്ത്താരി കുഞ്ചന് ഹൃദിസ്ഥം!.

അഭ്യാസ മുറകളിലും യോഗ വിദ്യയിലും മികവുറ്റ ശിഷ്യൻ! ദ്രോണമ്പള്ളി നായ്ക്കർ കുഞ്ചനെ മാറോട് ചേർത്തു. കാൽക്കൽ വന്ദിച്ചശിഷ്യന്റെ ശിരസ്സിൽ ഗുരുവിന്റെ കരസ്പർശം! വിരലുകളിൽ ദൈവങ്ങളുടെ അദൃശ്യ സാന്നിദ്ധ്യം.

മുപ്പത്തിയൊന്ന്

ഭരണ കാര്യങ്ങൾക്കായി തിരുവനന്തപുരത്തേക്ക് പോയ ഭട്ടതിരി തിരിച്ചെത്തി രാജാവിനെ മുഖം കാണിച്ചു.

രാജാവ് പരിഭവങ്ങൾ പറഞ്ഞു: "കുഞ്ചനെ നിങ്ങൾ ഒളിപ്പിച്ചു... കുഞ്ചന്റെ മാഹാത്മ്യം നാട്ടിൽ പരക്കുമ്പോൾ നാം വായ്പൊത്തിയിരിക്കണോ? വേണോ ഭട്ടതിരീ?"

ഭട്ടതിരി പറഞ്ഞു: "ആരും ആരേയും ഒളിപ്പിച്ചിട്ടില്ല. കുഞ്ചൻ നന്ദിക്കാട്ടും നെടുമുടിയിലും ചെന്ന് മെയ്യഭ്യാസവും യോഗവിദ്യയും പഠിച്ചു വരും.. തിരിച്ച് വരും ഞാൻ കൊണ്ടുവരും. ഇത് വാക്കാണ്".

രാജാവിന്റെ കണ്ണ് നിറഞ്ഞു. "നമുക്ക് പ്രായമായി.. മരുമക്കളില്ലാത്തതിനാൽ നമ്മുടെ മകനാണ് അടുത്ത ദേവനാരായണ രാജാവ്. അഭിഷേകം ഉടനെ വേണം."

ഭട്ടതിരി പറഞ്ഞു: "ആവാം, എല്ലാം അവിടുത്തെ ഇഷ്ടം പോലെ" ഭട്ടതിരി തൊഴുതു മടങ്ങി.

തോണിക്കടവിൽ ആരുമില്ല. ഭട്ടതിരിയും സേവകനും തോണിക്കായി ഏറെ നേരം കാത്തിരുന്നു.

ക്ഷീണിതനായി തുഴഞ്ഞെത്തിയ തോണിക്കാരൻ പറഞ്ഞു: "ക്ഷമിക്കണം സുഖമില്ലായിരുന്നു."

ഭട്ടതിരി ഒന്നും പറഞ്ഞില്ല. മറുകരയിൽ തോണിയടുപ്പിച്ച് സേവകന്റെ കൈത്താങ്ങോടെ ഭട്ടതിരിയിറങ്ങി.. നേരെ ദ്രോണമ്പള്ളി നായ്ക്കന്റെ കളരിയിലേക്ക്..

കുഞ്ചു കാത്തിരിക്കുകയായിരുന്നു.

ഭട്ടതിരിയെ കണ്ടപ്പോൾ നായ്ക്കൻ ബഹുമാനപുരസ്സരം എഴുന്നേറ്റ് വണങ്ങി. ദ്രോണമ്പിള്ളി പറഞ്ഞു: "കുഞ്ചൻ യോഗ്യനാണ്... ദക്ഷിണ നല്കാൻ ഒന്നുമില്ലെന്ന് പറഞ്ഞ് കാത്തിരിക്കുകയാണ്... ഇങ്ങനെയൊരു ശിഷ്യൻ തന്നെയാണെനിക്ക് ഗുരുദക്ഷിണ.. എന്റെ ഹൃദയഭാഷ കുഞ്ചന് മനസ്സിലായില്ലെന്ന് തോന്നുന്നു".

ഭട്ടതിരി പറഞ്ഞു: "വിഷമിക്കണ്ട. ഞാൻ കൊണ്ടു വന്നിട്ടുണ്ട് കസവ് മുണ്ടും സ്വർണ്ണ നാണയവും വെറ്റിലയും പഴുക്കടക്കയും." ഗുരുദക്ഷിണ കഴിഞ്ഞ്.. കളരി വാതിൽ കടന്ന് കടവത്തേക്ക് നടക്കുമ്പോൾ ഭട്ടതിരി കുഞ്ചുവിനോട് പറഞ്ഞു.

"കേട്ടോളൂ രണ്ട് കാര്യങ്ങൾ... ആദ്യത്തേതാണ് പ്രധാനം. പുതിയ ദേവനാരായണൻ സ്ഥാനമേല്ക്കുന്നു.. പ്രായം കുറവാണ്.. അന്യനല്ല രാജ്ഞിയുടെ മകനാണ്."

കുഞ്ചു മുഖം താഴ്ത്തി.. കുഞ്ചു പതുക്കെ പറഞ്ഞു: "പാണിവാദന്റെ കിരീടധാരണം... ദൈവഹിതം! ഭരണത്തിന് താളമുണ്ടാകുമോ ആവോ?"

"കാലം കുറെ പോയിരിക്കുന്നു. ഓർമ്മിക്കണമത്... ചടങ്ങുകൾ നടക്കുമ്പോൾ നീ വേണം.. ഒരു കാഴ്ചക്കാരനായെങ്കിലും". കുഞ്ചു ഭട്ടതി

രിയുടെ നിറം ചോർന്നകണ്ണുകളിലേക്ക് നോക്കി. "എന്താണ് രണ്ടാമതൊരുകാര്യം?"

ഭട്ടതിരി പറഞ്ഞു: "പറയാൻ മറന്നതല്ല.. ഇടനെഞ്ചൊന്ന് തണുത്തോട്ടെന്ന് വിചാരിച്ചു... പറയാം. രുഗ്മിണിയുടെ ഭർത്താവ് തിരിച്ചെത്തിയിരുന്നു.. രണ്ട് ദിവസം മുമ്പ്... രോഗിയായിരുന്നു. തടയാൻ പറ്റാത്ത രോഗം!.. ചുമച്ച് ചുമച്ച് രക്തം ഛർദ്ദിച്ച്... ഒടുവിൽ ഇന്നലെ... കഴിഞ്ഞു".

കുഞ്ചുവിന്റെ തൊണ്ടയിടറി, "അപ്പോൾ രുഗ്മിണി?"

"അവിടെയുണ്ട് ... ചടങ്ങുകൾ പതിനൊന്ന് ദിവസം... ഒരു ഉണ്ണിയുണ്ട്. വേണമെങ്കിൽ ചെല്ലാം... കാണാം.." ഭട്ടതിരി കുഞ്ചുവിന്റെ മുഖത്ത് നോക്കാതെ പറഞ്ഞു. തോണിക്കൊമ്പിലിരിക്കുമ്പോൾ ഭട്ടതിരി കുഞ്ചുവിനെ നോക്കി. നദിയിൽ ജല സാന്ദ്രിമ! കുഞ്ചന്റെ കവിളിൽ ജല പ്രവാഹം!.

തോണിയിറങ്ങി ഇടവഴിയിലൂടെ പറമ്പിലേക്ക് കയറി. വീട്ടുമുറ്റത്ത് നാലഞ്ചാളുകൾ മാത്രം. കുഞ്ചൻ മുറ്റത്തേയ്ക്ക് കടന്നപ്പോൾ എല്ലാവരും നോക്കി... പരസ്പരം സ്വകാര്യം പറഞ്ഞവരിൽ ചിലർ അകത്തേക്ക് കയറിപ്പോയി.

കുഞ്ചു മുറ്റത്തൊരു മൂലയിലേക്ക് മാറി നിന്നു.

രുഗ്മിണിയുടെ മകൻ കുളികളിഞ്ഞീറനുടുത്ത് ബലിത്തറയ്ക്കരികിലേക്ക് വന്നു.

ചടങ്ങുകൾ ചെയ്യിക്കാൻ വന്ന വൃദ്ധൻ ഉണ്ണിയോട് പതുക്കെ ഓരോന്ന് പറഞ്ഞുകൊണ്ടിരുന്നു.

നിലത്ത് നാക്കിലവെച്ച് ഓട്ടുകിണ്ടിയിൽ നിന്ന് ജലംപകർന്ന് തളിച്ച് കറുകവിരൽമോതിരമണിഞ്ഞ് ഓട്ടുരുളിയിൽ വേവിച്ച ബലിച്ചോറ് കൈവെള്ളയിൽ ഉരുട്ടിയെടുത്ത് ഇലയിൽ സമർപ്പിച്ച് മുട്ടുകുത്തി നമസ്കരിച്ച് എഴുന്നേറ്റ് കൈനനച്ച് കൈവെള്ളകൾ കൂട്ടിയടിച്ച് മാറിനിന്നു. "ചെന്ന് ഈറൻ മാറ്റിക്കോളു" വൃദ്ധൻ പറഞ്ഞു.

ഉണ്ണി ഈറനോടെ അകത്തേക്ക് പോയി.

അകത്തേക്ക് കടക്കുമ്പോൾ ഉണ്ണി തിരിഞ്ഞു നോക്കി. മുറ്റത്ത് നില്ക്കുന്ന അപരിചിതന്റെ മുഖത്തേക്ക് സൂക്ഷിച്ചുനോക്കി.

വാഴക്കൈകളിലും ഇളമാവിൻ കൊമ്പിലും കാക്കകൾ കുറുകി. നാഴികകൾ കഴിഞ്ഞിട്ടും കാക്കകൾ ഇളവെയിലേക്കിറങ്ങി ബലിച്ചോറ് തൊട്ടില്ല.

"അതങ്ങനെയേ വരൂ" മുറ്റത്തിരുന്ന നാട്ടുപ്രമാണിയാണത് പറഞ്ഞത്. തോളിലിട്ട തോർത്ത് മുണ്ടെടുത്ത് കുടഞ്ഞ് വീണ്ടും തോളിലേയ്ക്കിട്ടു കൊണ്ട് അയാൾ പറഞ്ഞു: "കണ്ടില്ലേ കാക്കകളുടെ മുഖം. വിരോധാണ്.. സുകൃതക്ഷയം. പൂച്ചയും പട്ടിയും പിണ്ഡം നക്കാതെ നോക്കണം. ഇനിയും വാർന്ന് വീഴണ്ട മോന്തായത്തിലേയ്ക്ക് ശാപങ്ങൾ."

അയാൾ എഴുന്നേറ്റ് നിന്നപ്പോൾ കുഞ്ചു അകത്തേക്ക് കടന്നു. നിലത്ത് വിരിച്ചിട്ട കൈതോലപ്പായയിൽ പടിഞ്ഞ് കിടക്കുന്ന രുഗ്മിണി!

കരുവാളിച്ച മുഖം... ജഡ കെട്ടിയ മുടി.. ആഴങ്ങളിലേക്ക് താഴ്ന്നിറ

ങ്ങിയ കണ്ണുകൾ... കണ്ണുകളിൽ ഊറിക്കൂടിയ രണ്ടിറ്റ് കണ്ണീരിൽ കുഞ്ചുവിന്റെ രൂപം നിഴലിച്ചു.

അടുത്തിരുന്ന ഒരു സ്ത്രീ പറഞ്ഞു: "രുഗ്മിണീ കിള്ളിക്കുറിശ്ശീന്ന് കുഞ്ചൻ വന്നിരിക്കുന്നു."

രുഗ്മിണി നിവർന്നിരുന്നു. ശോഷിച്ച കൈകൾ കൊണ്ട് മുഖം പൊത്തി... ഒരു തേങ്ങൽ! നെഞ്ചു കീറുന്ന നിലവിളി ഒരു വിതുമ്പലിൽ ഒതുക്കി. അവൾ വീണ്ടും കീറപ്പായിൽ ചുരുണ്ട് കിടന്നു. നെഞ്ചിലോളം പാഞ്ഞെത്തിയ നിലവിളി കുഞ്ചു ചവച്ചിറക്കി... തലയിളക്കിക്കൊണ്ട് പുറത്തേക്ക് കടന്നു.

ഭാവത്തിൽ പരകോടിയിലെ അഭാവം!

കണ്ണുകളിൽ വറ്റിപ്പോയ ഒരു മഹാസമുദ്രം!

കുഞ്ചു തിണ്ണയിലിരുന്നു.

മുറ്റത്ത്, രണ്ടടി തെക്കും വടക്കും നടന്ന് വരാന്തയിലേക്ക് കയറി. നാട്ടുപ്രമാണി പറഞ്ഞു:

"നമ്പ്യാരെ ഇതുവരെ കണ്ടിട്ടില്ല. കേട്ടിട്ടേയുള്ളൂ.. അറിയാം കഥകളൊക്കെ പറ്റുമെങ്കിൽ അനാഥയായ ഈ പെൺകുട്ടിയെ കൂടെ കൊണ്ട് പോയ്ക്കോളൂ.. എന്താ വയ്യേ?"

കുഞ്ചു പറഞ്ഞു: "ആവാം".

അടുത്തേയ്ക്ക് നടന്നു വന്ന ഉണ്ണിയുടെ തോളിൽ കൈവച്ചു കൊണ്ട് നാട്ടുപ്രമാണി പറഞ്ഞു: " ഇതൊന്നേയുള്ളൂ.. ഭാരമാവില്ലാന്നുണ്ടെങ്കിൽ എന്തെങ്കിലും പഠിപ്പിക്കാം ചെയ്യാം.. കൂത്തോ, കൂടിയാട്ടോ.. കാട്ടോ എന്തെങ്കിലും.. നാഴിയരിയ്ക്കുള്ള വകയ്ക്ക് ഒരു പാഠം.. അത്രയേവേണ്ടൂ."

കുഞ്ചു നാട്ടുപ്രമാണിയോട് പറഞ്ഞു. " സന്മനസ്സിന്ന് മുമ്പിൽ ഒരായിരം പ്രണാമം.. കൊണ്ടു പോകാം ഞാൻ." ഈറൻ മാറ്റാതെ നില്കുന്ന ഉണ്ണിയെ മാറോട് ചേർത്ത് കൊണ്ട് നമ്പ്യാർ പറഞ്ഞു. "ഉണ്ണീ നിനക്ക് ഞാനുണ്ട് . അമ്മയേയും വിളിച്ച് കൂടെ വന്നോളൂ".

രുഗ്മിണിയും മകനും മുറ്റത്തിറങ്ങി നിന്നു.. ആഭരണങ്ങളില്ല. വെള്ളമുണ്ടും മേൽമുണ്ടും.. നെഞ്ചോട് ചേർത്ത് ഒതുക്കിപ്പിടിച്ച ഒരു ചെറുഭാണ്ഡം.

ഏറെ ദൂരം നടന്നു.. വഴി രണ്ടായി പിരിയുന്നിടത്തെത്തിയപ്പോൾ നമ്പ്യാർ രുഗ്മിണിയോട് പറഞ്ഞു: "ഉണ്ണിയെ ഞാൻ കൊണ്ടുപോകുന്നു". രുഗ്മിണി കലക്കത്തേക്ക് നടന്നോളൂ ... താക്കോൽ കൃഷ്ണനെ ഏല്പിച്ചിട്ടുണ്ട്. ചോദിച്ചോളൂ.. തരും ആ വീട് ഇനി നിന്റേതാണ്... നിനക്ക് സ്വന്തം."

രണ്ടു പേരും രണ്ട് വഴിക്ക് പിരിഞ്ഞു. ഉണ്ണി രുഗ്മിണിയെ തിരിഞ്ഞ് നോക്കി. രുഗ്മിണി മകനെയും...

രാജാവിന് ദേഹാസ്വാസ്ഥ്യം വർദ്ധിച്ചു. രാജസദസ്സില്ല. കവിതയും കൂത്തും, കൂടിയാട്ടവും വിദ്വൻ സദസ്സുമില്ല.

എപ്പോഴെങ്കിലും ചേരുന്ന ഭരണകാര്യസദസ്സിന്റെ ഉത്തരവാദിത്തം മുഴുവനും ഭട്ടതിരിക്കും പണിക്കർക്കുമായി.

രാജാവിന്റെ തരക് കൈപ്പറ്റിയ ഭട്ടതിരി അന്തപ്പുരത്തിലേക്ക് ചെന്നു. രാജാവ് കിടക്കത്തലപ്പിൽ തലയിണവെച്ച് ചാരിയിരിക്കുന്നു. ക്ഷീണിച്ച മുഖം, എണ്ണമയമില്ലാത്ത മുടി. നാഡി പരിശോധിച്ചും സേനപാനം ചെയ്തും കഷായക്കൂട്ടുകളുടെ രുചിഭേദങ്ങളറിയിച്ചും ഭിഷഗ്വരന്മാർ ചുറ്റുമുണ്ട്.

ദേഹത്തിൽ ഇടയ്ക്കിടെ ഉഷ്ണവും ശീതവും മാറി മാറി വരുമ്പോൾ വീശാനും തുടയ്ക്കാനും അന്തപ്പുരത്തിന്റെ വാതിൽപ്പുറത്ത് സേവകന്മാർ കാത്തുനില്ക്കുന്നു.

ഭട്ടതിരി അകത്തു കടന്നു. രാജാവ് പറഞ്ഞു: “കാഴ്ചയ്ക്ക് കുറവൊന്നുമില്ല... ഭട്ടതിരി ഇരിക്കൂ.”

ഭട്ടതിരി പറഞ്ഞു: “നില്ക്കാം കല്പിച്ചോളൂ”.

രാജാവ് പറഞ്ഞു: “സിംഹാസനത്തിന്ന് പൂപ്പൽ പിടിക്കരുത്. ഉണ്ണിയുടെ അഭിഷേകം ഉടനെ വേണം”. ഭട്ടതിരി പറഞ്ഞു “ദിവസം നിശ്ചയിച്ചു കഴിഞ്ഞു.. ഒരുക്കങ്ങൾ തുടങ്ങി”

“രാജ്യകാര്യം?” രാജാവ് ചോദിച്ചു.

ഭട്ടതിരി പറഞ്ഞു: “ആശങ്കവേണ്ട.. ഭദ്രം.. സുഭദ്രം!”

“ഭട്ടതിരിയും പണിക്കരുമുണ്ടല്ലോ.. നമുക്കാശങ്കയില്ല.. നമ്മൾ രാജാവും മന്ത്രിമാരുമല്ലല്ലോ. സുഹൃത്തുക്കളല്ലേ.. ഭട്ടതിരിയാണെങ്കിൽ നമുക്ക് ബന്ധുവും” മുഖത്ത് നേരിയ ചിരി വിടർന്നു...

“നമ്മുടെ ഉണ്ണിക്ക് പ്രായം അധികമില്ല. ഭരണ നൈപുണ്യം കുറയും പണിക്കരും ഭട്ടതിരിയും ശ്രദ്ധിക്കണം.. എപ്പോഴും കൂടെ വേണം.. ഉപദേശിക്കണം.”

ഭട്ടതിരി പറഞ്ഞു: “ഞങ്ങളുണ്ടാകും.. പക്ഷെ.....”

“എന്താണ് ഭട്ടതിരീ പക്ഷെ.”

“യുവാവല്ലേ.. അനുസരണക്കുറവുണ്ടെങ്കിൽ..?”

രാജാവ് പറഞ്ഞു: “എങ്കിൽ... എങ്കിൽ.. ഇല്ല നമുക്കൊന്നും ചെയ്യാനാവില്ല.”

ഭട്ടതിരി തൊഴുതു വണങ്ങി വിട ചോദിച്ചു. രാജാവ് തലയാട്ടി. ഭട്ടതിരി പടികടക്കുമ്പോൾ രാജാവ് ചോദിച്ചു: “ഭട്ടതിരീ കുഞ്ചനെ കാണാനില്ലല്ലോ.. നാടുകടന്നോ അതോ?”

ഭട്ടതിരി പറഞ്ഞു: “ഉണ്ട്.. ഇവിടെയുണ്ട്.. രചനയിലാണ്.. പൂക്കളൊന്നും കൊഴിക്കണ്ട ...എല്ലാം കായ്കളാകട്ടെ.”

രാജാവ് പറഞ്ഞു: “ശരി.” രാജാവ് കിടക്കയിലേക്ക് ചരിഞ്ഞു. ഭട്ടതിരി പുറത്ത് കടന്ന് ഏറെ ദൂരം നടന്നിട്ടും കുഴമ്പിന്റെയും കഷായങ്ങളുടെയും സമ്മിശ്ര ഗന്ധം മൂക്കിൽ തന്നെ കുടിയിരിക്കുന്നുണ്ടായിരുന്നു. പിറകിൽ അമാലന്മാരുടെ ചെനക്കൽ കേട്ട് ഭട്ടതിരി തിരിഞ്ഞു നോക്കി.. ആരാവും? ഭട്ടതിരി വഴിയരികിലേക്ക് മാറിനിന്നു.

അമാലന്മാർ നിന്നു... പല്ലക്കിന്റെ തിരശ്ശീല നീങ്ങി.

“ഒരുക്കങ്ങൾ തുടങ്ങിയോ?..” രാജ്ഞി ചോദിച്ചു.

ഭട്ടതിരി പറഞ്ഞു: “ചോദിച്ചു.. എങ്ങോട്ടാണാവോ?..” രാജ്ഞി

പറഞ്ഞു "കുഞ്ചനെയൊന്ന് കാണണം.. ഏറെനാളായി കണ്ടിട്ട്" ഭട്ടതിരി ചോദിച്ചു: "കവിതാഭ്രമം?"

തികഞ്ഞ ഗൗരവത്തിൽ രാജ്ഞി പറഞ്ഞു: "ചിലത് ചോദിച്ചറിയാൻ മാത്രം!" തിരശ്ശീല താണു. അമാലന്മാർ വീണ്ടും ചെനക്കിത്തുടങ്ങി...

രാജ്ഞി മഠത്തിലെത്തി.. അകത്തിരുന്ന് രുഗ്മിണിയുടെ മകനെ പഠിപ്പിക്കുന്ന കുഞ്ചുവിന്റെ അടുത്തേക്ക് നടന്നടുത്ത രാജ്ഞി ചോദിച്ചു: "ഇതാരാണ്?"

കുഞ്ചൻ പറഞ്ഞു: " ഉണ്ണി! ഉണ്ണിമാധവൻ! രുഗ്മിണിയുടെ മകൻ.. അനാഥൻ!"

രാജ്ഞിയുടെ മുഖത്ത് ദുർദ്ദേവതയുടെ തിറയാട്ടം. "ഒഴിഞ്ഞില്ലേ ആ ദുർഭൂതം?" രാജ്ഞിയുടെ മുഖം ചുവന്നു.

കുഞ്ചൻ പറഞ്ഞു: "ഇല്ല".

"ഒരുകാര്യം പറയാനാണ് വന്നത്.. പുതിയ ദേവനാരായണൻ സ്ഥാനമേല്ക്കുന്നു. ദേശമൊരുങ്ങുന്നു. ഞാനെത്തിയിട്ട് ദിവസങ്ങളായി മുറതെറ്റിക്കാറില്ല. രാജാവിന്റെ കൂടെ താമസവുമില്ല.. അഭിഷേക ദിവസം കൂത്ത് വേണം... കുഞ്ചന്റെ വാദ്യവും". മറ്റൊന്നും പറയാതെ രാജ്ഞി തിരിച്ച് നടന്നു.

കൊട്ടാരം പുതുവസ്ത്രങ്ങളണിഞ്ഞു.. മേൽനോട്ടത്തിന് സേവകരും പണിക്കരും.. ആലവട്ടം വെൺചാമരം, കുട, തഴ.. നാല്ദിക്കിൽ നിന്നും വന്നെത്തുന്ന കാഴ്ചക്കലകൾ!...

നടവഴിയിലും ഇടവഴിയിലും തോരണങ്ങൾ!

നാനാദേശത്ത് നിന്നും ആളുകൾ വന്നുകൊണ്ടിരിക്കുന്നു. എല്ലാവർക്കും പുതുവസ്ത്രം. ഗജവീരന്മാർ കുളിച്ചൊരുങ്ങി... നെറ്റിപ്പട്ടത്തിന്ന് പുതുശോഭ!.

ക്ഷേത്രങ്ങളിൽ ഏഴ്നാളത്തേയ്ക്ക് പ്രത്യേക പൂജകൾ. താലപ്പൊലിയേന്താൻ സ്ത്രീകൾ നോമ്പ് നോറ്റു.

സമുദ്ര ജലം മുതൽ പുലർകാലത്തിലെ തുഷാര ബിന്ദുക്കൾ വരെ ശേഖരിക്കൽ ഭട്ടതിരിയുടെ ചുമതലയാണ്. വപയെടുക്കാനുള്ള മൃഗം തയ്യാറായി.

അന്യദേശത്ത് നിന്ന് പോലും കലാകാരന്മാർ ഒരാഴ്ചയ്ക്ക് മുമ്പ് തന്നെ പരിശീലനം തുടങ്ങിയിരുന്നു. പണ്ഡിതരും രാജഗുരുവും വന്നു.

"അപാകതകൾ ഒന്നുമുണ്ടാകരുത്." ഭട്ടതിരി പണിക്കരോട് പറഞ്ഞു

"ശ്രദ്ധിക്കാം" പണിക്കർ പറഞ്ഞു.

അഭിഷേകത്തിന്റെ തലേ ദിവസം!

രാജധാനി മന്ത്രമുഖരിതം ... അകത്തളങ്ങളിൽ ശിവഗന്ധം! അകിലും ചന്ദനത്തിരിയും സാമ്പ്രാണിയും.. കൈകോർത്ത് കനലിലെരിയുന്നു.

രാജചിഹ്നമേന്തിയ കൊടിക്കൂറകൾ കാറ്റിനോട് ഇണങ്ങിയും പിണങ്ങിയും...

"ഓം സഹനാവവതു, സഹനൈഭുനക്തു

സഹവീര്യം കരവാവഹൈ.."

മന്ത്രാക്ഷരങ്ങൾ മുഴങ്ങി.

ഒരു ഭാഗത്ത് കൂത്തിനുള്ള ഒരുക്കങ്ങൾ നടക്കുന്നു. അഭിഷേകത്തിന് ശേഷം.. വിഭവസമൃദമായ സദ്യ!.. മനസ്സിനും വയറിനും..

ഓർക്കാപ്പുറത്ത് കൊട്ടാരമതിലിന്നപ്പുറം ചെണ്ടയും മദ്ദളവും മുഴങ്ങി.. എല്ലാവരുടേയും ശ്രദ്ധ അങ്ങോട്ട് തിരിഞ്ഞു.

മതിലിനപ്പുറം ജനക്കൂട്ടം കണ്ട് കൊട്ടാരത്തിലുള്ളവർ അതിശയിച്ചു. ചിലരൊക്കെ പുറത്തേക്കോടിപ്പോയി. കുഞ്ചൻനമ്പ്യാരുടെ പറയൻ തുള്ളലാണ്.

ഭട്ടതിരി പുറത്തേക്കോടിച്ചെന്നു.. കുഞ്ചു കണ്ടതായി നടിച്ചില്ല.

ഭട്ടതിരിക്ക് അരിശം വന്നു. ഉടലാകെ വിറച്ചു.. കുഞ്ചുവിന്റെ മുമ്പിലേക്ക് ഓടിച്ചെന്നു. "എന്താ കുഞ്ചായിത്?. ധിക്കാരമോ?"

വാദ്യം നിലച്ചു.. കുഞ്ചുവിന്റെ കണ്ണ് നിറഞ്ഞു.

"മക്കളിലൂടെ പിതാക്കൾ പുനർജ്ജനിക്കുന്നു.. അതാണ് ന്യായം. അതാണ് ശരി..!. ഞാൻ പറയൻ, പറകൊട്ടുന്നവനല്ല പറയൻ. അത് ദുർവ്യാഖ്യാനം! പറയുന്നവനാണ് പറയൻ. ക്ഷേത്രസദ്യയ്ക്ക് ഇലമുറിക്കാൻ മാത്രമുള്ളവനല്ലവൻ. പറയൻ പറയുന്നത് അവന്റെ സങ്കടം ..ചുട്ടുനീറുകയാണുള്ള്. കേൾക്കാൻ ആരുമില്ല... മുന്നിൽ നില്ക്കുന്ന നിരക്ഷരർ മാത്രം!.. അവരെങ്കിലും കേൾക്കട്ടെ". കണ്ണീരൊഴുകി കുഞ്ചുവിന്റെ മുഖമെഴുത്ത് മാഞ്ഞു.

ഭട്ടതിരി ഒന്നും പറയാതെ തിരിച്ചു പോയി.

മുപ്പത്തിരണ്ട്

കൊട്ടാരം അർദ്ധമയക്കത്തിലാണ്.

അഭിഷേകോത്സവത്തിന്റെ ലഹരിയിൽ നിന്ന് പലരും മുക്തരായിട്ടില്ല. അടിച്ച് തളിച്ചും വൃത്തിയാക്കിയും സേവകരിപ്പോഴും തെരക്കിലാണ്.. ഊട്ടുപുരയ്ക്ക് പിന്നിൽ പാത്രങ്ങൾ കഴുകി തീർന്നിട്ടില്ല.. ആനപ്പന്തിയിൽ പാപ്പാന്മാർ വിശ്രമത്തിലാണ്. പുതിയ ദേവനാരായണനെക്കുറിച്ചുള്ള ചർച്ചയിലാണവർ..

ബാലസൂര്യനെപ്പോലെ തിളക്കമെന്ന് ഒരാൾ.. ചമ്പകശ്ശേരിയുടെ ഐശ്വര്യ ദേവതയെന്ന് മറ്റൊരാൾ... അച്ഛൻ രാജാവിന്റെ സന്മനസ്കതയെക്കുറിച്ചും പ്രജാവാത്സല്യത്തെക്കുറിച്ചുമായിരുന്നു വേറെ ചിലർക്ക് പറയാനുണ്ടായിരുന്നത്..

പനമ്പട്ടയിൽ നിന്ന് ഈർക്കിൽ കീറിവലിച്ചെടുത്ത് പല്ലിടകളിൽ നിന്ന് മുറുക്കാൻ ചണ്ടി തോണ്ടിയെടുത്തു കൊണ്ട് വൃദ്ധനായ ഒരു പാപ്പാൻ ശൂന്യതയിലേക്ക് നോക്കിയിരുന്ന് നെടുവീർപ്പിട്ടു.. ഭാവിയിലേക്ക് തുറന്നു വെച്ച കൺപോളകൾക്ക് ചുറ്റും ഈച്ചകൾ പറന്നപ്പോൾ അസഹ്യതയുടെ ശബ്ദമുണ്ടാക്കി കൊണ്ട് അയാൾ എഴുന്നേറ്റുനടന്നു.

പനമ്പട്ടയ്ക്കുമേൽ മലർന്ന് കിടന്നു കൊണ്ട് ഒരാൾ പറഞ്ഞു:

“പാൽപ്പായസത്തേക്കാൾ മധുരമുണ്ടായിരുന്നു കുഞ്ചൻ നമ്പ്യാരുടെ പറയൻതുള്ളലിന്ന്... പക്ഷെ മുഴുവനാക്കാൻ കഴിഞ്ഞില്ലല്ലോ.. കൂത്ത് മുടിച്ച് അരങ്ങൊഴിഞ്ഞ ചാക്യാർക്ക് പട്ടും വളയും.. നാട്ടുകാരുടെ ഉള്ള റിഞ്ഞ് തുള്ളിയ നമ്പ്യാർക്ക് പട്ടേരീടെ വക താക്കീതും..!.. ഇത് കലികാ ലാണേ.”

അയാൾ ദീർഘനിശ്വാസം ചെയ്ത് എഴുന്നേറ്റിരുന്നു. കുസൃതികാ ണിക്കുന്ന ആനയെ നോക്കി പറഞ്ഞു: “തീറ്റയെടുക്കാനേ”.. ശർക്കര ചേർത്ത് തേങ്ങാപ്പാലിൽ വേവിച്ച ഉണങ്ങലരി തിന്ന് മടുത്തതാ.. അതോ ണ്ടാ നിന്റെ യീ കുരുത്തക്കേട്”.. എളിയിൽ നിന്ന് ഇലപ്പൊതിയെടുത്ത് പുകയിലത്തുണ്ട് വായിലേയ്ക്കിട്ടശേഷം പനമ്പട്ടയെടുത്ത് മറ്റൊരാ നയുടെ മുമ്പിലേക്ക് വലിച്ചെറിഞ്ഞു.

ഭട്ടതിരി കുഞ്ചുവിനെയന്വേഷിച്ച് മഠത്തിലെത്തി... വാതിൽ തുറന്ന് കിടക്കുന്നു... അകത്ത് കടന്ന് ഭട്ടതിരി മുറികളിലും ചായ്പ്പിലും തെരഞ്ഞ് പുറത്ത് കടന്നു.. പാതിയെഴുതിയ ഓലകളും നാരായവും തിണ്ണയിൽ കണ്ടു. എവിടെ പോയിട്ടുണ്ടാകും?.. ഭട്ടതിരിക്ക് നേരിയ പരിഭ്രമം.. മുറ്റ ത്തിറങ്ങി ചുറ്റുംപാടും നോക്കി ഉറക്കെ വിളിച്ചു.. വിളികേട്ടില്ല.. കയ്യാല യിൽ കയറി നിന്ന് പറമ്പിലേക്ക് എത്തി നോക്കി... പൂത്തു നില്ക്കുന്ന പുളിമരച്ചോട്ടിൽ മലർന്ന് കിടക്കുന്ന കുഞ്ചുവിനെ കണ്ട് ഭട്ടതിരി പരിഭ്ര മിച്ചു ഓടിച്ചെന്ന് കുഞ്ചുവിനെ തട്ടിവിളിച്ചു. “എന്താടോയിത്?” ഭട്ടതിരി യുടെ ശബ്ദം ഇടറിയിരുന്നു.

കുഞ്ചു കണ്ണ് തിരുമ്മിക്കൊണ്ടെഴുന്നേറ്റ് പറഞ്ഞു: “ഉഷ്ണിച്ചു.. അല്പം തണുത്തോട്ടേന്ന് വെച്ചു.. ഇവിടെയാണ് സുഖമെന്ന് തോന്നി. അതുകൊണ്ട് വന്ന് കിടന്നു.”

ഭട്ടതിരി പറഞ്ഞു: “എന്റെ കൂടെ വരൂ.. രാജ്ഞിക്ക് എന്തോ പറ യാനുണ്ടത്രെ”. ഒന്ന് മൂളിയ ശേഷം തുടന്ന് പറഞ്ഞു: “കവിതകേൾക്കാ നല്ല ഞാനും വേണം നിന്റെ കൂടെ എന്ന് പ്രത്യേകം പറഞ്ഞിട്ടുണ്ട്.”

കൊട്ടാരത്തിലേക്ക് പ്രവേശിക്കും മുമ്പ് ഭട്ടതിരി കുഞ്ചുവിനോട് പറ ഞ്ഞു: “ഒന്നും കണ്ടതായിനടിക്കരുത്.. കേട്ടതായി ഭാവിക്കരുത്. വന്നതും വരാനിരിക്കുന്നതും നല്ലതിന് അത്രയേ കരുതാവൂ.” അന്തപ്പുരത്തിന്റെ വാതിൽക്കൽ ദാസി നില്ക്കുന്നുണ്ടായിരുന്നു. പണ്ടത്തെ എടുപ്പും തുടി പ്പുമൊന്നുമില്ല. എന്നാലും കണ്ണിലെ വശ്യതമാഞ്ഞിട്ടില്ല... മാറത്തെ വിയർപ്പിനും കുറവൊന്നുമില്ല.

കുഞ്ചുവിനെ കണ്ടപ്പോൾ ദാസിയുടെ ചുണ്ടിൽ അർത്ഥം വെച്ച ചിരി വിടർന്നു. ദാസി ചോദിച്ചു. “വിതച്ചത് വെറുതെയായില്ല.. എന്നിട്ടും മുഖ ത്തൊരു പ്രസാദമില്ലായ്മയെന്താ?”

കുഞ്ചു ഒന്നും പറഞ്ഞില്ല. ദാസി വീണ്ടും പറഞ്ഞു: “വെയിലും മഴയും എത്രയോ കഴിഞ്ഞു.. എന്നാലും മണ്ണിലിപ്പോഴും വളക്കൂറുണ്ട്.. ചെന്നോളൂ”.

ദാസിയുടെ സംസാരം ഭട്ടതിരിക്ക് അത്രരസിച്ചില്ല. “വളർത്തു തത്ത

കൾ ഇങ്ങനെയാണ്... കേട്ട് പഠിച്ച് പറയും" ഭട്ടതിരി പറഞ്ഞു.

ഭട്ടതിരിയും കുഞ്ചുവും അകത്ത് കടന്നു... രാജ്ഞി ആട്ടുമഞ്ചത്തിലിരിക്കുന്നു... തുറന്നിട്ട ജനൽ വഴി എത്തുന്ന വെളിച്ചത്തിന്റെ സമൃദ്ധി!... കവിതകേൾക്കാനിരിക്കുമ്പോഴുള്ള പ്രകാശമില്ല മുഖത്ത്...

പതിവിൽക്കവിഞ്ഞ ആഭരണങ്ങൾ! തോൾവളയും നവരത്നങ്ങൾ പതിച്ച സ്വർണ്ണ വളകളും!.. കാതിൽ രത്നം പതിച്ച സ്വർണ്ണക്കൊരണ്ട്. മഷിയെഴുതിയ കണ്ണുകൾ!.. കസവ് മുണ്ടും വേഷ്ടിയും..

അകം നിറയെ കസ്തൂരി ഗന്ധം!

കുഞ്ചുവിന്റെ സിരകളിൽ കവിതയുടെ ചൂട്!.. കാൽനഖം മുതൽ മൂർദ്ധാവിലോളം പരൽ മീനുകളുടെ പിടച്ച് കയറ്റം... നാഭിയിൽ പുളയുന്ന സർപ്പശിശുക്കൾ! കുഞ്ചൻ ഭട്ടതിരിയെ നോക്കി. ഭട്ടതിരി കുഞ്ചനെയും

രാജ്ഞിയുടെ മൗനം ഭട്ടതിരിയെ അലോസരപ്പെടുത്തി ... സേനാനായകനെ ആദരിക്കാൻ മറന്നുപോയതാണോ?.. അല്ല താൻ അപശകുനമായോ? .. ഭട്ടതിരി രാജ്ഞിയെ നോക്കി.

"ഭട്ടതിരി എന്താണ് വൈകിയത്?" കനപ്പിച്ച ചോദ്യം ഭട്ടതിരി പറഞ്ഞു. "കുഞ്ചുവിനെ കണ്ട് കിട്ടാൻ വൈകി.."

"കല്ലടിക്കോട്ട് നിന്ന് മലങ്കുറവന്മാർ തിരസ്കരണിയും പഠിപ്പിച്ചു കാണും കുഞ്ചനെ... നിന്ന നില്പിൽ മറയാം.. അദൃശ്യനാകാം.. നല്ലത്... ഭട്ടതിരിയ്ക്ക് കണ്ടെത്താൻ കഴിഞ്ഞത് ഭാഗ്യം..!"

രാജ്ഞിയുടെ സംസാരത്തിലെ പരിഹാസം ഭട്ടതിരിക്ക് അരോചകമായി തോന്നി. അടക്കിവെച്ച അമർഷത്തിന്റെ നേരിയ ശലാക പുറത്തേക്ക് വന്നപ്പോൾ ഭട്ടതിരി പറഞ്ഞു:

"ഏല്പിച്ചകാര്യം ചെയ്തു.. സേനാനായകൻ എന്നാണല്ലൊ മഹാരാജൻ എനിക്ക് കല്പിച്ചു തന്ന പദവി... കുഞ്ചൻ കല്ലടിക്കോട്ട് നിന്ന് മഹാതിരിസ്കരണി സ്വായത്തമാക്കിയിരുന്നോ എന്നെനിക്കറിയില്ല... ഇനി വിളിക്കില്ല കാര്യം പറഞ്ഞാൽ കേൾക്കാം."

ഭട്ടതിരിയുടെ കനപ്പിച്ച ശബ്ദം കേട്ടപ്പോൾ രാജ്ഞി ഒന്ന് നടുങ്ങിയെങ്കിലും അത് പുറത്തറിയിക്കാതെ പറഞ്ഞു: "കുഞ്ചനോട് ചിലത് പറയാനുണ്ട്.. അത് ഭട്ടതിരി കൂടി കേൾക്കണം എന്നുണ്ട്.. കുഞ്ചന്റെ തോഴനും രക്ഷിതാവുമാണല്ലോ... കുഞ്ചൻ കേട്ടോളൂ.. പുതിയ രാജാവ് അധികാരമേറ്റു.. അറിഞ്ഞു കാണില്ല.. അഭിഷേക സമയത്ത് പുറം മതിലുകൾക്കപ്പുറം പറയൻതുള്ളി സങ്കടം തീർക്കുകയായിരുന്നല്ലോ.. പുതിയ രാജാവ് പുതിയതാണ്.. അച്ഛൻ രാജാവിൽ നിന്ന് കിട്ടിയ പലതും പ്രതീക്ഷിക്കരുത്... രാജാവ് ഭരണാധിപനാണ്. കിരീടവും ചെങ്കോലുമാണ് രാജചിഹ്നങ്ങൾ! കവിയുടെ കൈയിൽ എഴുത്താണിയും മടിക്കുത്തിൽ എഴുത്തോലയുമാണ്. കൂത്തമ്പലത്തിലാണെങ്കിൽ പാണിവാദ്യം!.. രണ്ടും രാജാവിനെ വിനോദിപ്പിക്കാനുള്ളവ മാത്രം.. ധിക്കാരം കാണിച്ചാൽ പടിയ്ക്ക് പുറത്ത്!.. ഓർമ്മവേണം രാജാവും കവിയും തമ്മിൽ ബന്ധങ്ങളില്ല!"

രാജ്ഞി രാമച്ച വിശറി കൈയിലെടുത്തു.

കുഞ്ചുവിന്റെയുള്ളിൽ അമർഷം പുകഞ്ഞ് കത്തി.. വിയർപ്പിൽ മേൽമുണ്ട് നനഞ്ഞു. മുഖം താഴ്ത്തി രണ്ടടി തിരിഞ്ഞ് നടന്ന് പിന്നിലേക്ക് നോക്കി രാജ്ഞിയോട് പറഞ്ഞു: "ഉദകപ്പോളകൾക്കറിയില്ല ജലത്തിന്റെ ആഴം.. കുഞ്ചൻ പാദസേവകനായ കവിയല്ല.... അടിമയുമല്ല.. അന്നംമുട്ടിയാൽ യാചിക്കും. അതിനുമടിയില്ല.. കുടമാളൂർ മഠത്തിലെ ഇടനാഴിയും മുറികളും മറക്കില്ല കുഞ്ചന്റെ എഴുത്താണി ഒഴുക്കിയ വിയർപ്പിന്റെ ഗന്ധം....!" കുഞ്ചു അതിവേഗം നടന്നു. ഭട്ടതിരി പറഞ്ഞു: രാജ്ഞിയോട്.. "രാജാവിന് കുഞ്ചു അന്യനായിരുന്നില്ല. ശാസനയ്ക്ക് ഇത്രത്തോളം കടുപ്പം വേണ്ടിയിരുന്നില്ല" രാജ്ഞി പറഞ്ഞു! "വേണം ഭട്ടതിരി, വേണം. അയാളുടെ ധിക്കാരം കൂടുന്നുണ്ട്. അരുതാത്തബന്ധങ്ങൾ.. കാമുകീ ബന്ധം അതിര് കവിയുന്നുണ്ട് .. കൊട്ടാരം കവിയ്ക്ക് ചേർന്നതല്ലത് .."

ഭട്ടതിരി തിരിഞ്ഞ് നടക്കുമ്പോൾ സ്വയം പറഞ്ഞു: "അപ്പോൾ അതാണ് വിഷയം.." ഭട്ടതിരി ഒന്നിരുത്തി മൂളി.. "മുറ്റത്തെ മാമ്പഴത്തിന് മറ്റാരും കല്ലെറിയരുത്... കഷ്ടം!" ഭട്ടതിരിയേയും കാത്ത് മതിലിന്നപ്പുറം കുഞ്ചു നില്ക്കുന്നുണ്ടായിരുന്നു. ഒരു ചിത്തഭ്രമക്കാരന്റെ ചേഷ്ടകളായിരുന്നു അയാൾക്കപ്പോൾ. ഭട്ടതിരി ചോദിച്ചു: "പ്രതീക്ഷിച്ചില്ല ഇത്രയും അല്ലേ?"

കുഞ്ചു മറുപടിയൊന്നും പറഞ്ഞില്ല.

"വന്നോളൂ.. നടക്കാം".. കുഞ്ചു ഭട്ടതിരിക്ക് പിറകിലായി നടന്നു.

"ദാഹം തീർന്നാൽ കുടിച്ച പാത്രംവലിച്ചെറിയുന്നവരാണേറെയും. മനസ്സ് വേദനിച്ചു അല്ലേ കുഞ്ചാ... സാരമില്ല ഉരുകിക്കോട്ടെ വേണ്ടത്ര.. . സ്ഫുടം ചെയ്ത തങ്കം പോലെ ഒന്നാന്തരം കവിതകൾ വരും..... നീ കവിയാണ്, കൊട്ടാരത്തിലെ ഊട്ടുപുരയല്ല നിനക്കഭയം.. പുറംലോകത്താണ്."

അധികം വാക്കുകളില്ല.. വഴിയിൽ ഇരുട്ട് വീണു തുടങ്ങിയിരുന്നു. കുഞ്ചനും ഭട്ടതിരിയും നടന്നു... വഴിയരികിൽ നിന്ന് ഒരു വേലിത്തറി ഊരിയെടുത്ത് നിലത്തമർത്തി കുത്തിക്കൊണ്ട് ഭട്ടതിരി മുമ്പേ നടന്നു. കുഞ്ചുവിനെ തിരിഞ്ഞു നോക്കി ഭട്ടതിരി പറഞ്ഞു: "കാലിന് ബലക്ഷയം വന്നിട്ടല്ല.. ഇഴജന്തുക്കളുണ്ടെങ്കിൽ വഴി മാറിപ്പോകും ."

കുഞ്ചു ക്ഷീണിച്ചിരുന്നു.. മഠത്തിലേക്ക് ഭട്ടതിരി ചെന്നു... വിശപ്പില്ല. ദാഹമില്ല.. കുഞ്ചു ദേഹശുദ്ധി വരുത്തി... അകത്ത് കയറി പുൽപ്പായ വിരിച്ച് കിടന്നു...

നേരം പുലർന്നിട്ടും എഴുന്നേല്ക്കാൻ കഴിഞ്ഞില്ല... ശരീരമാസകലം കഠിനമായ വേദന... തലയ്ക്ക് വെട്ടു കല്ലിന്റെ ഭാരം.. കണ്ണിൽ പനിയുടെ തീക്കട്ടകൾ!.. തിരിഞ്ഞും മറിഞ്ഞും കിടന്നു. വയ്യ എഴുന്നേല്ക്കാൻ വയ്യ..!.. തൊണ്ട വരളുന്നു.. പക്ഷെ? നിസ്സഹായനായി... അശരണനായി മലർന്നു കിടന്നു... ഓർമ്മയിലേക്ക് തപ്പിത്തടഞ്ഞെത്തുന്ന കുഞ്ഞമ്മാമൻ.. നെറ്റിയിൽ കുഞ്ഞമ്മാമന്റെ കൈത്തലം പതിഞ്ഞപ്പോൾ ആശ്വാ

സത്തിന്റെ ഔഷധലേപം! കൺപോളകൾ ആരോ വലിച്ചടയ്ക്കുന്നു...

സിരകളിൽ മഞ്ചാടിക്കുരുക്കൾ മുളയ്ക്കുന്നു... പാതിയടച്ച വാതിൽപ്പാളിക്കപ്പുറം നിന്ന് മാസപ്പിറവി പോലെ ഒളിഞ്ഞ് നോക്കുന്ന രുഗ്മിണി!.. ദൈവത്തിന്റെ നഖക്ഷതംപോലെ നുണക്കുഴികൾ! “വെള്ളം... രുഗ്മിണീ!” വെള്ളം ചുണ്ടുകൾ മന്ത്രിച്ചു.

പണിക്കർ പറഞ്ഞു: “കിടന്നോളൂ.. ഇപ്പോൾ കുടിക്കാം..” ശബ്ദം കേട്ട് കുഞ്ചു പതിയെ കണ്ണ് തുറന്നു. പായ്ത്തലയ്ക്കൽ പണിക്കരിരിക്കുന്നു. ചുടുകാപ്പിയുമായി പണിക്കരുടെ ഭാര്യ വന്ന്. തലയുയർത്തി മടിയിൽ വെച്ച്.. ഊതിത്തണിച്ച കാപ്പി കഴിപ്പിച്ചു.... വിയർത്തൊലിച്ച്... വീണ്ടും കിടന്നു.. കുഞ്ചു എന്തോ ആംഗ്യം കാണിച്ചു.

പണിക്കർ പറഞ്ഞു: “നേരം ഉച്ചയായി.. ഞാനറിഞ്ഞു എല്ലാം ഭട്ടതിരി പറഞ്ഞു... കാണാൻ വന്നതായിരുന്നു. പക്ഷെ കണ്ടതിങ്ങനെ സാരമില്ല.. കിടന്നോളൂ.”

“വടികൊണ്ട് വഴങ്ങാത്തവനെ വാക്കുകൊണ്ട് വഴക്കുക.. കഴിവുള്ളവനെ കഴുവിലേറ്റുക!.. പണ്ടേ ശീലിച്ചതാണവർ” ഭട്ടതിരിയുടെ ഭാര്യ അത്രയും പറഞ്ഞ് അകത്തേക്ക് പോയി... “കുറിയരിയിട്ട് കഞ്ഞിവെക്ക്” പണിക്കർ ഭാര്യയോട് പറഞ്ഞു.

ഉച്ച കഴിഞ്ഞയുടൻ വൈദ്യനെത്തി.

വൈദ്യൻ പണിക്കരെ വന്ദിച്ചശേഷം പറഞ്ഞു: “ഉച്ചഭക്ഷണത്തിന്ന് നിന്നില്ല ആള് വന്ന് പറഞ്ഞയുടൻ പുറപ്പെട്ടു.”

പണിക്കർ പായത്തലച്ചിൽ നിന്നെഴുന്നേറ്റു.. “പരിശോധിക്കാം” വൈദ്യനോട് പറഞ്ഞു.

വൈദ്യൻ നാഡി പരിശോധിച്ചു .. നെറ്റിയിലും മാറത്തും കാൽവെള്ളയിലും കൈവെള്ളയമർത്തി പരിശോധിച്ചു..

“ലക്ഷണം അത്രനന്നല്ല.. ശന്നിയാണ്. മൂർച്ഛിച്ചിരിക്കുന്നു. കണ്ണ് നോക്കി.. കുറച്ച് മനക്ലേശോം ഉണ്ടെന്ന് തോന്നുന്നു.. അടുത്ത് എപ്പഴും ആള് വേണം.. മരുന്നിന്ന് കുടിയ്ക്ക്യാം തെറ്റാതെ കൊടുക്കണം... സൂക്ഷിക്കണം എന്തായാലും ഒരു പത്ത് ദിവസം കഴിഞ്ഞിട്ട് മതി പുറത്തിറങ്ങുന്നത്.” വൈദ്യർ ഓലയെഴുതി പണിക്കരുടെ കൈയിൽ കൊടുത്ത് നമസ്കരിച്ചെഴുന്നേറ്റ് പറഞ്ഞു: “മാത്രക്കല്ല് എടുക്കാൻ മറന്നു.. അങ്ങനെ വരാറില്ല... ചെന്നിട്ട് കൊടുത്തയയ്ക്കാം ... കുട്ടികളാരെങ്കിലും ഉണ്ടാകും..., ഏഴ് ദിവസം രണ്ട് നേരം വീതം ജീരകവെള്ളത്തിൽ മാത്രക്കല്ല് തയച്ച് കൊടുക്കണം മറ്റ് മരുന്നുകൾ വേറേയും.”

പണിക്കരു പറഞ്ഞു: “ചെയ്യാം”.

വൈദ്യൻ ദക്ഷിണ വാങ്ങി ഉപചരിച്ചു... പണിക്കരുടെ ഭാര്യ കുറിയരിക്കഞ്ഞിയിൽ ഇന്ദുപ്പ് ചേർത്ത് ആറ്റിത്തണിച്ച് പ്ലാവിലക്കരണ്ടിയിൽ കഞ്ഞികോരി കുഞ്ചുവിന്റെ വായിലൊഴിച്ചു കൊടുത്തു.. നാലഞ്ച് കവിൾ.!.. കുഞ്ചു ചെറുതായി ഛർദ്ദിച്ചു.

“ഇനിക്കുറച്ച് കഴിഞ്ഞാവും” പണിക്കരുടെ ഭാര്യ കഞ്ഞിപ്പാത്രം വാഴയിലകൊണ്ട് അടച്ചു വെച്ചു.

“പത്ത് ദിവസം!.. അടുത്തെപ്പോഴും ആള് വേണം എന്നാണ് വൈദ്യ നിർദ്ദേശം”പണിക്കർ ഭാര്യയോട് പറഞ്ഞു.

“ഏതായാലും ഇന്ന് കഴിയട്ടെ.. വഴിയുണ്ട്.” അവർ പറഞ്ഞു.

പണിക്കർ കുറേ നേരം എന്തോ ആലോചിച്ചശേഷം ഒന്ന് ഇരുത്തി മൂളി.

മുപ്പത്തിമൂന്ന്

പ്രഭാതത്തിൽ തന്നെ ഭട്ടതിരി കുഞ്ചുവിന്റെയടുത്തെത്തി. പണിക്കരുടെ ഭാര്യ കാണിച്ചു കൊടുത്തതുപോലെ മാത്രക്കല്ല് തയച്ചുകൊണ്ടിരിക്കുകയായിരുന്നു ഉണ്ണിമാധവൻ. ഭട്ടതിരിയെക്കണ്ടപ്പോൾ അവൻ എഴുന്നേറ്റ് നിന്നു. കൈയിലെ ജീരകവെള്ളം അല്പം തുളുമ്പിപ്പോയെന്ന് തോന്നുന്നു. ഭട്ടതിരി പറഞ്ഞു: “വേണ്ട.. കുട്ടി മരുന്ന് ശരിയാക്കിക്കോളൂ”. ഉണ്ണി പറഞ്ഞു: “പണിക്കരദ്ദേഹം ഇപ്പോൾ പോയതേയുള്ളൂ.” ഭട്ടതിരി പറഞ്ഞു.. “വഴിയിൽ കണ്ടു”. “ഉണ്ണി വല്ലതും കഴിച്ചോ?” ഭട്ടതിരി ചോദിച്ചു. അവർ ഒന്നും പറഞ്ഞില്ല.

കുഞ്ചു പതിയെപ്പറഞ്ഞു: “അവനൊന്നും കഴിച്ചിട്ടില്ല.. അവനൊന്നും അറിയില്ല. കുട്ടിയല്ലേ.. മരുന്നും തട്ടിമറിഞ്ഞു.”

ഭട്ടതിരി പറഞ്ഞു: “ഊട്ടുപുരയിൽ നിന്ന് ഭക്ഷണമെത്തിക്കാൻ ഏർപ്പാടാക്കിയ്ട്ടുണ്ട്.”

കുഞ്ചുവിന്റെ മുഖം ചുവന്നു.. “വേണ്ട ഔദാര്യം.. ഭിക്ഷ എനിക്കും എന്റെ കുട്ടിക്കും വേണ്ട.. നാവടക്കാൻ തരുന്ന ചെല്ലും ചെലവും കുഞ്ചന് വേണ്ട.”

ഭട്ടതിരി പറഞ്ഞു: “നല്ലത്.. നിഷേധിയല്ലേ.. ഉലകുടപ്പെരുമാളുടെ ഔദാര്യവും നിഷേധിക്കാം.. അതാണ് ധിക്കാരം.. ഭക്ഷണത്തിന്ന് മുട്ടു വരില്ല. എന്റെയും പണിക്കരുടെയും വീട്ടിൽ അന്നം വേവാറുണ്ട്.. കൊണ്ടുവരും.. എത്രകാലത്തേക്ക് വേണമെങ്കിലും.”

കുഞ്ചു പറഞ്ഞു: “കഷായത്തിന്റെ ഓല പണിക്കർ കൊണ്ടു പോയിട്ടുണ്ട്.. ഉണ്ണിയോട് ചെന്ന് വാങ്ങാൻ പറഞ്ഞു.. ഉണ്ണിക്ക് വഴിയറിയില്ല.”

ഭട്ടതിരി പറഞ്ഞു: “ഉണ്ണി എന്റെ കൂടെ വന്നോളൂ.. പ്രാതൽ കഴിക്കാം കഷായോം വാങ്ങാം..”

മാത്രക്കല്ല് തയച്ച് ചേർത്ത ജീരകവെള്ളം കുഞ്ചുവിന്റെ വായിൽ ഒഴിച്ച് കൊടുത്ത ശേഷം ഉണ്ണി ഭട്ടതിരിയുടെ കൂടെ പുറത്തേയ്ക്ക് പോയി.

“വിഷമിക്കണ്ട ഉടനേ വരും” ഭട്ടതിരി പറഞ്ഞു.

കഴുത്തറ്റം പുതച്ച് കുഞ്ചൻ ഇടതുവശത്തേക്ക് തിരിഞ്ഞ് കിടന്നു. പനിയുടെ ശൗര്യം കുറഞ്ഞ് തുടങ്ങുകയാണ്. മാത്രയുടെ പ്രതിരോധം! വിയർപ്പിന്റെ പ്രവാഹം ശിരസ്സിൽ നിന്ന് കീഴോട്ട്.....

പ്രജ്ഞയുടെ തകിടം മറച്ചിലിൽ പുതപ്പ് കീഴോട്ട് വലിഞ്ഞിറങ്ങുന്നതു പോലെ തോന്നി. പിന്നിൽ പായ്ത്തലപ്പിൽ ആരോ ഇരിക്കുന്നു. പിൻ കഴുത്തിലും പുറത്തും പരുപരുത്ത വിരൽ സ്പർശം.

കുഞ്ചു സാവധാനം മലർന്ന് കിടന്നു.. വേപ്പെണ്ണയുടെ നേരിയ ഗന്ധം

ഉണ്ണൂലി! മനസ്സിൽ അമർഷത്തിന്റെ മാലപ്പടക്കം പൊട്ടി.. നെഞ്ചത്ത് നിന്ന് കൈകൾ തട്ടിമാറ്റി കുഞ്ചു എഴുന്നേറ്റിരുന്നു. തലയിലേറിയ വെട്ടു കല്ല് ഇറങ്ങിയിരുന്നില്ല. വീണ്ടും പായയിലേക്ക് ചെരിഞ്ഞു. ഉണ്ണൂലിയാണ് താങ്ങിക്കിടത്തിയത്...

കുഞ്ചു പറഞ്ഞു: "പോ.. പോ. നട്ടു വളർത്തിയ നമ്പ്യാർവട്ടം പിഴ ത്തെറിഞ്ഞവളാണ് നീ... തന്നതെല്ലാം മതി.. എടുത്തതെല്ലാം മതി. പോയ്ക്കോളൂ." ഉണ്ണൂലിക്ക് കണ്ണ് നിറഞ്ഞു.. പായത്തലപ്പിൽ നിന്ന് മാറി യിരുന്നു, "പ്രായത്തിന്റെ ശാപം! ആർക്കും തോന്നാവുന്ന ഒരിഷ്ടം തോന്നി. സ്വന്തമാക്കാനാഗ്രഹിച്ചിട്ടില്ല... കിട്ടില്ലാന്നറിയാമായിരുന്നു.... മാപ്പ് പറയാനാണ് വന്നത്... ഓർക്കുന്നുണ്ട് നടന്നതൊക്കെയും... ഇന്നും മന സ്സിലുണ്ട് ഉണങ്ങാത്ത വ്രണമായി! ഭീഷണിക്ക് വഴങ്ങിപ്പോയി.. എനിക്കും അമ്മയ്ക്കും ഭക്ഷണം കിട്ടണമായിരുന്നു... ചതിയില്ല ഈ മനസ്സിൽ ദാരി ദ്ര്യത്തിന്റെ നീറ്റൽ മാത്രമേയുള്ളൂ. മാപ്പ്.. മാപ്പ്..." എരിയുന്ന നെഞ്ചി ലേക്ക് കണ്ണീർ തളിച്ച് ശമിപ്പിച്ചു കൊണ്ട് ഉണ്ണൂലി ഇറങ്ങി നടന്നു.

വരാന്തയിലേക്ക് കയറിയ രുഗ്മിണി ഉണ്ണൂലിയെ കണ്ട് സ്തംഭിച്ച് നിന്നു.. തലയ്ക്കകത്ത് വവ്വാലുകൾ ചിറകിട്ടടിച്ച് ശബ്ദമുണ്ടാക്കി. മേലാ സകലം തുളച്ച് കയറുന്ന സൂചിമുനകൾ

മനസ്സ് വർഷങ്ങൾക്ക് പിറകിലേക്ക് തിരിഞ്ഞോടുകയാണ്.. തറവാ ട്ടിലെ ചായ്പിന്നകത്ത് ഉടുമുണ്ട് നേരെയാക്കി.. മേൽമുണ്ട് ധരിക്കാതെ.. വിയർപ്പിൽ മുങ്ങിയ ശരീരവുമായി ഇടനാഴിയുടെ ഇരുട്ടിലേക്ക് ഓടിമ റഞ്ഞ ഉണ്ണൂലിയുടെ കിതപ്പിന്റെ സ്ഥായീഭേദങ്ങൾ രുഗ്മിണിയുടെ കാതു കളെ അലോസരപ്പെടുത്തി... തലകറങ്ങി വീഴാതിരിക്കാൻ കൽത്തൂണിൽ പിടിച്ച് കുറേ നേരം നിന്നു.. കുഞ്ചു വിളിച്ചു "രുഗ്മിണീ വരൂ.. അടുത്തേക്ക് വരൂ. എഴുന്നേറ്റ് വരാൻ എനിക്ക് വയ്യ."

മറുപടിയൊന്നും പറയാതെ രുഗ്മിണി തിരിച്ചിറങ്ങി നടന്നു. പുതപ്പ് വലിച്ചെറിഞ്ഞ് എഴുന്നേറ്റ് നടന്ന കുഞ്ചു വരാന്തയിൽ മുട്ടു കുത്തി വീണു.. തറയിൽ ഒറ്റകൈ കുത്തിയിരുന്ന് നമ്പ്യാർ ഉറക്കെ വിളിച്ചു പറഞ്ഞു. ജ്വരയുടെ മൂർച്ചയിൽ പിച്ചും പേയും പറയുന്നതു പോലെ അയാൾ ഉറക്കെയുറക്കെ പറഞ്ഞു: "ഇല്ല ഞാൻ തെറ്റ് ചെയ്തിട്ടില്ല".

രുഗ്മിണി പടിയിറങ്ങുമ്പോൾ എതിരെ വന്ന ഉണ്ണിമാധവന്റെ കൈ പിടിച്ച് അവൾ ഉറക്കെ കരഞ്ഞു. "ഇനി നീയിവിടെ നില്ക്കാൻ പാടില്ല". അവൾ ഉണ്ണിമാധവന്റെ കൈ പിടിച്ച് വലിച്ചു..

ഉണ്ണി പറഞ്ഞു: "ഇത് കഷായപ്പൊതി.. ഗുരുവിന് പാകം ചെയ്ത് കൊടുക്കണം. പോകരുത്". നിറവെയിലത്തുരുകുന്ന മകന്റെ കണ്ണീരിനെ തടയാൻ രുഗ്മിണിക്ക് കഴിഞ്ഞില്ല.

രുഗ്മിണിയുടെ കൈയും പിടിച്ച് ഉണ്ണി അകത്തേക്ക് വന്നു. വരാന്ത യിൽ നിന്ന് കുഞ്ചുവിനെ താങ്ങിയെടുത്ത് അകത്ത് കിടത്തി.

ഇടറുന്ന ശബ്ദത്തിൽ രുഗ്മിണി പറഞ്ഞു: "കിടപ്പിലാണെന്നറിഞ്ഞി ട്ടാണ് വന്നത്.. പണിക്കരദ്ദേഹം ആളെ അയച്ചിരുന്നു.. കൂടെത്തന്നെ വേണമെന്ന് പറഞ്ഞു.. കൂടെ നില്ക്കാനാണ് വന്നത്".

കുഞ്ചു പറഞ്ഞു: "വേണ്ട, എന്റെടുത്ത് ഉണ്ണിയുണ്ട് അത് മതി.. വിലക്കുന്നത് വിരോധം കൊണ്ടല്ല.. സ്നേഹം കൊണ്ടാണ്.. അപവാദം ക്ഷണിച്ചു വരുത്തണ്ട... താങ്ങാനാവില്ല എനിക്കും നിനക്കും... തലച്ചോറിലോളം കത്തിക്കയറിയ ജ്വരത്തിന്റെ ഗർഭപാത്രത്തിൽ മയങ്ങിക്കിടന്നപ്പോൾ ഓർമ്മകളിൽ നീ മാത്രമായിരുന്നു. കാണാൻ കൊതിച്ചിരുന്നു ... ഇപ്പോൾ കണ്ടു. അതുമതി."

ഭട്ടതിരിയുടെ വീട്ടിൽ നിന്ന് ഭക്ഷണവുമായി വന്ന വാല്യക്കാരൻ പയ്യൻ ഭക്ഷണപ്പൊതി തിണ്ണയിൽവെച്ച് തിരിച്ചു പോയി.

രുഗ്മിണി എഴുന്നേറ്റു ... ഉണ്ണിയെ വിളിച്ച് യാത്ര പറഞ്ഞു.. കുഞ്ചു പറഞ്ഞു: "ഉച്ച കഴിഞ്ഞു വെയിലിന് നല്ല ചൂടുണ്ട് .. ഭക്ഷണം കഴിഞ്ഞിട്ട് പോയാൽ മതി. വെയിലിറങ്ങട്ടെ ഇരുന്നോളൂ."

രുഗ്മിണി വരാന്തയിലേക്ക് കടന്ന് ഭക്ഷണപ്പൊതിയെടുത്ത് അകത്തുവെച്ചു. "പുറത്തിരുന്നാൽ കാക്ക കൊത്തും."

തിരിഞ്ഞു നോക്കാതെ നടന്നകന്നു... അകന്നകത്ത് പോകുന്ന രുഗ്മിണിയെത്തന്നെ നോക്കിയിരുന്ന കുഞ്ചു.. സാവധാനം എഴുന്നേറ്റു.

തപ്പിത്തടഞ്ഞ് നടന്ന് മുറിയുടെ മൂലയിൽ വെച്ച മിഴാവിൽ കൈവച്ചു. ആദ്യം അതി വിളംബത്തിൽ.. പിന്നെ വിളംബം.. മദ്ധ്യമം, ദ്രുതം, അതിദ്രുതം... താളപ്പെരുമഴയിൽ മഠത്തിന്റെ മോന്തായം നനഞ്ഞു.. വിയർത്തൊലിച്ച് .. മിഴാവിൽ തല ചേർത്ത് വെച്ച് പൊട്ടിക്കരഞ്ഞു.. അടുപ്പിൽ കഷായം തിളയ്ക്കുന്നു.. ഉണ്ണി ഓടി വന്ന് കുഞ്ചന്റെ കൈകളിൽപ്പിടിച്ചു.. കണ്ണീരൊഴുകിക്കൊണ്ട് പറഞ്ഞു: "അരുത്... അരുത് വയ്യാത്തതാണ്... എനിക്കാരുമില്ലാതാകും.." പായത്തലയ്ക്കൽ വെച്ച രണ്ട് ഓലക്കെട്ടുകൾ.. നിറയെ പുതിയ തുള്ളൽക്കഥകൾ... എടുത്ത് ഉണ്ണിയുടെ കൈയിൽ കൊടുത്ത് അവന്റെ മൂർദ്ധാവിൽ കൈവെച്ച് കുഞ്ചു.. ഒന്ന് തേങ്ങി...

ഭട്ടതിരിയും പണിക്കരും പുതിയ ദേവനാരായണനെ മുഖം കാണിക്കാൻ ചെന്നു.. സഭചേരണം.. അതിന് ദിവസം കുറിക്കണം. പുതിയ രാജാവിന്റെ ഭരണ പരിഷ്കാരങ്ങളറിയണം. സേനയെ വികസിപ്പിക്കണമെങ്കിൽ ഒരുക്കങ്ങൾ നടത്തണം. കായംകുളം രാജാവിന്റെ സഹായങ്ങൾ തുടർന്നുമുണ്ടാകുമെന്നു തരക് കിട്ടിയിട്ടുണ്ട് ... കുതിരപ്പക്ഷിയെ അയച്ചതും പുതിയ മാർഗ്ഗങ്ങൾ പറഞ്ഞ് തന്നതും കായംകുളം രാജാവാണ്. അച്ഛൻ രാജാവിന്റെ ഉറ്റമിത്രം..... പാറയിൽ കൊച്ചുമേനോനെ പുതിയ ചുമതലകൾ ഏല്പിക്കാനുണ്ട്. മണക്കാട്ടൻ പിള്ളിമേനോനുമായി പലതും ചർച്ചചെയ്യാനുണ്ട്. അദ്ദേഹം ഉപമന്ത്രിയല്ലേ.. കണ്ടേപറ്റൂ..

ചിന്തകൾ പലതുമായി ഭട്ടതിരിയും പണിക്കരും കൊട്ടാരത്തിലെത്തി... സഭചേരുന്നതിനുള്ള ശ്രമങ്ങളൊന്നും കണ്ടില്ല. ഇടവും വലതും പരതി.. ആരെയും കാണാതായപ്പോൾ ദാസിപ്പെണ്ണിനോട് പറഞ്ഞു. "രാജ്ഞിയെ മുഖം കാണിക്കണം."

ദാസിപ്പെണ്ണിന്റെ പിറകെ നടന്ന് അന്തപ്പുരത്തിന്റെ വാതിൽ തുറന്ന് അകത്ത് കടന്നു..

രാജ്ഞി ആട്ടുമഞ്ചത്തിൽ മലർന്ന് കിടക്കുന്നു... അടുത്ത് പരിചാരി

കമാരില്ല.. ദേഹത്ത് കനകാഭരണങ്ങളില്ല. മുണ്ടും മുലക്കച്ചയും മേൽ വസ്ത്രവും മാത്രം.. പെട്ടെന്ന് വാർദ്ധക്യം പിടികൂടിയതുപോലെ.

ഭട്ടതിരിയെയും പണിക്കരെയും കണ്ടപ്പോൾ രാജ്ഞി എഴുന്നേറ്റിരുന്നു.. "ഇരിക്കാം.." രാജ്ഞി പറഞ്ഞു.

ഭട്ടതിരിയും പണിക്കരും ഇരുന്നു.

രാജ്ഞി പറഞ്ഞു: "ആഗമനോദ്ദേശ്യം മനസ്സിലായി... ഒന്നിലും അവന്ന് താല്പര്യമില്ല... പറഞ്ഞിട്ട് കാര്യമില്ല. കാക്കത്തൂവൽ കൊണ്ട് അസ്ത്രം പണിതാൽ മലത്തിലേ ചെന്ന് വീഴൂ.."

രാജ്ഞിയുടെ ശബ്ദമിടറി... "എപ്പോഴും പനങ്കള്ളും ജാപ്പാണപ്പുകയിലയും... സിൽബന്ദികളുടെ കൂടെ ചതുരംഗം കളി... ഉറക്കം കെടുന്ന ദാസിപ്പെൺകുട്ടികളുടെ പരാതികൾ കേട്ടു മടുത്തു... എന്റെ പ്രായമുള്ളവരേയും അവന് പ്രിയമാണ്. എന്തുചെയ്യാം കിരീടവും ചെങ്കോലും എനിക്കില്ലല്ലോ.. അകത്തൊരാൾ കിടപ്പുണ്ട്.. എണ്ണപ്പാത്തിയിൽ.. അകത്തേക്ക് കടക്കാൻ തന്നെ എനിക്കറപ്പാണ്.. എണ്ണയുടെയും കുഴമ്പിന്റെയും കഷായത്തിന്റേയും രൂക്ഷഗന്ധം.." അവർ കണ്ണ് തുടച്ചു.

ഭട്ടതിരി പറഞ്ഞു: "ചുരുക്കിപ്പറഞ്ഞാൽ ഭരണം ഇപ്പോൾ എണ്ണപ്പാത്തിയിൽ കിടക്കുന്നു.."

രാജ്ഞി പറഞ്ഞു: "അതാണ് ശരി. ഞാൻ തന്നെ ഭരിച്ചാലോ എന്നൊരു തോന്നൽ. പറയൂ. ഭട്ടതിരീ... പറയു പണിക്കരേ ഞാനെന്തു ചെയ്യണം.. ചെമ്പകശ്ശേരിയുടെ ഭണ്ഡാരം ശൂന്യമാണ്. പാറയിൽ കൊച്ചു മേനോനെ കണ്ടിട്ട് മാസങ്ങൾ കഴിഞ്ഞു... അധികാരങ്ങൾ മദ്യപാനികൾക്കായി വീതിച്ച് കൊടുത്തിരിയ്ക്കുന്നു"

പണിക്കർ പറഞ്ഞു: "ഞങ്ങളെ കൊണ്ട് ചെയ്യാൻ കഴിവുന്നത് ചെയ്യാം... അത്രയേ പറയാൻ കഴിയൂ... സഭ ചേരാം. ഉപദേശിക്കാൻ ശ്രമിക്കാം... ദേവനാരായണനെ ഒന്ന് കണ്ടാൽ നന്നായിരുന്നു."

രാജ്ഞി പറഞ്ഞു: "രണ്ടാം നിലയുടെ മട്ടുപ്പാവിൽ കാണും. വാതിലടഞ്ഞതാണെങ്കിൽ സൂക്ഷിക്കണം. മൂന്ന് തവണ മുട്ടിയതിന്ന് ശേഷം തുറക്കണം.. ദാസിപ്പെൺകുട്ടികൾക്ക് നാണം മറയ്ക്കാൻ അവസരം കൊടുക്കണം... ഭട്ടതിരിയ്ക്കും പണിക്കർക്കും പ്രായമായില്ലേ.. കണ്ണ് മഞ്ഞളിക്കണ്ട."

ഭട്ടതിരിയും പണിക്കരും തൊഴുത് മടങ്ങുമ്പോൾ ഭട്ടതിരി പറഞ്ഞു: "ക്ഷീണിയ്ക്കുന്ന ശരീരത്തിലാണ് രോഗാണുക്കൾ യഥേഷ്ടം കടക്കുക... രാജ്യവും അങ്ങനെയാണ്... കരുതിയിരിക്കണം ശത്രുക്കളെ."

ഭട്ടതിരിയും പണിക്കരും അന്തപ്പുരത്തിൽ നിന്ന് പുറത്ത് കടന്നു. രാജ്ഞിയുടെ തേങ്ങൽ ചെവിയിൽ മുഴങ്ങുന്നുണ്ടായിരുന്നു.

പുഴയിൽ വെള്ളം കുറവാണ്... തോണിക്കൊമ്പത്തേയ്ക്ക് ഇളം വെയിലിന്റെ ചൂട് .. ഉണ്ണി തോണിയാത്രയുടെ സന്തോഷത്തിലാണ്... പുഴവെള്ളത്തിൽ കൈകുത്തി വെറുതേ കോരിയെറിഞ്ഞു... ചിതറി വീണ ജലകണങ്ങൾ തോണിക്കരികിൽ നൂറ് ആയിരം മഴവില്ലുകൾ തീർത്തു.

നേരം ഉച്ചകഴിഞ്ഞു. പൊതിഞ്ഞെടുത്ത കുറിയരിച്ചോറും ഉരുക്ക്

നെയ്യും. ഇഞ്ചിച്ചമ്മന്തിയും ചേർത്ത് നാല് പേരും ഭക്ഷണം കഴിച്ച് ഇല ചുരുട്ടിയെറിഞ്ഞു.

"ഇനിയുമുണ്ട് ഒരുപാട് ദൂരം പിന്നിടാൻ"... നടക്കുമ്പോൾ ഭട്ടതിരി പറഞ്ഞു: "കുഞ്ചാ ഒരുപാട് കാര്യങ്ങൾ നീയറിയാനുണ്ട് ചെമ്പകശ്ശേരിയെ നീ ശരിയ്ക്കും അറിഞ്ഞിട്ടില്ല. പൂത്തുലഞ്ഞ രാജ്യമേ നീ കണ്ടിട്ടുള്ളൂ.."

കുഞ്ചു പറഞ്ഞു: "പറഞ്ഞോളൂ, കേൾക്കാം. എനിക്കിത് ശീലമാണ്. കുട്ടിക്കാലത്ത് കുഞ്ഞമ്മാമന്റെ കൂടെ ദൂരദേശങ്ങളിൽ കൂത്തിന്ന് പോകുമ്പോൾ നടത്തത്തിന്റെ ക്ഷീണമറിയാതിരിക്കാൻ നാടിന്റെ ചരിത്രം പറയുമായിരുന്നു.. അങ്ങനെയാണ് ഞാൻ എന്നെയറിഞ്ഞത്.. പോയകാലത്തിന്റെ സൗഭാഗ്യം! മനസ്സിന്റെ പൂമുഖത്ത് നിറപുത്തരിയായ് തീർന്ന വാക്കുകൾ! കഥകൾ ചരിത്രങ്ങൾ.."

ഭട്ടതിരി പറഞ്ഞു: "എങ്കിൽ വഴിനീളെ പറയാനൊരുപാടുണ്ട്... ഇന്നത്തെ ചെമ്പകശ്ശേരിയുടെ പ്രതാപൈശ്വര്യങ്ങൾ ഊട്ടിയുറപ്പിച്ചതും ക്ഷേത്രം പണിതതും കിട്ടാക്കടം പിരിപ്പിച്ചതും പാറയിൽ കൊച്ചുമേനോനാണ്. പുതിയ ദേവനാരായണന്റെ ആദ്യസഭയിലും സന്നിഹിതനായിരുന്നു മേനോൻ.. മാര്യാത്തുരുത്ത് നിന്ന് ചെമ്പകശ്ശേരിക്ക് അഗതിയായ് വന്ന ഒരു പയ്യൻ. അമ്പലവാസിയായിരുന്നപ്പോൾ പടച്ചോറുമായി വന്ന പയ്യൻ കുടുംബം പോറ്റാനുള്ള പടച്ചോറ് വഴിവക്കിൽ വെച്ച് കൈ നീട്ടിയ ഒരു മഹാദരിദ്രന് ദാനം ചെയ്തു. പകരം കിട്ടിയത് ഓലയും എഴുത്താണിയും. കുടുംബത്തിൽ നിന്ന് പുറംതള്ളപ്പെട്ടു. വീട് വിട്ടിറങ്ങിയ ബാലൻ രാജസന്നിധിയിലെത്തി. കയ്യെഴുത്തിന്റെ ഗുണവും ബുദ്ധിയുടെ തിളക്കവും കൊണ്ട് രാജാവിന്റെ വിശ്വസ്തനായി ... തുടർന്ന് ശേവുക ജോലിയും കണക്കപ്പിള്ള ജോലിയും കിട്ടി.. കിട്ടാതെ പോയ നികുതികൾ പിരിപ്പിച്ചു.. ഭണ്ഡാരം ധന്യമാക്കി. അയാളാണിപ്പോൾ എന്നെപ്പോലെയും പണിക്കരെപ്പോലെയും പുതിയ രാജാവിന്റെ കണ്ണിലെ കരടുകളായത്."

പണിക്കർ പറഞ്ഞു: "രാജാവിന്റെ വിശ്വസ്ത സചിവനാണ് മണക്കാട്ടൻ പള്ളിമേനോൻ... രാജ്യരക്ഷയുടെ സർവ്വകാര്യങ്ങളും പുറംശത്രുക്കളെ നേരിടലും എല്ലാം മേനോൻ കൃത്യമായി നിർവ്വഹിക്കുന്നു... കായംകുളം രാജാവയച്ച പഠാണി.. 'കുതിരപ്പക്ഷി!'കളരിപ്പയറ്റിലും കുതിതസ്സവാരിയിലും അഗ്രഗണ്യൻ.. മേനോന്റെ ഇഷ്ടതോഴൻ! ചെമ്പകശ്ശേരിയെ ശത്രുക്കളിൽ നിന്ന് ഇതുവരെ രക്ഷിച്ച രണ്ടുപേർ. കുതിരപ്പക്ഷിയും മണക്കാട്ടൻപിള്ളി മേനോനും. രാജ്ഞി സൂചിപ്പിച്ചില്ലേ. വരാറില്ല പാറയിൽ കൊച്ചു മേനോനും മണക്കാട്ടനും മൊന്നും... അതെ അവരേയും പുറം തള്ളുകയാണ്. എങ്ങോട്ടാണാവോ ഈ രാജ്യത്തിന്റെ പോക്ക്.. എനിക്കറിയില്ല.."

കുഞ്ചു ദീർഘ സമയത്തേക്ക് ഒന്നും പറയാതെ തലതാഴ്ത്തി നടന്നു. കുഞ്ചന്റെ മൗനം എല്ലാവർക്കും അസഹ്യമായിതോന്നി...

ഭട്ടതിരി ചോദിച്ചു: "കുഞ്ചാ നീയെന്താണ് വെറുതേ പിറുപിറുക്കുന്നത്?"

കുഞ്ചു പറഞ്ഞു: "മൂന്നാം കണ്ണിൽ ഒരു ഒളിമിന്നൽ. ഭഗ

വദ്ഗീതയിലെ ചിലവരികൾ ഓർമ്മവരികയാണ്..” കുഞ്ചു ഗീതാ വാക്യ മുദ്ധരിച്ചു.” ഉണ്ണിയൊന്ന് ചിരിച്ച് മൂളി...

പണിക്കർ ചോദിച്ചു: “എന്താ ഉണ്ണീ.. തനിക്കൊരു ചിരി?” ഉണ്ണിപറഞ്ഞു: “രാജ്യസുഖങ്ങളിൽ ദുരാശചെലുത്തി സ്വജനത്തെ വധിക്കാനൊരുങ്ങുകയാണ്. അഹോ കഷ്ടം പാവം ഇങ്ങനെയൊക്കെ ഭവിക്കുമായിരിക്കും”.

ഭട്ടതിരി പറഞ്ഞു: “നല്ലത് ഉണ്ണി വളർന്നിരിക്കുന്നു. സന്തോഷം!” പെരുവഴി നാലായ് പിരിയുന്നിടത്ത് എത്തിയപ്പോൾ കുഞ്ചു പെട്ടെന്ന് തിരിഞ്ഞ് നിന്ന് ഭട്ടതിരിയുടെയും പണിക്കരുടെയും കാല്ക്കൽ നമസ്കരിച്ചു. എഴുന്നേറ്റ് നിന്ന് പറഞ്ഞു: “ക്ഷമിക്കണം യാത്രയിലും മനസ്സ് ചാഞ്ചാടുന്നുണ്ടായിരുന്നു. രാജസന്നിധി ഞാൻ മടുത്തു.. അമ്പലപ്പുഴയിൽ നിന്ന് തിരുവിതാംകൂറിലേക്ക്.. എല്ലാം ഒരുപോലെ.. എന്റെ ഉണ്ണിയാണിന്നെനിക്ക് നൊമ്പരം.. ഉണ്ണിയെ രുഗ്മിണിയുടെ അടുത്തെത്തിക്കണം. ഇത് ഒരപേക്ഷയാണ്.. അവിവേകിയുടെ അപേക്ഷ.. സ്വീകരിക്കണം ദയവായി. മനസ്സിൽ ദേശാടനപ്പക്ഷികൾ ചിറകടിക്കുന്നു..” ഉണ്ണിമാധവൻ കുഞ്ചുവിന്റെ കാല്ക്കൽ വീണ് കരഞ്ഞു.. കുഞ്ചു ഉണ്ണിയെ പുണർന്ന് നെറുകയിൽ ചുംബിച്ച് പറഞ്ഞു: “കരയരുത്.. ഞാൻ വരും.. ഭ്രാന്തടങ്ങുമ്പോൾ..”

കുഞ്ചു വലതു വഴിയിലേക്ക് നടന്നകന്നു.. ഭട്ടതിരിയും പണിക്കരും കുഞ്ചുവിനെത്തന്നെ നോക്കി നിന്നു.. പണിക്കർ ഉണ്ണിയെ ആശ്വസിപ്പിച്ചു.. കുഞ്ചുവിനെ തിരിഞ്ഞു നോക്കി കണ്ണീരൊഴുക്കുന്ന ഉണ്ണിയെ കണ്ടപ്പോൾ പണിക്കർക്ക് നെഞ്ച് പൊട്ടി. പിറന്നില്ലല്ലോ എനിക്കിങ്ങനെയൊന്ന്, കൊണ്ട് നടക്കാനും കൊണ്ടാടിക്കഴിയാനും... മനസ്സിന്റെ ഉൾക്കോണിലെവിടെയോ ഒരു പുഴ കണ്ണീർ നിറഞ്ഞു.. എക്കിളിൽ അവസാനിച്ച ഒരു തേങ്ങൽ.. മിഴിയടച്ചപ്പോൾ ഒരു തുടംകണ്ണീർ കവിളിലേക്കൊഴുകി ഭട്ടതിരി ഒന്ന് തിരിഞ്ഞു നോക്കി.. മൗനം ഉള്ളടങ്ങാത്ത മൗനം!.

ലക്ഷ്യം മുടങ്ങിയ അസംതൃപ്തിയോടെ കിള്ളിക്കുറിശ്ശിയിലെത്തി. കലക്കത്ത് ഭവനത്തിന്റെ മുറ്റത്ത് മൂന്നു പേര് നിന്നു.

അടുക്കളയിൽ പച്ചരി വേവുന്ന ഗന്ധം വരാന്തയിലേക്ക് വന്നു. പുകമണം ഓടിയെത്തി അതിഥികളെ സ്വീകരിച്ചു.. തുറന്നിട്ടവാതിൽ! അകത്ത് ആരുമില്ല കാത്തിരുന്നു.

ഇടം കൈയിൽ ഇലക്കുമ്പിളിൽ പശുവിൻ മോരുമായി രുഗ്മിണി വന്നു. എണ്ണ മയമില്ലാത്ത മുടി... മുന്നിൽ നാലിഴ നരച്ചിരിക്കുന്നു. പുകമണക്കുന്ന ശരീരം! കരുവാളിച്ച മുഖം! കണ്ണുകൾക്ക് കീഴെ കാലം വരച്ച കറുത്തവരകൾ! ഭട്ടതിരിയെയും പണിക്കരെയും ഉണ്ണിയെയും കണ്ടു രുഗ്മിണി പകച്ചു... രുഗ്മിണി ചോദിച്ചു: “എവിടെ?”

ഭട്ടതിരി പറഞ്ഞു: “ചങ്ങലപ്പൊട്ടിച്ചു പോയി വരും വരെ കാക്കണം ഉണ്ണിയെ..”

രുഗ്മിണി ഒന്ന് തേങ്ങി. എല്ലാം എന്റെ ശിരോലിഖിതം . എന്റെ അമ്മയുടെ അഹന്ത. അച്ഛന്റെ അത്യാഗ്രഹം.. അനുഭവിക്കുക തന്നെ..” പണിക്കർ പറഞ്ഞു: “കൊയ്തെടുക്കാതെ പോയ വിളവിന്റെ മേന്മയിൽ ദുഃഖിക്കരുത്.”

രുഗ്മിണിയുടെ കൈയിൽ നിന്ന് ഇലക്കുമ്പിൾ താഴെ വീണു... വരാന്തയിലൊഴുകിപ്പരന്ന മോരിന്റെ പുളിയിൽ ചവിട്ടി നിന്നു കൊണ്ട് രുഗ്മിണി തേങ്ങി: "എന്റെ ഉണ്ണി!"

ഭട്ടതിരി പറഞ്ഞു: "വിഷമിക്കരുത്.. ജന്മം കൊണ്ടല്ല.. കർമ്മം കൊണ്ടാണ് പിതാവാകുന്നത്. കാത്തിരിക്കണം വരും. വരാതിരിക്കില്ല.. ഞാനും പണിക്കരും കുഞ്ചനും ബഹിഷ്കൃതരാണിപ്പോൾ. ഒരിടവേളയിൽ ഞാനും കുഞ്ചനും തിരുവനന്തപുരത്ത് പോയിരുന്നു. കുഞ്ചന്റെ തുള്ളൽ രാജാവിന്ന് ഇഷ്ടമായി.. പാരിതോഷികങ്ങൾ ലഭിച്ചു.. "ഭട്ടതിരി കിഴക്കോട്ട് തിരിഞ്ഞ് തൊഴുതു പറഞ്ഞു, "പാർത്ഥസാരഥീ അഭയം നീ മാത്രം എല്ലാം അറിയുന്നതും നീ മാത്രം.."

ഉണ്ണിമാധവൻ കരഞ്ഞ് കലങ്ങിയ കണ്ണുകളുമായി അകത്തേക്ക് പോയി.. ഭട്ടതിരിയും പണിക്കരും യാത്രപറയാതെ... മുറ്റത്തിറങ്ങി, നടന്നു..

മുപ്പത്തിനാല്

കൈയിൽ ഒന്നുമില്ല.. മനസ്സിൽ വ്യഥകളും വ്യാകുലതകളും മാത്രം. പുറന്തള്ളപ്പെട്ടവന്റെ വ്രണിതഹൃദയം! മൈസൂരിലെ ഹള്ളികളിൽ ഭിക്ഷാംദേഹിയായി അലഞ്ഞ് നടന്നു..

ഭാണ്ഡത്തിൽ സൂക്ഷിച്ച എഴുത്തോലകൾ നാരായ സ്പർശം കാത്തിരിക്കുന്നു. ഒന്നും വരുന്നില്ല... പകരുന്നില്ല..

എല്ലുരുകുന്ന ശീതകാറ്റ്.. മജ്ജയുരുകി എല്ലുകൾ വിറച്ചു! വാറ്റ് ചാരായവും തീയിൽ ചുട്ടെടുത്ത പന്നിക്കുടലും കഴിച്ച് അന്തിയുറങ്ങുന്ന നിരാലംബ ജനങ്ങൾക്കിടയിലൂടെ നടക്കുമ്പോൾ കുഞ്ചുവിന്റെ സ്മൃതികളിൽ ബാല്യകാലത്തിന്റെ ദാരിദ്ര്യം ചിറകണിഞ്ഞു.. ബുദ്ധിയുറയ്ക്കാത്ത കാലത്ത് പല്ലു തേയ്ക്കാത്ത ബ്രാഹ്മണന്റെ ഉച്ഛിഷ്ടം എത്രയാണ് തിന്നുപോയത്.. ഛർദ്ദിക്കാൻ തുടങ്ങിയാൽ വർഷങ്ങൾ തന്നെ വേണ്ടിവരും... അഴുക്ക് പറ്റിയ കുടലുകൾ തന്നെ വേണ്ടെന്ന് വെക്കേണ്ടി വരും... ഉടുമുണ്ടുരിഞ്ഞ് മേലാകെ മൂടി തെരുവുതിണ്ണയിൽ കിടക്കുമ്പോൾ ശരീരത്തിലേക്ക് കാറ്റ് കൊണ്ടു വന്ന മഞ്ഞുതുള്ളികളോട് കുഞ്ചു ചോദിച്ചു: "തുഷാരബിന്ദുക്കളെ! നിങ്ങൾക്കറിയാമോ കുഞ്ചനാരാണെന്ന്? നിങ്ങൾക്കറിയുമോ പ്രണയം എന്താണെന്ന്? കൂത്തും കൂടിയാട്ടവും പടയണിയും അമ്പലപ്പുഴയിലെ വേലകളിയും കണ്ടിട്ടുണ്ടോ നിങ്ങൾ." അറിയാത്ത ഭാഷയിൽ എന്തോ മൊഴിഞ്ഞ് കാറ്റ് മടങ്ങിപ്പോയി.

നേരം അതിരാവിലെ! കൂട്ടംകൂട്ടമായ് നടന്നുപോകുന്ന പണിയാളുകൾ.. മുഷിഞ്ഞു നാറിയ ഒറ്റ മുണ്ടുകൾ... ചിലർക്ക് കാൽസറായി.. സൂര്യകാന്തി ച്ചെടികൾ വിളയുന്ന വയൽവരമ്പിലൂടെ നടന്നു വരുന്ന ജനങ്ങൾ.

കൈക്കുമ്പിളിൽ ഉള്ളിയും വേവിച്ച ഗോതമ്പും... ചിലരുടെ കൈയിൽ പഴഞ്ചോറ് പൊതികളും... ശീതക്കാറ്റിൽ ചാഞ്ചാടുന്ന മനുഷ്യ ശരീരങ്ങൾ... മുമ്പിൽ ഒരു ദല്ലാളൻ.. മൃഗമോ മനുഷ്യനോ? മുഖം വ്യക്തമല്ല.

കുഞ്ചു വീണ്ടും നടന്നു.. ബാലഭാസ്കരൻ ചോരക്കട്ടയായ് വീണു

കിടക്കുന്ന പരന്നഭൂമി.. വയലുകളിൽ ജമന്തികൾ ചിരിക്കുന്നു.. കൗപീനം മാത്രം ധരിച്ച വൃദ്ധ പിതാക്കൾ കാളകൾക്ക് പകരം കഴുത്തിൽ നുകം വെച്ച് കലപ്പ വലിച്ച് ചാല് കീറുന്നു.. നാമ്പെടുത്ത് വിലസാനുള്ള വിത്തുകൾ ദല്ലാളന്റെ കുട്ടയിൽ പല്ല് നീട്ടിച്ചിരിക്കുന്നു.. കുഞ്ചു കണ്ണടച്ചു..

ഒരു മാസം കൊണ്ട് ഒരു ദേശം .. ഒരു ദേശം കൊണ്ടൊരു ലോകം. വറ്റിപ്പോയ സ്നേത്തിന്റെ നീരുറവകളുടെ തീരത്ത് കുഞ്ചു ഏകനായിരുന്നു... ഇതാണോ മനുഷ്യൻ? ഇതാണോ ലോകം..? തണുപ്പിന്റെ പേപ്പട്ടികൾ കടിച്ച് കീറുന്ന മദ്ധ്യ രാത്രിയിലും കടന്നു പോകുന്ന കുതിരവണ്ടികൾക്ക് നേരെ കൈ നീട്ടി ഭിക്ഷയാചിക്കുന്ന ഇളം പ്രായക്കാരെ കണ്ടപ്പോൾ കുഞ്ചുവിന്റെ മനസ്സിൽ ഉണ്ണിമാധവന്റെ രൂപം തെളിഞ്ഞ് വന്നു. കുഞ്ചുവിന്ന് കരച്ചിലടക്കാൻ കഴിഞ്ഞില്ല.

ഉണ്ണിയിപ്പോൾ എന്തു ചെയ്യുന്നുണ്ടാകും.. അവൻ കാവ്യങ്ങൾ പഠിക്കുന്നുണ്ടാകുമോ? രുഗ്മിണി അവനെ ശാസിക്കുന്നുണ്ടാകുമോ...?

ചിന്തകളുടെ മുകൾപ്പരപ്പിലൂടെ ഒരുപാട് ദൂരം നടന്നപ്പോൾ ക്ഷീണം തോന്നി.. വഴിയരികിലെ പുളിമരച്ചോട്ടിലിരുന്നു.

അപരിചിതനായ അതിഥിയെക്കണ്ട് മേൽക്കൊമ്പുകളിൽ നിന്ന് കുരങ്ങന്മാർ ഇറങ്ങി വന്നു. തലയ്ക്ക് വെച്ചു കിടന്ന ഭാണ്ഡത്തിലും നെഞ്ചത്തും അവർ പരതിനോക്കി.. ചിരിച്ച് കൊണ്ട് കുഞ്ചു പറഞ്ഞു: "ഹേ! വാനരസൈന്യമേ എന്റെ നെഞ്ചം ഗന്ധമാദനമല്ല.. ഇതിൽ മൃതസഞ്ജീവനിയില്ല.. ഉള്ളത് ദുഃഖത്തിന്റെ മുൾച്ചെടികൾ മാത്രം.."

പ്രതീക്ഷിച്ചതൊന്നും കിട്ടാതായപ്പോൾ മുഖത്തേക്ക് മൂത്രമൊഴിച്ച് പ്രതിഷേധം രേഖപ്പെടുത്തി അവർ മുകൾക്കൊമ്പിലേക്ക് തന്നെ കയറിപ്പോയി..

നേരം സന്ധ്യയാകുന്നു.. സൂര്യന്റെ ചോരയിൽ കടൽ ചുവക്കുന്നു. പടിഞ്ഞാറ് നിന്ന് തിരകൾക്ക് മീതെ കരയിലേക്ക് ഓടി വരുന്ന തണുത്തകാറ്റ്!

നഗരത്തിന്റെ ഭ്രാന്തിൽ നിന്ന് ഹള്ളികളുടെ ശാന്തിയിലേക്ക് തിരിച്ചോടുന്ന ഗ്രാമഹൃദയങ്ങൾ..

അന്തിപ്പാടങ്ങളിൽ ശരീരവില്പനയ്ക്കിറങ്ങുന്ന സുന്ദരികൾ! ചുണ്ടിക്കാണിച്ച് വിലപേശുന്ന കയ്യാളന്മാർ.. നാവിൽ പുരട്ടിയ കറുപ്പിന്റെ ലഹരിയിലുറങ്ങിക്കിടക്കുന്ന ശൈശവങ്ങൾ!

വഴിയോരത്ത് കുത്തിനിർത്തിയ പന്തത്തിരിയുടെ വെളിച്ചത്തിൽ ഇഡ്ഡലിയും കപ്പലണ്ടിയും വില്ക്കുന്ന സുന്ദരന്മാരും സുന്ദരികളും.

ഭാണ്ഡം കെട്ടഴിച്ച് എഴുത്തോലകളെടുത്തു.. നാരായം ചുരത്തുന്നു.. കണ്ടകാഴ്ചകളുടെ നേർപ്പകർപ്പ്... കാകളിയും.. കളകാഞ്ചിയും പിന്നെ.. യതിമദ്ധ്യം തരംഗിണിയും...

സന്ധ്യയ്ക്ക് മുമ്പേ കണ്ണടച്ച കടത്തിണ്ണയിൽ അന്തിയുറക്കം.. തിരിച്ചറിയാത്തവേഷം, തിരിച്ചറിയാത്തഭാവം. മനസ്സിൽ നിറയെ കവിതയും കണ്ണുകളിലഗ്നിയുമായി കുഞ്ചു നടന്നു..

കൃഷ്ണരാജ് പേട്ട് ... പാണ്ഡവപുരം.. ശ്രീരംഗപട്ടണം. അങ്ങനെ

ഒരുപാട് ദേശങ്ങൾ മാസങ്ങളറിയാത്ത യാത്ര.. ആരും പേര് ചോദിച്ചില്ല..

പുഴകടന്ന് ധാരാപുരത്തെത്തിയപ്പോൾ കാലുകളിൽ നീർക്കെട്ടുണ്ടായിരുന്നു.. അസഹ്യമായ വേദന.

വിശപ്പും ദാഹവും സിരകളെ തളർത്തിയിരുന്നു.. തലകറങ്ങിവീണപ്പോൾ താങ്ങിയെടുത്തവനോട് മാത്രം പറഞ്ഞു: "ഞാൻ കുഞ്ചൻനമ്പ്യാർ, മലയാള നാട്ടിൽ നിന്ന് വരുന്നു." അവന്റെ മുഖത്ത് നിഴലിച്ചത്. ബഹുമാനത്തിന്റെ സൂചകമായി പഴക്കംചെന്ന ഒരുചിരി മാത്രം.. ഉറക്കമുണർന്നപ്പോൾ ധാരാപുരത്തെ അലക്കുകാർക്കിടയിൽ ഒരു കുടിലിൽ കടലാസ് മെത്തയിൽ മലർന്ന് കിടക്കുന്നു. അരികിൽ പല്ല് കൊഴിഞ്ഞ മുത്തശ്ശി.... പതുക്കെ സംസാരിച്ചപ്പോൾ വായ്ക്കകത്ത് ചവച്ചൊതുക്കിവെച്ച പുകയിലച്ചുരുളിന്റെ ഗന്ധം!.. തമിഴിന്റെ വഴുവഴുപ്പോടെ അവർ സാവധാനം മുളിപ്പാട്ട് പാടി..... പണ്ടെങ്ങോ കുഞ്ചനെഴുതിയ കൈകൊട്ടിക്കളിപ്പാട്ടത്തിന്റെ വരികൾ..

ഭക്ഷണപ്പൊതിയുമായി കയറിവന്ന ചെറുപ്പക്കാരൻ പറഞ്ഞു "ഇന്നലെ രാത്രിയിൽ ഉറക്കപ്പിച്ചുണ്ടായിരുന്നു. അറിഞ്ഞ് കാണില്ല. എഴുന്നേറ്റ് മുഖം കഴുകിയാൽ എന്തെങ്കിലും കഴിക്കാം". അവൻ ഭക്ഷണപ്പൊതി നിവർത്തി വെച്ചു... അലക്കാൻ കൂട്ടിയിട്ട വിഴുപ്പിന്റെ ദുർഗന്ധം തലവേദന വർദ്ധിപ്പിച്ചു...

മുഖം കഴുകി വന്ന് ഭക്ഷണപ്പൊതിക്ക് മുമ്പിലിരുന്നു. ഒന്നോ രണ്ടോ കഷ്ണം ഊത്തപ്പം ചവച്ചിറക്കി വെള്ളം കുടിച്ചു... അത്രയും മതിയായിരുന്നു.

"കുഞ്ചൻ നമ്പ്യാരെ കാണാൻ കഴിഞ്ഞതിൽ സന്തോഷം... പറഞ്ഞ് കേട്ടിട്ടുണ്ട്... ഒരുപാട്.. ഞങ്ങൾക്കിടയിൽ പോലും പലക്കുമറിയാം താങ്കളുടെ കവിതകൾ!" യുവാവ് അല്പം അഭിമാനത്തോടെ പറഞ്ഞു.

"ഞങ്ങൾ ശരിക്കും തമിഴരല്ല... പിന്മുറക്കാരിലാരോ തിരുവിതാംകൂറിൽ നിന്ന് കുടിയേറിയതാണ് .. ശ്രീവില്ലി, പുത്തൂർ, തേനി, ഉത്തമപാളയം, ആണ്ടിപ്പെട്ടി എന്നിവിടങ്ങളിൽ കുടുംബക്കാരുണ്ട്. ഒരുക്കണക്കിൽ ഇപ്പോൾ ഞങ്ങളും തമിഴ്മക്കൾ തന്നെ." യുവാവ് കഥപറയുമ്പോൾ മുത്തശ്ശി മോണകാട്ടിചിരിച്ചു. കണ്ണുകളിൽ ഭൂതകാല സ്മരണകളുടെ തിളക്കം...

തമിഴ്നാട്ടിൽ തെക്കും, വടക്കും, കിഴക്കും, പടിഞ്ഞാറുമായി വേരറ്റ ദ്വീപുപോലെ കുഞ്ചു അലഞ്ഞ് നടന്നു. കടത്തിണ്ണകളിലും ക്ഷേത്രപരിസരങ്ങളിലും അന്തിയുറങ്ങി ...

വഴിവാണിഭക്കാർക്കിടയിലൂടെയും കള്ളകച്ചവടക്കാർക്കിടയിലൂടെയും നടക്കുമ്പോൾ കച്ചവടക്കാർക്ക് തമിഴകത്തും കന്നടത്തും മലയാളത്തിലും ഒരേ മുഖമാണെന്ന് തോന്നി .. അക്രമങ്ങൾക്കും അനീതിക്കും പിടിച്ചുപറിയ്ക്കും ഒരിടത്തും വ്യത്യാസമൊന്നുമില്ല ...

കാശിയിലും ശുചീന്ദ്രത്തിലും ചെന്നു.

വിരൽവെട്ടിമാറ്റപ്പെട്ട കൈപ്പത്തിയുമായി നിലവിളിച്ചോടിയ ഒരു ബാലൻ കുഞ്ചുവിനെ കെട്ടിപ്പിടിച്ച് എന്തോ പറഞ്ഞശേഷം ബോധം നശിച്ച് കാൽക്കൽ വീണു .. മുട്ടുകുത്തിയിരുന്ന് കൈപ്പത്തിയിലെ ചോര

തുടയ്ക്കുമ്പോൾ കണ്ണുകളിൽ ഇരുട്ടുകയറി, ശരീരം വിയർത്തു.. ഓർമ്മയുടെ ഇരുട്ടിൽ നിന്ന് ശാന്തിക്കാരൻ നമ്പൂതിരി എഴുന്നേറ്റ് വന്നു. പറഞ്ഞു കേട്ടകഥയിലെ ചോരയൊലിക്കുന്ന കയ്യും പുറവും.. വെള്ളം വറ്റാത്ത പൊട്ടകിണറ്റിൽ നിന്ന് പുറത്തെടുത്ത് കിടത്തിയപ്പോൾ കണ്ണുകളുടെ സ്ഥാനത്ത് രണ്ട് കുഴികളേ ഉണ്ടായിരുന്നുള്ളൂവത്രെ .

മടിയിൽ കിടന്ന ബാലൻ കണ്ണ് തുറന്ന് കുഞ്ചനെ തുറിച്ചു നോക്കി. ബാലൻ പതുക്കെ പറഞ്ഞു: "വെള്ളം" വഴിപോക്കരിൽ ഒരാൾ എത്തി നോക്കിപ്പറഞ്ഞു: "കൊടുക്കരുത് വെള്ളം കള്ളനാ കള്ളൻ .."

കള്ളനെന്ന് പേരിട്ട് കൈ വെട്ടുന്ന നീതി. തിളച്ച എണ്ണയിൽ കൈമുക്കൽ .. ശുചീന്ദ്രത്തിൽ നിന്ന് മടങ്ങുമ്പോൾ എഴുത്തോലകളിൽ മുഴുവനും അക്ഷരങ്ങൾ നിറഞ്ഞിരിക്കുന്നു... വാക്കും വാക്കും ചേർത്ത് തീപ്പടർന്നിരുന്നു . കവിതന്നെ കവിതയായ് തീരുന്നു... വാക്കുകൾ ഭാവങ്ങളാകുന്നു. ഭാവങ്ങൾ ജീവിതങ്ങളാകുന്നു.

നടന്ന് നടന്ന് നിലതെറ്റി .. എരിയുന്ന വയറും തളരുന്ന കാലും ... നേരിയകാറ്റുപ്പോലും അയാളെ വീഴ്ത്തിക്കളയും ... ഇരുട്ടിത്തുടങ്ങി ... വീതിയേറിയ നഗരവഴിയിൽ ആളനക്കം കുറഞ്ഞ് തുടങ്ങിയിരിക്കുന്നു. വഴിവാണിഭക്കാരും ചെട്ടികളും കച്ചവടം മതിയാക്കി വീടുകളിലേക്ക് പോയ്ത്തുടങ്ങുകയാണ് . അങ്ങിങ്ങായി ഒന്നോ രണ്ടോ കടമുറികൾ മാത്രം കണ്ണടയ്ക്കാതെ ആരെയോ കാത്തിരിക്കുന്നു ... പൂക്കച്ചവടക്കാർ മുല്ല മൊട്ടുകളിൽ വെള്ളം കുടഞ്ഞ് മാറ്റി വെയ്ക്കുന്നു... ജമന്തിയും മുല്ലയും മൂക്കിലേക്ക് ഓടിക്കയറിയപ്പോൾ... സിരകളിൽ കാമപ്പൂക്കൾ വിടർന്നു. കുടമാളൂർ മഠം... നഗരവീഥിപോലെ അന്തപ്പുരത്തിലെ പാതിയിരുട്ട്... രാജ്ഞിയുടെ മടിയിലെ ചതഞ്ഞ ജമന്തിയുടെ ഗന്ധം! ഉന്മാദത്തിന്റെ വഴികളിൽ എണ്ണിത്തീരാത്തയാമങ്ങൾ. നഗരാതിർത്തിയിൽ മാളികവീടിന്റെ പടിപ്പുരയ്ക്കിപ്പുറം ഒഴുകിയെത്തുന്ന സംഗീതം! ചിലങ്കയുടെ താളം..

പടിപ്പുരവാതിലിൽ ആയുധധാരികളായ കാവൽക്കാർ .. മുഖം വ്യക്തമല്ല. കുഞ്ചു കാവൽക്കാരോട് ചോദിച്ചു: "വിശപ്പുണ്ട് ദാഹവും, അകത്ത് കടക്കാമോ?" നുണഞ്ഞിറക്കിയ കറുപ്പിന്റെ ലഹരിയിൽ അർദ്ധമയക്കത്തിലായിരുന്ന കാവൽക്കാർ കുഞ്ചുവിനെ വിലക്കിയില്ല."

ഏതോ ഒരു സ്ത്രീയാണ് വെള്ളം തന്നത്... ഒരു മദ്ധ്യ വയസ്ക. ശരീരത്തിന് മഞ്ഞളിന്റെ മണം.. ചുറ്റിയുടുത്ത പഴയ കാഞ്ചീപുരംസാരി. കഴുത്തിൽ നിറം മങ്ങിയ മഞ്ഞച്ചരട്.. എണ്ണയൊലിക്കുന്ന മുഖം. മുറുക്കിച്ചുവന്ന പല്ലും ചുണ്ടും.. "വിശക്കുന്നുണ്ടോ?" അവർ ചോദിച്ചു.

"ഉണ്ട്" കുഞ്ചു പറഞ്ഞു.

അവർ അകത്ത് പോയി വാഴയിലക്കീറിൽ ഉപ്പുമാവുമായിവന്നു.

ഭക്ഷണം കഴിക്കുമ്പോൾ അവർ അടുത്തിരുന്നു.

പൂർവ്വജന്മത്തിന്റെ അജ്ഞാതബന്ധത്തിൽ നിന്ന് തപ്പിയെടുത്ത ഒരുചിരി. പിന്നെ ഒരു ദീർഘശ്വാസം.

"അകത്തെന്താണ്?" കുഞ്ചു ചോദിച്ചു.

സ്ത്രീ പറഞ്ഞു: "നൃത്തവിരുന്ന്. അർദ്ധരാത്രി വരെയുണ്ടാകും..."

“നർത്തകിയാണോ?” നേരിയ ചിരിയോടെ കുഞ്ചു ചോദിച്ചു. സ്ത്രീ പറഞ്ഞു: “അറിയില്ലേ, ദേവദാസി സുമംഗലയുടെ മണിമന്ദിരമാണിത്... സുന്ദരി. സംഗീതജ്ഞ. നർത്തകി.. വണിക്ക് പ്രമുഖരാണ് വിരുന്നുകാർ. ആഴ്ചയിൽ മൂന്നു ദിവസം നൃത്തവും സംഗീതവും.. പിന്നെ.”

കുഞ്ചു ചോദിച്ചു: “പിന്നെ?”

ഒതുക്കിച്ചിരിച്ചു കൊണ്ട് സ്ത്രീ പറഞ്ഞു: “കച്ചവടക്കാർക്ക് ശരീരം മതി... പാട്ടും നൃത്തവും നേരമ്പോക്കിന്... നവരത്നങ്ങളും കനകാഭരണങ്ങളും അവർ കൊടുക്കും”.

കുഞ്ചുവിന്റെ മുഖത്ത് അമർഷം നിഴലിക്കുന്നത് കണ്ടപ്പോൾ സ്ത്രീ പറഞ്ഞു: “ഞാൻ പോകുന്നു. ഒന്നും പറയണ്ട... യാചകനല്ലേ.. വേണമെങ്കിൽ വരാന്തയിൽ കിടന്നോളൂ”. അവർ എഴുന്നേറ്റ് ചോദിച്ചു: “എവിടെ നിന്നാണ്?”

കുഞ്ചു പറഞ്ഞു: “അനാഥൻ”.

സ്ത്രീ അകത്തേക്ക് പോയി...

കുഞ്ചു തിണ്ണയിൽ കിടന്ന് കാതോർത്തു... ഒഴുകിയെത്തുന്ന സംഗീതം. ദീക്ഷിതർ കൃതി.. ആലാപനത്തിന്റെ മാധുര്യം..

ആത്മാവിൽ സംഗീതത്തിന്റെ ലഹരി പടരുകയാണ്.. മനസ്സിലെവിടെയോ കുഞ്ഞമ്മാമന്റെ മെതിയടി സ്പർശം... ആത്മാവിൽ കുഞ്ഞമ്മാമൻ ഇളംകാറ്റായി വീശുന്നു... ഇളംകാറ്റിൽ നിദ്രയുടെ താഴ്വരയിലേയ്ക്ക് പതുക്കെ.. പതുക്കെ...

പുറംതിണ്ണയിൽ കാൽപ്പെരുമാറ്റം.. കുഞ്ചു കണ്ണ് തുറന്നു. തലയുടെ ഭാഗത്ത് കുന്തമുനയുമായി കാവൽക്കാരൻ നില്ക്കുന്നു.

കുഞ്ചു എഴുന്നേറ്റ് കൽത്തൂണിൽ പുറം ചാരിയിരുന്നു.. വണിക് പ്രമുഖനും പക്കമേളക്കാരും ഇറങ്ങിപ്പോവുകയാണ്...

കെട്ടഴിഞ്ഞ തലമുടിയിൽ വിരലോടിച്ചു കൊണ്ട് ഉറക്കച്ചടവിന്റെ ആലസ്യത്തിൽ മിഴിപാതിയടഞ്ഞ് നിന്ന് കോട്ടുവായിടുന്ന സുമംഗലയോട് കാവൽക്കാർ ക്ഷമാപണം ചെയ്തു. “ക്ഷമിക്കണം. വെള്ളം ചോദിച്ച് വന്ന യാചകനെ അകത്ത് കടത്തിയത് തെറ്റായെങ്കിൽ മാപ്പ്.”

സുമംഗല പറഞ്ഞു: “സാരമില്ല പോയ്ക്കോളൂ. കാവൽക്കാരൻ പോയ്ക്കഴിഞ്ഞപ്പോൾ സുമംഗല ചോദിച്ചു: “ആരാണ്? എവിടെ നിന്നാണ്? മുഖഭാവത്തിൽ മലയാളിയാണ് അല്ലേ?”

കുഞ്ചു പറഞ്ഞു: “മലയാളത്തിൽ നിന്നാണ്. സഞ്ചാരി! ദേശാന്തര സഞ്ചാരത്തിനിടയിൽ വിശന്നപ്പോൾ കയറി വന്നു... ഞാൻ കുഞ്ചൻ നമ്പ്യാർ.”

സുമംഗലയുടെ മുഖത്ത് ബഹുമാനത്തിന്റെ തിരയിളക്കം... സുമംഗല തൊഴുതു. “അറിയാം കേട്ടിട്ടുണ്ട് ധാരാളം. താളത്തിന്റെ മഹാരാജൻ!കവിതയുടെ ബ്രഹ്മതേജസ്സ്! സംഗീതത്തിന്റെ മഹാസാഗരം! ഈയുള്ളവൾക്ക് മാപ്പ്.” കുഞ്ചു ഭാണ്ഡമെടുത്ത് തോളിൽ തൂക്കിയെഴുന്നേറ്റ് പടികളിറങ്ങി നിന്ന് പറഞ്ഞു: “പോകുന്നു.”

സുമംഗല കേണപേക്ഷിച്ചു. “പോകരുത് .. എന്റെ കൂടെ ഇവിടെ

കുറച്ച് നാൾ. കവിതയുടെ മഹാനദിയൊഴുക്കി.."

കുഞ്ചു പറഞ്ഞു: "എനിക്കിഷ്ടമല്ല.. കലയെ കച്ചവടച്ചരക്കാക്കുന്നതും മാംസദാഹികൾക്ക് ഉപദംശമായി വിളമ്പുന്നതും എനിക്ക് സഹിക്കാനാവില്ല.. പൊറുക്കാനാവില്ല എന്റെ ആത്മാവിന്."

സുമംഗലയുടെ കണ്ണ് നിറഞ്ഞു.. അവൾ പറഞ്ഞു: "ഗുരോ.. ഞാൻ ദേവദാസി. മനസ്സറിയാതെ നടയിരുത്തപ്പെട്ട വളർത്തു മൃഗം... എതിർത്തിരുന്നു.. ഒരുപാട്. പക്ഷെ കഴിഞ്ഞില്ല... മനസ്സ് നിറയെ സംഗീതവും നൃത്തവും മാത്രമാണ് ... ശുദ്ധമാണ് മനസ്സ്.. ശരീരം ഒരു വിഴുപ്പു ഭാണ്ഡം മാത്രം.. അറിയില്ല ആർക്കുമിത്... എന്റെ വിഴുപ്പ് രുചിക്കാൻ വരുന്നവർക്ക് സ്വർഗ്ഗം...! അവർക്ക് വേണ്ടിയൊരുക്കുന്ന ഓരോ കലാവിരുന്നും ഓരോ ചിതയൊരുക്കലാണ്... പ്രിയതയുടെ ചിത!"

സുമംഗല പൊട്ടിക്കരഞ്ഞ് കുഞ്ചുവിന്റെ കാൽക്കൽ നമസ്കരിച്ചു.. കുഞ്ചു പറഞ്ഞു: "എഴുന്നേല്ക്കൂ."

"എനിക്ക് വിരോധം നിന്നോടല്ല. നിന്നെയൊരുക്കിയ രാജനീതിയോടാണ്.. കൊത്തിപ്പറിക്കുന്ന സമൂഹത്തോട്.. സുമംഗലേ എനിക്ക് കൂടപ്പിറപ്പുകളില്ല... നൃത്തവും സംഗീതവും പകർന്ന് നല്കാൻ എന്റെ അമ്മയുടെ ഉദരം എനിക്കൊരു സഹോദരിയെ തന്നിട്ടില്ല. പിറക്കാതെ പോയ ഇളയസഹോദരിക്കായ് മനസ്സിൽ പൂത്ത മന്ദാരങ്ങൾ നിനക്കായ് തരുന്നു... പോയ് വരുന്നു.. പോയേ പറ്റൂ.." കുഞ്ചുവിന്റെ കണ്ണ് നിറഞ്ഞിരുന്നു. സുമംഗല നിലവിട്ട് നിലവിളിച്ചു.. അകത്തേക്കോടി വാതിലടയ്ക്കുമ്പോൾ സുമംഗല ഉറക്കെപ്പറഞ്ഞു: "കാത്തിരിക്കും ഈ അനുജത്തി... സ്നേഹത്തിൽ പിറന്ന ഉന്മാദത്തിന്റെ വാക്കുകൾക്കായി.."

പടിപ്പുര വാതിൽ കടന്ന് പുറത്തിറങ്ങുമ്പോൾ മുമ്പിൽ കണ്ട തുണിക്കച്ചവടക്കാരൻ ചെട്ട്യാർ.. കുഞ്ചുവിനെ തന്നെ സൂക്ഷിച്ചു നോക്കി. കുഞ്ചു മുഖം തിരിച്ചു.. ചെട്ട്യാർ പിറകെ വന്ന് പുറത്ത് തട്ടി ചോദിച്ചു: "കുഞ്ചൻനമ്പ്യാരല്ലേ കിള്ളിക്കുറിശ്ശി? കലക്കത്തെ? കവി?"

കുഞ്ചു പറഞ്ഞു: "ഞാൻ കവിയല്ല.. കുഞ്ചനുമല്ല.. ഭിക്ഷാംദേഹി... യാചകൻ..." കച്ചവടക്കാരൻ ഒന്ന് ഇരുത്തി മൂളി...

നടന്നുപോകുമ്പോൾ അയാൾ ഇടയ്ക്കിടെ തിരിഞ്ഞുനോക്കി..

മുപ്പത്തിയഞ്ച്

ഇടവഴിയിൽ പുല്ല് നിറഞ്ഞിരിക്കുന്നു. ആൾപ്പെരുമാറ്റത്തിന്റെ തഴമ്പുകൾ മാഞ്ഞ് കറുകപ്പുല്ലുകൾ പടർന്ന് കയറിയിരിക്കുന്നു. പറമ്പിലേക്ക് കയറുന്ന മരക്കോണിക്ക് കീഴിൽ കീരിക്കൂട്ടം വാരിയിട്ട തരിമണ്ണിന്റെ കൂമ്പാരം...

മുറ്റം നിറയെ വീണടിഞ്ഞ് കിടക്കുന്ന മാവിലക... വിരുന്നുകാരും സന്ദർശകരുമിരുന്ന തിണ്ണയിൽ പ്രാവുകൾ കൊത്തിയിട്ട പൂവും പഴങ്ങളും... വരാന്തയിൽ വവ്വാലുകളുടെ പുരീഷഗന്ധം തങ്ങി നില്ക്കുന്നു

... തുറന്നിട്ട ചായ്പ്പിൽ അസ്ഥിഭംഗം വന്ന ചാരുകസേര .. ഗതകാലസ്മരണകളിലേക്ക് വിരൽ ചൂണ്ടുന്ന കസേരകയ്യിൽ കുഞ്ചുസാവധാനം തഴുകി.. ചിതലരിച്ച് തീരാത്ത മെതിയടി കൈയിലെടുത്തു... വിരലമർന്ന് മിനുസമർന്ന് കുഴികളിലെ ചിതൽമണ്ണ് ഊതിപ്പറപ്പിച്ച് മെതിയടിക്കഷ്ണം നെഞ്ചോട് ചേർത്ത് കുറേനേരം നിന്നു... അടച്ചിട്ട വാതിലിന് മുമ്പിൽ സ്നേഹം തുളുമ്പുന്ന ഒരു വിളിക്കായ് കാതോർത്തു... ഏത് സമയത്ത് കയറി വന്ന് കൈ നീട്ടിയാലും ഒരു പിടിച്ചോറും തൈരും ഇഞ്ചിയും കുരുമുളകും ചേർത്തരച്ച ചമ്മന്തിയും ... നാവിൽ വെള്ളമൂറി... മനസ്സിൽ കണ്ണീരിന്റെ ഉപ്പ്! എവിടെപ്പോയതായിരിക്കും... ചെറിയകാലത്തിന്റെ ഇടവേളയിൽ എന്താണ് സംഭവിച്ചത്? ഭട്ടതിരിക്കും ഭാര്യയ്ക്കും എന്താണ് സംഭവിച്ചത്? നാട് വിട്ടോ .. അതല്ല... കുഞ്ചുവറിയാതെ രണ്ടാളും അരങ്ങൊഴിഞ്ഞോ?.. വേണ്ട അങ്ങനെയൊന്നും ചിന്തിക്കണ്ട.. അശുഭചിന്തകളെ മനസ്സിൽ നിന്ന് കുടഞ്ഞെറിയാൻ ഒരുശ്രമം നടത്തി...

തിരിച്ച് നടക്കുമ്പോൾ വഴിയരികിൽക്കണ്ടവരാരും കുഞ്ചനെ തിരിച്ചറിഞ്ഞില്ല... മുഖത്തും ശരീരത്തിലും വന്ന മാറ്റം അയാളെ അന്യനാക്കിയിരുന്നു... അലച്ചിലിന്റെ ക്ഷീണം... പതിയെ നടന്നടുക്കുന്ന കാലത്തിന്റെ നഖക്ഷതങ്ങൾ മുഖത്തും ശരീരത്തിലും... നിറം മങ്ങിയിരിക്കുന്നു. അന്യനാട്ടിലെ വെയിലും മഴയും മഞ്ഞും... കവിതചൊല്ലിയും അരങ്ങത്താടിയും തീർത്ത ദിവസങ്ങൾ ഏല്പിച്ച പോറലുകളുണ്ട് ശരീരത്തിൽ ....

ആരെയും കണ്ടതായിനടിച്ചില്ലാ ആരോടും ഒന്നും ചോദിച്ചില്ല... മാത്തൂർ പണിക്കരെ കാണണം.. വിവരങ്ങളറിയണം... വേവലാതികളുടെ ഭാണ്ഡവും പേറി കുഞ്ചു ബഹുദൂരം നടന്നു.

പണിക്കരുടെ വീടും അടഞ്ഞ് കിടക്കുന്നു. വവ്വാലുകൾക്കും പ്രാവുകൾക്കും മറ്റൊരുതാവളം . പണിക്കരുടെ ഭാര്യ... വീണ് കിട്ടിയ മാതൃലാളന! ഭസ്മക്കുറിയും നേരിയതുമായി നിലവിളക്ക് കൊളുത്തുന്നരൂപമാണ് മനസ്സിൽ തെളിഞ്ഞത് . സ്നേഹത്തിന്റെ തെളിമയും വിളമ്പിത്തന്ന ഭക്ഷണത്തിന്റെ രുചിയും മനസ്സും വയറും നിറയ്ക്കുന്നു.... മഴതിമർക്കുന്ന കർക്കിടക സന്ധ്യയിൽ, ഏഴുതിരിയിട്ട നിലവിളക്കിന് മുന്നിൽ ചമ്രം പടിഞ്ഞിരുന്നു. രാമായണം വായിച്ച് അർത്ഥം പറഞ്ഞ് തന്ന ആ അത്തമ്മയെ ആരായിരിക്കും കവർന്നെടുത് ആര്?. മണ്ണോ... കാലമോ കാട്ടു നീതികളോ? അടയാളങ്ങൾ വെക്കാത്ത തിരോധാനം!..

ഉത്തരത്തിൽ തൂങ്ങുന്ന ഭസ്മക്കൊട്ടയിൽ നിന്ന് ഒരു നുള്ള് ഭസ്മമെടുത്തു... ഓർമ്മകളുടെ ചിതാഭസ്മം!. കുഞ്ചു ഭസ്മം മണത്തുനോക്കി. കർപ്പൂരത്തിന്റെ ദൈവഗന്ധത്തിന് പകരം പക്ഷിക്കാഷ്ഠത്തിന്റെ രൂക്ഷത... എന്നാലും ഇത് പുണ്യം അനുഷ്ഠാനത്തിന്റെ സ്മരണിക...

കുഞ്ചു പടിപ്പുരവാതിൽ കടന്ന് പുറത്തിറങ്ങി... എവിടെയൊക്കെയോ മാറ്റങ്ങൾ ദൃശ്യമാകുന്നു. ജനങ്ങളുടെ മുഖത്ത് ഭയം കുറഞ്ഞതാണോ കൂട്ടിയതാണോ.... ചെമ്പകശ്ശേരിയുടെ രാജചിഹ്നമായ താമരയ്ക്ക് പകരം കൊടികളിലും സ്തൂപങ്ങളിലും തിരുവിതാംകൂറിന്റെ രാജചിഹ്നം....

കുഞ്ചന്റെ നടത്തത്തിന് വേഗത കുറഞ്ഞു. പെരുങ്കാലിന്റേതു പോലെ ഭാരം... വഴിയരികിലെ അത്താണിയിൽ ചാരി നിന്നു... ഭട്ടതിരിയോടും പണിക്കരോടും ദേശസഞ്ചാരത്തിനിടയിൽ കണ്ട ഒരുപാട് കഥകൾ പറയാനുണ്ടായിരുന്നു. ദേവദാസികൾ... കൈമുക്ക് ശിക്ഷ... കൈവെട്ടൽ... അലക്കുകാരുടെയും എരുമച്ചെടികളുടെയും ജീവിതങ്ങൾ. എല്ലാം വെറുതെയായി...

എഴുതിത്തീർത്ത കവിതകൾക്ക് ആദ്യവായനക്കാർ ഭട്ടതിരിയും പണിക്കരുമല്ലാതെ മറ്റാർ ? രാജാവിനോട് വാക്കുപാലിക്കാൻ പൂർത്തിയാക്കിയ രാമായണ തർജ്ജമ... ആരാണിതൊക്കെ വായിച്ച് നോക്കുക. മനസ്സ് ശൂന്യമാകുന്നു... വിതക്കാൻ വെച്ച വിത്തുകൾക്ക് വിള നിലമില്ലാതെ പുഴുവരിക്കുമോ?..

കിള്ളിക്കുറിശ്ശിക്കു മുണ്ട് മാറ്റങ്ങളെമ്പാടും.. മുഖഭാവത്തിലെ മാറ്റം കണ്ട് കുഞ്ചു അമ്പരന്നു. കിള്ളിക്കുറിശ്ശിയുടെ ആകാശത്തേക്ക് നോക്കി കുഞ്ചു ചോദിച്ചു: "പ്രിയപ്പെട്ട കിള്ളിക്കുറിശ്ശീ.. നിനക്കെന്നെ മനസ്സിലാവുന്നില്ലേ? കലക്കത്തെ രാഘവൻനമ്പ്യാരുടെ മരുമകൾ കുഞ്ചുവിനെ നീ തിരിച്ചറിയുന്നില്ലേ? ആകാശത്തിന്റെ കിഴക്കേ കോണിൽ നിന്ന് ഒരു ചെറിയ തീക്കല്ല് താഴേക്ക് വീണു.. അത് കുഞ്ഞമ്മാമന്റെ ആത്മാവായിരിക്കുമോ?

നിലത്ത് വീണ തീക്കല്ലിനെ പരതി നോക്കി.. പക്ഷേ..

കലക്കത്ത് കയറിച്ചെല്ലുമ്പോൾ ഉമ്മറത്താരുമുണ്ടായിരുന്നില്ല. തിണ്ണയിലിരുന്ന് വെറ്റിലമുറുക്കി... വീടിന്റെ പിന്നാമ്പുറത്ത് നിന്ന് ഏതോ സ്ത്രീകൾ ഉച്ചത്തിൽ സംസാരിക്കുന്നത് കേട്ടു. ഇടയ്ക്കിടെ പൊന്തി വന്ന തെറിവിളികൾ.. കുഞ്ചു ചെവിയോർത്തു ഒന്നും തിരിച്ചറിയാനായില്ല. എവിടെ നിന്നാണ് മഠത്തിൽ രുഗ്മിണിയല്ലാത്ത മറ്റ് സ്ത്രീകൾ വന്നത്?... പുകയിലയുടെ ചൊരുക്കിൽ തൂണുംചാരിയിരുന്നു... നേരിയമയക്കം....

ഉടുവസ്ത്രത്തിൽ കൈതുടച്ചു കൊണ്ട് വരാന്തയിലേക്ക് വന്ന രുഗ്മിണി കുഞ്ചനെ കണ്ട് അന്ധാളിച്ചു. അവൾ പതുക്കെ എന്തോ പറഞ്ഞു... ശബ്ദം പുറത്ത് വന്നില്ല ... നിശ്ശബ്ദമായ ഒരു തേങ്ങൽ.. "എന്തൊരു വേഷവും ഭാവവുമാണിത്?" കണ്ണീർ തുടച്ചുകൊണ്ട് രുഗ്മിണി ചോദിച്ചു...

കുഞ്ചു മുഖം താഴ്ത്തി പറഞ്ഞു: "ഒന്ന് കുളിക്കണം."

രുഗ്മിണി പറഞ്ഞു: "വെള്ളം ചൂടാക്കണമെങ്കിൽ ആവാം."

"പ്രായം കൂടിയിട്ടുണ്ട്... തടയാനാവില്ലല്ലോ... പക്ഷെ വൃദ്ധനല്ല" കുഞ്ചൻ പറഞ്ഞു.

തൊടികടന്ന് ഓടി വന്ന ഉണ്ണിമാധവൻ കുഞ്ചനെ കെട്ടിപ്പിടിച്ച് കരഞ്ഞു .സന്തോഷത്തിന്റെ ആധിക്യം! ഉണ്ണിയെ മാറോട് ചേർത്ത് നെറുകയിൽ മുകർന്നു "നീ വലുതായിരിക്കുന്നു".. കുഞ്ചൻ പറഞ്ഞു..

"ഞാൻ ഒരുപാട് എഴുതിയിട്ടുണ്ട്... കാണിക്കാം" കരച്ചലിന്റെ ഒടുവിൽ ഉണ്ണി പറഞ്ഞു. രുഗ്മിണി പറഞ്ഞു: "കുറച്ച് കഴിഞ്ഞോട്ടെ." അവൾ അകത്തേക്ക് പോയി.. രുഗ്മിണിയുടെ നെഞ്ചിൽ നിന്നുയർന്ന ആശ്വാസത്തിന്റെ ശീതക്കാറ്റ് വരാന്തയിൽ തങ്ങി നിന്നു.. കുഞ്ചുവിന്റെ വിയർപ്പാറി..

കുളികഴിഞ്ഞ് നുറുക്കരിക്കഞ്ഞി കുടിച്ചപ്പോൾ നേരിയവിയർപ്പ്.. കല

ക്കത്തെ കല്ലടുപ്പിൽ വെന്തകഞ്ഞിയുടെ രുചിയറിഞ്ഞിട്ട് കാലമേറെയായി.. ഏതൊക്കെ ദേശങ്ങളിൽ തെണ്ടി നടന്നാലും ചാണകം മെഴുകിയ ഈ കോലായിലേക്ക് തിരിച്ചെത്തുമ്പോൾ അന്തരീക്ഷ വായുവിന്റെ സാന്ത്വന സ്പർശത്തിൽ മനസ്സ് തണുക്കുന്നു... മനസ്സിൽ ജന്മദേശത്തിന്റെ ഒരു പിടി മണ്ണ് സൂക്ഷിക്കുന്ന കവിയായ് തീരുന്നു..

പകലുറക്കം ശീലമില്ല... ഉറക്കം വന്ന് കണ്ണുകളെ തലോടുന്നു... പിന്നാമ്പുറത്ത് നിന്ന് വീണ്ടും സ്ത്രീകളുടെ ശബ്ദമുയരുന്നു... കാര്യകാരണബന്ധമില്ലാത്ത ശകാര വാക്കുകളുടെ ഘോഷയാത്ര വാതിലും ജനലും കടന്ന് വരാന്തയിലോളമെത്തുന്നു.ശാന്തമായ ജലപ്പരപ്പിൽ അലോസരത്തിന്റെ ചരൽക്കല്ലുകൾ വീഴുന്നു. കുഞ്ചൻ എഴുന്നേറ്റിരുന്ന് ഉണ്ണിയെ വിളിച്ചു. കരഞ്ഞ് കലങ്ങിയ കണ്ണുകളും കരുവാളിച്ച കവിളുമായി ഉണ്ണി വന്ന് മുമ്പിലിരുന്നു. "ആരാണപ്പുറത്ത്?"കുഞ്ചൻ ചോദിച്ചു: "കുടിയേറിപ്പാർത്തവർ.. അമ്മയുടെ ബന്ധുക്കൾ! പഴിപറച്ചിലാണ് നിത്യവും.." ഉണ്ണി കണ്ണ് തുടച്ചു.

"എനിക്കും നിന്റെമ്മയ്ക്കും ബന്ധുക്കളില്ല അവകാശികളില്ല... അകലങ്ങളിൽ ബന്ധുക്കളുണ്ടെങ്കിൽ അവരിൽ മിത്രങ്ങളില്ല ശത്രുക്കളേയുള്ളു... നീയെഴുതിയ കവിതകൾ കാണട്ടെ." ഉണ്ണി അകത്തുപോയി ഓലക്കെട്ടുകളുമായി വന്നു.... കുഞ്ചു ഉണ്ണിയുടെ തോന്ന്യാക്ഷരങ്ങളിൽ കണ്ണ് പായിച്ചു. "പൗഘടനയ്ക്ക് മിഴിവുണ്ട് .. പാത്രങ്ങൾ സവിശേഷം... അനുഭവത്തിന്റെ കുറവാണ് ആഴത്തിന്റെ കുറവ്." ഉണ്ണി തലയാട്ടി .. പിന്നാമ്പുറത്തെ കോലാഹലങ്ങൾ ശമിച്ച് തുടങ്ങിയിരുന്നു. ഓലക്കെട്ടുമായി ഉണ്ണി എഴുന്നേറ്റപ്പോൾ കുഞ്ചു പറഞ്ഞു. "മിഴാവിൽ കൈപെരുക്കണം.. അരങ്ങിൽ ചുവടുറപ്പിക്കണം. സാധകം കുറഞ്ഞാൽ സാന്ധ്യതയും കുറയും."

ഉണ്ണി അകത്തേക്കു പോയി.

വരാന്തയിലേക്ക് കയറി വന്ന കൃഷ്ണൻ പറഞ്ഞു: "കേട്ടറിഞ്ഞു വന്ന വിവരം..കൃഷ്ണൻ തിണ്ണയിലിരുന്നപ്പോൾ കുഞ്ചുവും അങ്ങോട്ട് മാറിയിരുന്നു. നീ ക്ഷീണിച്ചിട്ടുണ്ട് നിറവും മങ്ങി.... ക്ഷൗരം ചെയ്ത് കുടുമ നന്നാക്കണം". കൃഷ്ണൻ കുഞ്ചുവിന്റെ കൈകളിൽ വെറുതെ തടവിക്കൊണ്ടിരുന്നു.... ബാല്യ സൗഹൃദത്തിന്റെ നീരൊഴുക്ക് കൈകളിൽ അറിയാനുണ്ടായിരുന്നു....

കുഞ്ചു കൃഷ്ണന്റെ കണ്ണുകളുടെ ആഴത്തിലേക്ക് എത്തിനോക്കി. കൈത്തലത്തിൽ പിടിച്ചമർത്തികൊണ്ട് കുഞ്ചു പറഞ്ഞു.. "കൃഷ്ണാ, നിന്നിൽ നിന്ന് എനിക്കേറെ അറിയാനുണ്ട് ... കിള്ളിക്കുറിശ്ശിയുടെ മുഖം ദേശാടനത്തിന് മുമ്പ് ഞാൻ കണ്ട മുഖമല്ല... എന്നെക്കണ്ട് തിരിച്ചറിയാതെ മുഖം വീർപ്പിച്ച് നില്ക്കുന്ന ജന്മനാട് എന്നെ ശ്വാസം മുട്ടിക്കുന്നു.. ഭട്ടതിരിയും പണിക്കരും കുടുംബവും എങ്ങുപോയ് മറഞ്ഞു".

കൃഷ്ണൻ പറഞ്ഞു: "കുഞ്ചോ വാതിലുകൾ ഒരുപാട് തുറക്കണം.. നേരിന്റെ കണ്ണുകൾ കണ്ട് മനസ്സിടറിയവരാണിന്ന് അമ്പലപ്പുഴയിലും കിള്ളിക്കുറിശ്ശിയിലുമുള്ളത്... തുറന്നിടാം ഞാൻ വാതിലുകൾ ഓരോന്നും...."

കുഞ്ചുവിന്റെ മുഖം നിറയെ ചോദ്യചിഹ്നങ്ങൾ. തോളത്തേക്ക് വീണു

കിടന്ന തലമുടി പിടിച്ചടക്കി ഇടതുഭാഗത്തേക്ക് കെട്ടി വെച്ചു... മേൽമുണ്ടെടുത്ത് തോളിലിട്ട് കൃഷ്ണന്റെ കൈപിടിച്ചെഴുന്നേല്പിച്ചു. "എഴുന്നേല്ക്ക് .. എന്റെ കൂടെവാ" കുഞ്ചു പറഞ്ഞു.

"എങ്ങോട്ട്?" കൃഷ്ണൻ ചോദിച്ചു.

കുഞ്ചു പറഞ്ഞു: "ചാത്തന്റെ കുടിലിലോളം."

കൃഷ്ണൻ പറഞ്ഞു: "ചാത്തനിപ്പോൾ പനയേറാറില്ല. അവന്റെ ഇളയ മകനാണ് കള്ളെടുക്കുന്നത്."

"എങ്കിൽ അവന്റടുത്തേക്ക്" കുഞ്ചു പറഞ്ഞു:

"കുഞ്ചോ, അവൻ താമസിക്കുന്നത് പുഴമ്പാലിക്കപ്പുറത്താണ്. നേരം വൈകിയിരിക്കുന്നു. നായന്മാർ കള്ള് കുടിക്കാൻ പോകുന്ന സമയമാണിത്. നിന്റെ കവിതയും തുള്ളലും കൊണ്ട് നായന്മാർക്ക് കലികയറിയ കാലമാണിത്.... പണ്ടത്തേത് ഓർമ്മയില്ലേ നിനക്ക്". "കൃഷ്ണാ എനിക്കിപ്പോൾ ഭയമില്ല... വെള്ളൂർ കുറുപ്പിനെയും ദ്രോണമ്പള്ളി നായ്ക്കരുടെയും ശിഷ്യനാണ് ഞാൻ. രാവും പകലും ഒരു പോലെ. മാറ്റാനോട് തൊടുക്കുമ്പോൾ മേലാകെ കണ്ണുകളാണ്."

കൃഷ്ണന്റെ കൈയും പിടിച്ച് കുഞ്ചൻ നടന്നു..

ചാത്തന്റെ മകന്റെ കുടിലിന്റെ മുറ്റത്തും പറമ്പിലും നായന്മാരുടെ തിക്കും തെരക്കും... ആരോടും ഉരിയാടാതെ കുഞ്ചൻ മുറ്റത്ത് കയറി കള്ളിന്ന് പറഞ്ഞു. നായന്മാർ തുമ്മിയും ചീറ്റിയും മുറുമുറുത്തും അലോഹ്യം പ്രകടിപ്പിച്ചു... നിന്നനില്പിൽ രണ്ട് ചെറുകുടം കള്ള് വാങ്ങിക്കുടിച്ച് കുഞ്ചു കൃഷ്ണന്റെ കൈപിടിച്ച് തിരികെ നടന്നു.

നടത്തത്തിൽ വെറ്റിലപ്പൊതിയഴിച്ച് മുറുക്കിച്ചുവപ്പിച്ചു... പനങ്കള്ളും വെറ്റില മുറുക്കും ചേർന്ന് ആസ്വാദ്യകരമായ പുളിമണം കാറ്റിൽ പരന്നു...

ശാന്തമായൊഴുകുന്ന പുഴ! പുഴയിൽ വീണ് കിടക്കുന്ന നക്ഷത്രങ്ങൾ... പുഴത്തീരത്ത് വീണ് കിടക്കുന്ന പയ്യാനത്തടിയിൽ രണ്ടുപേരുമിരുന്നു.... പുഴത്തീരത്തവർ തനിച്ചായി... ഉദരത്തിൽ നിന്ന് പനങ്കള്ളിഴഞ്ഞ് തലച്ചോറിലേക്ക് കയറാൻ തുടങ്ങി...

"പറയൂ. മനസ്സിന്റെ വാതിലുകൾ മലക്കെത്തുറന്നിട്ട് പറയൂ... ഈ പുഴയും നക്ഷത്രങ്ങളും സാക്ഷികളാവട്ടെ" കുഞ്ചു കൃഷ്ണനോട് പറഞ്ഞു: "വലിയ ദേവനാരായണൻ തീരപ്പെട്ടു. അന്തപ്പുരത്തിൽ ഒരു തുള്ളിക്കണ്ണീരുതീർന്നില്ല... മടുത്തിരുന്നു എല്ലാവർക്കും. എണ്ണയും കുഴമ്പും കഷായവും വസ്തിയും.... ഉദകക്രിയകൾ പോലും പേരിന് മാത്രം...!" "രാജ്ഞി?"... കുഞ്ചൻ ചോദിച്ചു

"പെട്ടെന്ന് നരകയറി ശരീരം മെലിഞ്ഞു.. ഒരർത്ഥത്തിൽ ഇപ്പോൾ തടവറയിലാണ്... അന്തപ്പുരം എന്ന സൽപ്പേരുണ്ട് അത്രമാത്രം ... ഭട്ടതിരിയും പണിക്കരും കേവലം കാഴ്ചക്കാരായി മാറിനില്ക്കേണ്ടി വന്നു... പിന്നെ നാടുകടത്തി... എവിടേക്കെന്നറിയില്ല. പറഞ്ഞയച്ചു അത്രയേ അറിയൂ.... സിംഹാസനത്തിൽ ഏഭ്യന്മാരിരുന്നാൽ അങ്ങനെയാണ് ...മുഖസ്തുതിക്കാർക്കും ഏഷണിക്കാർക്കും പട്ടും വളയും പൊന്നാടയും കിട്ടും.. ചില സേനാംഗങ്ങളും പ്രമാണിമാരുമാണ് ഭരണം നടത്തിയത്." "കുര

ങ്ങന്റെ കൈയിലെ പൂമാല!" കുഞ്ചൻ ഒരു നെടുവീർപ്പിന് ശേഷം പറഞ്ഞു.

"ഭട്ടതിരിയും പണിക്കരും കുഞ്ചനും ചേർന്ന് ചെമ്പകശ്ശേരിയെ മാർത്താണ്ഡവർമ്മയ്ക്ക് ഒറ്റു കൊടുക്കാൻ പോകുന്നു എന്നായിരുന്നു പ്രചാരം... തിരുവിതാംകൂറിന്റെ രാജ്യതന്ത്രജ്ഞനായ രാമയ്യൻ എല്ലാ കാര്യങ്ങളും സമർത്ഥമായി കരുനീക്കി.

പുതിയ ദേവനാരായണൻ കൊന്നൊടുക്കി എല്ലാവരെയും.. കേൾക്കുന്ന കഥയുടെ തീവ്രതയോളം വരുമായിരുന്നില്ല പനങ്കള്ളിന്റെ ലഹരി.." കുഞ്ചുവിന്റെ മസ്തിഷ്കം തണുത്തു തുടങ്ങി... നാശത്തിന്റെ കഥകൾ അയാളെ പരിതാപത്തിലേക്ക് വലിച്ചിഴച്ചു.. പുഴയുടെ ചിറ്റോളങ്ങളിലേയ്ക്ക് കണ്ണ് നട്ട് കുഞ്ചു കുറെ സമയമിരുന്നു

പിൻ നിലാവിന്റെ പ്രഭയിൽ കുഞ്ചുവിന്റെ മുഖം കൃഷ്ണന്ന് വ്യക്തമായി കാണാമായിരുന്നു.

കൃഷ്ണൻ പറഞ്ഞു: "നിന്നെ കാണാഞ്ഞത് നന്നായി... അത്താഴം കഴിഞ്ഞ് കിടക്ക വിരിക്കുന്ന പാറയിൽ കൊച്ചുമേനോനെ സ്നേഹപൂർവ്വം വിളിച്ചുണർത്തി കൊണ്ട് വന്ന് പുലിക്കൂട്ടിലിട്ട് വധിച്ചു. സിംഹാസനത്തിലിരുന്ന് ഊറിയൂറിചിരിച്ച ദേവനാരായണന്റെ സന്തോഷത്തിൽ അധികമാർക്കും സംശയം തോന്നിയില്ല. മണക്കാട്ടൻ പിള്ളിമേനോന്റെ വീട്ടിൽ നിലവറയിലൊളിപ്പിച്ചിടത്ത് നിന്ന് രാജബന്ധു ഒറ്റു കൊടുക്കുകയായിരുന്നു പഠാണിയായ കുതിരപ്പക്ഷിയെ. പടിഞ്ഞാറു കടൽത്തീരത്ത് കൊണ്ടു പോയി കുതിരപ്പക്ഷിയെ വെട്ടി നുറുക്കി കടലിലെറിഞ്ഞു."കൃഷ്ണന്റെ മുഖം ചുവന്നു. അയാൾ കുമ്പിട്ടിരുന്ന് ഒരു നിമിഷം ഒന്ന് തേങ്ങി.. കാലടിക്കീഴിലെ മണ്ണ് ചോരുമ്പോൾ തടയണ തീർക്കാൻ ശ്രമിച്ചവരെ വാൾമുനകൾ കൊണ്ട് ആദരിച്ചു. "പൊറുവില്ല ഈ നാടിന്റെ മനസാക്ഷിക്കതൊന്നും..." കൃഷ്ണൻ പറഞ്ഞുകൊണ്ടേയിരുന്നു. "ചെമ്പകശ്ശേരി രാജാവിന്റെ വിശ്വസ്തനായ സചിവൻ!... മണക്കാട്ടൻ പിള്ളിമേനോൻ സ്വന്തം വാളുകൊണ്ട് കഴുത്തറുത്തു. സന്ധ്യയ്ക്ക് ഭഗവത് ദർശനം കഴിഞ്ഞ് നമശ്ശിവായ ജപിച്ച് പുറത്തേക്കിറങ്ങിയ മേനോനും സുഹൃത്തുക്കളായ പുതുപ്പുരയ്ക്കൽ പിള്ളയെയും പള്ളാത്തു കുറുപ്പിനെയും ദേവനാരായണ ഭടന്മാർ ബന്ധനസ്ഥരാക്കിയപ്പോൾ അവർ സ്വയം മൃതുവിനെ പുണർന്നു. വഷളന്റെ വാളിനേക്കാൾ നല്ലത് സ്വന്തം വാളാണെന്ന തീരുമാനം ധീരന്റെതാണ്. "ഭട്ടതിരിയും പണിക്കരും ജീവനോടെയുണ്ടോ. അതോ കൊന്നോ? കുഞ്ചു ചോദിച്ചു കൃഷ്ണൻ പറഞ്ഞു "അതറിയാവുന്നത് ഇരുട്ടിന്ന് മാത്രം."

കുഞ്ചു എഴുന്നേറ്റു... കണ്ണിൽ അഗ്നിയാളുന്നു... സിരകളിൽ വിഷജീവികളിഴയുന്ന അസ്വസ്ഥത! കുഞ്ചൻ കൃഷ്ണന്റെ കൈപിടിച്ച് തിരിച്ച് നടന്നു... നേരം പുലരാൻ നാഴികകൾ മാത്രം ബാക്കി...

നടക്കുമ്പോൾ കൃഷ്ണൻ ഒന്നും കൂടി പറഞ്ഞു: "ചെമ്പകശ്ശേരിയുടെ മണ്ണും മനസ്സുമിപ്പോൾ തിരുവിതാംകൂർമാർത്താണ്ഡവർമ്മന്റെ കാൽക്കീഴിൽ! രാമയ്യന്റെ കഴുകൻ കണ്ണുകൾക്ക് കീഴിൽ നീയും ഞാനും നോട്ടപ്പുള്ളികൾ!"

"അറിയാം" കുഞ്ചു പറഞ്ഞു.

പുലർച്ചയോടടുപ്പിച്ച് മഠത്തിൽ ചെന്ന് കയറി

മനസ്സിൽ പൂർവ്വകാല സ്മരണകളുറവയെടുത്തു.... അസുരവാദ്യ ത്തിന്റെ താളക്കൊഴുപ്പ്. കരിമ്പാളയിലെഴുതിയ കാലൻ കോലം.... കൈയിൽ വാളും പന്തവും ചുറ്റിപ്പിടിച്ച കയർ!.. ഓലച്ചൂട്ടിന്റെ ചോരകണ്ണുകൾ മിഴിച്ചു... രൗദ്രഭാവം!.. നാടിന്റെ മച്ചകത്ത് കുഞ്ചൻനമ്പ്യാർ പടയണി തുള്ളുകയാണ്... കാൽക്കീഴിൽ ഭൂമി വിറച്ചു... ആകാശം കിടിലം കൊണ്ടു .. വാതിൽ തുറന്ന് വരാന്തയിലേക്ക് ഓടി വന്ന രുഗ്മിണിയും ഉണ്ണിമാധവനും ഒറ്റത്തിരിയുടെ വെളിച്ചത്തിൽ കുഞ്ചുവിനെ കണ്ട് ഭയന്നു.. ബോധമറ്റ് നിലത്ത് വീണ് പിച്ചും പേയും പറയുന്ന കുഞ്ചുവിനെ എടുത്ത് അകത്ത് കിടത്തി.... പാള വിശറി കൊണ്ട് വീശി കൊണ്ട് ഉണ്ണി അടുത്തിരുന്നു നിലവിളിച്ചു.

മുപ്പത്തിയാറ്

കാലത്തിന്റെ വിഷക്കുത്തേറ്റ് തളർന്ന് പഴയതറവാട്ടിന്റെ മേൽത്ത ട്ടിൽ കുഞ്ചു ഏകനായി മറവിയുടെ മൺപുറ്റിൽ നിന്ന് വേദനിപ്പിക്കുന്ന ഓർമ്മകൾ ഇഴഞ്ഞുവന്നു.. വിളറിയമുഖത്തേക്ക് നോക്കി ഫണം വിട ർത്തി ആടിക്കൊണ്ടിരുന്നു... ചെറിയമ്മായിയുടെ കഴുത്തിലെ നാഗഫണം ഓർമ്മയിൽ തെളിഞ്ഞു...കുഞ്ഞമ്മാമന്റെ ചിതാഭസ്മം സൂക്ഷിക്കുന്ന മൺക്കുടം പൊട്ടി താഴെ വീണു... പുണ്യതീർത്ഥത്തിൽ നിമജ്ഞനം ചെയ്യപ്പെടാതെ പാറ്റകളിഴഞ്ഞ വെണ്ണീർ! മോക്ഷം കൊതിച്ച് മൺകുട ത്തിൽ കാത്തിരിക്കുന്ന നിഷ്കളങ്കമായ ഒരാത്മാവ്! കുഞ്ചൻ മനസ്സു കൊണ്ട് കുഞ്ഞമ്മാമന്റെ പാദങ്ങളിൽ തൊട്ടു. "കുഞ്ഞമ്മാവാ... മറന്ന തായിരുന്നില്ല.... കുഞ്ചുവിന് കഴിഞ്ഞില്ല... ശിരോവിധി!. അതുതന്നെ.. അ തുമാത്രം.. എന്റെ കണ്ണീരിലല്ലാതെ മറ്റേതൊരു നദിയിലാണെനിക്കിത് നിമജ്ഞനം ചെയ്യാൻ കഴിയുക. നുള്ളിയെടുത്ത ഭസ്മം കവിളത്തെ കണ്ണീരിൽ ലയിപ്പിച്ച് കുഞ്ചൻ ബ്രഹ്മപാദങ്ങളിൽ മിഴികളൂന്നി തൊഴുത് നിന്നു.

അമ്മയും വലിയമ്മാമനും അമ്മായിയും രാജാവും രാജ്ഞിയും പണിക്കരും ഭട്ടതിരിയും മരക്കോണി കയറി മേൽത്തട്ടിലേക്കോടി വന്നു. ശാസനയും ആശീർവാദവും കുറ്റപ്പെടുത്തലുകളും അന്തരീക്ഷത്തിൽ നിറഞ്ഞ് നിന്നു.

അടുക്കളയിൽ നിന്നുയർന്ന് പൊങ്ങിയ പുകച്ചുരുളുകൾക്കൊപ്പം പിന്നാമ്പുറത്ത് നിന്ന് തെറിവാക്കുകളും ജനൽ വഴി മേൽത്തട്ടിലേക്ക് വന്നു. പുകച്ചുരുൾ തട്ടിമാറ്റിയിട്ടും തെറിവാക്കുകൾ ശ്വാസം മുട്ടിച്ചു... ചെവി പൊത്തി കമിഴ്ന്നുകിടന്നു..

എഴുന്നേറ്റപ്പോൾ ഇരുട്ടായിരുന്നു... കുഞ്ചു ഇരുട്ടിന്റെ ഗർത്തത്തി ലേക്ക് ചുഴ്ന്ന് നോക്കി.. തപ്പിത്തടഞ്ഞ് ജനൽപ്പാളികൾ തുറന്നു... എത്തി നോക്കുന്ന നിലാവിന്റെ നേരിയചിരി. മട്ടുപ്പാവിന്റെ പുറം വാതിൽ തുറ ന്നപ്പോൾ നിലാവെളിച്ചം തള്ളിക്കയറി അകത്തേക്ക് വന്നു...

പിറകിൽ നിന്ന് ആരോ പതുക്കെ വിളിച്ചു... തിരിഞ്ഞ് നോക്കി ജനൽപ്പാളിയിലൂടെ വീഴുന്ന ഇത്തിരി വെട്ടത്തിൽ... പരിചിതമുഖങ്ങൾ നളനും ദമയന്തിയും. ദമയന്തിയുടെ കൈയിൽ ചിറകിളക്കി കിന്നാരം പറയുന്ന ഹംസം. കുഞ്ചു ഓലയും നാരായവും കൈയിലെടുത്തു. നളദമയന്തിമാരുടെ കൈപിടിച്ച് ഇടനാഴിയിലെ മങ്ങിയവെളിച്ചത്തിൽ നടക്കാൻ തുടങ്ങി. മച്ചകത്തെ ഇരുട്ടിൽ.... ചിലന്തികൾ പിന്നിയിട്ട നൂലിഴകളിലൂടെ കലിയും ദ്വാപരനും ഇന്ദ്രനും ഇറങ്ങിവന്നു.

ഇടവേളകളിൽ ശ്രോതാക്കളില്ലാത്ത പൊട്ടിച്ചിരി! പ്രേക്ഷകരില്ലാത്ത പൊട്ടിക്കരച്ചിൽ! മുന്നിൽ മിഥ്യയും തഥ്യയും ഇടകലർന്നു വരുന്ന വിസ്മയങ്ങൾ!

നേരം പുലർന്നു വരുന്നു

കണ്ണിൽ ഉറക്കിളപ്പിന്റെ സൂചിമുനകൾ.... കണ്ണ് തിരുമ്മി മരക്കോണിയിറങ്ങി നടുത്തളത്തിലൂടെ നടന്ന് വരാന്തയിലെ തിണ്ണയിൽ ചെന്നിരുന്നു.. മരത്തലപ്പുകളിൽ നിന്ന് മഞ്ഞുപാളികൾ ഇനിയും മാഞ്ഞ് പോയിട്ടില്ല..മാമ്പൂക്കുലകളെ ചുറ്റിപ്പറ്റി തേനിച്ചകൾ പറന്നു നടക്കുന്നു.

കഴിഞ്ഞ രാത്രിയിൽ ഭക്ഷണം കഴിച്ചിട്ടില്ല. നളദമയന്തിമാരുടെ കൈപിടിച്ച് നടന്നപ്പോൾ ഭക്ഷണം മറന്നു.

ഓട്ടുപാത്രത്തിൽ തിളപ്പിച്ചാറിയ കരുപ്പെട്ടിയുമായി രുഗ്മിണി വന്നു. ഓട്ടുപാത്രം കൈയിൽ വാങ്ങി കുഞ്ചു ചോദിച്ചു: "ഉണ്ണി?"

രുഗ്മിണി പറഞ്ഞു: "ഉറങ്ങുന്നു. മേൽത്തട്ടിൽ നിന്ന് അട്ടഹാസവും നിലവിളിയും കേട്ട് പുലരും വരെ ഉറങ്ങിയിരുന്നില്ല അവനും ഞാനും." രുഗ്മിണി മുഖം താഴ്ത്തി. കണ്ണുകളിൽ തളം കെട്ടിയ വിഷാദം. കുഞ്ചു രുഗ്മിണിയെ തന്നെ നോക്കി .. മനസ്സിൽ മഞ്ചാടിക്കുരുക്കൾ മുളയ്ക്കുന്നുവോ? വേണ്ട മുളച്ചാലും വളർത്തില്ല. വല്ല്യമ്മാമന്റെ വീട്ടുമുറ്റത്തോളം ഓടിപ്പോയ മനസ്സിനെ തിരിച്ചു വിളിച്ചു. കുഞ്ചു ഓട്ടുപാത്രം തിരിച്ചു കൊടുത്തു.

രുഗ്മിണി അകത്ത് പോയി തിരിച്ചു വന്നു. കൈയിൽ ഒതുക്കി പിടിച്ച ചെറിയ ഭാണ്ഡം. വെറ്റില മുറുക്കിക്കൊണ്ടിരുന്ന കുഞ്ചുവിനെ നോക്കി. രുഗ്മിണി പറഞ്ഞു: "സഹിക്കാവുന്നതിലേറെയായി. ഞാൻ പോവ്വാണ്. ഉണ്ണിയെ വിളിക്കുന്നില്ല. ഉണരുമ്പോൾ പറയണം." കുഞ്ചു എഴുന്നേറ്റു "എങ്ങോട്ട് പോകുന്നു?... ഈ വീട് നിന്റെതാണ്. ഇതിന് അവകാശികൾ വേറെയില്ല അനാഥൻ ഞാനാണ്. അകത്തേക്ക് പോയ്ക്കൊള്ളു."

രുഗ്മിണിക്ക് കരച്ചിലടക്കാൻ കഴിഞ്ഞില്ല. "ഞാൻ വെപ്പാട്ടിയാണത്രെ ഉണ്ണിയുടെ അച്ഛൻ നിങ്ങളാണത്രെ."

കുഞ്ചു പറഞ്ഞു: "സത്യം എനിക്കറിയാം. നിനക്കും".

"അറിയാം ശ്വാസം കൊണ്ടുപോലും എന്നെ കളങ്കപ്പെടുത്തിയിട്ടില്ല. പക്ഷെ എന്റെ ഉണ്ണി വേദനിക്കരുത്".

കുഞ്ചു പറഞ്ഞു: "കനകം മൂലം കാമിനി മൂലം. ഇവിടെ കനകമാണ് വിഷയം കാമിനിയല്ല. ഈ സ്വത്താണവർക്ക് വേണ്ടത്. കൊടുക്കില്ല ഞാനത്".

വാതിൽപ്പാളിക്കപ്പുറം ഉണ്ണിയുടെ മുഖം! എല്ലാം കേട്ടപ്പോഴുള്ള ഒരു മൂകത.

മൂവർക്കുമിടയിൽ നിറഞ്ഞ നിശ്ശബ്ദത. കുഞ്ചു എഴുന്നേറ്റ് മുറ്റത്തേക്കിറങ്ങി പറമ്പിലേക്ക് നടന്നു. ഉണ്ണി കുത്തുപടിയിൽ നിന്നിറങ്ങി വന്ന് രുഗ്മിണിയുടെ കൈ പിടിച്ച് വരാന്തയിൽ കയറി.

കൈയിലെ ഭാണ്ഡം പിടിച്ച് വാങ്ങി തിണ്ണയിൽ വെച്ച ശേഷം രുഗ്മിണിയുടെ ഇരുതോളിലും കൈയമർത്തി കണ്ണുകളുടെ ആഴങ്ങളിലേക്ക് എത്തിനോക്കിക്കൊണ്ട് ഉണ്ണി ചോദിച്ചു: "അമ്മ സത്യം പറയൂ, ആരാണെന്റെയച്ഛൻ?"

"ഞാൻ ദൈവത്തെ പോലെ കരുതുന്ന ഗുരുനാഥനാണോ എനിക്ക് ജന്മം തന്നത്?"

രുഗ്മിണി മകനെ കെട്ടിപ്പിടിച്ച് പൊട്ടിക്കരഞ്ഞു കൊണ്ട് പറഞ്ഞു:

"അല്ല മോനെ, അല്ല. ഒരിക്കലുമല്ല. അങ്ങനെ സംശയിക്കുന്നത് മഹാപാപമാണ്."

മകൻ സന്തോഷിക്കുന്നതിനു പകരം നിരാശനായി മാറിനിന്ന് കരഞ്ഞപ്പോൾ രുഗ്മിണി ചോദിച്ചു: "മോനെ,നീയെന്തിനാണ് കരയുന്നത്? ഞാൻ പറഞ്ഞത് നിനക്ക് വിശ്വാസമായില്ലെ?" "അമ്മ പറഞ്ഞത് കള്ളമായിരിക്കണേ എന്നാണ് എന്റെ പ്രർത്ഥന! ഞാൻ കുഞ്ചൻ നമ്പ്യാരുടെ മകനായി ജനിച്ചിരുന്നെങ്കിൽ എന്നാഗ്രഹിക്കുകയാണ്."

തേങ്ങലടക്കിക്കൊണ്ട് രുഗ്മിണി പറഞ്ഞു: "അതിന് മാത്രം പുണ്യം ചെയ്തിട്ടില്ല ഞാൻ... നീയും."

രുഗ്മിണി ഉടുമുണ്ടിന്റെ കോന്തല വലിച്ച് കണ്ണീരുതുടച്ചു കൊണ്ട് അകത്തേക്ക് പോയി.

ഉണ്ണി,വരാന്തയുടെ മൂലയിൽ കുനിക്കൂടിയിരുന്നു സ്വപ്നങ്ങൾ എരിഞ്ഞടങ്ങിയ മനസ്സിൽ നിന്ന് ചുടു വായു പുറത്തേക്ക് വന്നു.

കുഞ്ചൻ നമ്പ്യാർ കുളിച്ചൊരുങ്ങി. നെറ്റിയിലും മാറത്തും ഭസ്മം പൂശി, ഓട്ടൻതുള്ളലിന്റെ ഉടുത്തുകെട്ടും കോപ്പും വളകളും പൊതിഞ്ഞെടുത്ത് തോളിൽ തൂക്കി അകത്തേക്ക് നോക്കി ഉണ്ണിയെ വിളിച്ചു. വരാന്തയിലേക്ക് ഇറങ്ങി നിന്ന ഉണ്ണിയോട് പറഞ്ഞു: "മിഴാവെടുത്ത് വന്നോളൂ, തുള്ളൽ അരങ്ങേറണം നമുക്ക്... മുൻ നിശ്ചയമില്ല... തരം കിട്ടുന്ന നേരം, ഇടം കിട്ടുന്ന തീരം!

പദം ഏതുമാവാം. കാളിയമർദ്ദനം, കിരാതം ബാണയുദ്ധം...!"

ഉണ്ണിയുടെ മനസ്സിൽ സന്തോഷം പൂത്തു.. മുഖത്ത് പൗർണ്ണമി! അകത്ത് ചെന്ന് മിഴാവെടുത്ത് ഉണ്ണിയെത്തി.

കുഞ്ചു പിൻതിരിഞ്ഞ് നോക്കി. വാതിൽപ്പടിയിൽ രുഗ്മിണി!

കുഞ്ചു പറഞ്ഞു: "ഞങ്ങളിറങ്ങുന്നു. തുള്ളണം. നിറഞ്ഞാടണം രാജവീഥിയിലും ക്ഷേത്രങ്ങളിലും. തിരിച്ചെത്താൻ ദിവസങ്ങൾ കഴിയും. ഉണ്ണിയെ ഓർത്ത് വിഷമിക്കരുത്" രുഗ്മിണിയൊന്നും പറഞ്ഞില്ല.

അമ്പലപ്പുഴയിലും പരിസരങ്ങളിലും ഓട്ടനും പറയനും ശീതങ്കനും കാണാൻ സാധാരണ ജനങ്ങൾ തിങ്ങിക്കൂടി. രാജകിങ്കരന്മാർ ഒളിഞ്ഞി

രുന്നു കണ്ടു... മേലാളർ പല്ലിറുമ്മി ഓട്ടനും പറയനും നാഡിയിൽ താളം പിടിച്ച് പിന്നണിപ്പദങ്ങളേറ്റുപാടി മനം തൊട്ട് ചിരിച്ചാർത്തു.

ഓട്ടനും ശീതങ്കനും പറയങ്കനും തുള്ളി കലിതീർന്ന കുഞ്ചൻ ഇരുപതാം പക്കം കലക്കത്ത് തന്നെ തിരിച്ചെത്തി. കിട്ടിയ പണവും എഴുതി തീർന്ന കൃതികളും ഉണ്ണിയെ ഏല്പിച്ചു കുളിച്ച് വന്ന് കിടന്നുറങ്ങി.

മനസ്സ് ശാന്തം.... തിരയടങ്ങിയ കടൽപോലെ. എപ്പോഴാണ് നിദ്രയുടെ ആഴത്തിലേക്ക് വീണു പോയതെന്നറിയില്ല.

കുളികഴിഞ്ഞീറൻ മാറ്റി വന്ന ഉണ്ണി ഗുരുനാഥന്റെ സമീപം ഓലത്തടുക്ക് വിരിച്ച് മലർന്ന് കിടന്നു. കളിയരങ്ങിന് മുന്നിൽ പാഴ്മണ്ണിൽ അമർന്നിരുന്നു. കളികണ്ടാസ്വദിച്ച പുലയന്മാരുടേയും പറയന്മാരുടെയും ചിരിക്കുന്ന മുഖങ്ങൾ മനസ്സിൽ നിറഞ്ഞു നിന്നു.

മുഷിഞ്ഞ മുണ്ടിന്റെ മടിശ്ശീലയിൽ നിന്ന് അവർ എടുത്തു തന്ന നാണയങ്ങൾക്ക് സ്നേഹത്തിന്റെയും ആശീർവാദത്തിന്റെയും അച്ചും പുള്ളിയുമായിരുന്നു. വിയർപ്പിന്റെ ഉപ്പുണ്ടായിരുന്നു. ഗുരുനാഥന്റെ കാൽക്കൽ എത്ര തവണയാണ് നമസ്കരിച്ചത്? ഓർമ്മയില്ല. അരങ്ങിൽ നിറഞ്ഞത് കലയായിരുന്നോ കലഹമായിരുന്നോ? കലഹമായിരുന്നു! വരേണ്യകലയോടും വരേണ്യ ഭാഷയോടുമുള്ള കലഹം! ഉണ്ണി ഇടത്തു വശത്തേക്ക് ചരിഞ്ഞ് കിടന്ന് സ്വയം പറഞ്ഞു: “ഗുരു തന്നെയാണ് പിതാവ്. പിതാവ് തന്നെയാണ് ഗുരു.”ഭട്ടതിരിയദ്ദേഹം പറഞ്ഞ് കേട്ട ഓർമ്മയുണ്ട്.

സന്ധ്യാദീപവുമായി രുഗ്മിണി അകത്തേക്ക് വന്നു. തുളസിത്തറയ്ക്കരികിൽ കൂടണയാത്ത വണ്ണാത്തിപ്പൂക്കൾ ചിലച്ചു. വിളക്കു വെച്ചു തൊട്ട് തൊഴുത് വിരലിൽപ്പറ്റിയ വിളക്കെണ്ണ മുടിയിൽ തുടച്ചു കൊണ്ട് രുഗ്മിണി നിവർന്നു നിന്നു. തൊടിയിൽ നിന്ന് പടിയിലേക്ക് നടന്നടുക്കുന്ന തെങ്ങോലച്ചൂട്ടുകൾ. മുറ്റത്തേക്ക് കയറിവന്നവർ നാലഞ്ച് പേർ ഉണ്ടായിരിന്നു തറ്റുടുപ്പും തലപ്പാവും കൈയിൽ ആയുധങ്ങളുമായി നില്ക്കുന്നവർ... രാജഭടന്മാരാണ്. രുഗ്മിണിയുടെ നെഞ്ചിൽ തീയാളി.. ശരീരം വിറച്ചു

വഴികാട്ടിയായി വന്നത് കൃഷ്ണനായിരുന്നു. കൃഷ്ണനെകണ്ടപ്പോൾ നേരിയ ആശ്വസം തോന്നി . വരാന്തയിലേക്ക് കയറി കൃഷ്ണൻ ചോദിച്ചു: “കുഞ്ചുവുണ്ടോ?”

എന്താണ് പറയേണ്ടതെന്നറിയാതെ രുഗ്മിണി പരുങ്ങി. ആശങ്ക, ഭയം! രുഗ്മിണിയുടെ മുഖഭാവം കണ്ടപ്പോൾ കൃഷ്ണൻ പറഞ്ഞു: “പേടിക്കേണ്ട. തിരുവനന്തപുരത്ത് നിന്ന് രാമവർമ്മ മഹാരാജൻ അയച്ചതാണ്. നേരിൽ കാണാനാഗ്രഹിക്കുന്നു. ചെല്ലണം.”

രുഗ്മിണിയുടെ ഭാവത്തിന് കുറവെന്നും വന്നില്ല. അവൾ അകത്തേക്ക് പോയി. രാജഭടന്മാർ വരാന്തയിലേക്ക് കയറിവന്നു. ഉറക്കച്ചടവോടെ വരാന്തയിലേക്ക് വന്ന കുഞ്ചുവിനെ കണ്ടപ്പോൾ ഭടന്മാർ ഉപചാരവാക്കുകൾ പറഞ്ഞ് വണങ്ങി. രാജാവ് കൊടുത്തയച്ച തരക് വാങ്ങി കുഞ്ചു കണ്ണോടിച്ചു. “വരാം” കുഞ്ചു പറഞ്ഞു.

ഭടന്മാൻ പറഞ്ഞു: “എങ്കിൽ ഇപ്പോൾ തന്നെ പുറപ്പെട്ടാൽ പകലാകുമ്പോഴേക്കും രാജസന്നിധിയിലെത്താം. നടക്കണ്ട. കുതിരവണ്ടിയുണ്ട്.”

കുഞ്ചു കൃഷ്ണനെ നോക്കി.

കൃഷ്ണൻ പറഞ്ഞു: "പുറപ്പെട്ടോളൂ."

കുഞ്ചു മുഖം കഴുകി ഭണ്ഡമെടുത്ത് തോളിൽ തൂക്കി. ഉണക്കമുണർന്ന് വരാന്തയിലേക്ക് വന്ന ഉണ്ണിയോട് പറഞ്ഞു:

"ഞാൻ പോയ് വരാം. ഉണ്ണി വരണ്ട. അമ്മ തനിച്ചാവും."

പടിയിറങ്ങുമ്പോൾ തിരിഞ്ഞു നോക്കി. കൈയിലെ നിലവിളക്കിന്റെ തിരിനാളത്തിൽ രുഗ്മിണിയുടെ മുഖം! കണ്ണുകളിൽ ആകാംക്ഷ!

ഭടന്മാരിൽ ഒരാൾ ചോദിച്ചു "ഭാര്യയാണോ?"

കുഞ്ചു പറഞ്ഞു: "അല്ല". "സഹോദരിയാണോ" ഭടൻ ചോദ്യം തുടർന്നു. "അല്ല എഴുതിത്തീരാത്ത ഒരു കാവ്യം. നടന്നോളു മുമ്പിൽ" ഭടന്മാരോട് കുഞ്ചു പറഞ്ഞു

അകന്നകന്ന് പോകുമ്പോഴും രുഗ്മിണി വരാന്തയിൽത്തന്നെ നില്ക്കുന്നുണ്ടായിരുന്നു.

മുപ്പത്തിയേഴ്

കുതിരവണ്ടിയിൽ ആദ്യമായിട്ടാണ്... രാജചിഹ്നം നെറ്റിയിലണിഞ്ഞ രണ്ട് കുതിരകൾ. വണ്ടിക്കാരന്റെ ആജ്ഞയ്ക്കനുസരിച്ച് ദൂരം പിന്നിടുന്ന കുതിരകളെ കാണാനൊരു ചന്തമുണ്ട്... നേരിയകുലുക്കം ശരീരത്തെ കുടയുന്നു. സന്ധികളിൽ വേദന!

രാവേറെ ചെല്ലുമ്പോഴും കുതിരകൾ ഓടുകയാണ്.. ശരീരത്തിലേക്ക് ആഞ്ഞ് വീശുന്ന കാറ്റിൽ നേരിയ കിടിലം. മേൽമുണ്ടെടുത്ത് ചുറ്റിപ്പുതച്ചു.

ഏറെ ദൂരം പിന്നിട്ടപ്പോൾ അതിഥിമന്ദിരത്തിനു മുമ്പിൽ വണ്ടി നിന്നു. നേരിയമയക്കത്തിൽ നിന്നുണർന്നത് അപ്പോഴാണ്. രാജഭടൻ പറഞ്ഞു: "ഇത് കൊട്ടാരം വക അതിഥിമന്ദിരമാണ്. അല്പനേരം വിശ്രമിക്കാം. ചൂടാറാത്ത എന്തെങ്കിലും കഴിക്കുകയുമാവാം." കുഞ്ചു അതിഥി മന്ദിരത്തിൽ അല്പനേരം നടുനിവർത്തി. നല്ല ക്ഷീണം മയക്കത്തിന്റെ കയത്തിലേക്ക് കാല്വെച്ചപ്പോഴേക്കും രാജഭടൻ വിളിച്ചുണർത്തി. വീണ്ടും കുതിരവണ്ടിയിൽ യാത്ര. നേരം പുലർച്ചയാണ് കൊട്ടാര കവാടത്തിലെത്തിയത്. യാത്രാ ക്ഷീണം തീർന്നപ്പോൾ രാജാവിനെ മുഖം കാണിച്ചു. "രാമവർമ്മരാജൻ ചിരിച്ചുകൊണ്ട് കുഞ്ചുവിനെ അഭിവാദ്യം ചെയ്തു. വരേണ്യകലയുടെ കെട്ടും മട്ടും ശീലും ചരിത്രവും മാറ്റിക്കുറിച്ച കവി! കൂത്തിലെ ഹരികഥയിലെ ആക്ഷേപം നീ മുടിയിൽ ചൂടി. ചാട്ടുളി പോലെ വാക്കുകൾ! മെയ്യഭ്യാസത്തിൽ പതിനെട്ടും അഭിനയത്തിൽ ഏകലോചനം വരെയും! എനിക്കിഷ്ടമായി."

"കുഞ്ചൻ നമ്പ്യാർ ഇന്നുമുതൽ നമ്മുടെ കൂടെ.... എഴുത്തിനുള്ള എല്ലാ ഏർപ്പാടുകളും നാം ചെയ്തു കഴിഞ്ഞു. അരിയും കോപ്പും കല്പിച്ച് പതിപ്പിച്ച് തരാനുള്ള നിർദ്ദേശങ്ങൾ കൊടുത്തു കഴിഞ്ഞു. വെറ്റില മുറുക്കാനും മറ്റു കാര്യങ്ങൾക്കും മുടക്കമൊന്നും വരില്ല."രാജാവ് ചിരിച്ചു

കൊണ്ട് പറഞ്ഞു.

മറ്റു കാര്യങ്ങൾ എന്ന് ഉറപ്പിച്ച് പറഞ്ഞപ്പോൾ കുഞ്ചനു ചിരിവന്നു. രാജാവിനെ തൊഴുതു മടങ്ങി കുഞ്ചു താമസസ്ഥലത്തേക്ക് പോയി രാജകല്പന പ്രകാരം തുള്ളൽക്കഥകളും ആട്ടക്കഥകളും രചിച്ചു തുടങ്ങി. രാജസദസ്സിൽ എന്നും പുതിയ പുതിയ കവികളും കൂത്തുകാരും വന്നു. രാജാവിന് നേരിട്ട് കാണത്തക്കവിധം വലതുവശത്തായി കുഞ്ചു ഇരുപ്പുറപ്പിക്കും. എവിടെനിന്നോ വന്നെത്തുന്ന കവികളിൽ ഒരാൾ സ്വന്തം കവിത വായിക്കുന്നതിനായി രാജാവിന്റെ സമ്മതം ചോദിച്ചു. രാജാവ് കുഞ്ചൻ നമ്പ്യാരുടെ മുഖത്തുനോക്കി. കുഞ്ചൻ നമ്പ്യാരുടെ ചിരികണ്ടപ്പോൾ പുതുകവിക്ക് കവിതകൾ വായിക്കാനുള്ള സമ്മതം കൊടുത്തു.

കൂവാനിരുന്ന പൂവൻകോഴികണക്കെ പുതുകവി തല കുലുക്കി ചിറകിട്ടടിച്ച് കവിത കൂവിത്തുടങ്ങി. ദീർഘനേരം കവിതവായിച്ച് വിയർത്തൊലിച്ച് രാജാവിനെ തൊഴുത് ഗൗരവഭാവത്തോടെ സദസ്സിലിരുന്നു.

രാജാവ് നമ്പ്യാരുടെ മുഖം നോക്കി. കുഞ്ചൻ തലകുനിച്ചിരുന്നപ്പോൾ രാജാവ് ഉറക്കെ പറഞ്ഞു: "കുഞ്ചൻ നമ്പ്യാർക്ക് അഭിപ്രായം പറയാം. പട്ടും വളയും പൊന്നാടയും എന്തുവേണമെങ്കിലും കൊടുക്കാം."

കുഞ്ചു എഴുന്നേറ്റ് നിന്ന് രാജാവിനെ നോക്കാതെ പറഞ്ഞു: "ഊട്ടുപുരയിൽ ഭക്ഷണം പാകമായിട്ടുണ്ടാവും. വിശപ്പും ദാഹവമടങ്ങട്ടെ. ദരിദ്രരെ എക്കാലവും സഹായിച്ച ചരിത്രമല്ലേ തിരുമനസ്സിലേക്കുള്ളത്. പട്ടും വളയുമാകാം."

രാജാവിന് കാര്യം മനസ്സിലായി: രാജാവ് നമ്പ്യാരോട് ചോദിച്ചു "ദാരിദ്ര്യം കവിക്കോ കവിതക്കോ?" കുഞ്ചൻ നമ്പ്യാർ പറഞ്ഞു: "പദാർത്ഥ ദാരിദ്ര്യം." അതുവരെ മിണ്ടാതിരുന്ന ഉണ്ണായി വാര്യർ പറഞ്ഞു: "പദങ്ങൾക്കും അർത്ഥങ്ങൾക്കും ഭേഷ്."

കുഞ്ചൻ നമ്പ്യാരെ പുറത്തുവെച്ച് കണ്ടപ്പോൾ പുതുകവി കൊഞ്ഞനം കുത്തി. വാര്യർ പറഞ്ഞു "അപ്പോൾ വാക്കിനുമാത്രമല്ല മുഖത്തും കൊഞ്ഞനമുണ്ട്" നമ്പ്യാർ ഉറക്കെ ചിരിച്ചു.

കുഞ്ചു ഭശംബര വധവും "പാലാഴി മഥനവും" ആട്ടക്കഥകളെഴുതി രാജാവിനെ കേൾപ്പിച്ചു. രാജാവ് പറഞ്ഞു: "ആട്ടക്കഥകൾ. ബഹുകേമം.. പക്ഷെ തന്റെ ഓട്ടനും പറയനും ശീതങ്കനുമാണ് നമുക്ക് ഏറെ പ്രിയം."

മനസ്സിന്റെ കോണിൽ ഒളിപ്പിച്ചു വെച്ച മഞ്ചാടിക്കുരുകൾ ഏകാന്ത നിമിഷങ്ങളെ തരളിതമാക്കി. ഉണ്ണിയെക്കുറിച്ചുള്ള ചിന്തകൾ കാടുകയറുമ്പോൾ ആരുമറിയാതെ പനങ്കള്ള് തേടി പുറത്തിറങ്ങും.

ദുഃഖവുമനാഥത്വവും മനസ്സിന്റെ മച്ചിൻപുറത്ത് കെട്ടിവെച്ച് ഓലയും നാരായവുമായി നിശയുടെ അന്ത്യയാമങ്ങളിൽപ്പോലും കുഞ്ചൻ നമ്പ്യർ വാക്കുകൾ വാക്കുകളോട് ചേർത്ത് തീപ്പൊരികളുണ്ടക്കി.

സ്മൃതീതീരങ്ങളിൽ പടയണിക്കോലങ്ങൾ ഉറഞ്ഞുതുള്ളി ബധോച്ചാടനം ചെയ്ത് തളരുന്ന നിശയുടെ അന്ത്യയാമങ്ങളിൽ ഉണ്ണായിവാര്യരുടെ കതകിൽച്ചെന്ന് മുട്ടും. പരസ്പരം കഥയും കരച്ചിലും.

ജന്മാന്തര ബന്ധങ്ങളിലെ ഏതേതു കണ്ണികളാണിവർ ഇങ്ങനെ അടു

ത്തടുത്ത് വിളങ്ങിച്ചേരാൻ?

ഒരു ദിവസം ഉണ്ണായി വാര്യർ പറഞ്ഞു: "നമ്പ്യാരേ, തന്റെ കഥയൊക്കെ കേട്ടപ്പോൾ എനിക്ക് വേദനിച്ചത് വെറുതെയല്ല ഞാനും തന്നെപ്പോലെ ഒരനാഥനാണ്. എണ്ണിപ്പറയാനാളെറെയുണ്ട് പക്ഷെ എണ്ണത്തിലെടുക്കാൻ ഒരാളുമില്ല. സ്നേഹിക്കാനും സ്നേഹിക്കപ്പെടാനും ആരുമില്ല എന്നുള്ളതാണ് കഠിനദു:ഖം" വാര്യരുടെ കണ്ണിൽ ജലസാന്ദ്രിമ!

കുടിച്ചു തീർന്ന കള്ളിന്റെ ചിറകിലേറി ആകാശത്തും ഭൂമിയിലും പാതാളത്തിലും വഴിതെറ്റിപ്പറന്ന് കിതപ്പാറ്റുന്ന കുഞ്ചു ഉണ്ണായി വാര്യരുടെ നളചരിതത്തിലെ പദങ്ങളാടാൻ തുടങ്ങി. മുമ്പിലെ ഒറ്റത്തിരി നെയ്‌വിളക്ക് ആട്ടവിളക്കായ് തെളിഞ്ഞു കത്താൻ തുടങ്ങി. ചുട്ടികുത്താത്ത മുഖത്ത് നവരസങ്ങൾ മിന്നിത്തെളിഞ്ഞു.

ഉണ്ണായിവാര്യർ കുഞ്ചനെ പുണർന്നു കൊണ്ട് പറഞ്ഞു "ഞാനോർത്തില്ല ഇത്രയും. ഭാവത്തിന്റെ തികവ്. രസങ്ങളുടെ നിറവ്! നിന്റേത് പുണ്യജന്മം!"

കുഞ്ചു പറഞ്ഞു: "എവിടെയോ പിഴച്ചു.. ജന്മത്തിലോ കർമ്മത്തിലോ? ജന്മത്തിലാണ്... അറിയാമെനിക്കത്. മനസ്സിൽ പൊട്ടക്കിണറിന്റെ ആഴം! കണ്ണുകളുടെ സ്ഥാനത്ത് രണ്ട് കുഴികൾ. പിതൃസ്മരണ ഇങ്ങനെ" വാര്യർ പറഞ്ഞു: "നിന്റേതാണ് യഥാർത്ഥ കല. ഊട്ടുപുരയിലെ പണ്ടാരങ്ങളും രാജഭടന്മാരും കഞ്ചാവ് തീനികളായ കാവല്ക്കാരും സ്ത്രീലമ്പടന്മാരായ പട്ടന്മാരും ഭീരുക്കളായ നായന്മാരും രാജാവു പോലും നിന്റെ വാക്കുകളാൽ മുറിവേറ്റ് പിടയുന്ന കാഴ്ച ഞാൻ കണ്ടതാണ്. നമ്പ്യാരേ എനിക്ക് തന്നോട് അസൂയ തോന്നിയിട്ടുണ്ട്."

"ഗുരുകൃപ!" കുഞ്ചു പറഞ്ഞു: "നാവിലെഴുതിയ കുഞ്ഞമ്മാമനും രക്ഷകനായിത്തീർന്ന ഭട്ടതിരിപ്പാടും പിതൃസ്ഥാനത്ത് നിന്ന പണിക്കരും ഇന്നും കല്ലിച്ച് കിടക്കുന്ന വേദനയാണ്. മനസ്സിൽ കടലുറങ്ങുന്നില്ല. തിരകളടങ്ങുന്നില്ല. സൂര്യചന്ദ്രന്മാർക്ക് വിശ്രമമില്ല. മാസങ്ങളും വർഷങ്ങളും കിളിത്തൂവൽപ്പോലെ കൊഴിഞ്ഞു വീണു. വാർദ്ധക്യത്തിന്റെ നിഴലുകൾ പതിഞ്ഞ മനസ്സും ശരീരവുമായി കുഞ്ചു കൊട്ടാരപരിസരത്ത് പലപ്പോഴും ഏകനായി. ഉണ്ണിയിപ്പോൾ വളർന്നിട്ടുണ്ടാവും. എന്നാലും അവനെന്നെ കാണാൻ ഒരിക്കൽപ്പോലും വന്നില്ലല്ലോ ഓർത്തപ്പോൾ മനസ്സ് വേദനിച്ചു.

രുഗ്മിണിക്ക് വാർദ്ധക്യം ബാധിച്ചു തുടങ്ങിയിട്ടുണ്ടാവും. പക്ഷെ! കുഞ്ചു ഭണ്ഡത്തിൽ തപ്പി ഒരു പിടി മഞ്ചാടിക്കുരുക്കളെടുത്തു.

കുറെ നേരം നോക്കിയിരുന്നു! വലിച്ചെറിഞ്ഞപ്പോൾ പെറുക്കിയെടുത്തതാണ്. ഇല്ല ഞാനിത് വലിച്ചെറിയില്ല. മഞ്ചാടിക്കുരുക്കൾ ഭാണ്ഡത്തിൽ തിരുകി വെച്ചു. ഭാണ്ഡം മാറോട് ചേർത്ത് മലർന്ന് കിടന്നു.

പുലരും മുമ്പേ എഴുന്നേറ്റ് ഒറ്റഞ്ഞാളിയോലയെടുത്ത് അതിൽ ഇങ്ങനെയെഴുതി: "തിരുമനസ്സിലേക്ക് കുഞ്ചൻ നമ്പ്യാരുടെ അപേക്ഷ. വയ്യാതായി തുടങ്ങുന്നു. കൂത്തും കൂടിയാട്ടവും തുള്ളലും തുടരാനാവില്ല. വിട്ടയയ്ക്കണം കുഞ്ചനെ കലക്കത്തേക്ക് തന്നെ തിരിച്ചു പോകണം. മനസ്സിൽ സൂക്ഷിക്കുന്ന ഒരുപിടി മണ്ണാണത്. ഉപേക്ഷിക്കാനാവില്ല."

സഭചേരും മുമ്പ് രാജാവിനെ മുഖം കാണിച്ച് ഓലകൊടുത്തു. ഓല വായിച്ച് രാജാവ് മുഖം താഴ്ത്തി. ഒരിറ്റ് കണ്ണീരടർന്ന് കൈയിലെ താളയോലകളിൽ വീണു.

"നമുക്കൊന്നും പറയാനില്ല നമ്പ്യാരുടെ ആഗ്രഹം അതെങ്കിൽ നടക്കട്ടെ. പക്ഷെ സ്നേഹിച്ചിരുന്നു, നാം ഒരുപാട്. മനസ്സിലുണ്ടാവണമത് എക്കാലവും." ഭാണ്ഡവുമെടുത്ത് കൊട്ടാരത്തിന്റെ പടിയിറങ്ങുമ്പോൾ ഒരിക്കൽക്കൂടി തിരിഞ്ഞു നോക്കി. മനസ്സിലൂറിയ നൊമ്പരം അളക്കാനാവുന്നതല്ല.

കലക്കത്ത് ചെന്ന് കയറിയത് രാവിലെയാണ്. മുറ്റമടിക്കുന്ന രുഗ്മിണി കാൽപ്പെരുമാറ്റം കേട്ട് തലയുയർത്തി. കണ്ണിൽ അവിശ്വസനീയത! തല നരച്ചു തുടങ്ങിയിരിക്കുന്നു. രുഗ്മിണിയുടെ കൈയിൽനിന്ന് ചൂല് താഴെ വീണു. വീഴാൻ പോകുമ്പോൾ കുഞ്ചുവിന്റെ തോളിൽ പിടിച്ചു.

വരാന്തയിലേക്ക് പിടിച്ചു നടത്തി. അവൾ ചുമർചാരിയിരുന്നു. കുഞ്ചു ചോദിച്ചു: "ഉണ്ണിയെവിടെ!" രുഗ്മിണി അകത്തേക്ക് വിരൽ ചൂണ്ടി.

വെറും പായിൽ മലർന്ന് കിടന്ന് കൂർക്കം വലിക്കുന്ന ഉണ്ണി. അവൻ യുവാവായിരിക്കുന്നു. "കൂത്ത് കഴിഞ്ഞ് കുറച്ച് മുമ്പേ വന്നതേയുള്ളു" വിക്കി വിക്കിയാണ് രുഗ്മിണി പറഞ്ഞത്.

കുഞ്ചു പറഞ്ഞു: "കുളിക്കണം. എന്തെങ്കിലും കഴിക്കണം. ഇപ്പോൾ വിശപ്പ് തീരെ സഹിക്കാനാവുന്നില്ല." അകത്തേക്ക് നടക്കുമ്പോൾ കുഞ്ചു പറഞ്ഞു: "ഇനി എങ്ങോട്ടും യാത്രയില്ല ഇവിടെ... കലക്കത്ത്. സ്ഥിരം! വെറും വാക്കല്ല നേര്!.."

മുപ്പത്തിയെട്ട്

ഭാഗം പകുക്കാനായിവന്ന ബന്ധുക്കളുപേക്ഷിച്ച മാലിന്യങ്ങൾ അകത്തും അടുക്കളയിലുമായി ചിന്നിച്ചിതറിക്കിടന്നതെല്ലാം രുഗ്മിണിയും ഉണ്ണിയും തൂത്തുവാരി വൃത്തിയാക്കിയിരുന്നു.

ചാത്തന്റെ മകൻ നിത്യവും രാവിലെ പടികയറിവന്നു. പനങ്കള്ള് മൺകുടത്തിൽ ഏറ്റ് വാങ്ങി ചായ്പ്പിനകത്ത് അടച്ചു വെച്ചു. ജാപ്പാണപ്പുകയിലയും തളിർവെറ്റിലയുമായി രണ്ട് ദിവസങ്ങളിലൊരിക്കൽ ഗോപാലനും കയറിവന്നു.

ഉച്ചഭക്ഷണത്തിനുമുമ്പേ ഒഴിഞ്ഞ വയറ്റിൽ ഒരുപാട് കള്ള്. അതിന് മീതെ ജാപ്പാണ പുകയില.....

ലഹരിയുടെ ചുരുൾ നിവരുമ്പോൾ ഉണ്ണിയെ വിളിച്ച് മുമ്പിലിരുത്തി പാഠങ്ങൾ ഓതിക്കൊടുത്തു. 'ശംബരവധം' ആട്ടക്കഥ, 'പാലാഴിമഥനം' ആട്ടക്കഥ 'പഞ്ചതന്ത്രം' കിളിപ്പാട്ട് എല്ലാം ഉണ്ണിയെ ഏല്പിച്ചു.

മുമ്പെങ്ങും ശീലിക്കാത്ത ഭക്ഷണക്രമം ശരീരത്തെ ആവേശിച്ചിരുന്നു. ഉച്ചതെറ്റുമ്പോൾ കുറിയരിച്ചോറ് വേണം. തൈരും തോരനും വേണം. രാമവർമ്മന്റെ ഊട്ടുപുര ശീലിപ്പിച്ചതാണ്.

സന്ധ്യയാകുമ്പോൾ കുളിയും ജപവും രുദ്രാക്ഷമാലയിൽ എണ്ണം പിടിച്ച് ശിവനാമം ഒരായിരം തവണ. പാർത്ഥസാരഥിക്ക് മുമ്പിൽ ദണ്ഡ

നമസ്കാരം.. വാണിദേവിക്ക് മുമ്പിൽ സാഷ്ടാംഗ പ്രണാമം! വീണ്ടും ചായ്പ്പിലേക്ക്. ഒരു ചെറുകുടം കള്ള്.. പിന്നെ മിഴാവ്. താളത്തിന്റെ പെരുമഴ!

രാത്രിയുടെ മദ്ധ്യയാമങ്ങളിലെ സ്വപ്നഭൂമികയിൽ ദുഃസ്വപ്നങ്ങളുടെ സഞ്ചാരം. നേരം പുലർച്ചെ ഞെട്ടിയുണർന്നു മനസ്സിൽ നൈസർഗ്ഗിക ബോധത്തിന്റെ വിരൽ സ്പർശം. കുഞ്ചൻ മുഖം കഴുകി ഉമ്മറത്തേക്ക് വന്നു.

പ്രഭാതദീപവുമായി രുഗ്മിണി വരാന്തയിലേക്ക് വന്നു. നിലവിളക്ക് നിലത്ത് വെച്ച് നിവരുമ്പോൾ അവൾ പറഞ്ഞു: "ഇരുട്ടകലാൻ ഇനിയും വൈകും."

കുഞ്ചു മനസ്സിൽ പറഞ്ഞു: തുലാതോ രാത്രിയേറീടും... രുഗ്മിണി കൊടുത്ത കരുപ്പെട്ടിയുടെ സ്വാദിൽ പുതിയ രചനയുടെ കൈവഴികളിലൂടെ മനസ്സിനെ മേയാൻവിട്ട് തിണ്ണയിലിരുന്നു. ആരോ മുറ്റത്തേക്കിറങ്ങി വന്നു. "ഇത് കുഞ്ചൻ നമ്പ്യാരുടെ വീടല്ലെ?" അയാൾ ചോദിച്ചു കുഞ്ചു പറഞ്ഞു: "അതേ ആരാണ്?"

അയാൾ പറഞ്ഞു: "കുടമാളൂരിൽനിന്നാണ്. രാജ്ഞി മരിച്ചു. പറ്റുമെങ്കിൽ വന്ന് കാണണമെന്ന് ദാസി പറഞ്ഞു. "അത്രയും പറഞ്ഞ് അയാൾ തിരിച്ച് നടക്കുമ്പോൾ മനസ്സ് പറഞ്ഞു: 'അങ്ങനെ ആ അദ്ധ്യായവും അവസാനിച്ചു.'

പിറകിൽ നിന്ന രുഗ്മിണിയെ കുഞ്ചു ശ്രദ്ധിച്ചിരുന്നില്ല. രുഗ്മിണി ചോദിച്ചു: "പോകുന്നില്ലേ?"

കുഞ്ചു പറഞ്ഞു: "ഇല്ല".

രുഗ്മിണി പറഞ്ഞു: "ഇന്നലെ നിങ്ങൾ ക്ഷേത്രദർശനത്തിന് പോയപ്പോൾ ഏതോ ഒരാൾ വന്നിരുന്നു. ഒരു തികഞ്ഞ ഗ്രാമീണൻ! അയാൾ പറഞ്ഞതൊക്കെ പകുതി മലയാളവും പകുതി തമിഴും. ഒരു വാക്ക് മാത്രം മനസ്സിലായി. –'ഭട്ടതിരി'– നാഗദംശനമേറ്റതുപോലെ കുഞ്ചു ഞെട്ടിയെഴുന്നേറ്റു. കണ്ണുകൾ ചുവന്നു ബോധാബോധങ്ങൾക്കിടയിൽ മനസ്സ് വേച്ച് വേച്ച് നടന്നു. കുഞ്ചു ചോദിച്ചു: "അയാൾ എന്താണ് പറഞ്ഞത്? പറയൂ എന്താണ് പറഞ്ഞത്?"

രുഗ്മിണി പറഞ്ഞു: "എനിക്ക് മനസ്സിലായില്ല ഒരെഴുത്തോലതന്നു. കൊണ്ടുവരാം" രുഗ്മിണി വാതിൽപ്പടിയിൽ തപ്പി ഒരെഴുത്തോലയെടുത്തു. കുഞ്ചുന്റെ കൈയിൽ കൊടുത്തു. കുഞ്ചു ഓലവായിച്ച് കണ്ണു തുടച്ചു.

"ഞാൻ പുറപ്പെടുകയാണ് ഇപ്പോൾതന്നെ."

ഒരുക്കങ്ങളൊന്നുമില്ലാതെ കുഞ്ചൻ നമ്പ്യാർ ഇറങ്ങി നടന്നു.

കൈയിലെ ഓലയിൽ നോക്കി നടത്തം തുടർന്നു.

രാജ്യാതിർത്തിക്കപ്പുറം തമിഴ് ദേശത്തോടടുത്ത് ശങ്കരൻകോവിലിൽ നാല്ക്കവലയിൽനിന്ന് വലത്തോട് തിരിയുന്നിടത്ത് ഒരോലക്കുടിൽ!

കുഞ്ചു നടന്നു നടന്ന് ഓലക്കുടിലെത്തി.

പുറത്തുനിന്ന് അടയ്ക്കാത്ത വാതിൽ തുറന്ന് അകത്ത് കടന്നു.

അകത്ത് അല്പം വെളിച്ചം. അടുത്ത് ഒരാദിവാസി മാത്രം. ചുറ്റും മരുന്നു പാത്രങ്ങളുടെ മഹാപൂരം.

ശ്വാസം എക്കിളിലേക്ക് പ്രവേശിക്കുന്നു. ഇടയ്ക്കിടെ വായിലേക്കൊഴിച്ചു കൊടുക്കുന്ന പച്ചിലനീരിന്റെ പ്രസാദത്തിൽ ശ്വാസം നേരെ വീഴുന്നു.

കുഞ്ചു ഗുരുവിന്റെ കാൽക്കൽ നമസ്കരിച്ചു. നെഞ്ചിൽ തടവി പതുക്കെ പറഞ്ഞു: "ഗുരുദേവ, എന്നെയൊന്നുനോക്കൂ ഞാൻ വന്നിരിക്കുന്നു. അവിടുത്തേക്ക് പ്രിയപ്പെട്ട കുഞ്ചൻ."

ഭട്ടതിരി കണ്ണുതുറന്നു. അണയാറായ വിളക്കിന്റെ പിശുക്കൻ വെളിച്ചത്തിൽ ഗുരുവും ശിഷ്യനും മൗനികളായി. ഗുരുവിന്റെ പാതിയടഞ്ഞ മിഴികളിൽ നിന്ന് ശിഷ്യനിലേക്ക് സ്നേഹത്തിന്റെ... ആശീർവാദത്തിന്റെ മഹാപ്രവാഹം. ശിഷ്യന്റെ മനസ്സിൽ ഓർമ്മകളുടെ സൂചിക്കമ്പുകൾ! പാദങ്ങളിലേക്ക് ഒരിറ്റ് കണ്ണീർ! തിലോദകം!

"എല്ലാവരെയും കൊന്നു. പണിക്കരെയും ഭാര്യയെയും എന്റെ ഭാര്യയെയും. ആദിവാസികളുടെ ദയ എന്നെ ഇതുവരെ... അപ്പോഴേക്കും വിളക്കുകൾ അണഞ്ഞിരുന്നു. ഗുരുവിന്റെ ആത്മാവും!"

മകന്റെ സ്ഥാനത്ത് നിന്ന് ഉദകക്രിയകൾ ചെയ്തു. പുഴവെള്ളത്തിൽ പിണ്ഡം സമർപ്പിച്ചു കുഞ്ചു പറഞ്ഞു: "ഇതേ എനിക്ക് ചെയ്യാനാവൂ. ക്ഷമിക്കണം."

തിരിഞ്ഞ് നടക്കുമ്പോൾ പിറകിൽ നിന്ന് ഒരു തേങ്ങൽകേട്ട് കുഞ്ചു തിരിഞ്ഞു നിന്നു. ഊന്നുവടിയുടെ അറ്റത്ത് മുഖം ചേർത്ത് തേങ്ങുന്ന ആദിവാസി. അയാൾ പറഞ്ഞു: "ഞാൻ ഒറ്റയ്ക്കായി. കൂടെയുണ്ടായിരുന്നപ്പോൾ സ്നേഹംകൊണ്ടെന്നെ പൊതിഞ്ഞിരുന്നു."

കുഞ്ചു പറഞ്ഞു: "എന്നെയും."

ഓർമ്മകളടക്കം ചെയ്ത ലോഹപ്പെട്ടിയിൽ നിന്ന് ഓരോന്നോരോന്നായി പുറത്തു വന്നു... ഓർമ്മകളുടെ വഴിയിൽ അയാൾ കാലിടറി നടന്നു...

ഇരുട്ടിൽ നേരിയ മുരൾച്ച... പതിയിരിക്കുന്ന നായ്ക്കളാണ്. കുഞ്ചു തിരിഞ്ഞ് നോക്കാതെ വേഗം നടന്നു.. ചെറുപ്പം മുതലേ നായ്ക്കളെ പേടിയായിരുന്നു... അച്ഛനെ ഓടിച്ചിട്ട് കടിച്ചെന്ന് കുഞ്ഞമ്മാമൻ പറഞ്ഞ കഥയിലെ പ്രതിനായകൻ.. പിന്നീട് സ്വന്തം കവിതയിൽ പലയിടത്തും പ്രതിനായകനായി കടന്നു വന്ന കുറുമ്പനും വെളുമ്പനും പാണ്ഡനും നീളനും... പിന്നിൽ കരിയിലകൾ പതുക്കെ ഞെരിഞ്ഞു.. മണം പിടിച്ച് അവൻ പിറകെത്തന്നെയുണ്ട്... നടത്തം ഓട്ടമായി.. കിതപ്പും വിയർപ്പും.. വെള്ളിടിയേറ്റതു പോലെ കുഞ്ചു ഒന്ന് ഞെട്ടി.

പിൻഭാഗം കാൽവണ്ണയിൽ ആഴത്തിലേറ്റ മുറിപ്പാടിൽ നിന്ന് ചോരയൊലിച്ചു...

അർദ്ധ ബോധാവസ്ഥയിൽ പച്ചിലപറിച്ചെടുത്ത് ചോരതുടച്ചു.. പാരമ്പര്യത്തിന്റെ അനുഭവ ശൃംഖല നീണ്ട് നീണ്ട് പോകുന്നു. ജന്മപാപത്തിന്റെ പച്ചിലക്കറ കൊണ്ട് തുടച്ചെറിഞ്ഞ് കുഞ്ചു ആഞ്ഞ് വലിഞ്ഞ് നടന്ന് കലക്കത്ത് ചെന്നു കയറി..

ആരോടും ഒന്നും പറയാതെ കിണറ്റിൻകരയിൽ ചെന്ന് കുളിച്ച് ഈറൻ മാറ്റി.. മേൽത്തട്ടിന്റെ പടികൾ കയറി ഒറ്റത്തിരിവിളക്കിന്റെ നേരിയ വെളിച്ചത്തിൽ കമിഴ്ന്നു കിടന്നു..

സുഖനിദ്ര! മനസ്സ് ശൂന്യം! ഇപ്പോൾ ബന്ധമോ ബന്ധനങ്ങളോ ഇല്ല! ദിവസങ്ങളോളം ജലപാനമില്ലാതെ അങ്ങനെ കിടന്നു. "ആരും വരണ്ട വിളിക്കേണ്ട. ഇത് ധ്യാനമാണ്." കുഞ്ചു പറഞ്ഞു. രുഗ്മിണിയുടെ ഉള്ളം വിറച്ചു. മനസ്സിൽ ഉൾഖനിയിൽ നിന്ന് ഉറവയെടുത്തൊഴുകിയ കണ്ണീരിനെ തടയാൻ കഴിഞ്ഞില്ല.

രാവിലെ ഉണർന്ന് കുളികഴിഞ്ഞ് വന്ന് രുഗ്മിണിയെ വിളിച്ചു. രുഗ്മിണിയെ ഏറെ നേരം നോക്കിയിരുന്നു. നോട്ടം കണ്ട് ഭയന്ന രുഗ്മിണി ചോദിച്ചു: "എന്താണിങ്ങനെ?"

കുഞ്ചു പറഞ്ഞു: "വെറുതെ എന്റെ ഭാണ്ഡത്തിൽ ഇപ്പോഴുമുണ്ട് നിന്റെയമ്മ വലിച്ചെറിഞ്ഞ മഞ്ചാടിക്കുരുക്കൾ." രുഗ്മിണി വായപൊത്തി പതുക്കെ കരഞ്ഞു..

കുഞ്ചു പറഞ്ഞു: "ഞാനൊന്നും ഓർക്കുന്നില്ല.. നീയും ഓർക്കണ്ട.. കുറച്ചുനാൾ കൂടെയിരുന്ന് കണ്ടോണ്ടിരിക്കണമെന്നുണ്ടായിരുന്നു.. കണ്ടു. അതുമതി."

രുഗ്മിണി അകത്തേക്ക് നടന്നു.. കുഞ്ചു പറഞ്ഞു: "വിഭവസമൃദ്ധമായ ഭക്ഷണങ്ങൾ വേണം.. എരിവും പുളിവും മധുരവും എല്ലാം കുറച്ചധികം. മുഖം കഴുകാൻ ഓട്ടുകിണ്ടിയിലെ വെള്ളമെടുത്ത കുഞ്ചു വെള്ളം കണ്ട് പരിഭ്രമിച്ചു... വെളിച്ചം കണ്ടപ്പോൾ അകത്തേക്കോടി കതകടച്ചു. തകിടം മറിയുന്ന ബോധം.. ഇളകിത്തെറ്റിയ പാളങ്ങൾ. ബോധാ ബോധങ്ങൾ തെന്നിമാറുന്നതിനിടയിൽ.. ചിരിയും കരച്ചിലും. മേൽത്തട്ടിന്റെ മച്ചിൻതാളം ചവിട്ടുന്ന ശബ്ദത്തിൽ പുരയാകെ വിറച്ചു.. തുള്ളലും കൂത്തും വേലയും പടയണിയും മാറി മാറി..

രുഗ്മിണിയുടെ പേര് ഉറക്കെ വിളിച്ചു.. കുഞ്ചു നിശ്ചലമായി..

ബലിക്കാക്കകളുടെ ശബ്ദവൈവിധ്യമറിയുന്ന കുഞ്ചുവിന്റെ വിയോഗ വാർത്തയുമായി നാനാദിക്കിലേക്കും കാക്കകൾ പറന്നു.

പറയനും പുലയനും ഓട്ടനും നിലവിട്ട് നിലവിളിച്ചു. മുളന്തണ്ട് ചേർത്തുവെച്ച് കെട്ടിയൊരുക്കിയ മഞ്ചലിൽ കുഞ്ചു കോടി പുതച്ച് കിടന്നു.. അടയാത്ത മിഴികൾ ഉണ്ണിമാധവൻ തഴുകിയടച്ചു.

അകത്തളത്തിലെ പാതിയിരുട്ടിൽ രുഗ്മിണി നിശ്ശബ്ദയായി മിഴിയടച്ചിരുന്നു... എണ്ണിയാൽ തീരാത്ത സ്വപ്നങ്ങളുടെ നിലവറ വാതിലുകൾ ഓരോന്നായി തുറന്ന് പരിശോധിക്കുകയായിരുന്നു മനസ്സ്..

പുഴത്തീരത്ത് പാഴ് വിറകിൽ തീർത്ത ചിത! പുഴവെള്ളത്തിൽ മുങ്ങി നിവർന്ന് തല തുവർത്താതെ ഈറനുമായി വന്ന ഉണ്ണിയുടെ കൈയിലേക്ക് തീപ്പന്തം കൊടുത്തത് കൃഷ്ണനായിരുന്നു..

ചിതയാളാൻ തുടങ്ങി! കാറ്റത്തുലയുന്ന ജ്വാലകൾക്കിടയിലൂടെ ഗുരുവിന്റെ ശിരസ്സ് കണ്ടു. അഗ്നിക്കത് സ്പർശിക്കാൻ കഴിയുന്നില്ല.. എഴുതാൻ ബാക്കിവെച്ച കവിതകൾ.. തീപ്പിടിക്കാതെ... ഉണ്ണി കണ്ണടച്ചു.

നീലാകാശത്തിന് കീഴെ ഓട്ടനും ശീതങ്കനും പറയനുമാടുന്ന തീജ്ജ്വാലകൾ!..

ഉദകക്രിയകൾ ചെയ്യുന്ന ഉണ്ണിയെ നോക്കി രുഗ്മിണി ആരും കാണാത്തൊരിടത്തേക്ക് മാറി നിന്നു മേൽമുണ്ട് കൊണ്ട് ശിരസ്സ് മൂടി വിതുമ്പിക്കരഞ്ഞു...

ചിത കത്തിയമർന്ന് ചാരം മാത്രമവശേഷിച്ചു... കാഴ്ചക്കാരകന്നപ്പോൾ രുഗ്മിണി ചിതയ്ക്കരികിലേക്ക് നടന്നു. പാദഭാഗത്ത് മുട്ടുകുത്തിയിരുന്നു... വിലക്കുകളും ബന്ധനങ്ങളും അഴിച്ചെറിഞ്ഞ് ഏങ്ങിക്കരഞ്ഞു..

കൈക്കുടന്നയിൽ ഒരു പിടി ചിതാഭസ്മം കോരിയെടുത്തു ഏറെ നേരം അതിൽത്തന്നെ നോക്കിയിരുന്നു...

സഫലീകൃതമാകാതെ പോയ ഒരായിരം സ്വപ്നങ്ങളെരിഞ്ഞടങ്ങിയ വെണ്ണീർ!

അവൾ വീണ്ടും കൈക്കുടന്നയിലേക്ക് നോക്കി..

എല്ലാം ഒടുങ്ങിയ ഒരു നോട്ടം!

കോരിയെടുത്ത ചിതാഭസ്മം നെഞ്ചോട് ചേർത്ത് വിതുമ്പിക്കൊണ്ട് രുഗ്മിണി നടന്നു.

www.ingramcontent.com/pod-product-compliance
Lightning Source LLC
LaVergne TN
LVHW100803051026
849519LV00006B/1955